ವಿಶ್ವ ಕಥಾಕೋಶ

ಸಂಪುಟ - ೨೧

ಪ್ರಧಾನ ಸಂಪಾದಕ
ನಿರಂಜನ

ನಿಗೂಢ ಸೌಧ

ಫ್ರಾನ್ಸ್ ಕಥೆಗಳು

ಅನುವಾದ
ಬಸವರಾಜ ನಾಯ್ಕರ

ನವಕರ್ನಾಟಕ ಪ್ರಕಾಶನ

NIGOODHA SOUDHA (Kannada)
An anthology of short stories from France, being the twenty-first volume of Vishwa Kathaa Kosha, a treasury of world's great short stories in 25 volumes in Kannada. Translated by Basavaraja Naikara. Editor-in-Chief : Niranjana Editors : S. R. Bhat, C. R. Krishna Rao, C. Sitaram. Secretary : R. S. Rajaram.

Fifth Print : 2022 Pages : 156 Price : ₹ 175
Paper : 75 gsm Maplitho 20 kg ($^1/_8$ Demy Size)

ಮೊದಲನೇ ಮುದ್ರಣ : 1982
ಮರುಮುದ್ರಣಗಳು : 2011, 2012, 2012
ಐದನೇ ಮುದ್ರಣ : 2022

ಪ್ರಧಾನ ಸಂಪಾದಕ : ನಿರಂಜನ
ಸಂಪಾದಕರು : ಎಸ್. ಆರ್. ಭಟ್, ಸಿ. ಆರ್. ಕೃಷ್ಣರಾವ್, ಸಿ. ಸೀತಾರಾಮ್
ಕಾರ್ಯದರ್ಶಿ : ಆರ್. ಎಸ್. ರಾಜಾರಾಮ್
ಕಲಾ ಸಲಹೆಗಾರರು : ಎಸ್. ರಮೇಶ್, ಕಮಲೇಶ್, ಅಮಿತ್

ಬೆಲೆ : ₹ 175

ಮುಖಚಿತ್ರ : ಸಿ. ಚಂದ್ರಶೇಖರ್

ಪ್ರಕಾಶಕರು
ನವಕರ್ನಾಟಕ ಪಬ್ಲಿಕೇಷನ್ಸ್ ಪ್ರೈವೇಟ್ ಲಿಮಿಟೆಡ್
ಎಂಬೆಸಿ ಸೆಂಟರ್, ಕ್ರೆಸೆಂಟ್ ರಸ್ತೆ, ಬೆಂಗಳೂರು – 560 001
ದೂರವಾಣಿ : 080–22161900 / 22161901 / 22161902

ಶಾಖೆಗಳು / ಮಳಿಗೆಗಳು
ನವಕರ್ನಾಟಕ, ಕ್ರೆಸೆಂಟ್ ರಸ್ತೆ, ಬೆಂಗಳೂರು – 1, ✆ 080–22161913/14, Email : nkpsales@gmail.com
ನವಕರ್ನಾಟಕ, ಕೆಂಪೇಗೌಡ ರಸ್ತೆ, ಬೆಂಗಳೂರು – 9, ✆ 080–22203106, Email : nkpkgr@gmail.com
ನವಕರ್ನಾಟಕ, ಶರವು ದೇವಸ್ಥಾನ ರಸ್ತೆ, ಮಂಗಳೂರು – 1, ✆ 0824–2441016, Email : nkpmng@gmail.com
ನವಕರ್ನಾಟಕ, ಬಲ್ಮಠ, ಮಂಗಳೂರು – 1, ✆ 0824–2425161, Email : nkpbalmatta@gmail.com
ನವಕರ್ನಾಟಕ, ರಾಮಸ್ವಾಮಿ ವೃತ್ತ, ಮೈಸೂರು–24, ✆ 0821–2424094, Email : nkpmysuru@gmail.com
ನವಕರ್ನಾಟಕ, ಸ್ಟೇಷನ್ ರಸ್ತೆ, ಕಲಬುರಗಿ – 2, ✆ 08472–224302, Email : nkpglb@gmail.com

ಮುದ್ರಕರು : ರಿಪ್ರೋ ಇಂಡಿಯಾ ಲಿಮಿಟೆಡ್, ಮುಂಬಯಿ

0511226308 **ISBN 978-81-8467-220-6**

Published by Navakarnataka Publications Private Limited, Embassy Centre Crescent Road, Bengaluru - 560 001 (India). Email : navakarnataka@gmail.com

ಅರ್ಪಣೆ

ನಿರಂಜನ
(1924–1991)

ಇವರ ನೆನಪಿಗೆ

ಪರಿವಿಡಿ

ಪ್ರಕಾಶಕರ ನುಡಿ

ಕನ್ನಡ ನಾಡು ನುಡಿಗಳಿಗೆ ನಮ್ಮ ಹೆಮ್ಮೆಯ ಕೊಡುಗೆ ವಿಶ್ವಕಥಾಕೋಶ. ಶ್ರೀ ನಿರಂಜನರ ಪ್ರಧಾನ ಸಂಪಾದಕತ್ವದಲ್ಲಿ ಹೊರ ಬರುತ್ತಿರುವ ಈ ಬೃಹತ್ ಸಂಕಲನ ಜಗತ್ತಿನ ಸಾರಸ್ವತ ಭಂಡಾರದ ಒಂದು ಭಾಗವನ್ನು ಕನ್ನಡ ಓದುಗರ ಮುಂದೆ ತಂದಿಡುತ್ತದೆ. ಇದು ಕನ್ನಡದ ಇತ್ತೀಚಿನ ಮಹತ್ವದ ಪ್ರಕಟನೆಗಳಲ್ಲೊಂದೆಂದು ಸಹೃದಯರಾದ ಕನ್ನಡ ಓದುಗರೂ ವಿಮರ್ಶಕರೂ ಈಗಾಗಲೇ ಹೇಳಿರುವುದು ನಮಗೊಂದು ಸಂತಸದ ವಿಷಯ.

ವಿಶ್ವಕಥಾಕೋಶದ 25 ಸಂಪುಟಗಳನ್ನು 1980ರ ಯುಗಾದಿಯಿಂದ ಮೊದಲ್ಗೊಂಡು ಒಟ್ಟು ಆರು ಕಂತುಗಳಲ್ಲಿ ಪ್ರಕಟಿಸಲಾಗುವುದೆಂದು ನಾವು ಹಿಂದೆ ಹೇಳಿದ್ದೆವು. ಅದರಂತೆ ಈಗಾಗಲೇ 20 ಸಂಪುಟ ಗಳನ್ನು ನಾವು ಬಿಡುಗಡೆ ಮಾಡಿದ್ದೇವೆ.

ಈಗ ಕಥಾ ಕೋಶದ ಕೊನೆಯ ಐದು ಸಂಪುಟಗಳನ್ನು ಓದುಗರ ಕೈಗಿಡಲು ನಮಗೆ ಹರ್ಷವೆನಿಸುತ್ತದೆ. ಇವು ಈ ವರ್ಷದ – 1982ರ – ದೀಪಾವಳಿಯ ಕಾಣಿಕೆ.

ಈ ಐದರಲ್ಲೊಂದು 'ನಿಗೂಢ ಸೌಧ'. ಇದರಲ್ಲಿ ಫ್ರಾನ್ಸ್‌ನ ಕಥಾ ಸಾಹಿತ್ಯದಿಂದ ಆಯ್ದ ಹೃದಯಂಗಮವಾದ ಹನ್ನೊಂದು ಕಥೆಗಳಿವೆ. ಇದು ಕಥಾ ಕೋಶದ ಇಪ್ಪತ್ತೊಂದನೆಯ ಸಂಪುಟ. ಈ ಸಂಪುಟವನ್ನು ಕನ್ನಡಕ್ಕೆ ಅನುವಾದಿಸಿದವರು ಶ್ರೀ ಬಸವರಾಜ ನಾಯ್ಕರ.

ಈ ಸಂಪುಟಕ್ಕೆ ಸೊಗಸಾದ ಮುಖಚಿತ್ರವನ್ನು ಬರೆದು ಕೊಟ್ಟವರು ಕಲಾವಿದ ಶ್ರೀ ಚಂದ್ರಶೇಖರ್. ಹಿಮ್ಮೈವಿನ್ಯಾಸ ಶ್ರೀ ಕಮಲೇಶ್ ಅವರದು. ಇದನ್ನು ಉತ್ತಮವಾಗಿ ಮುದ್ರಿಸಿದ ಶ್ರೇಯಸ್ಸು ಜನಶಕ್ತಿ ಮುದ್ರಣಾಲಯದ ನಮ್ಮ ಬಂಧುಗಳಿಗೆ ಸಲ್ಲಬೇಕು. ಇದರ ರಕ್ಷಾಕವಚದ ಮುದ್ರಣ ಕಾರ್ಯವನ್ನು ನಿರ್ವಹಿಸಿದವರು ಶಿವಕಾಶಿಯ ಜೇಯೆಮ್ ಆಫ್‌ಸೆಟ್ ಪ್ರಿಂಟರ್ಸ್ ಅವರು. ಇವರಿಗೆಲ್ಲ ಈ ಸಂದರ್ಭದಲ್ಲಿ ನಮ್ಮ ಹೃತ್ಪೂರ್ವಕ ಕೃತಜ್ಞತೆಗಳು ಸಲ್ಲುತ್ತವೆ.

ಇವರಲ್ಲದೆ ಈ ಸಂಪುಟವನ್ನು ಹೊರತರಲು ಇನ್ನೂ ಅನೇಕ ಮಂದಿ ಮಿತ್ರರು ನಮಗೆ ನೆರವಾಗಿದ್ದಾರೆ. ಸಂಪುಟದ ಕೊನೆಯಲ್ಲಿ ಅವರಿಗೆ ನಮ್ಮ ವಿಶೇಷ ಕೃತಜ್ಞತೆಗಳನ್ನು ಸಮರ್ಪಿಸಲಾಗಿದೆ.

ಈ ಸಂಪುಟದಲ್ಲಿ ಬಳಸಲಾದ, ಕೃತಿಸ್ವಾಮ್ಯವನ್ನು ಹೊಂದಿರುವ ಎಲ್ಲ ಕಥೆಗಳ ಕರ್ತೃಗಳಿಂದ ಅಥವಾ ಅವರ ವಾರಸುದಾರರಿಂದ ಅವುಗಳ ಪ್ರಕಟನೆಗೆ ಅನುಮತಿ ಪಡೆಯಲು ನಾವು ಆದಷ್ಟು ಪ್ರಯತ್ನಿಸಿದ್ದೇವೆ. ಅವರೆಲ್ಲರಿಗೂ ನಾವು ಋಣಿಗಳು. ಆದರೆ ಒಂದು ವೇಳೆ ಯಾರದಾದರೂ ಅನುಮತಿ ಬಿಟ್ಟು ಹೋಗಿದ್ದರೆ, ಈ ಯೋಜನೆಯ ಮಹತ್ವವನ್ನು ಮನಗಂಡು ಅವರು ನಮ್ಮನ್ನು ಕ್ಷಮಿಸುವರೆಂದು ನಂಬಿದ್ದೇವೆ.

ಈ ಸಲದ ಬಿಡುಗಡೆಯೊಂದಿಗೆ ವಿಶ್ವಕಥಾಕೋಶದ ಎಲ್ಲ ಸಂಪುಟಗಳನ್ನೂ ನಾವು ಹೊರತಂದಂತಾಯಿತು. ಕೋಶದ ಹಿಂದಿನ ಸಂಪುಟಗಳಿಗೆ ಓದುಗರು ನೀಡಿದ ಆದರದ ಸ್ವಾಗತ ಈ ಸಂಪುಟಗಳಿಗೂ ದೊರೆಯುವುದೆಂದು ನಾವು ನಂಬಿದ್ದೇವೆ.

ಬೆಲೆ ಏರಿಕೆಯ ಇಂದಿನ ದಿನಗಳಲ್ಲಿ ವಿಶ್ವಕಥಾಕೋಶದಂಥ ಬೃಹತ್ ಯೋಜನೆಯ ಪ್ರಕಟಣೆ ಬಹಳ ಕಷ್ಟಸಾಧ್ಯವಾದ ಕಾರ್ಯ. ಆದರೂ ಓದುಗರ ಹಿತದೃಷ್ಟಿಯಿಂದ ಕಥಾ ಕೋಶದ ಬೆಲೆಯನ್ನು ನಾವು ಹೆಚ್ಚಿಸಿಲ್ಲ. ಬಿಡಿ ಸಂಪುಟಗಳ ಬೆಲೆ ಹಿಂದಿನಂತೆಯೇ ರೂ. 10–00. 25 ಸಂಪುಟಗಳಿಗೆ ರೂ. 250–00. ಅದೇ ರೀತಿಯಲ್ಲಿ ಇಡೀ ಕೋಶವನ್ನು ಕೊಳ್ಳಬಯಸುವವರಿಗೆ ಡಿಸೆಂಬರ್ 31, 1982ರವರೆಗೆ ರೂ. 50/–ರ ರಿಯಾಯಿತಿಯೂ ಇದೆ. ಆದುದರಿಂದ 'ನವಕರ್ನಾಟಕ ಪಬ್ಲಿಕೇಷನ್ಸ್ (ಪ್ರೈ) ಲಿಮಿಟೆಡ್' ಈ ಹೆಸರಿಗೆ 200/– ರೂ.ಗಳನ್ನು ಡ್ರಾಫ್ಟ್ ಮೂಲಕ ಇಂದೇ ಕಳುಹಿಸಿಕೊಡಿ. ಎಲ್ಲ ಸಂಪುಟಗಳನ್ನೂ ನಮ್ಮ ವೆಚ್ಚದಲ್ಲಿ ನಿಮ್ಮ ಮನೆ ಬಾಗಿಲಿಗೆ ತಕ್ಷಣ ತಲುಪಿಸಲಾಗುವುದು. ನೆನಪಿಡಿ, ಈ ರಿಯಾಯಿತಿ ಈ ವರ್ಷದ ಅಂತ್ಯದ ಬಳಿಕ ಇರುವುದಿಲ್ಲ.

ಕೊನೆಯದಾಗಿ, ಕಥಾಕೋಶದ ಪ್ರಕಟಣೆ ಆರಂಭವಾದಂದಿನಿಂದ ಇಂದಿನ ತನಕ ಈ ಯೋಜನೆಗೆ ಪ್ರೋತ್ಸಾಹ ನೀಡಿದ ಎಲ್ಲ ಓದುಗರಿಗೆ, ವಿಮರ್ಶಕರಿಗೆ, ಪತ್ರಕರ್ತರಿಗೆ ಹಾಗೂ ಇದನ್ನು ಯಶಸ್ವಿಯಾಗಿ ಸಂಪೂರ್ಣಗೊಳಿಸಲು ಹಗಲಿರುಳು ಶ್ರಮಿಸಿದ ಪ್ರಧಾನ ಸಂಪಾದಕರಿಗೆ, ಅವರೊಡನೆ ಸಹಕರಿಸಿದ ಸಂಪಾದಕ ಮಂಡಲಿಗೆ, ಅನುವಾದಕರಿಗೆ, ಕಲಾವಿದರಿಗೆ ಮತ್ತು ಈ ಕಾರ್ಯದಲ್ಲಿ ನಮಗೆ ನೆರವಾದ ಇತರ ಎಲ್ಲ ಮಿತ್ರರಿಗೆ ಈ ಸಂದರ್ಭದಲ್ಲಿ ಮತ್ತೊಮ್ಮೆ ನಮ್ಮ ಹಾರ್ದಿಕ ಕೃತಜ್ಞತೆಗಳನ್ನು ಸಲ್ಲಿಸುತ್ತೇವೆ.

ದೀಪಾವಳಿ, 1982
ಬೆಂಗಳೂರು

ಆರ್. ಎಸ್. ರಾಜಾರಾಮ್
ವ್ಯವಸ್ಥಾಪಕ ನಿರ್ದೇಶಕ
ನವಕರ್ನಾಟಕ ಪಬ್ಲಿಕೇಷನ್ಸ್ (ಪ್ರೈ) ಲಿಮಿಟೆಡ್

ಪ್ರಕಾಶಕರ ನುಡಿ

(ಎರಡನೇ ಮುದ್ರಣ)

ನವಕರ್ನಾಟಕ ಪ್ರಕಾಶನದ 50ರ ಸಂಭ್ರಮದಲ್ಲಿ 'ವಿಶ್ವಕಥಾಕೋಶ'ದ ಇಪ್ಪತ್ತೈದು ಸಂಪುಟಗಳನ್ನು ಪುನರ್ಮುದ್ರಿಸಿ ಓದುಗರ ಕೈಗಿಡುತ್ತಿದ್ದೇವೆ. ಮೂವತ್ತು ವರ್ಷಗಳ ಕಾಲ ಅಲಭ್ಯವಾಗಿದ್ದ ಜಗತ್ತಿನ ಸಾಹಿತ್ಯ ಕಥಾ ಕಣಜ ಬೆಳಕು ಕಾಣುವ ಈ ಸಮಯದಲ್ಲಿ ಈ ಯೋಜನೆಯ ಹೊಣೆ ಹೊತ್ತ ಶ್ರೇಷ್ಠ ಕಥೆಗಾರ, ಸಾಹಿತಿ ನಿರಂಜನರು ನಮ್ಮೊಂದಿಗೆ ಇದ್ದಿದ್ದರೆ, ನವಕರ್ನಾಟಕದ ಚಿನ್ನದ ಹಬ್ಬ ಹೆಚ್ಚು ಅರ್ಥಪೂರ್ಣವಾಗುತ್ತಿತ್ತು. ಈ ಸಂಪುಟಗಳನ್ನು ಅವರಿಗೆ ಅರ್ಪಿಸಿ, ಅವರನ್ನು ನೆನೆಯುತ್ತೇವೆ.

ಸಂಪುಟಗಳನ್ನು ಅನುವಾದಿಸಿ ನೆರವಾದ ಅನೇಕ ಲೇಖಕ ಮಿತ್ರರು ಈ ಮೂರು ದಶಕಗಳಲ್ಲಿ ನಮ್ಮನ್ನು ಅಗಲಿದ್ದಾರೆ. 'ವಿಶ್ವಕಥಾಕೋಶ'ದ ಎಲ್ಲಾ ಅನುವಾದಗಳನ್ನು ಓದಿ, ಪರಿಷ್ಕರಿಸಿ, ಮುದ್ರಣಕ್ಕೆ ಸಿದ್ಧಗೊಳಿಸಿದ ಸಂಪಾದಕರಲ್ಲಿ ಒಬ್ಬರಾದ ಶ್ರೀ ಎಸ್. ಆರ್. ಭಟ್ಟರ ಅಗಲಿಕೆಯ ನೆನಪು ಈ ಸಂದರ್ಭದಲ್ಲಿ ನಮ್ಮನ್ನು ಕಾಡುತ್ತಿದೆ.

ಮೂವತ್ತು ವರ್ಷಗಳ ಹಿಂದೆ 25 ಸಂಪುಟಗಳನ್ನು ರೂ. 250ಕ್ಕೆ ನೀಡಿದ್ದೆವು. ಬೆಲೆಯೇರಿಕೆಯ ಇಂದಿನ ದಿನಗಳಲ್ಲಿ ಮರುಮುದ್ರಿಸಿದಲ್ಲಿ, ಅದರ ಬೆಲೆಯನ್ನು ಎಂಟು-ಹತ್ತು ಪಟ್ಟು ಏರಿಸಬೇಕಾಗಬಹುದು ಎನ್ನುವ ಭೀತಿಯೂ ವಿಳಂಬಕ್ಕೆ ಕಾರಣವಾಯಿತು. ಈ ಸಂದರ್ಭದಲ್ಲಿ ಈ ಸಂಪುಟಗಳನ್ನು ಸುಲಭ ಬೆಲೆಗೆ ನೀಡಲು ನೆರವಾದವರು ಇನ್ಫೋಸಿಸ್ ಫೌಂಡೇಷನ್‌ನ ಅಧ್ಯಕ್ಷೆ ಶ್ರೀಮತಿ ಸುಧಾ ಮೂರ್ತಿಯವರು. ಅವರಿಗೆ ನಾವು ಕೃತಜ್ಞರಾಗಿದ್ದೇವೆ.

ಈ ಯೋಜನೆಯ ಲೇಖಕರು ಈ ಅವಧಿಯಲ್ಲಿ ಸಾಕಷ್ಟು ಹೊಸ ಬರೆಹಗಳನ್ನು ಮಾಡಿದ್ದಾರೆ, ಗೌರವ ಪುರಸ್ಕಾರಗಳಿಗೆ ಪಾತ್ರರಾಗಿದ್ದಾರೆ. ಕೆಲವರು ನಮ್ಮೊಂದಿಗಿಲ್ಲ. ಈ ಎಲ್ಲ ಲೇಖಕರ ಪರಿಚಯಗಳಿಗೆ ಹೊಸ ಸೇರ್ಪಡೆಗಳನ್ನು ಮಾಡಿಕೊಟ್ಟ ಡಾ|| ಆರ್. ಪೂರ್ಣಿಮಾ ಮತ್ತು ಶ್ರೀಮತಿ ರೋಸಿ ಡಿ'ಸೋಜಾ ಅವರ ನೆರವನ್ನು ಸ್ಮರಿಸುತ್ತೇವೆ.

ಮರುಮುದ್ರಣದ ಈ ಕಾರ್ಯದಲ್ಲಿ ನೆರವಾದ ಎಲ್ಲರನ್ನೂ ನೆನೆಯುತ್ತೇವೆ.

ಯುಗಾದಿ, 2011 **ಆರ್. ಎಸ್. ರಾಜಾರಾಮ್**
ಬೆಂಗಳೂರು ವ್ಯವಸ್ಥಾಪಕ ನಿರ್ದೇಶಕ, ನವಕರ್ನಾಟಕ ಪ್ರಕಾಶನ

ಪ್ರಸ್ತಾವನೆ

1

"ಬಿಡುಗಡೆ, ಸಮಾನತೆ, ಸೋದರತೆ' ಎಂಬ ಘೋಷ ಮೊಳಗಿತು ಪ್ಯಾರಿಸಿನಲ್ಲಿ, 1789ರಲ್ಲಿ ಫ್ರೆಂಚ್ ಮಹಾಕ್ರಾಂತಿ ಸ್ಫೋಟಿಸಿದಾಗ. ಆ ಸದ್ದಿಗೆ ಯೂರೋಪಿನ ಅರಸು ಗದ್ದುಗೆಗಳೆಲ್ಲ ಅಲುಗಿದುವು. ಎಂಬತ್ತೆರಡು ವರ್ಷಗಳಾದ ಮೇಲೆ (1871ರಲ್ಲಿ) ಕ್ರಾಂತಿಕಾರೀ ಫ್ರೆಂಚ್ ಶ್ರಮಿಕವರ್ಗ ಪ್ಯಾರಿಸ್ ಕಮ್ಯೂನನ್ನು (ದುಡಿಯುವವರ ಪ್ರಭುತ್ವವನ್ನು) ಸ್ಥಾಪಿಸಿತು. ಯೂರೋಪಿನ ಉಳ್ಳವರೆಲ್ಲ ನಡುಗಿದರು; ದಲಿತರನ್ನು ದರಿದ್ರರನ್ನು ಕಂಡೊಡನೆ ಹಾವು ಮೆಟ್ಟಿದವರಂತೆ ಹೌಹಾರಿದರು. ಆ ಹಿನ್ನೆಲೆಯಲ್ಲಿ ಹುಟ್ಟಿರಬೇಕು – 'ಪ್ಯಾರಿಸ್ ಸೀನಿದರೆ ಯೂರೋಪಿಗೆಲ್ಲ ನೆಗಡಿ' ಎಂಬ ನಗೆ ಮಾತು!

ಸಂದೇಹವಿಲ್ಲ; ಮಂಜು ಮುಸುಕಿದ ಕಾಲದಿಂದ ಅಂಬೆಗಾಲಿಡುತ್ತ ಬಂದ ಮಾನವಕೋಟಿಯ ಸುದೀರ್ಘ ಇತಿಹಾಸದಲ್ಲಿ, ಫ್ರೆಂಚ್ ಮಹಾಕ್ರಾಂತಿ ಮತ್ತು ಪ್ಯಾರಿಸ್ ಕಮ್ಯೂನ್ ಮರೆಯಲಾಗದ ಗುರುತು ಕಂಬಗಳು. ಆ ಕಂಬಗಳ ಬಳಿ ನಿಂತು ಫ್ರಾನ್ಸಿಗೆ ಸಂಬಂಧಿಸಿದಂತೆ ಹಿಂದಕ್ಕೆ ನೋಡುವುದಂತೂ ಅಪೂರ್ವ ಅನುಭವ.

ಎಷ್ಟು ಹಿಂದಕ್ಕೆ? 70,000 ವರ್ಷಗಳಾಚೆ ನೋಡಿದಾಗ ಕಂಡು ಬರುವುದು ನಿಯಾಂಡರ್ಥಲ್* ಜನರ (ನಿಯಾಂಡರ್ ಕಣಿವೆಯ ನಿವಾಸಿಗಳ) ಚಲನೆ; ನೈಋತ್ಯ ಫ್ರಾನ್ಸಿನಿಂದ ಆರಂಭವಾಗಿ ಉತ್ತರ ಚೀನದವರೆಗೆ. ಮುಂದೆ ಫ್ರಾನ್ಸಿನತ್ತ ಕ್ರೊ-ಮಾಗ್ನನ್** ಜನರ ವಲಸೆ,

---

* ಈಗ ನಿಯಾಂಡರ್ ಕಣಿವೆ ಇರುವುದು ಜರ್ಮನಿಯಲ್ಲಿ. ಮೂಲತಃ ಫ್ರೆಂಚರು ಜರ್ಮನರೆಲ್ಲ ಒಂದೇ ಬುಡಕಟ್ಟಿನವರು. ಫ್ರಾನ್ಸ್, ಜರ್ಮನಿ ಎಂದು ಪ್ರತ್ಯೇಕ ಭೌಗೋಳಿಕ ಪ್ರದೇಶಗಳನ್ನು ರೂಪಿಸಿದ್ದು ಕೇವಲ ಒಂದು ಸಾವಿರ ವರ್ಷ ಹಿಂದೆ. ಇತಿಹಾಸಪೂರ್ವ ಕಾಲದ ನಿಯಾಂಡರ್ಥಲ್ ಮನುಷ್ಯನಿಗೆ ಯಾವ ಗಡಿಕಾಟವೂ ಇರಲಿಲ್ಲ. ಹಿಮ ಕರಗಿ ಕಾಣಿಸಿಕೊಂಡ ನೆಲವೆಲ್ಲ ಮಾನವನ ಕಾಲ್ತುಳಿತದ ಪುಲಕಸುಖ ಅನುಭವಿಸಿತು.

** ದೊರ್ದೋಗ್ನ್‌ನ ಜನರ ಆಡುಭಾಷೆಯಲ್ಲಿ ಕ್ರೊ-ಮಾಗ್ನನ್ ಅಂದರೆ ದೊಡ್ಡ ತೂತು. ಅಂಥ ತೂತುಗಳಲ್ಲಿ – ಗವಿಗಳಲ್ಲಿ – ವಾಸಿಸುತ್ತಿದ್ದವರಿಗೆ ದೊರೆತಿರುವ ಹೆಸರು – ಕ್ರೊ-ಮಾಗ್ನನ್ ಮನುಷ್ಯರು. ಚಳಿಗಾಲದಲ್ಲಿ ಗವಿಗಳು ಬೆಚ್ಚಗೂ ಬೇಸಗೆಯಲ್ಲಿ ತಣ್ಣಗೂ ಇರುತ್ತಿದ್ದುವು.

ನೈಋತ್ಯ ಏಷ್ಯದಿಂದ, 15,000 ವರ್ಷ ಹಳೆಯ ಲಾಸ್ಕಾವ್ ಗವಿ ಚಿತ್ರಗಳಲ್ಲಿ, ಬಾಣ ನೆಟ್ಟ ಪ್ರಾಣಿಗಳನ್ನು, ಕುದುರೆ ಜಿಂಕೆಗಳನ್ನು, ಕಾಡೆಮ್ಮೆ ಕಾಡೆತ್ತುಗಳನ್ನು, ಸಿಂಹ – ಕರಡಿ – ಮೀನು – ಹಕ್ಕಿಗಳನ್ನು ಗುರುತಿಸಬಹುದು. 20,000 ವರ್ಷ ಹಿಂದೆ, ಫ್ರಾನ್ಸಿನ ದೊರ್ದೋಗ್ನ್ ಪ್ರಾಂತದಲ್ಲಿ ನೂರಾರು ಜನವಸತಿ ಸ್ಥಾನಗಳಿದ್ದುವು. ಆಗಿನ ಜಗತ್ತಿನಲ್ಲಿ ಪ್ರಾಯಶಃ ಅದೇ ಅತ್ಯಂತ ಜನದಟ್ಟಣೆಯ ಸ್ಥಳ–ಎಂದು ತಜ್ಞರ ಅಭಿಮತ. ಕೇಂದ್ರ ಯೂರೋಪಿನಲ್ಲೂ ಪಶ್ಚಿಮ ಯೂರೋಪಿನಲ್ಲೂ ಹುಲ್ಲುಗಾವಲುಗಳಲ್ಲಿ ಪ್ರಾಣಿಗಳು ಹಿಂಡು ಹಿಂಡಾಗಿ ಅಲೆಯುತ್ತಿದ್ದುವು. ಪ್ಯಾರಿಸಿನ ಬಳಿ ಸೀನ್ ನದಿ ತಟದಲ್ಲಿ ಜನರ ಗುಂಪು ವಾಸಿಸುತ್ತಿತ್ತು. ನದಿ ದಾಟಿ ಬರುತ್ತಿದ್ದ ಜಿಂಕೆಗಳನ್ನು ಅಡ್ಡಗಟ್ಟುವುದೇ ಈ ಬೇಟೆಗಾರರ ಉದ್ದೇಶವಿದ್ದಿರಬೇಕು. ಸ್ವರಕ್ಷಣೆಗಾಗಿ ಕೂಟ ಜೀವನ ಅಗತ್ಯವೆನಿಸಿ, ಬುಡಕಟ್ಟುಗಳು ರೂಪು ತಳೆದುವು. ಮೊದಲು ತಾಯಿಯ ಯಾಜಮಾನ್ಯ; ಬಳಿಕ ತಂದೆಯದು. ಬುಡಕಟ್ಟಿಗೊಬ್ಬ ನಾಯಕನಾದ. ಬದುಕಿಗಾಗಿ ಬೇಟೆಯ ಜತೆಗೆ ಕೃಷಿ ಮತ್ತು ಪಶುಪಾಲನೆ. ಒಂದಷ್ಟು ಜನ ರೈತರು; ಒಂದಿಷ್ಟು ಮಂದಿ ಕಲ್ಲಿನಿಂದಲೋ ಮರದಿಂದಲೋ ಲೋಹದಿಂದಲೋ ಉಪಕರಣ ತಯಾರಿಸಬಲ್ಲವರು, ಕುಶಲ ಕರ್ಮಿಗಳು. (ಬಂಗಾರದ ಶೋಧೆಗಿಂತಲೂ ಕಬ್ಬಿಣ ಅಗೆಯುವುದು ಹೆಚ್ಚು ಪ್ರಯಾಸದ, ವೆಚ್ಚದ ಕೆಲಸವಾಗಿತ್ತು ಆಗ!) ಒರಟು ಒರಟಾದ ಧಾರ್ಮಿಕ ವಿಚಾರಗಳೂ ಒಳ್ಳೆಯ – ಕೆಟ್ಟ ಚೇತನಗಳ ಕಲ್ಪನೆಯೂ ಆ ಕಾಲದಲ್ಲೇ ಆರಂಭವಾಗಿರಬೇಕು.

ಕಾಲ ಕಳೆದಂತೆ ಅಲೆಮಾರಿಗಳ ಬೇರೆ ಬೇರೆ ಬಣಗಳು ಫ್ರಾನ್ಸಿಗೆ ಬಂದುವು. ದಕ್ಷಿಣ ಪ್ರದೇಶಕ್ಕೆ ಆರ್ಯ ಬುಡಕಟ್ಟಿನ ಗ್ರೀಕರ ಆಗಮನ. ಪೂರ್ವದಿಂದ ಕಬ್ಬಿಣ ಬಳಸುತ್ತಿದ್ದ ಕೆಲ್ಟರು. ಇವರದೂ ಆರ್ಯ ಮೂಲವೇ. ದೃಢಕಾಯರಾಗಿದ್ದಾಗ ಕಠಿನತಮ ಜೀವನ; ಉಸಿರು ನಿಂತಮೇಲೆ ಶಿಲೆಯ ಗೋರಿ. ಹೆಲ್ವೆಟಿ, ಸುಯೆಬಿ, ಬೆಲ್ಗೀ ಎಂಬೆಲ್ಲ ಜನ ವಾಸವಾಗಿದ್ದ ಸಾಂದ್ರ ಪ್ರದೇಶವನ್ನು 'ಗಾಲ್' ಎಂದು ಕರೆದವನು ರೋಮ್ ಪ್ರಭುತ್ವದ ಸೀಜರ್. ಕ್ರಿಸ್ತ ಶಕೆಯ ಆರಂಭಕ್ಕೆ ತುಸು ಮುನ್ನ – 44ರಲ್ಲಿ – ಸೀಜರನ ಸೈನಿಕರು ಗಾಲ್‌ನ ಮೇಲೆ ದಂಡೆತ್ತಿ ಬಂದರು. ಸೀಜರ್ ಏಳು ವರ್ಷ ಹೋರಾಡಿ ಗಾಲನ್ನು ಕೈವಶಪಡಿಸಿಕೊಂಡ. ಅವನು ಹತ್ತಿಕ್ಕಿದ ಬಣಗಳು ಮುನ್ನೂರು; ಗೆದ್ದ 'ಪಟ್ಟಣ'ಗಳು ಎಂಟುನೂರು; ಸೆರೆಹಿಡಿದ ಜನ ಹತ್ತು ಲಕ್ಷ. ಗಾಲ್ ಭಾಷೆಯ ಸ್ಥಾನದಲ್ಲಿ ಲ್ಯಾಟಿನ್ ಮನೆ ಮಾಡಿತು.

ರೋಮ್‌ನ ಪ್ರಾಬಲ್ಯ ಕುಗ್ಗುತ್ತಿದ್ದಂತೆ ಉತ್ತರದಿಂದಲೂ ಕೇಂದ್ರ ಯೂರೋಪಿನಿಂದಲೂ ಜರ್ಮನ್ ಮೂಲದ ಹೊಸ

ಬುಡಕಟ್ಟುಗಳೂ ಬರತೊಡಗಿದುವು. ಫ್ರಾಂಕರು, ಗೋಥರು, ಬರ್ಗಂಡರು. ಬಾಹುಬಲರು, ಆಯುಧಪಾಣಿಗಳು. 5ನೆಯ ಶತಮಾನದಲ್ಲಿ ರೋಮ್ ಗೋಥರ ವಶವಾಯಿತು. ಬಂದ ಜನ ನೆಲೆಸಿದಂತೆ, ರಾಜ್ಯ ರಾಷ್ಟ್ರಗಳಲ್ಲವಾದರೂ ಪ್ರದೇಶಗಳ ರೂಪು ರೇಖೆಗಳೂ ಮಸಕು ಮಸಕಾಗಿ ಮೂಡಿದುವು. ಲ್ಯಾಟಿನ್‌ನೊಂದಿಗೆ ಸ್ಥಳೀಯ ಮಾತು ಮತ್ತು ಬಂದವರ ನುಡಿ ಬೆರೆತು ಹೊಸ ಭಾಷೆಗಳೂ ರೂಪುಗೊಳ್ಳತೊಡಗಿದುವು.

ಗಾಲ್ ಪ್ರದೇಶದಲ್ಲಿ ಬೇರು ಬಿಟ್ಟವರು ಜರ್ಮನರ ಒಂದು ಶಾಖೆಯಾದ ಫ್ರಾಂಕರು. ಅವರ ನಾಯಕ ಕ್ಲೊವಿಸ್ ಕ್ರಿಸ್ತ ಮತಾವಲಂಬಿಯಾದ; ರೋಮನರ ಆಡಳಿತ ವಿಧಾನಗಳನ್ನು ಆಚರಣೆಗೆ ತಂದ. ಮುಂದೆ ಪೆಪಿನ್ ಫ್ರಾಂಕರನ್ನೂ ಇತರ ಜರ್ಮನರನ್ನೂ ಒಗ್ಗೂಡಿಸಿದ; ಸ್ಪೇನಿನ ದಿಕ್ಕಿನಿಂದ ಮುನ್ನುಗ್ಗುತ್ತಿದ್ದ ಮುಸಲ್ಮಾನ ಪಡೆಗಳನ್ನು ತಡೆದ. ಪೆಪಿನ್ ಗಳಿಸಿದ ವಿಸ್ತಾರ ಪ್ರದೇಶಕ್ಕೆ ಭೂಪತಿಯಾದವನು ಶಾರ್ಲ್‌ಮೇನ್ (ಮಹಾನ್ ಚಾರ್ಲ್). ಇವನ ಅನಂತರ ವಾರಸುದಾರರು ಸಾಮ್ರಾಜ್ಯವನ್ನು ಮೂರು ಪಾಲಾಗಿ ಹಂಚಿ ಕೊಂಡರು. 870ರಲ್ಲಿ ಮೊದಲ ಪಾಲು ಮತ್ತೆ ಎರಡು ಹೋಳಾಯಿತು : ಒಂದು ಫ್ರಾನ್ಸ್, ಇನ್ನೊಂದು ಜರ್ಮನಿ. 9ನೇ ಶತಮಾನದಲ್ಲಿ ವೈಕಿಂಗರು ಫ್ರಾನ್ಸನ್ನು ಆಕ್ರಮಿಸಿದಾಗ, ಫ್ರೆಂಚ್ ಅರಸನ ಅಧಿಕಾರ ವ್ಯಾಪ್ತಿ ಪ್ಯಾರಿಸ್ ಮತ್ತು ಸುತ್ತಮುತ್ತಲ ಪ್ರದೇಶಕ್ಕಷ್ಟೇ ಸೀಮಿತವಾಯಿತು.

ಫ್ರಾನ್ಸಿಗೆ ಪ್ರಬಲ ಅರಸನೊಬ್ಬ ದೊರೆತದ್ದು ಮುಂದಿನ ಶತಮಾನದಲ್ಲಿ. ಅತ ಹ್ಯೂ ಕಾಪೆತ್. ಜನಸಭೆಯ ಸಮ್ಮತಿಯಿಂದ ಆಯ್ಕೆಗೊಂಡವನು. ಹೊಸ ಫ್ರೆಂಚ್ ರಾಜವಂಶ ಅವನಿಂದ ಆರಂಭ ವಾಯಿತು. ಆ ಕಾಲದಲ್ಲಿ ಜನರ ನಂಬುಗೆಗಳ ಮೇಲೆ, ಮನಸ್ಸಾಕ್ಷಿಗಳ ಮೇಲೆ ರೋಮನ್ ಕ್ಯಾಥಲಿಕ್ ಧರ್ಮಪ್ರಭುತ್ವದ್ದೇ ಸಂಪೂರ್ಣ ಒಡೆತನ. ಧರ್ಮ ಸಾರಿತು : ಶ್ರಮಜೀವಿ ಮರುಮಾತನಾಡದೆ ತನ್ನ ಕರ್ತವ್ಯಗಳನ್ನು ಪಾಲಿಸಬೇಕು. ಧಣಿ ಬೆಟ್ಟದ ತುದಿಯಲ್ಲಿ ಕಲ್ಲಿನ ಕೋಟೆಯಲ್ಲಿರುತ್ತಿದ್ದ. ಆ ಧಣಿಯ ಅಡುಗೆಮನೆಗಾಗಿ ದವಸಧಾನ್ಯ ಗಳನ್ನೂ, ಪೋಷಾಕಿಗಾಗಿ ಅರಿವೆಯನ್ನೂ ರೈತ ಒದಗಿಸಬೇಕು. ಹೀಗೆ ಮಾಡಬೇಕಾದ್ದು ದಂಡನೆಯ ಭಯದಿಂದಲ್ಲ – ಇದು ಮನಸ್ಸಾಕ್ಷಿ ಮೆಚ್ಚುವ ದುಡಿಮೆ ಎಂಬ ಅರಿವಿನಿಂದ. ಇಂಥ ವಾತಾವರಣದಲ್ಲಿ ರೈತಾಪಿ ಜನತೆ ಮೂಢನಂಬಿಕೆಗಳಿಗೆ ಆತುಬಿದ್ದುದರಲ್ಲಿ ಆಶ್ಚರ್ಯವಿಲ್ಲ.

ಭೂಮಾಲಿಕ ವರ್ಗದ ಬೆಂಬಲ ಪಡೆದ ಒಬ್ಬ ಫ್ರೆಂಚ್ ಅರಸ – ವಿಲಿಯಂ – ಬ್ರಿಟನಿನ ಮೇಲೆ ದಾಳಿ ನಡೆಸಿದ; ಆ ದ್ವೀಪ ದೇಶದ ಅಧಿಪತಿಯಾದ.

ಧನಕನಕಗಳ ಸುಲಭ ಸಂಗ್ರಹಕ್ಕೆ ಪರಂಪರಾನುಗತ ದಾರಿ ಯಾವುದು? ಕೊಳ್ಳೆ – ಲೂಟಿ. ಧರ್ಮದ ಹೆಸರಿನಲ್ಲಿ ಮಾಡಿದಾಗಲಂತೂ ಅಂಥ ದರೋಡೆಗೆ ಪಾವಿತ್ರ್ಯದ ಕಳೆ ಬರುತ್ತದೆ. ಹೀಗೆ 1095ರಲ್ಲಿ ಮೊದಲಾಯಿತು ಧರ್ಮಯುದ್ಧಗಳ ಸರಣಿ. ಇವುಗಳಲ್ಲಿ ಮಕ್ಕಳನ್ನು ಇಂಧನವಾಗಿ ಬಲಿಕೊಡುವ ವಿಚಾರವಂತೂ ಯಾವುದೋ ಭಾರಿ ತಲೆಯಲ್ಲಿ ಮೂಡಿರಬೇಕು! ಆಗ ಕ್ರಿಸ್ತ ಮತಕ್ಕೆ ಅತ್ಯಂತ ಪವಿತ್ರವಾಗಿದ್ದ ಭೂಮಿ ಪ್ಯಾಲೆಸ್ತೀನ್. ಅದರ ಬಿಡುಗಡೆಯಾಗಿ ಫ್ರಾನ್ಸಿನ 30,000 ಕಿರಿಯರ ದಂಡು ಹೊರಟಿತು. ಮರ್ಸೇಲ್ ಬಂದರು ತಲಪಿತು. ಭೂಮಧ್ಯ ಸಮುದ್ರ ಸೀಳಿಕೊಂಡು ದಾರಿ ಮಾಡಿಕೊಡುತ್ತದೆ ಎಂದು ನಂಬಿದ್ದರು ಮಕ್ಕಳು. ಪಾಪ! ಕಡಲಿಗೆ ಮೋಸೆಸನ ಕಥೆ ಗೊತ್ತೇ ಇರಲಿಲ್ಲ. ಅದು ಸುಮ್ಮನಿತ್ತು. ಆದರೆ ಎಳೆಯರ ನೆರವಿಗೆ ಹಡಗುಗಳ ಒಡೆಯರು ಬಂದರು. (ದೇವರು ದಯಾಮಯ!) ಅವರನ್ನು ತುಂಬಿಕೊಂಡು ಅತ್ತ ಇತ್ತ ಸಾಗಿ ಮಹಮ್ಮದೀಯ ಸಿರಿವಂತರಿಗೇ ತೊತ್ತುಗಳಾಗಿ ಮಾರಿದರು! (ಕಣ್ಣಿಲ್ಲವೆ ದೇವರಿಗೆ?)

ಸರಕು ಸಂಪತ್ತಿನ ಸಾಗಣೆಯೊಂದಿಗೆ ಫ್ರೆಂಚ್ ನಾವೆಗಳು ಬಲ ಪಡೆದುವು. ನೆಲಜಲಗಳೆರಡರ ಮೇಲೂ ಯುದ್ಧಭಟರು ದೌಡಾಯಿಸಿದರು. ಹೊಲದೊಡೆಯರ ಪ್ರಾಬಲ್ಯ ಅರಸೊತ್ತಿಗೆಯ ತಲೆನೋವಿಗೆ ಕಾರಣವಾದಾಗ, ನೌಕರಶಾಹಿ ಹುಟ್ಟಿತು. ಪರಿಸ್ಥಿತಿ ತಹಬಂದಿಗೆ ಬಂದೀತು ಎನ್ನುವಾಗ ವಿಚಾರಿಗಳೂ ಕಾಟ ಕೊಟ್ಟರು. "ಶಂಕೆಮೂಡಿದಾಗ ಶೋಧನೆ ಆರಂಭ; ಶೋಧನೆಯಿಂದ ಸತ್ಯದ ದರ್ಶನ" ಎಂದ ಒಬ್ಬ ವಿಚಾರಿ, ಅಬೆಲಾರ್ದ್. ಅದು ಹನ್ನೆರಡನೆಯ ಶತಮಾನ. ಪ್ಯಾರಿಸಿನಲ್ಲಿ ವಿಶ್ವವಿದ್ಯಾಲಯದ ಸ್ಥಾಪನೆ ವಿಚಾರ ಸತ್ರಕ್ಕೆ ಇಂಬುಕೊಟ್ಟಿತು. ಮುಂದಿನ ಶತಮಾನದಲ್ಲಿ ಕೇಳಿಸಿದ್ದು "ಜನ ಧರ್ಮಭ್ರಷ್ಟರಾಗುತ್ತಿದ್ದಾರೆ!" ಎಂಬ ಆರ್ಭಟ. ವೈಚಾರಿಕತೆಯ ಜಾಡ್ಯಕ್ಕೆ ಇದ್ದುದೊಂದೇ ಮದ್ದು – ದಮನ. ಅ ಜಾಡ್ಯವನ್ನು ಹರಡುತ್ತಿದ್ದವರನ್ನು ಬಂಧಿಸಿದರು. ಅವರ ವಿಚಾರಣೆಗಾಗಿ ಧರ್ಮ ನ್ಯಾಯಸ್ಥಾನ ರಚಿತವಾಯಿತು. ಶಿಕ್ಷೆ ವೈವಿಧ್ಯಪೂರ್ಣ: ಮತದಿಂದ ಬಹಿಷ್ಕಾರ, ದೇಶದ ಗಡಿಯಾಚೆಗೆ ಹೊಡೆದಟ್ಟುವುದು, ಕಾರಾಗೃಹವಾಸ, ಎತ್ತರದ ಕಂಬಕ್ಕೆ ಕಟ್ಟಿಹಾಕಿ ಜೀವಂತದಹನ!

ಹತ್ತನೆಯ ಶತಮಾನದಿಂದ ಮೊದಲಾಗಿ ಇನ್ನೂರು ಮುನ್ನೂರು ವರ್ಷ ಬೇರೆಯೂ ಒಂದು ಬೆಳವಣಿಗೆ ಇದ್ದಿತು. ಈ ಬಗೆಯ ಆದೇಶಗಳು ಪಾಳೆಯಗಾರ ಪ್ರಭುಗಳಿಂದ ಬಂದುವು: "ರೈತ ತನ್ನ ಧಾನ್ಯವನ್ನು ಧಣಿಯ ಗಿರಣಿಯಲ್ಲೇ ಹಿಟ್ಟು ಮಾಡಿಸಬೇಕು. ಒಡೆಯನ ದೈತ್ಯ ಒಲೆಯಲ್ಲೇ ತನ್ನ ರೊಟ್ಟಿಯನ್ನೂ ಸುಡಬೇಕು.

ಆತನ ಬಟ್ಟಿಯಲ್ಲೇ ತನ್ನ ಮದ್ಯವನ್ನೂ ತಯಾರಿಸಬೇಕು." ರಸ್ತೆ ಬಳಸಿದಕ್ಕೆ ದುಡ್ಡು, ಸೇತುವೆ ದಾಟಿದ್ದಕ್ಕೆ ದುಡ್ಡು, ಮಾರುಕಟ್ಟೆಯಲ್ಲಿ ಉತ್ಪನ್ನದ ಮಾರಾಟಕ್ಕೆ ದುಡ್ಡು. ರೈತರು ಬಂಡಾಯವೆದ್ದರು. ಬಡವರ ಮೇಲೆ ಭೂಮಾಲಿಕರು ಬಲಪ್ರಯೋಗಿಸಿದರು. ವಾಣಿಜ್ಯ ರಸ್ತೆಗಳು ದೇಶದ ನರನಾಡಿಗಳಾದಂತೆ ದೊಡ್ಡ ಸಂಖ್ಯೆಯಲ್ಲಿ ಪಟ್ಟಣಗಳು ತಲೆ ಎತ್ತಿದುವು. ಪಾಳೆಯಗಾರ ಪ್ರಭುಗಳ ಮರ್ದನ ನೀತಿ ಪಟ್ಟಣವಾಸಿ ಗಳಿಗೆ ಸಣ್ಣ ದೊಡ್ಡ ವ್ಯಾಪಾರಿಗಳಿಗೆ – ಇಷ್ಟವಾಗಲಿಲ್ಲ. (ಸಾಮಂತರ– ಅರಸನ ವಿರಸದಲ್ಲಿ ಪಟ್ಟಣಿಗರು ಮಹಾಪ್ರಭುವಿನ ಪಕ್ಷ.) ಪರಿಣಾಮ: ಹೊಲಗಳ ಮಾಲಿಕರು ಹೆದ್ದಾರಿ ದರೋಡೆಕಾರರಾದರು; ವ್ಯಾಪಾರೀ ವಸ್ತುಗಳ ಸಾಗಣೆಯನ್ನು ತಡೆದು ದೋಚಿದರು.

ಹದಿಮೂರನೆಯ ಶತಮಾನದಲ್ಲಿ, ವಾಣಿಜ್ಯ ಚಟುವಟಿಕೆಗಳ ಫಲವಾಗಿ ರೂಪುಗೊಂಡ ಸಮಾಜದಲ್ಲಿ ಮೂರು ವರ್ಗಗಳಿದ್ದುವು : ಮೇಲಣ ವರ್ಗ, ಮಧ್ಯಮ ವರ್ಗ ಮತ್ತು ದಲಿತ ವರ್ಗ. ಕೊನೆಯ ವರ್ಗದಲ್ಲಿದ್ದರು – ಬದುಕಿನ ಹೋರಾಟದಲ್ಲಿ ಸೋತು ಸುಣ್ಣವಾದ ಕುಶಲಕರ್ಮಿಗಳು, ಸೇವಕರು, ಅಲೆಮಾರಿಗಳು, ಭಿಕ್ಷುಕರು...

ಮುಂದಿನದು 'ಕಪ್ಪು ಸಾವಿ'ನ ಶತಮಾನ. ತೇಲಿಬಂದ ಒಂದು ಹಡಗಿನಲ್ಲಿ ಬಿಟ್ಟಿ ಪ್ರವಾಸ ಮಾಡಿದ್ದುವು ಪ್ಲೇಗಿನ ರೋಗಾಣುಗಳು. ಇವು ದೇಶವನ್ನೆಲ್ಲ ಆವರಿಸಿದುವು. ನಾಲ್ಕು ವರ್ಷ ಪ್ಲೇಗಿನ ತಾಂಡವ ನಡೆದು ಹಲವು ಲಕ್ಷ ಜನ ಸತ್ತರು.

ಲ್ಯಾಟಿನ್ ಭಾಷೆ ಇಗರ್ಜಿಗಷ್ಟೇ ಸೀಮಿತವಾಗಿ, ಜನಸಮುದಾಯದ ಭಾಷೆ – ಫ್ರೆಂಚ್ – ಹೆಚ್ಚು ಹೆಚ್ಚು ಬಳಕೆಗೆ ಬರತೊಡಗಿದ್ದ ಕಾಲ. ಸರಕಾರೀ ಉದ್ಯೋಗ ಲಾಭದಾಯಕ. ಅಂಥ ಉದ್ಯೋಗಿಯಾಗುವುದು ಹೇಗೆ? ಅರಸನಿಗೆ ನೇರವಾಗಿ ಹಣ ತೆತ್ತರಾಯಿತು. (ಅದನ್ನು ಲಂಚವೆಂದು ಯಾರೂ ಕರೆಯುತ್ತಿರಲಿಲ್ಲ!) ಈ ನಡುವೆ ಒಬ್ಬ ಫ್ರೆಂಚ್ ಧರ್ಮಾಧಿಕಾರಿ ಪೋಪ್ ಆಗಿ ಆಯ್ಕೆಯಾದ. ಆತ ಫ್ರಾನ್ಸಿನ ಆವಿಗ್ನನ್‌ನಲ್ಲಿ ಇದ್ದುಕೊಂಡು ಕಾರ್ಯ ನಿರ್ವಹಿಸಿದ. ರೋಮ್‌ನಲ್ಲಿ ಇನ್ನೊಬ್ಬನನ್ನು ಆರಿಸಿದರು. ಮುಂದೆ 70 ವರ್ಷ ಕಾಲ ಇಬ್ಬರು ಪೋಪರು. ಅರಸನ ಅಧಿಕಾರದ ವ್ಯಾಪ್ತಿ ಹೆಚ್ಚುತ್ತ ಹೋಯಿತು. ಪ್ರತಿಭಟನೆಯ ಹೋರಾಟದಲ್ಲಿ ರೈತರದೇ ಪ್ರಮುಖ ಪಾತ್ರ. ಫ್ರಾನ್ಸ್– ಇಂಗ್ಲೆಂಡ್‌ಗಳ ನಡುವೆ ಯುದ್ಧ ಸಂಭವಿಸಿದಾಗ ಎರಡೂ ದೇಶಗಳ ರೈತರು ದಂಗೆ ಎದ್ದರು. (15ನೆಯ ಶತಮಾನದ ಅಂತ್ಯದ ವೇಳೆಗೆ) ಫ್ರಾನ್ಸಿನಲ್ಲಿ ಪಾಳೆಯಗಾರಿಕೆ ಕಣ್ಣುಮುಚ್ಚಿತು. ಯಾರ ಕೈಗಿನ್ನು ಬಂಡಾಯದ ಬಾವುಟ ? ಪಟ್ಟಣಿಗರು ಪ್ರತಿಭಟನಕಾರರಾದರು. ಮೇಯರ್ ಪಿಯಾಂತನ ನೇತೃತ್ವದಲ್ಲಿ ಪ್ಯಾರಿಸ್ ನಗರವೇ ಒಮ್ಮೆ ಕೂಗಾಡಿತು.

ಫ್ರಾನ್ಸನ್ನು ಆಳುತ್ತಿದ್ದ ಇಂಗ್ಲೆಂಡಿನ ಹೆನ್ರಿ ಕಾಲವಾಗಿದ್ದ ಸನ್ನಿವೇಶ. "ನನಗೆ ಸ್ವರ್ಗದಿಂದೊಂದು ಧ್ವನಿ ಕೇಳಿಸಿದೆ. ಆಂಗ್ಲರನ್ನು ಹೊಡೆದೋಡಿಸಲು ಫ್ರೆಂಚ್ ಸೇನೆ ನನ್ನ ನಾಯಕತ್ವದಲ್ಲಿ ಮುಂದೆ ಸಾಗಲಿ!" ಎಂದಳೊಬ್ಬಳು ರೈತ ಹುಡುಗಿ, ಆರ್ಕ್‌ನ ಜೋನ್. ಧಮನಿಗಳಲ್ಲಿ ರಕ್ತ ಧುಮುಧುಮಿಸುವ ವಾತಾವರಣ. ಫ್ರೆಂಚ್ ಸೈನಿಕರು ಆರ್ಲಿಯನ್ಸ್ ನಗರವನ್ನು ಬಂಧಮುಕ್ತಗೊಳಿಸಿಯೇ ಬಿಟ್ಟರು. ಫ್ರಾನ್ಸಿನ ಒಂದು ಪ್ರಾಂತದ ನಿವಾಸಿಗಳಾದ ಬರ್ಗಂಡರು ಜೋನ್‌ಳನ್ನು ಸೆರೆಹಿಡಿದು ಆಂಗ್ಲರಿಗೆ ಒಪ್ಪಿಸಿದರು. 'ಸೈತಾನನ ಸ್ನೇಹಿತೆ' ಎಂದು ಜರೆದು ಜೋನ್‌ಳನ್ನು ಜೀವಂತ ಸುಟ್ಟರು, ಆಂಗ್ಲರು. ವಿಜಯ ಸನ್ನಿಹಿತವಾಗುತ್ತಿದ್ದ ಆ ಘಳಿಗೆಯಲ್ಲಿ ಜೋನ್‌ಳನ್ನು ಉಳಿಸಲು ಫ್ರಾನ್ಸಿನ ಅರಸನಾಗಲೀ ಸೇನಾಧಿಕಾರಿಗಳಾಗಲೀ ಪ್ರಯತ್ನಿಸಲಿಲ್ಲ ಎಂಬುದು ಗಮನಾರ್ಹ. ಅಂಕದ ಪರದೆ ಬೇಗನೆ ಬೀಳಲೆಂದು ನಾಟಕದ ಕರ್ತೃಗಳೇ ಬಯಸಿದಂತಾಯಿತಲ್ಲ? ಇಷ್ಟು ಮಾತ್ರ ನಿಜ : ಕುತಂತ್ರಿಯೂ ಕ್ರೂರಿಯೂ ಆದ ಅರಸ 11ನೆಯ ಲೂಯಿ ಫ್ರಾನ್ಸಿನ ಅಂತಿಮ ರಾಜಕೀಯ ಏಕೀಕರಣವನ್ನು ಸಾಧಿಸಲು ಶಕ್ತನಾದ.

ಹದಿನಾರನೆಯ ಶತಮಾನದಲ್ಲಿ ಕೇಳಿಸಿದ ಬಂಡಾಯ ದನಿ ಜಾನ್ ಕಾಲ್ವಿನ್‌ನದು. ಈತ ಫ್ರೆಂಚ್ ಭಾಷೆಗೆ ಬೈಬಲ್ ಅನುವಾದಿಸಿದವನು. ಪ್ರಾಟೆಸ್ಟೆಂಟ್ ಸುಧಾರಕ. ಪೋಪ್‌ಗಿಂತ ದೇವರು ದೊಡ್ಡವನು – ಎಂದ. ಪ್ಯಾರಿಸಿನಿಂದ ಹೊರ ಹೋಗಲು ಆಜ್ಞೆಯಾಯಿತು. ಕಾಲ್ವಿನ್ ಸ್ವಿಜರ್ಲೆಂಡಿಗೆ ನಿರ್ಗಮಿಸಿದ. ಅದು ಕೈಗಾರಿಕಾ ಕೇಂದ್ರಗಳು ವ್ಯಾಪಕವಾಗಿ ಬೆಳೆದ ಕಾಲ. ಜತೆಯಲ್ಲಿ ಬಲಿಯಿತು ಕಾರ್ಮಿಕ ಶಕ್ತಿ ಕೂಡ.

ಐದನೆಯ ವಯಸ್ಸಿನಲ್ಲಿ ಪಟ್ಟಕ್ಕೆ ಬಂದವನು ಹದಿನಾಲ್ಕನೆಯ ಲೂಯಿ. ದೊರೆಮರಿ ಹೇಳಿತು: "ನಾನೇ ನನ್ನ ಮಂತ್ರಿಯಾಗ್ತೇನೆ." ವಯಸ್ಸಿಗೆ ಬಂದ ಮೇಲೆ ಆತ ದರ್ಪದಿಂದ ಆಳಿದ. ತಾನು ಎತ್ತರದ ವ್ಯಕ್ತಿಯಾಗಿ ಕಾಣಿಸಬೇಕೆಂದು ಎತ್ತರದ ಹಿಮ್ಮಡಿಯ ಪಾದರಕ್ಷೆ ಧರಿಸಿದ. ವರ್ಸೇಲ್ ನಗರದಲ್ಲಿ ಇಡಿಯ ಯೂರೋಪೇ ಬೆರಗಾಗುವಂಥ ಅರಮನೆ ಕಟ್ಟಿಸಿದ. ನಿರ್ಮಾಣಕ್ಕೆ 47 ವರ್ಷ ಹಿಡಿಯಿತು. ಎಲ್ಲ 5000 ಆಸ್ಥಾನಿಕರಿಗೂ ಆ ನಗರದಲ್ಲೇ ಇರುವ ಆಸೆ. ಅರಮನೆಯ ಚಾಕರರ ಸಂಖ್ಯೆಯೂ 5000. ಅರಸೊತ್ತಿಗೆ ದೈವ ನಿರ್ಮಿತ ಎಂದಿದ್ದ ಈ ಲೂಯಿ, ಸೂರ್ಯ ತನ್ನ ಲಾಂಛನವೆಂದು ಸಾರಿದ. ಅಂಥವನು ಸತ್ತಾಗ, ಜನ ಸಿಡಿದೇಳಬಹುದೆಂದು ಅಂಜಿದ ಅಧಿಕಾರಿಗಳು ಗೋಪ್ಯದಲ್ಲಿ ಅಂತ್ಯಕ್ರಿಯೆ ನಡೆಸಬೇಕಾಯಿತು.

"ನನ್ನ ಬಳಿಕ ಮಹಾಪ್ರಳಯ" ಎಂದು ತಾತ್ಸಾರದಿಂದ ನುಡಿದು, ವೈಭವದಿಂದ ಮೆರೆದವನು ಹದಿನೈದನೆಯ ಲೂಯಿ. ಮಹಾಕ್ರಾಂತಿಯ

ರೂಪದಲ್ಲಿ ಬರಬೇಕೆ ಆ ಪ್ರಳಯ? ಅದರಲ್ಲಿ 'ಮುಳುಗಿ ಹೋದರು' ಹದಿನಾರನೆಯ ಲೂಯಿ ಮತ್ತು ರಾಣಿ. (ಈಕೆ "ಬ್ರೆಡ್ ಇಲ್ಲವಾದರೆ ಜನ ಕೇಕ್ ತಿನ್ನಲಿ" ಎಂದವಳು) ಹದಿನೈದನೆಯವನು ತನ್ನ ಅಧಿಕಾರಿಗಳಿಗಾಗಿ ಒಂದು ವೇಶ್ಯಾವಾಟಿಕೆ ನಡೆಸುತ್ತಿದ್ದ. ಹದಿನಾರನೆಯವನು "ಶಾಸನ ಗಳನ್ನು ರಚಿಸುವ ಹಕ್ಕು ಇರುವುದು ನನಗೊಬ್ಬನಿಗೇ", ಎಂದ. ಆದರೆ ಜನರ ಪ್ರತಿಭಟನೆ ಪ್ರಬಲವಾದಾಗ ಪ್ರಜಾಪ್ರತಿನಿಧಿ ಸಭೆಯನ್ನು ಆತ ಕರೆಯಲೇಬೇಕಾಯಿತು. ಬದುಕು ದುರ್ಭರವಾದಾಗ ಜನತೆ ಕಿಡಿಕಾರಿದರು. 1789ರ ಜುಲೈ 14ರಂದು ಪ್ಯಾರಿಸಿನ ಜನರು ದಬ್ಬಾಳಿಕೆಯ ಮೂರ್ತರೂಪವಾಗಿದ್ದ ಬ್ಯಾಸ್ಟಿಲಿನ (ಕಾರಾಗೃಹದ) ಮೇಲೆ ದಾಳಿ ನಡೆಸಿದರು. ಹೆಬ್ಬಾಗಿಲನ್ನು ಮುರಿದು ಒಳನುಗ್ಗಿದ್ದು ಸ್ವಾತಂತ್ರ್ಯ ಪ್ರಾಪ್ತಿಯ ಸಂಕೇತ. ವರ್ಸೇಲಿಗೆ ಓಡಿಹೋಗಿದ್ದ ಅರಸನನ್ನು ಜನ ಹಿಡಿದು ತಂದರು. ಪರಿಚಾರಕನ ಉಡುಪು ತೊಟ್ಟು ಪ್ಯಾರಿಸಿನಿಂದ ಪಾರಾಗಲು ಅರಸ ಮಾಡಿದ ಮತ್ತೊಂದು ಪ್ರಯತ್ನವೂ ಫಲಕಾರಿಯಾಗಲಿಲ್ಲ. ಕುಯಿಲಿಗೆ ಮುನ್ನ ಗ್ರಾಮಾಂತರ ಪ್ರದೇಶದಲ್ಲಿ ರೈತರ ಸಶಸ್ತ್ರ ಬಂಡಾಯ ನಡೆಯಿತು. ಪ್ಯಾರಿಸಿನಲ್ಲಿ ಕ್ರಾಂತಿಕಾರರು ಫ್ರಾನ್ಸನ್ನು ಗಣರಾಜ್ಯವೆಂದು ಘೋಷಿಸಿದರು (1791). ಒಂದು ಸಾವಿರ ವರ್ಷವಿದ್ದ ವಂಶಾವಳಿ ಆಡಳಿತ ಅಂದಿಗೆ ಮುಕ್ತಾಯವಾಯಿತು. ಆದರೆ ಗಣರಾಜ್ಯಕ್ಕೆ ಎರಗಿತು ಬಾಲಗ್ರಹ ಪೀಡೆ, ನೆಪೋಲಿಯನನ ರೂಪದಲ್ಲಿ. ನಿರ್ದೇಶಕ ಮಂಡಲಿಯಿಂದ ಸೇನಾನಿ ಎಂದು ನಿಯುಕ್ತವಾದವನು ತಾನೂ ಒಬ್ಬ ನಿರ್ದೇಶಕನಾಗಿ, ದಾಳಗಳನ್ನು ಸರಿಸಿ, ಸಮ್ರಾಟನಾದ. ಪೋಪ್ ತಂದಿದ್ದ ಕಿರೀಟವನ್ನು ಸರಕ್ಕನೆ ಕಸಿದು, ಜನರತ್ತ ತಿರುಗಿ, ತನ್ನ ತಲೆಯ ಮೇಲೆ ತಾನೇ ಅದನ್ನಿಟ್ಟುಕೊಂಡ! ರಣಭೇರಿಯ ಸದ್ದಿನಿಂದ ಜನತೆಯನ್ನು ಮರುಳು ಗೊಳಿಸಿದ. ಬಳಿಕ, ಏರಿದಷ್ಟೇ ರಭಸದಿಂದ ಇಳಿದ. ಮುಂದೆಯೂ ಫ್ರೆಂಚ್ ಗಣರಾಜ್ಯಕ್ಕೆ ಆಗಾಗ್ಗೆ ನೆಪೋಲಿಯನ್ ಮತ್ತು ಲೂಯಿ ಹೆಸರುಗಳ ಕಾಟವಿದ್ದೇ ಇತ್ತು. ಈ ಕಾಟಗಳ ನಡುವೆಯೂ 1848ರಲ್ಲಿ* ಗಣರಾಜ್ಯಕ್ಕೆ ಸಮಾಜವಾದೀ ಸ್ವರೂಪ ಬಂದು, ಯೂರೋಪಿನ ಇತರ ರಾಷ್ಟ್ರಗಳಲ್ಲಿ ಗಲಿಬಿಲಿ ಉಂಟಾಯಿತು. (ಸಿಂಹಾಸನವನ್ನು ಪ್ಯಾರಿಸಿನ ನವ ನಾಗರಿಕರು ರಸ್ತೆಗಳಲ್ಲಿ ದರದರನೆ ಎಳೆದಿದ್ದರು!) ಇತಿಹಾಸದ ಗಡಿಯಾರದ ಟಿಕ್‌ಟಾಕ್ ಸದ್ದಡಗಿಸಲು ಫ್ರಾನ್ಸಿನ ಮತ್ತು ನೆರೆಹೊರೆಯ ಪ್ರತಿಗಾಮಿ ಶಕ್ತಿಗಳು ಪಟ್ಟ ಪರಿಶ್ರಮ ಅಷ್ಟಲ್ಲ, ಇಷ್ಟಲ್ಲ. ಪ್ರಷ್ಯದ ದಂಡುಗಳೂ ದಾಳಿ ನಡೆಸಿದುವು. ಏನಿದ್ದರೂ, ವರ್ಗ

---

* ಇನ್ನೂ ಒಂದು ಕಾರಣಕ್ಕಾಗಿ 1848 ಮಹತ್ವಪೂರ್ಣ. ಮಾರ್ಕ್ಸ್–ಎಂಗೆಲ್ಸರ 'ಕಮ್ಯೂನಿಸ್ಟ್ ಮ್ಯಾನಿಫೆಸ್ಟೊ' ಅದೇ ವರ್ಷ ಪ್ರಕಟವಾಯಿತು.

ಘರ್ಷಣೆ(ಟಿಕ್‌ಟಾಕ್) ಮುಂದುವರಿಯಿತು. ಫಲಿತಾಂಶ : 1871ರಲ್ಲಿ ಪ್ಯಾರಿಸ್ ಕಮ್ಯೂನ್‌ನ ಸ್ಥಾಪನೆ. ಇದು ಮೊಟ್ಟಮೊದಲ ನಿಜವಾದ ಕಾರ್ಮಿಕ ಪ್ರಭುತ್ವ. ಆದರೆ ವರ್ಗವೈರಿ ಕಣ್ಣುಮುಚ್ಚಿದ್ದ ಮಾತ್ರ; ಉಸಿರಾಟ ನಿಂತಿರಲಿಲ್ಲ. ಪ್ರಾಣಾಂತಿಕ ಆಘಾತದಿಂದಲೂ ತಕ್ಷಣವೇ ಚೇತರಿಸಿ ಕೊಂಡು, ಪ್ರತಿಪ್ರಹಾರ ನೀಡಿದ. ಕಮ್ಯೂನ್ ಅಲ್ಪಾಯುವಾಯಿತು; 20,000 ಕ್ರಾಂತಿಕಾರರು ಹತರಾದರು. ಇಂಥ ಸ್ಥಿತಿಯಲ್ಲೂ ಮುಂದುವರಿದೇ ಇತ್ತು – ಟಿಕ್‌ಟಾಕ್. 1880ರ ಬಳಿಕ ಮಾರ್ಕ್ಸ್‌ವಾದಿ ಚಟುವಟಿಕೆ ಫ್ರಾನ್ಸಿನಲ್ಲಿ ಹೆಚ್ಚಿತು.

ಸಾಮ್ರಾಜ್ಯವಿದ್ದಿತೆಂದೇ ಅರಸರು ಸಮ್ರಾಟರಾಗಿದ್ದರು. ಮೊದಲು ಉದಯೋನ್ಮುಖ ವರ್ತಕವರ್ಗ – ಬಳಿಕ ಬಲಿಷ್ಠ ಬಂಡವಾಳ ವರ್ಗ – ಪೋಷಿಸಿದ ಸಾಮ್ರಾಜ್ಯ ಅದು. ಕೆನಡದಲ್ಲಿ, ವಿಯೆಟ್ನಾಮಿನಲ್ಲಿ, ಆಫ್ರಿಕ–ಭಾರತಗಳಲ್ಲಿ ಕೆಲವೆಡೆ ಫ್ರೆಂಚ್ ಬಾವುಟ ಹಾರಾಡಿತು. ಒಂದು ನಮೂನೆಯ ಪ್ರಜಾಪ್ರಭುತ್ವ ಬಂದಾಗಲೂ ಆಗಿನ 2 ಕೋಟಿ 60 ಲಕ್ಷ ಜನಸಂಖ್ಯೆಯಲ್ಲಿ ಮತದಾನದ ಹಕ್ಕಿದ್ದುದು ಆಸ್ತಿ ಹೊಂದಿದ್ದ 43 ಲಕ್ಷ ಗಂಡಸರಿಗೆ ಮಾತ್ರ. ಕಾರ್ಮಿಕ ಸಂಘಟನೆಗಳು ನಿಷಿದ್ಧ ವಾಗಿದ್ದಾಗಲೂ 'ಸಮ್ರಾಟ ಒಳ್ಳೆಯವನು, ಮಂತ್ರಿಗಳಷ್ಟೇ ಕೆಟ್ಟವರು' ಎಂದು ಭಾವಿಸಿದ ಭೋಳೇ ಜನರಿಗೂ ಆ ದೇಶದಲ್ಲಿ ಅಭಾವವಿರಲಿಲ್ಲ. ಫ್ರಾನ್ಸಿನ ಇತಿಹಾಸದುದ್ದಕ್ಕೂ ಬಂಡವಾಳಶಾಹಿ ಅನುಸರಿಸಿದ ನವಿರು ವಿಧಾನಗಳು ನೂರಾರು. ರಾಜಕಾರಣಿಗಳನ್ನು ಗುಳುಂಕರಿಸುವುದರಲ್ಲಂತೂ ಅವರು ನಿಷ್ಣಾತರು.

ಇಪ್ಪತ್ತನೆಯ ಶತಮಾನದಲ್ಲಿ ಫ್ರಾನ್ಸ್ ಎರಡು ಲೋಕ ಮಹಾಯುದ್ಧಗಳಲ್ಲೂ ಭಾಗಿಯಾಗಿದೆ. ಎರಡರಲ್ಲೂ ಫ್ರಾನ್ಸ್–ಜರ್ಮನಿ ಶತ್ರುಗಳು. ಮೊದಲ ಯುದ್ಧ ಮುಗಿದಾಗ ಸದೃಢರಾದ ಗಂಡಸರಲ್ಲಿ ಶೇಕಡಾ 10 ರಷ್ಟು – 13 ಲಕ್ಷ 25 ಸಾವಿರ – ಸತ್ತಿದ್ದರು. ದುರ್ಬಲ ದೇಶದ ಚೇತರಿಕೆ ಸುಲಭವಾಗಲಿಲ್ಲ. ಮಿತ್ರ ರಾಷ್ಟ್ರಗಳೂ ನೆರವು ನೀಡಬೇಕಾಯಿತು.

ಬಂಡವಾಳಶಾಹಿಯ ವಿರಾಟ್‌ರೂಪ ಫಾಸಿಸಂ. ಸಮಾಜವಾದೀ ಶಕ್ತಿಗಳ ಸರ್ವನಾಶಕ್ಕೆ ಅದೇ ಪರಮ ಔಷಧಿ. ಆದರೆ ಮದ್ದು ಗುಂಡುಗಳ ಮನೆಗೆ ಅಗ್ನಿಸ್ಪರ್ಶವಾದಾಗ ಮಾರಕಾಸ್ತ್ರಗಳು ನಾನಾಕಡೆಗೆ ನುಗ್ಗುತ್ತವೆ, ಗುರಿ ಮೀರಿ ಚಲಿಸುತ್ತವೆ. ಪರಿಸ್ಥಿತಿಯನ್ನು ಅರ್ಥಮಾಡಿ ಕೊಂಡ ಪ್ರಗತಿಪರರು – ಕಮ್ಯೂನಿಸ್ಟರು, ಸೋಶಿಯಲಿಸ್ಟರು, ತೀವ್ರವಾದಿಗಳು – ಫ್ರಾನ್ಸಿನಲ್ಲಿ ಒಂದಾದರು; ಜನರಂಗ ಸ್ಥಾಪಿಸಿದರು; ಸರಕಾರ ರಚಿಸಿದರು. (ಫ್ರಾನ್ಸಿನಲ್ಲಿ ಮಾರಿಸ್ ಥೊರೆಯಂಥ ಅಸಾಮಾನ್ಯ ಕಮ್ಯೂನಿಸ್ಟ್ ನಾಯಕನಿದ್ದ ಕಾಲ ಅದು.) ಯುದ್ಧದ ನೆರಳು

ದೀರ್ಘವಾದಂತೆ 'ಜನರಂಗ'ದ ಬದಲು ಬೇರೆ ಸರಕಾರ ಬಂತು. ಸ್ಪೇನಿನ ಅಂತರ್ಯುದ್ಧದಲ್ಲಿ ಫ್ರಾಂಕೋಗಿದಿರು ಹೋರಾಡಿದ ಅಂತರ ರಾಷ್ಟ್ರೀಯ ಪಡೆಯಲ್ಲಿ ಫ್ರಾನ್ಸಿನ ಸ್ವಯಂಸೇವಕರೂ ಭಾಗವಹಿಸಿದರು. ದ್ವಿತೀಯ ಮಹಾಯುದ್ಧ ಆರಂಭವಾದಾಗ ಬ್ರಿಟನ್ ಫ್ರಾನ್ಸ್‌ಗಳು ಜರ್ಮನಿಯ ಮೇಲೆ ಸಮರ ಸಾರಿದುವು. ಕೆಲವೇ ತಿಂಗಳಲ್ಲಿ ನಾಜಿ ಪಡೆಗಳು ಫ್ರಾನ್ಸನ್ನು ಹೊಕ್ಕುವು. ಫ್ರೆಂಚ್ ಪಡೆಗಳ ಶರಣಾಗತಿ ಯೊಂದಿಗೆ ಕದನವಿರಾಮ ಏರ್ಪಟ್ಟಿತು. ಆಕ್ರಮಿತ ಪ್ರದೇಶ ಹಿಟ್ಲರನಿಗೆ. ಅನಾಕ್ರಮಿತ ಪ್ರದೇಶದಲ್ಲಿ ಫ್ರೆಂಚ್ 'ಮಿತ್ರ'ರದೇ ಆಳ್ವಿಕೆ. ಗಣರಾಜ್ಯ ಗೋರಿ ಕಂಡು, ಸರ್ವಾಧಿಕಾರಿ ಸ್ವರೂಪದ ರಾಜ್ಯಭಾರ ಏರ್ಪಟ್ಟಿತು. ಎಲ್ಲ ಪ್ರಗತಿಪರರೂ ಪ್ರಜಾಪ್ರಭುತ್ವವಾದಿಗಳೂ ಭೂಗತ ಹೋರಾಟ ಮುಂದುವರಿಸಿದರು. ದಿಗಾಲ್ ಮತ್ತು ಸಂಗಡಿಗರು ಲಂಡನಿಗೆ ತಪ್ಪಿಸಿಕೊಂಡುಹೋಗಿ ದಂಡುಕಟ್ಟಿದರು, 'ಸ್ವತಂತ್ರ ಫ್ರೆಂಚ್ ಸರಕಾರ' ಸ್ಥಾಪಿಸಿದರು; ಮಿತ್ರಪಡೆಗಳೂ 1944ರಲ್ಲಿ ಯೂರೋಪನ್ನು ಪ್ರವೇಶಿಸಿದಾಗ ಫ್ರಾನ್ಸಿನ ಪಾಲಿಗೆ ಬಿಡುಗಡೆಯ ದಿನ ಬಂತು. ಯುದ್ಧಕ್ಕೆ ಮುಂಚೆ ಸಾಮಾನ್ಯ ದಳಪತಿಯಾಗಿದ್ದ ದಿಗಾಲ್ ಈಗ ಬಿಡುಗಡೆಯ ದಂಡನಾಯಕನಾಗಿ ಮೆರೆದ. ಪ್ರಬಲವಾಗಿದ್ದ ಎಡ ಶಕ್ತಿಗಳನ್ನು ಬದಿಗೊತ್ತಿ, 25 ವರ್ಷ, ವ್ಯಕ್ತಿಪ್ರಧಾನ ಆಡಳಿತ ನಡೆಸಿದ. (ಫ್ರೆಂಚ್ ವಸಾಹತುಗಳಿಗೆ ಸ್ವಾತಂತ್ರ್ಯ ತಡವಾಗಿ ದೊರೆತದ್ದು ಇವನ ನಿಷ್ಠುರ ನೀತಿಯ ಫಲವಾಗಿಯೇ.) ಎಡ ಪಕ್ಷಗಳ ಐಕ್ಯ ಶಕ್ತಿ ಪುನಃ ಅಧಿಕಾರದ ಗದ್ದುಗೆ ಏರಲು ಮತ್ತೂ ಒಂದು ದಶಕ ಹಿಡಿಯಿತು. ಇದು ಹೊಸ ಪೀಳಿಗೆ; ನಾಯಕರೂ ಬಹುಮಟ್ಟಿಗೆ ಹೊಸಬರು.

ಫ್ರಾನ್ಸ್ ಈ ದಿನ ಔದ್ಯೋಗೀಕರಣದ ಮೂಲಕ ಆರ್ಥಿಕ ಪುನಶ್ಚೇತನ ಸಾಧಿಸಿರುವ, ಪರಮಾಣು ಅಸ್ತ್ರಗಳನ್ನು ತಯಾರಿಸುತ್ತಿರುವ ಪ್ರಬಲ ರಾಷ್ಟ್ರ. ವಿಪರ್ಯಾಸವೆಂದರೆ ಉತ್ತರ ಆಫ್ರಿಕ, ಇಟಲಿ, ಸ್ಪೇನ್, ಪೋರ್ತುಗಲ್‌ಗಳಿಂದ ಕಾರ್ಮಿಕರೂ ಬಡರೈತರೂ ವಲಸೆ ಬಂದು ಇಲ್ಲಿ ದುಡಿದು ಹೊಟ್ಟೆ ಹೊರೆಯುತ್ತಾರೆ. ಪಶ್ಚಿಮದಲ್ಲಿ ಅಟ್ಲಾಂಟಿಕ್ ಸಾಗರ, ದಕ್ಷಿಣದಲ್ಲಿ ಭೂಮಧ್ಯ ಸಮುದ್ರ, ಉತ್ತರದಲ್ಲಿ ಉತ್ತರ ಸಮುದ್ರ ಫ್ರಾನ್ಸಿನ ತೀರಗಳನ್ನು ತೊಳೆಯುತ್ತವೆ. ಸ್ಪೇನಿನೊಡನೆ ಸರಹದ್ದು ಪಿರೆನಿಸ್ ಬೆಟ್ಟಗಳು. ಆಲ್ಪ್ಸ್ ಪರ್ವತ ಸ್ವಿಜರ್‌ಲೆಂಡ್ ಇಟಲಿಗಳಿಂದ ಫ್ರಾನ್ಸನ್ನು ಪ್ರತ್ಯೇಕಿಸುತ್ತದೆ. ವೈನ್ ಉತ್ಪಾದನೆಯಲ್ಲಿ ಜಗತ್ತಿನಲ್ಲಿ ಫ್ರಾನ್ಸಿಗೇ ಪ್ರಥಮಸ್ಥಾನ. 300 ಬಗೆಗಳ ಚೀಸ್ ಇಲ್ಲಿ ತಯಾರಾಗುತ್ತದೆ. ಸುಗಂಧ ದ್ರವ್ಯಗಳ ತಯಾರಿಗೂ ಈ ದೇಶ ಪ್ರಸಿದ್ಧ. ಪ್ಯಾರಿಸಂತೂ ಫ್ಯಾಶನ್ ಕೇಂದ್ರ. ಪ್ರತಿ ವರ್ಷ ಒಂದು ಕೋಟಿ ಪ್ರವಾಸಿಗರು ಬರುತ್ತಾರೆ.

2,12,742 ಚದರ ಮೈಲು ವಿಸ್ತೀರ್ಣದ ಐದೂವರೆ ಕೋಟಿ ಜನಸಂಖ್ಯೆಯ ಫ್ರಾನ್ಸಿನಲ್ಲಿ ಪ್ರಜಾಪ್ರಭುತ್ವದ ಅತ್ಯಂತ ಸಣ್ಣ ಘಟಕ ಕಮ್ಯೂನ್. ಒಟ್ಟು 37,700 ಕಮ್ಯೂನ್‌ಗಳಿವೆ.

2

ಸ್ತುತಿಸಲು ವೀರರು, ಅವರನ್ನು ಕುರಿತ ಆರಾಧನಾ ಕಾವ್ಯ – ಇವಿಲ್ಲದೆ ರಾಷ್ಟ್ರೀಯತೆಯ ತಾಯಿಬೇರು ಆಳಕ್ಕೆ ಇಳಿಯುವುದಿಲ್ಲ. ಫ್ರಾನ್ಸ್ ಸ್ವತಂತ್ರ ಅಸ್ತಿತ್ವವನ್ನು ಪಡೆದ ಮೊದಲ ಶತಮಾನಗಳಲ್ಲಿ ಅತ್ಯಂತ ಜನಪ್ರಿಯರಾಗಿದ್ದವರು ಜಾನಪದ ಹಾಡುಗಾರರು. ಕೋಟೆಮನೆಗಳಲ್ಲಿ ಭೂಮಾಲಿಕರೆದುರು ಮಾತ್ರವಲ್ಲ, ಜಾತ್ರೆಗಳಲ್ಲಿ ಮಾರುಕಟ್ಟೆಗಳಲ್ಲಿ ಜನಸಾಮಾನ್ಯರ ಸಮ್ಮುಖದಲ್ಲೂ ತಮ್ಮ ದೇಶದ ವೀರರನ್ನು ಬಣ್ಣಿಸುತ್ತ ಅವರು ಹಾಡುತ್ತಿದ್ದರು; ಕ್ರೂರಿಗಳನ್ನು ವಿಡಂಬನೆಗೂ ಗುರಿಮಾಡುತ್ತಿದ್ದರು.

ಇದು 11–12ನೆಯ ಶತಮಾನಗಳ ಗೀತಲಹರಿ. ಈ ಅಲೆಗಳ ಭೋರ್ಗರೆತದಿಂದಲೇ ಹುಟ್ಟಿ ತುಸು ಪರಿಷ್ಕಾರಗೊಂಡ ಭಾಷೆಯಲ್ಲಿ ಅಂತಿಮ ರೂಪ ಪಡೆಯಿತೊಂದು ಮಹಾಕಾವ್ಯ – 'ರೋಲಾಂಡನ (ರೋಲಾನ) ಹಾಡು.' ರಾಷ್ಟ್ರೀಯತೆಯಿಂದ ಮತ್ತೇರುವುದು, ಹೋರಾಡಲು ಒಬ್ಬ ಪ್ರಬಲ ವಿರೋಧಿ ಇದ್ದಾಗಲೇ. ಇದಕ್ಕೆ ಎಂಟನೆಯ ಶತಮಾನದಲ್ಲಿ ಇಸ್ಲಾಮಿನ ವಿರುದ್ಧ ನಡೆದ ಯುದ್ಧ ಸಾಕಲ್ಲ? ಆಗ ಕ್ರಿಸ್ತಮತದ ಸಂರಕ್ಷಕನಾದವನು ಚಾರ್ಲ್ಸ್ ಮಾರ್ಟೇಲ್ – ಶಾರ್ಲ್‌ಮೇನನ ಅಜ್ಜ. ಕಾವ್ಯದಲ್ಲಿ ಅಜ್ಜನ ಬದಲು ಮೊಮ್ಮಗನೇ ಆ ರಕ್ಷಕ! ಮಹಮ್ಮದೀಯ ಬಲವನ್ನು ನುಚ್ಚುನೂರು ಮಾಡಿದವನು ವಾಸ್ತವವಾಗಿ ಪೆಪಿನ್, – ಮಾರ್ಟೆಲ್‌ನ ಮಗ. ಆತನಿಗೆ ಆಗ 35 ವರ್ಷ. ಮಹಾಕಾವ್ಯದ ಪ್ರಕಾರ ಆಗ ಅವನ ವಯಸ್ಸು 200 ವರ್ಷ! ಪೆಪಿನ್‌ನ ಸೋದರಳಿಯ ರೋಲಾ ಇತಿಹಾಸದ ಯುವವೀರ. ಇಲ್ಲಿ ರೋಲಾ ಶಾರ್ಲ್‌ಮೇನನ ಸೋದರಳಿಯ! ಅಪಾಯ ಇದಿರಾದಾಗ ಊದಿ ತಿಳಿಸಲೆಂದು ಶಾರ್ಲ್‌ಮೇನ್ ಸೋದರಳಿಯನಿಗೆ ಒಂದು ಕಹಳೆ ಕೊಟ್ಟಿರುತ್ತಾನೆ. ಅಳಿಯನ ದೃಷ್ಟಿಯಲ್ಲಿ ಇದು ಅನಗತ್ಯ. ಸಂಜೆಯಾಗತೊಡಗಿದಂತೆ ವೈರಿ ಸೇನೆ ಹಿಮ್ಮೆಟ್ಟುತ್ತದೆ. ರೋಲಾ ಶಿಬಿರಾಭಿಮುಖವಾಗಿ ಹೊರಡುತ್ತಾನೆ. ಅಲ್ಲಿ ಕಾದಿರುತ್ತಾಳೆ ಅವನ ಪ್ರಿಯತಮೆ. ಒಂದು ಕಣಿವೆ ದಾರಿಯಲ್ಲಿ ಶತ್ರು ಸೈನಿಕರು ಹಠಾತ್ತನೆ ರೋಲಾನ ಮೇಲೆ ಎರಗುತ್ತಾರೆ. ಪ್ರಾಣಾಂತಿಕ ಏಟು ಬೀಳುತ್ತದೆ. ಅನಿವಾರ್ಯವಾಗಿ ರೋಲಾ ಕಹಳೆ ಊದುತ್ತಾನೆ. ಶಾರ್ಲ್‌ಮೇನ್ ಧಾವಿಸಿ ಬರುತ್ತಾನೆ. ದುಃಖಾರ್ತ ಶಾರ್ಲ್‌ಮೇನ್‌ನನ್ನು ದೇವತೆಗಳು

ಸಂತೈಸುತ್ತಾರೆ. "ಧರ್ಮಲಂಡರ ವಿರುದ್ಧ ಯುದ್ಧ ಮುಂದುವರಿಸು" ಎನ್ನುತ್ತಾರೆ. ಹಾಗೆಯೇ ಮಾಡುತ್ತಾನೆ ಶಾರ್ಲ್‌ಮೇನ್. ಕವಿಯ ಪ್ರಕಾರ ಆತ ವಿಜಯಿಯಾಗುವವರೆಗೂ ಸೂರ್ಯ ಮುಳುಗುವುದಿಲ್ಲ. ಇತ್ತ ರೋಲಾನ ಪ್ರೇಯಸಿ ಶೋಕ ತಾಳಲಾರದೆ ಮೃತಳಾಗುತ್ತಾಳೆ.

'ರೋಲಾಂಡನ ಹಾಡು' ಸತ್ವಶಾಲಿ ಕೃತಿಯಾಗಿರುವುದರಿಂದಲೇ ಫ್ರೆಂಚ್ ಸಾಹಿತ್ಯಾಧ್ಯಯನದಲ್ಲಿ ಆ ಕಾವ್ಯದ ಸ್ಥಾನ ಅಬಾಧಿತವಾಗಿದೆ.

ಅರಸನ ಆಸ್ಥಾನ ಸಹಜವಾಗಿಯೇ ವಿದ್ವಜ್ಜನರು ನೆರೆಯುವ ಮತ್ತು ಸಾಹಿತ್ಯ ಚಟುವಟಿಕೆಗಳು ನಡೆಯುವ ಕೇಂದ್ರವಾಯಿತು. ಪ್ರಾಚೀನ ರೋಮ್‌ನ ಸಾಹಿತ್ಯಕೃತಿಗಳನ್ನು ಪ್ರತಿ ಮಾಡುವ ಕೆಲಸ ನಡೆಯಿತು.

ಹದಿನಾಲ್ಕು ಹದಿನೈದನೇ ಶತಮಾನಗಳಲ್ಲಿ ನೆದರ್‌ಲೆಂಡ್ಸ್ ಮತ್ತು ಇಟಲಿ ಪುನರುದಯದ ಹೊಂಬಿಸಿಲನ್ನು ಕಂಡುವು. ಇದು ಸಾಧ್ಯವಾದದ್ದು ವಾಣಿಜ್ಯದ ಹೆಚ್ಚಳದಿಂದ, ಸಂಪತ್ತಿನ ಸಂಗ್ರಹಣೆಯಿಂದ. ಈ ಪುನರುದಯದಿಂದ ಫ್ರಾನ್ಸೂ ಸ್ಫೂರ್ತಿ ಪಡೆಯಿತು. ಸಾಹಿತ್ಯ-ಕಲೆಗಳಲ್ಲಿ ಅಭಿರುಚಿ ತೋರುವುದು ಶ್ರೀಮಂತ ವರ್ಗದ ಜೀವನ ವೈಖರಿಯಾಯಿತು. ಆ ಕಾಲದಲ್ಲಿ ಪೂರ್ತಿಯಾಗಿ ಪಂಜರದ ಗಿಣಿಯಾಗಲು ನಿರಾಕರಿಸಿದ ಕವಿ ಫ್ರಾಂಕಾಯ್ ವಿಲ್ಲೋನ್. ಸ್ವಲ್ಪ ವಿಲಕ್ಷಣ ವ್ಯಕ್ತಿ ಕೂಡ. ಸಿರಿವಂತರ ಜತೆಗಿರುತ್ತಿದ್ದ; ಪುಂಡ ಪೋಕರಿಗಳ ಒಡನಾಡಿ ಸಹ. ಚೌರ್ಯಕ್ಕಾಗಿ ಮರಣದಂಡನೆಗೆ ಗುರಿಯಾದ; ಜೀವದಾನಕ್ಕೂ ಪಾತ್ರನಾದ. ಒಳ್ಳೆಯ ಕವಿತೆಗಳನ್ನು ಬರೆದ. ಅವನ್ನು ಹಿಂದೆ ಬಿಟ್ಟು, ಯಾರಿಗೂ ಸುಳಿವು ಸಿಗದಂತೆ ತಾನು ಸತ್ತು ಹೋದ.

'ಪ್ಯಾರಿಸಿನ ಹೊರಗಿಲ್ಲ ಬೆಡಗಿಯರ ಸವಿತುಟಿಗಳು'

'ಎಲ್ಲಿವೆ ನಿನ್ನೆಯ ಹಿಮಬಿಂದುಗಳು ?'

'ನನ್ನ ಹೊರತಾಗಿ ಎಲ್ಲವನೂ ಬಲ್ಲೆ ನಾ'

– ಇವು ವಿಲ್ಲೋನ್‌ನ ಕೃತಿಗಳ ಮಾದರಿ ಸಾಲುಗಳು.

ಸಾಹಿತ್ಯೇತಿಹಾಸದ ದೃಷ್ಟಿಯಿಂದ ಫ್ರೆಂಚ್ ಪುನರುದಯದ ಮೊದಲಿಗ ಫ್ರಾಂಕಾಯ್ ರೆಬೆಲಾಯ್. 16ನೆಯ ಶತಮಾನದ ಈತ ಮನುಷ್ಯನಿಗೂ ಬದುಕಿಗೂ ಹತ್ತಿರವಾಗಿದ್ದು ಬರೆದವನು. ಪ್ರಗತಿಪ್ರಿಯ. ಪಾದ್ರಿತನದ ಚೌಕಟ್ಟಿನಿಂದ ಪಾರಾಗಿ, ಧರ್ಮಾಂಧತೆ – ವಂಚನೆ – ಕ್ರೌರ್ಯ – ಡಾಂಭಿಕತನಗಳನ್ನು ವಿರೋಧಿಸಿದವನು. ವಿಡಂಬನೆಯ ರಸಪಾಕ ಅವನ ಕಥನಕಾವ್ಯ: 'ಗರ್ಗನ್ತುವ-ಪನ್ತೆಗ್ರುನೆ.' ಈ ಕಥನ ಕಾವ್ಯದಲ್ಲಿ 524 ವರ್ಷಪ್ರಾಯದ 'ಗರ್ಗನ್ತುವಗೆ ಒಬ್ಬ ಮಗ ಹುಟ್ಟುತ್ತಾನೆ. ಕಾವ್ಯ ಓದಿದ ಪರಿಣತಮತಿಗಳು ಹೊಟ್ಟೆ ಹುಣ್ಣಾಗುವಂತೆ ನಕ್ಕರು. ಸೊರೊಬೋನ್ ವಿಶ್ವವಿದ್ಯಾಲಯದ ಪ್ರಾಜ್ಞರು ಅದರ ಕೆಲ ಭಾಗಗಳ ಮೇಲೆ ಕತ್ತರಿ ಪ್ರಯೋಗಿಸಿದರು.

ವೈಚಾರಿಕತೆಯ ಸವಾಲನ್ನು ಎಸೆದ ಅಬೆಲಾರ್ಡ್ ತನ್ನ ಕೊನೆಯ ವರ್ಷಗಳನ್ನು ಸೆರೆಮನೆಯಲ್ಲಿ ಕಳೆಯಬೇಕಾಯಿತು. ಸರದಾರರ ಮತ್ತು ಬಿಶಪರ ಅಧಃಪತನದ ಮೇಲೆ ಟೀಕಾಸ್ತ್ರ ಎಸೆಯಬೇಕಾದಾಗ ಲೇಖಕರು ಒಂದು ತಂತ್ರ ಬಳಸುತ್ತಿದ್ದರು. ಆ 'ಪ್ರತಿಷ್ಠಿತರನ್ನು' ಸ್ಪೇನಿನ ಯಾವುದೋ ನಗರದ ನಿವಾಸಿಗಳನ್ನಾಗಿ ಚಿತ್ರಿಸುತ್ತಿದ್ದರು. ಕಾರಾಗೃಹವಾಸದಿಂದ ಬಚಾವಾಗಲು ಆ ತಂತ್ರ ಸಹಾಯಕವಾಗುತ್ತಿತ್ತು. ಮುದ್ರಣಯಂತ್ರ 15ನೆಯ ಶತಮಾನದಲ್ಲೇ ಡಕ್ – ಡಕಲ್ ಆರಂಭಿಸಿದ್ದು, ಒಂದು ಪುಸ್ತಕದ ಸಾವಿರಾರು ಪ್ರತಿಗಳು ಸಿಗುತ್ತಿದ್ದುವು. ಮೊಂತೇಯ್ನ್ 'ಎಸ್ಸೆಗಳ ಜನಕ.' 38ನೆಯ ವಯಸ್ಸಿನಲ್ಲಿ ನ್ಯಾಯಸ್ಥಾನದ ದುಡಿಮೆಯಿಂದ ದೂರವಾಗಿ, ಸಾವಿರ ಪುಸ್ತಕಗಳ ಭಂಡಾರದ ಜತೆ ಕಾಲ ಕಳೆದವನು. 'ಎಸ್ಸೆ'ಗಳ ಮೂರು ಸಂಪುಟಗಳನ್ನು ಅವನು ಹೊರತಂದ.

ಇಟಲಿಯ ಬೊಕಾಚ್ಚೂನ 'ಡಿಕಾಮಿರಾನ್'ನ್ನು ಮಾದರಿಯಾಗಿಟ್ಟು ಕೊಂಡು ರಾಣಿ ಮಾರ್ಗುರಿತೆ 'ಏಳು ದಿನಗಳ ಕಥೆಗಳು' ಎಂಬ ಕೃತಿ ರಚಿಸಿದಳು.

16–17ನೇ ಶತಮಾನದ ಥಿಯೊದೊರ್ ಅಗ್ರಿಪ್ಪ ಮೊನಚು ಲೇಖನಿಯ ಕವಿ, ಕಾದಂಬರಿಕಾರ. ಸರಕಾರೀ ಅಧಿಕಾರಿಯಾಗಿದ್ದರೂ, ತನ್ನ ಬರವಣಿಗೆಯ ಮೂಲಕ ಸಮಕಾಲೀನ ರಾಜಾಸ್ಥಾನವನ್ನು ನಗೆಗೀಡುಮಾಡಿದ.

ಬರ್ಲಿನ್, ಸ್ಟಾಕ್‌ಹೋಮ್, ಪೀಟರ್ಸ್‌ಬರ್ಗ್‌ಗಳಲ್ಲಿದ್ದ ಅಕಾಡೆಮಿಗಳ ಮಾದರಿಯಲ್ಲಿ ಫ್ರೆಂಚ್ ಅಕಾಡೆಮಿ ಸ್ಥಾಪಿತವಾಯಿತು. ಫ್ರೆಂಚ್ ಭಾಷೆಯ ಅಧಿಕೃತ ನಿಘಂಟನ್ನು ಆ ಅಕಾಡೆಮಿ ಸಿದ್ಧ ಗೊಳಿಸಿತು. ಫ್ರೆಂಚ್ ಪ್ರಬುದ್ಧ ಭಾಷೆಯಾಗಿ ಸರ್ವಮಾನ್ಯತೆ ಪಡೆಯಲು ಈ ನಿಘಂಟು ನೆರವಾಯಿತು. ಫ್ರೆಂಚ್ ಭಾಷೆ ಸ್ವಿಜರ್ಲೆಂಡಿನ ಕೆಲ ಭಾಗಗಳಲ್ಲೂ ಬೆಲ್ಜಿಯಮ್, ಕೆನಡ, ವೆಸ್ಟ್‌ಇಂಡೀಸ್‌ಗಳಲ್ಲೂ ನೆಲೆಯೂರಿತು. ವ್ಯವಸ್ಥೆಯ ವಕ್ರನೋಟಕ್ಕೆ ಗುರಿಯಾದ ಸಾಹಿತಿಗಳಿಗೆ ವಿಚಾರಿಗಳಿಗೆ ಜಿನೀವದಲ್ಲಿ ಆಸರೆ ಸಿಗುತ್ತಿತ್ತು.

"ನಾನು ಯೋಚಿಸುತ್ತೇನೆ; ಆದ್ದರಿಂದ ನಾನಿದ್ದೇನೆ" – ಎಂದವನು ಆಧುನಿಕ ತತ್ವಜ್ಞಾನದ ತಂದೆ ದಕಾರ್ತೆ.

ಹದಿನೇಳನೆಯ ಶತಮಾನದ ಪ್ರಖ್ಯಾತ ನಾಟಕಾರರು ಮೋಲಿಯೇರ್ ಮತ್ತು ರೇಸೀನ್. ಒಬ್ಬನ ಕೃತಿಗಳು ಹರ್ಷಾಂತ, ಇನ್ನೊಬ್ಬನದು ದುಃಖಾಂತ. ಮೋಲಿಯೇರ್‌ನ ವಿಡಂಬನೆ–ಪರಿಹಾಸ್ಯ ಚಾಟಿ ಏಟಿನಂತೆ. ಹೀಗಾಗಿ, ಅವನ ಮೇಲೆ ಸದಾ ಸೆನ್ಸಾರರ ಹದ್ದುಗಣ್ಣು. ಕವಿ ಬೋಯ್ಲೊವ್‌ನ ವಿಡಂಬನಾತ್ಮಕ ಕವನ

ಸಂಕಲನಕ್ಕೆ ಪ್ರಕಾಶಕರು ಸಿಗದೆ, ಹಾಲೆಂಡಿನಲ್ಲಿ ಅಚ್ಚುಮಾಡಿಸಿ ಸ್ವತಃ ಆತನೇ ಅದನ್ನು ಪ್ರಕಟಿಸಬೇಕಾಯಿತು.

ಫ್ರೆಂಚ್ ಮಹಾಕ್ರಾಂತಿಗೆ ಬರೆಹಗಾರ ವಾಲ್ಟೇರ್ ಕಾರಣ ಎನ್ನುವುದುಂಟು. ಇದು ವಸ್ತುಸ್ಥಿತಿಯ ಸರಳೀಕರಣ. ವಾಸ್ತವ ಸಂಗತಿಯೆಂದರೆ, ಯಾವತ್ತು ಆಸ್ಥಾನದ ದುಂದಾದುಂದಿ ಶುರುವಾಯಿತೋ ಶೋಷಕ ವರ್ಗ ತನ್ನ ಕೊಳಕು ಹಲ್ಲುಗಳನ್ನು ಕಡಿಯತೊಡಗಿತೋ ಅವತ್ತಿನಿಂದಲೇ ಪರಿಸರಕ್ಕೆ ಸ್ಪಂದಿಸುತ್ತಿದ್ದ ಲೇಖಕರು, ಮನಸ್ಸಾಕ್ಷಿ ಇದ್ದವರು ಪರಿಣಾಮಕಾರಿ ಕೃತಿಗಳನ್ನು ನೀಡತೊಡಗಿದ್ದರು. ಈ ಸ್ಥಿತಿ 18ನೆಯ ಶತಮಾನದ ಮೂವರು ಲೇಖಕ ಪ್ರಭೃತಿಗಳ ಬರೆವಣಿಗೆಯಲ್ಲಿ ಬೃಹತ್ ಪ್ರತಿಬಿಂಬವನ್ನು ಕಂಡಿತು. ಅವರೇ ವಾಲ್ಟೇರ್, ಡಿಡಿರೊ, ರೂಸೊ. 84 ವರ್ಷ ಬದುಕಿ, ಕ್ರಾಂತಿಯ ಮಹಾಸ್ಫೋಟಕ್ಕೆ ಕೇವಲ ಒಂದು ದಶಕಕ್ಕೆ ಮುನ್ನ ಕಣ್ಮರೆ ಯಾದವನು ವಾಲ್ಟೇರ್. ಅನುಭವಿಸಿದ್ದು ಎರಡು ಸಲ ಕಾರಾಗೃಹವಾಸ, ಎರಡು ಸಲ ಗಡೀಪಾರು ಶಿಕ್ಷೆ. ಮೊದಲು ಸೆರೆಮನೆ ಕಂಡದ್ದು 23ನೆಯ ವಯಸ್ಸಿನಲ್ಲಿ. ಎಚ್ಚರಿಸುವ ಕಹಳೆಯಾಯಿತು ಇವನ ಲೇಖನಿ. 'ಕವಿಯಾಗಿ ಗಡೀಪಾರಾದ; ಋಷಿಯಾಗಿ ಹಿಂತಿರುಗಿದ'– ಎಂಬುದು ಅವನನ್ನು ಕುರಿತ ಒಂದು ಪ್ರಶಂಸೆ. ವಾಲ್ಟೇರ್‌ಗೆ ಉಸಿರಾಟದಷ್ಟೇ ಅಗತ್ಯವಾಗಿತ್ತು ಬರೆವಣಿಗೆ. 'ಕ್ಯಾಂಡಿಡೆ' ಅವನ ವಿಶ್ವವಿಖ್ಯಾತ 'ಕಾದಂಬರಿ'. ಆತನ ಎಲ್ಲ ಪದ್ಯ ಗದ್ಯರಾಶಿಯ ಮುಖ್ಯ ಧ್ವನಿ ವಸ್ತುಸ್ಥಿತಿಯ – ವ್ಯವಸ್ಥೆಯ – ಟೀಕೆ. ಅನ್ಯಾಯವನ್ನು ಕಂಡಲ್ಲೆಲ್ಲ ಅದನ್ನು ಆತ ಇದಿರಿಸಿದ.

"ವಾಲ್ಟೇರನಲ್ಲಿ ನಾವು ಕಾಣುವುದು ಜಗತ್ತಿನ ಅಂತ್ಯವನ್ನು ; ರೂಸೋನಲ್ಲಿ ಹೊಸ ಜಗತ್ತಿನ ಆರಂಭವನ್ನು"—ಎಂದ ಜರ್ಮನಿಯ ಮಹಾಕವಿ ಗುಅಟೆ. ಪ್ರವೃತ್ತಿಯಲ್ಲಿ ವಾಲ್ಟೇರ್‌ಗಿಂತ ರೂಸೋ ತೀರಾ ಭಿನ್ನ. ಅವನ ಪ್ರಕಾರ : "ಶೀತಲ ವೈಚಾರಿಕತೆ ಎಂದೂ ಏನನ್ನೂ ಸಾಧಿಸಿಲ್ಲ; ವಿಶ್ವಾಸಾರ್ಹವಾದದ್ದು ಭಾವನೆಯೊಂದೇ." ನಿಸರ್ಗನಿಯಮ ಗಳಿಗೆ ಅನುಸಾರವಾಗಿ ಮಕ್ಕಳಿಗೆ ವಿದ್ಯೆ ದೊರೆಯಬೇಕೆಂಬುದು ಅವನ ವಾದ. ಇದನ್ನು ಪ್ರತಿಪಾದಿಸುವ ಅವನ ಕೃತಿ "ಎಮಿಲಿ". ಆಳುವವರಿಗೆ ಅದು ಇಷ್ಟವಾಗಲಿಲ್ಲ! ಪ್ಯಾರಿಸಿನಲ್ಲಿ ಪಾರ್ಲಿಮೆಂಟು ಅದನ್ನು ಖಂಡಿಸಿ, ಗ್ರಂಥಕರ್ತನನ್ನು ಬಂಧಿಸಲು ಆಜ್ಞಾಪಿಸಿತು. ಜಿನೀವಕ್ಕೆ ರೂಸೊ ಓಡಿಹೋದ. ಅಲ್ಲಿಯೂ ಪುಸ್ತಕ ನಿಷೇಧಿಸಲ್ಪಟ್ಟಿತು. ಹಿಂದಿನದನ್ನು ತಿರಸ್ಕರಿಸುವ ಈ ರೊಮ್ಯಾಂಟಿಕ್ ಚಳವಳಿ 'ಮಾನವನ ಹಕ್ಕುಗಳು' ಎಂಬ ಕಲ್ಪನೆಯನ್ನು ರೂಪಿಸಲು ವಾಲ್ಟೇರ್, ಡಿಡಿರೊ ಮತ್ತು ಬಳಗಕ್ಕೆ ನೆರವಾಯಿತು. ('ಅಪರಾಧ

ಕಥನ' ರೂಸೋನ ಸುಪ್ರಸಿದ್ಧ ಆತ್ಮಕಥೆ.) ಹೀಗೆ, ಫ್ರೆಂಚ್ ಕ್ರಾಂತಿಗಾಗಿ ತಮ್ಮ ಅರಿವಿಲ್ಲದೆಯೇ ದಾರಿ ಕಡಿದವರಲ್ಲಿ, ರೂಸೋಗೂ ಮಹತ್ವದ ಸ್ಥಾನವಿದೆ.

ಡಿಡಿರೊ ತನ್ನ ವಿಶಿಷ್ಟ ಸಾಧನೆಗಾಗಿ ಸ್ಮರಣೀಯ. ಬಲ್ಲವರಿಂದ ಲೇಖನಗಳನ್ನು ಬರೆಸಿ, ಆಗ ಲಭ್ಯವಿದ್ದ ಜ್ಞಾನವನ್ನೆಲ್ಲ ಕ್ರೋಡೀಕರಿಸಿ, ಶೀರ್ಷಿಕೆಗಳನ್ನು ಅಕ್ಷರಾನುಕ್ರಮವಾಗಿ ಜೋಡಿಸಿ, 28 ಸಂಪುಟಗಳ ವಿಶ್ವಕೋಶವನ್ನು ಆತ ಸಿದ್ಧಪಡಿಸಿದ. (ಪೋಷಾಕಿನ ಅಂಚಿಗೆ ಕಸೂತಿ ಹಾಕುವುದನ್ನು ಕುರಿತು ಒಂದು ಲೇಖನ ಬರೆದಿದ್ದ, ವಾಲ್ಟೇರ್!) ನಡುನಡುವೆ ಸಂಪಾದಕನಿಗೆ ಸೆರೆಮನೆಯ ಆತಿಥ್ಯ. ಸ್ವಿಜರ್ಲೆಂಡಿನಲ್ಲಿ ಆ ವಿಶ್ವಕೋಶವನ್ನು ಮುದ್ರಿಸಬೇಕಾಯಿತು. ಕೋಶ ಒದಗಿಸಿದ ಹೊಸ ವಿಚಾರಗಳ ಉಣಿಸಿನಿಂದ ಜನ ಹೃಷ್ಟಪುಷ್ಟರಾದರು. ರಾಜಾಸ್ಥಾನ ಜ್ಞಾನಶೇಖರಣೆಯ ಕೇಂದ್ರವಾಗಿ ಉಳಿಯಲಿಲ್ಲ. ಆ ಹಿರಿಮೆ ಓದುವ ಜನತೆಗೆ ಲಭಿಸಿತು.

ಲೋಕದಲ್ಲಿ ವೈಚಾರಿಕರು ಫ್ರೆಂಚ್ ಮಹಾಕ್ರಾಂತಿಯನ್ನು, ಗಣರಾಜ್ಯದ ಸ್ಥಾಪನೆಯನ್ನು, ಸ್ವಾಗತಿಸಿದರು. (ಇಂಗ್ಲೆಂಡಿನ) ವರ್ಡ್ಸ್‌ವರ್ತ್, ಕೋಲ್‌ರಿಜ್, (ಜರ್ಮನಿಯ) ಕಾಂಟ್, ಬೀತೋವನ್, (ಅಮೆರಿಕದ) ಜೆಫೆರ್‌ಸನ್ – ಹೀಗೆ ಹಲವರು. ಕ್ರಾಂತಿಯ ಕಾಲದಲ್ಲಿ ಶ್ರೀಮಂತರನ್ನು ಟೀಕಿಸಿ ಬರೆದ ಮರಾತ್‌ನನ್ನು ಬಲಗುಂಪಿನ ಸದಸ್ಯೆಯೊಬ್ಬಳು ಇರಿದು ಕೊಂದಳು. ಖ್ಯಾತ ಪತ್ರಿಕೋದ್ಯಮಿ ರಾಬ್ಸ್‌ಪೀರ್ ಸಹ ಪ್ರತಿಗಾಮಿಗಳ ಕೈಯಲ್ಲಿ ಹತನಾದ. ಕ್ರಾಂತಿಯ ಕಾಲದಲ್ಲಿ ವೀರರ ಸ್ತುತಿಯ ಗೀತೆಗಳು, ಕೃತಿಗಳು, ರಚಿತವಾದುವು. ಫ್ರೆಂಚ್ ಚಿತ್ರಕಾರ ಡೇವಿಡ್, ಸ್ಪೇನಿನ ಗೋಯಾ ಫ್ರೆಂಚ್ ಕ್ರಾಂತಿಯ ಐತಿಹಾಸಿಕ ಘಳಿಗೆಗಳನ್ನು ತಮ್ಮ ಕುಂಚಗಳಲ್ಲಿ ಸೆರೆಹಿಡಿದರು.

ನೆಪೋಲಿಯನ್ ಕ್ರಾಂತಿಯ ಕತ್ತು ಹಿಸುಕಿ ಸಮ್ರಾಟನಾದಾಗ ಆತನನ್ನು ಓಲೈಸಿದ ಸಾಹಿತಿಗಳಿದ್ದರು, ಕಲಾವಿದರಿದ್ದರು. ('ಕ್ರಾಂತಿಯ ಚಿತ್ರಕಾರ' ಎನಿಸಿಕೊಂಡಿದ್ದ ಡೇವಿಡ್ ಈಗ 'ಆಸ್ಥಾನ ಚಿತ್ರಕಾರ'ನಾದ.) ಮನಸ್ಸಾಕ್ಷಿಯನ್ನು ಮಾರಲು ನಿರಾಕರಿಸಿದ ಬರೆಹಗಾರರಿಗೂ ಕೊರತೆ ಇರಲಿಲ್ಲ. ಮದಾಮ್ ಸ್ತಯಿಲ್, ಚಾಟೋ ಬ್ರಿಯಾಂಡ್, ಸೇಡ್– ಇವರನ್ನು ನೆಪೋಲಿಯನ್ ಗಡಿಪಾರು ಮಾಡಿದ. ಹದಿಮೂರು ಸರಕಾರೀ ಪತ್ರಿಕೆಗಳ ಹೊರತಾಗಿ ಉಳಿದೆಲ್ಲ ಪತ್ರಿಕೆಗಳನ್ನು ನೆಪೋಲಿಯನ್ ನಿಷೇಧಿಸಿದ. ಅವನ ಅನಂತರವೂ ಮುಂದುವರಿದ ದುರ್ದೆಶೆಯಲ್ಲಿ ಆಳುವವರ ಅವಕೃಪೆಗೆ ಪಾತ್ರರಾದವರಲ್ಲಿ ಪ್ರಮುಖ ವಿಕ್ಟರ್ ಹ್ಯೂಗೋ – ಕಾದಂಬರಿಕಾರ, ಕವಿ. (ಆತನ 'ಲಾ ಮಿಸರೆಬ್‌ಲಾ' ಕಾದಂಬರಿ ಏಕಕಾಲದಲ್ಲಿ ಹತ್ತು ಭಾಷೆಗಳಲ್ಲಿ ಪ್ರಕಟವಾಯಿತು.)

ಫ್ರೆಂಚ್ ಮಹಾಕ್ರಾಂತಿ, ಪ್ಯಾರಿಸ್ ಕಮ್ಯೂನಿನಂಥ ಮಹಾ ಸಂಭವಗಳ ಕಾಲಾವಧಿ ತಾನು ಎಂದು ಹತ್ತೊಂಭತ್ತನೆಯ ಶತಮಾನಕ್ಕೆ ಹೆಮ್ಮೆ. ಆಗಿನ ಹೊಸ ಗಾಳಿಯನ್ನು ತನ್ನ ಉಸಿರು ಚೀಲಗಳಲ್ಲಿ ತುಂಬಿ ಕೊಂಡ ಫ್ರೆಂಚ್ ಸಾಹಿತ್ಯ ಹೊಸ ಆಯಾಮ ಪಡೆಯಿತು. ಜಾರ್ಜ್ ಸ್ಯಾಂಡ್ ಅಪರೂಪದ ಬರೆಹಗಾರ್ತಿಯಾದಳು. ಸ್ಟೆಂಡ್ಹಾಲ್ (ವಾಸ್ತವವಾದಿ ಕಾದಂಬರಿ ರಚನೆಯಲ್ಲಿ ಅಗ್ರಗಣ್ಯ), ಬಾಲ್ಜಾಕ್ (ಸ್ಟೆಂಡ್ಹಾಲ್‌ನ ಶಿಷ್ಯ, ಹಣದ ರಿಂಗಣ ಕುಣಿತದೆದುರು ಸೋತು ಮೈ ಚೆಲ್ಲಿದ ಸಮಾಜದ ಚಿತ್ರಕಾರ), ಗಾಟಿಯೆರ್ ('ಕಲೆಗಾಗಿ ಕಲೆ' ಎಂಬ ಪದಪ್ರಯೋಗವನ್ನು ಬಳಕೆಗೆ ತಂದವನು; ಅವನಿಗೆ ಇಷ್ಟವಾಗಿದ್ದುದೊಂದೇ ಪುಸ್ತಕ–ನಿಘಂಟು!), ಡ್ಯೂಮಾ (ಸಹಾಯಕರನ್ನು ನೇಮಿಸಿಕೊಂಡು 300 ಕಾದಂಬರಿಗಳನ್ನು ರಚಿಸಿದವನು), ಜೋಲಾ (ಮನಸ್ಸಾಕ್ಷಿಯ ಮೂರ್ತರೂಪಿ), ಫ್ಲಾಬೇರ್ (ನ್ಯಾಯಸ್ಥಾನದಲ್ಲಿ ತನ್ನ ಕೃತಿ 'ಮದಾಂ ಬಾವರಿ'ಯನ್ನು ಸಮರ್ಥಿಸಿ ಗೆದ್ದವನು), ಮೊಪಾಸಾ (ಮಾನಸಿಕ ವೇದನೆಯಿಂದ ನರಳಿ ಸತ್ತ ಕಥಾಶಿಲ್ಪಿ ಶ್ರೇಷ್ಠ), ಜೂಲ್‌ವರ್ನ್ (ವೈಜ್ಞಾನಿಕ ದೃಷ್ಟಿಯ ಕಾಲ್ಪನಿಕ ಸೃಷ್ಟಿ), ಬೇರಂಜರ್ (ಜನತಾ ಕವಿ; ರಾಜಕೀಯ ಹಾಡುಗಳಿಗಾಗಿ ಪದೇ ಪದೇ ಸೆರೆಮನೆ ಭೇಟಿ. ಸನ್ಮಾನ – ಪಾರಿತೋಷಕಗಳನ್ನು ನಿರಾಕರಿಸಿದವನು), ಬಾದಿಲೇರ್ ('ಭಾರತಕ್ಕಾದರೂ ಹೋಗು' ಎಂದು ಕಳಿಸಲ್ಪಟ್ಟವನು; ಆಳುವವರ ಕೋಪಕ್ಕೆ ಪಾತ್ರನಾದ ಕವಿ; ಪೋನ ಅಮೆರಿಕನ್ ಕಥೆಗಳನ್ನು ಫ್ರೆಂಚಿಗೆ ಭಾಷಾಂತರಿಸಿದವನು), ಗಾಂಕರ್ಟ್ ಸೋದರರು (ಸರ್ವಾಧಿಕಾರಕ್ಕೆ ಪ್ರತಿಭಟನೆ), ರಿಂಬಾಲ್ಡ್ – ವೆರ್ಲೇಯ್ನ್ – ಮಲ್ಲಾರ್ಮೆ – ವ್ಯಾಲೆರಿ (ಸಂಕೇತವಾದಿ ಕವಿಗಳು), ಅನತೋಲ್ ಫ್ರಾನ್ಸ್ (ಮಾನವತಾವಾದಿ), – ಇವರೆಲ್ಲ ಆ ಶತಮಾನದ ಪ್ರಭೃತಿಗಳು. ಕ್ಯಾಮರಾದ ಆಗಮನದೊಂದಿಗೆ ಚಿತ್ರಲೋಕದಲ್ಲಿ ರೂಪ ಚಿತ್ರಣ ಸ್ಥಿರವಸ್ತು ಚಿತ್ರಣ ಮರೆಗೆ ಸರಿದು, ಸಮಷ್ಟಿ ಪರಿಣಾಮವಾದಕ್ಕೆ ಎಡೆಮಾಡಿದುವು. ಆ ಎರಡು ವಲಯಗಳ ಪ್ರಖ್ಯಾತರು : ಕಾರ್ಬೆತ್, ಮಾನೆತ್, ಮೊನೆತ್, ಮಾತಿಸ್ಸೆ, ಗಾಗಿನ್, ರೆನ್‌ವಾ, ಲಾತ್ರೆಕ್, ದೇಗಾ, ಸಿಜಾನ್ನೆ...1889ರ ಪ್ಯಾರಿಸ್ ವಸ್ತುಪ್ರದರ್ಶನದ ನೆನಪಿಗೆಂದು ಎಂಜಿನಿಯರ್ ಗುಸ್ಟಾವ್ ಐಫೆಲ್ 'ಐಫೆಲ್ ಗೋಪುರ" ನಿರ್ಮಿಸಿದ, ಸುಯೆಜ್ ಕಾಲುವೆ ಪನಾಮಾ ಕಾಲುವೆ ಲೆಸೆಪ್ಸ್‌ನ ಸಾಧನೆಗಳು. ರೊಡಿನ್ ಶಿಲ್ಪಕಲೆಯಲ್ಲಿ ಹೊಸ ಅಧ್ಯಾಯ ಬರೆದ. ಮೇಧಾವಿ ಶಾಂಪೊಲಿಯನ್ ಪ್ರಾಚೀನ ಈಜಿಪ್ಟ್ ಲಿಪಿಯ ಒಗಟನ್ನು ಬಿಡಿಸಿದ. ಕ್ಯೂರಿ ದಂಪತಿ ರೇಡಿಯಂ ಕಂಡುಹಿಡಿದರು.

20ನೆಯ ಶತಮಾನದಲ್ಲೂ ಮಾನವೀಯತೆಯ ರಕ್ಷಕನಾಗಿ

ಬರೆಯುತ್ತ ಸಾಗಿದ ಅನತೋಲ್ ಫ್ರಾನ್ಸ್, ಅದೇ ಪರಂಪರೆಯ ಪ್ರತಿಪಾದಕ ರೊಮಾ ರೋಲಾ, ಮಾನವೀಯ ಸಮಸ್ಯೆಗಳಿಗೆ ಪರಿಹಾರ ಹುಡುಕುತ್ತ ತನ್ನ ಕಾದಂಬರಿಗಳಲ್ಲಿ ಸಂಕೇತವಾದ – ವಾಸ್ತವವಾದಗಳ ಮಿಶ್ರಣ ಸಾಧಿಸಿದ ಅಂದ್ರೆ ಗಿದೆ, ಕಾವ್ಯಕ್ಷೇತ್ರದ ಹಿರಿಯ ಪ್ರೌಸ್ಟ್, ಸಂಕೋಲೆಗಳನ್ನು ಕಡಿಯಲು ಲೇಖನಿ ಬಳಸಿದ ಲೂಯಿ ಆರಗನ್, ಹೆನ್ರಿ ಬಾರ್ಬ್ಯೂಸೆ, ಮಾನವನ ವ್ಯರ್ಥ ಅಸ್ತಿತ್ವದಲ್ಲಿ ಅರ್ಥ ತುಂಬಲು ಬಯಸಿದ ಅಸ್ತಿತ್ವವಾದಿಗಳಾದ ಸಾರ್ತ್ರ್, ಕಾಮ್ಯೂ, ಸಿಮೊನ್ ದ ಬೂವ, ಬದುಕಿನ ಅಸಂಗತ ಸವಾಲುಗಳಿಗೆ ಉತ್ತರ ಹುಡುಕಲು ಬಯಸಿದ ಅಯೊನೆಸ್ಕೊ, ಬೆಕೆಟ್, ಅನೌಲಿ (ಮೊದಲ ಇಬ್ಬರು ಹೊರಗಿನಿಂದ ಬಂದು 'ಫ್ರೆಂಚ್'ರಾದವರು), ಬಹುಮುಖ ಪ್ರತಿಭೆಯ ಜೀನ್ ಕಾಕ್ಟೊ, ಖ್ಯಾತ ವಿಮರ್ಶಕ ಆಂದ್ರೆ ಮಾಲ್ರೊ– ಇವರೆಲ್ಲ ಪ್ರಖರ ತಾರೆಗಳು. ಕಳೆದ ಅರ್ಧ ಶತಮಾನದಲ್ಲಿ ಲೋಕದ ಹಲವು ಭಾಷೆಗಳಿಗೆ ಫ್ರೆಂಚ್ ಸಾಹಿತ್ಯ ಕೃತಿಗಳು ತರ್ಜುಮೆಗೊಂಡಿವೆ.

ಈ ಶತಮಾನದ ಖ್ಯಾತ ಅಭಿನೇತ್ರಿ, ಸಾರಾ ಬರ್ನಾದೆತ್, ರೊವಾಲ್ಟ್, ಮಾತಿಸ್ಸೆ, ತ್ರಿಆಯಾಮ ಪಂಥದ ಪಿಕಾಸೋ, ಬ್ರೂಕ್ – ಚಿತ್ರ ಕಲೆಯಲ್ಲಿ ಲೋಕವಿಖ್ಯಾತರು.

ಪುನರುದಯ ಕಾಲದಲ್ಲಿ ಫ್ರೆಂಚ್ ಕೋಟೆಮನೆಗಳನ್ನು ಪುನರ್ನಿರ್ಮಿಸಿದ ವಾಸ್ತು ಶಿಲ್ಪಿಗಳು ಅವುಗಳಿಗೆ ಹೊಸ ರೂಪವಿತ್ತರು. ಇಪ್ಪತ್ತನೆಯ ಶತಮಾನದ ಪ್ರಖ್ಯಾತ ಫ್ರೆಂಚ್ ವಾಸ್ತುಶಿಲ್ಪಿ ಲ ಕಾರ್ಬುಸಿಯೆರ್. ಚಂಡೀಗಡದ ನಿರ್ಮಾತೃವೆಂದು ಈ ದೇಶದ ಜನರಿಗೆ ಇವನು ಪರಿಚಿತ.

3

ಫ್ರೆಂಚ್ ಕಥೆಗಳ ಬೆಳವಣಿಗೆಯ ಕಥೆ ರೋಮಾಂಚಕಾರಿ. ಒಂದು ಸಾವಿರ ವರ್ಷ ಹಿಂದೆಯೇ ಜಾನಪದ ಗಾಯಕರು ತಮ್ಮ ಕಥನ ಕವನಗಳಲ್ಲಿ ವೀರರನ್ನು ನೆನೆದರು; ಜಂಭದ ಕೋಳಿಗಳನ್ನು ಪರಿಹಾಸ್ಯ ಮಾಡಿದರು. ಆ ಪದ್ಯ ವಸ್ತುಗಳನ್ನು ಗದ್ಯಕ್ಕೆ ಅಳವಡಿಸಿ ಸೊಗಸಾದ ಕಥೆಗಳನ್ನು ಬರೆದವನು ಇಟಲಿಯ ಬೊಕಾಚ್ಚೊ – ಅಲ್ಲಿನ ಪುನರುದಯದ ಸಾಹಿತ್ಯ ಶಿಲ್ಪಿ ಶ್ರೇಷ್ಠರಲ್ಲೊಬ್ಬ. 17ನೆಯ ಶತಮಾನದಲ್ಲಿ ಫ್ರಾನ್ಸಿನ ಕವಿ ಫೊಂತೇನ್ ಬೊಕಾಚ್ಚೊ ಬರೆದುದನ್ನು ಪದ್ಯಕ್ಕೆ ಪರಿವರ್ತಿಸಿದ; 'ಕಟ್ಟು ಕಥೆಗಳ ಕವಿ' ಎಂದು ಹೆಸರು ಪಡೆದ. ಹೀಗೆ, ಹಿಂದೆ ಇಟಲಿಗೆ ತೆರಳಿದ್ದ ಫ್ರೆಂಚ್ ಕಥೆ ಮರಳಿ ಹುಟ್ಟೂರಿಗೆ ಬಂತು.

ಫ್ರೆಂಚ್ ಭಾಷೆಯಲ್ಲಿ ಕಥಾಪ್ರಕಾರ ಶತಮಾನಗಳುದ್ದಕ್ಕೂ ಅಡೆತಡೆ ಇಲ್ಲದೆ ಬೆಳೆಯಿತು. 18ನೆಯ ಶತಮಾನದಲ್ಲಿ ನೀತಿ

ಕಥೆಗಳು, ದಾರ್ಶನಿಕ ಕಥೆಗಳು ಬೆಳಕು ಕಂಡುವು. ಇಂಥ ಕಥೆಗಳ ರಚನೆಯಲ್ಲಿ ವಾಲ್ಟೇರ್ ಅಪ್ರತಿಮನಾಗಿದ್ದ.

19ನೆಯ ಶತಮಾನದ ಬೆಳಗಿನಿಂದಲೇ ಫ್ರಾನ್ಸಿನಲ್ಲಿ ಆರಂಭವಾಯಿತು, ಆಧುನಿಕ ಸಣ್ಣ ಕಥೆ...

... ಆ ವಿಪುಲ ಕಥಾಸೃಷ್ಟಿಯಿಂದ ಪ್ರಾತಿನಿಧಿಕವೆನಿಸುವ ಹನ್ನೊಂದು ಕಥೆಗಳನ್ನು ಆರಿಸಿ ಈ ಸಂಪುಟದಲ್ಲಿ ನೀಡಿದ್ದೇವೆ. ಪ್ರಸ್ತಾವನೆ ಫ್ರಾನ್ಸನ್ನು ಕುರಿತ ಇಣಿಕು ನೋಟ. ಆ ಹಿನ್ನೆಲೆಯಲ್ಲಿ ಕಥೆಗಳು ಹೆಚ್ಚು ಅರ್ಥಪೂರ್ಣವಾಗುತ್ತವೆಂದು ನಂಬಿದ್ದೇನೆ.

ದೀಪಾವಳಿ, 1982 **ನಿರಂಜನ**
ಬೆಂಗಳೂರು ಪ್ರಧಾನ ಸಂಪಾದಕ

○ ಆನರೆ-ದ-ಬಾಲ್ಜಾಕ್

ನಿಗೂಢ ಸೌಧ

ವೆಂಡೋಮ್ ನಗರದಿಂದ ಸುಮಾರು ನೂರು ಗಜ ದೂರದಲ್ಲಿ ಲ್ವಾರ್ ನದಿಯ ದಂಡೆಯ ಮೇಲೊಂದು ಬೂದು ಬಣ್ಣದ ಹಳೆಯ ಮನೆಯಿದೆ. ಅದಕ್ಕೆ ಎತ್ತರವಾದ ತ್ರಿಕೋನ ಗೋಪುರಗಳಿದ್ದು ಅದು ಏಕಾಕಿಯಾಗಿ ನಿಂತಿದೆ. ಸಣ್ಣ ಊರುಗಳ ದ್ವಾರ ಪ್ರದೇಶದಲ್ಲಿ ಸಾಮಾನ್ಯವಾಗಿ ಕಂಡುಬರುವ ತೊಗಲು ಗುದಾಮಗಳಾಗಲೀ ಹೊಲಸಾದ ಛತ್ರಗಳಾಗಲೀ ಆ ಮನೆಯ ಹತ್ತಿರದಲ್ಲೆಲ್ಲೂ ಇಲ್ಲ.

ಈ ಮನೆಯ ಮುಂದೆ ನದಿಗೆ ಮುಖ ಮಾಡಿ ಒಂದು ಉದ್ಯಾನವಿದೆ. ಹಿಂದೆ ಅಚ್ಚುಕಟ್ಟಾಗಿ ಕತ್ತರಿಸಲ್ಪಟ್ಟು, ಅದರೊಳಗಿನ ಕಾಲು ಹಾದಿಗಳನ್ನು ಸ್ಫುಟವಾಗಿ ತೋರಿಸುತ್ತಿದ್ದ ಬೇಲಿಗಿಡಗಳು ಈಗ ಅಸ್ತವ್ಯಸ್ತವಾಗಿ ಬೆಳೆದು ಆಚೀಚೆ ವಾಲುತ್ತಿವೆ. ಲ್ವಾರ್ ನದಿಯ ದಂಡೆಯ ಮೇಲಣ ಅನೇಕ ವಿಲೊ ಗಿಡಗಳು ಆ ಮನೆಯ ಸುತ್ತಲಿರುವ ಬೇಲಿಯಷ್ಟೆ ವೇಗವಾಗಿ ಬೆಳೆದು ಬಿಟ್ಟಿದ್ದರಿಂದ ದೂರದಿಂದ ನೋಡುವವರಿಗೆ ಮನೆಯ ಮೇಲಿನ ಭಾಗ ಮಾತ್ರ ಕಾಣಿಸುತ್ತದೆ. ನಾವು ಹೊಲಸೆಂದು ಕರೆಯುವ ಕಳೆಗಳು ನದಿಯ ಇಳಿಜಾರಾದ ದಂಡೆಯ ಮೇಲೆ ನಿಬಿಡವಾಗಿ ಹಬ್ಬಿವೆ. ಹಣ್ಣಿನ ಗಿಡಗಳನ್ನೆಲ್ಲ ಹತ್ತು ವರ್ಷಗಳವರೆಗೆ ನಿರ್ಲಕ್ಷಿಸಿದ್ದರಿಂದ ಅವು ಫಲವನ್ನು ಕೊಡಲಾರದೆ ಬರಿಯ ಕಂಟಿಗಳಾಗಿಬಿಟ್ಟಿವೆ.

ಗೋಡೆಯ ಮೇಲೆ ಹಬ್ಬಿಸಲಾದ ಗಿಡ ಬಳ್ಳಿಗಳು ಬೇಲಿಯಂತೆ ಅದನ್ನು ಆವರಿಸಿವೆ. ಕಲ್ಲು ಹಾಸಿದ ಕಾಲುಹಾದಿಗಳೆಲ್ಲ ಈಗ ಹಾವಸೆಯಿಂದ ತುಂಬಿಹೋಗಿವೆ. ನಿಜ ಹೇಳಬೇಕೆಂದರೆ ಅಲ್ಲಿ ಕಾಲುಹಾದಿಗಳಿದ್ದವೆಂಬ ಗುರುತು ಕೂಡ ಈಗ ನಮಗೆ ನೋಡ ಸಿಗುವುದಿಲ್ಲ. ವೆಂಡೋಮಿನ ಪಾಳೆಯಗಾರರ ಕೋಟೆಯ ಅವಶೇಷಗಳಿರುವ ಬೆಟ್ಟದ ಮೇಲಿನಿಂದ ಮಾತ್ರ ಈ ಆವರಣದ ಕಡೆ ಸರಿಯಾಗಿ ಕಣ್ಣು ಹಾಯಿಸಲು ಸಾಧ್ಯ. ಒಂದಾನೊಂದು ಕಾಲದಲ್ಲಿ ಈ ಜಾಗ ಗುಲಾಬಿ ಮತ್ತು ಟ್ಯೂಲಿಪ್ ಹೂವುಗಳನ್ನು ಬೆಳೆಯಿಸುತ್ತಿದ್ದ, ತೋಟಗಾರಿಕೆಯಲ್ಲಿ ವಿಶೇಷ ಆಸಕ್ತಿಯಿದ್ದ ಹಾಗೂ ಉತ್ತಮ ಹಣ್ಣುಗಳನ್ನು ಪ್ರೀತಿಸುತ್ತಿದ್ದ ಗ್ರಾಮೀಣ

ಗೃಹಸ್ಥನೊಬ್ಬನ ಅಕ್ಕರೆಯ ತಾಣವಾಗಿತ್ತೆಂಬುದು ಅಲ್ಲಿಂದ ನೋಡಿದಾಗ ಗೊತ್ತಾಗುತ್ತದೆ. ಆದರೆ ಯಾವ ಕಾಲದಲ್ಲಿ ಎಂಬುದನ್ನು ನಿರ್ಧರಿಸುವುದು ಮಾತ್ರ ಕಷ್ಟ. ಹೀಗೆ ದಿಟ್ಟಿಸಿದಾಗ ಒಂದು ಲತಾಗೃಹ, ಅಲ್ಲ, ಅದರ ಅವಶೇಷ ಈಗಲೂ ಗೋಚರಿಸುತ್ತದೆ. ಅದರಲ್ಲಿರುವ ಮೇಜನ್ನು ಕಾಲ ಇನ್ನೂ ಪೂರ್ಣ ನಾಶಪಡಿಸಿಲ್ಲ. ಗಣ್ಯ ವ್ಯಾಪಾರಿಯೊಬ್ಬನ ಸಮಾಧಿ ಶಿಲೆಯ ಮೇಲಣ ಉಲ್ಲೇಖದಿಂದ ಅವನ ಜೀವನ ಚರಿತ್ರೆಯನ್ನು ರಚಿಸಬಹುದಾದಂತೆ ಗತ ಕಾಲದ ಈ ಉದ್ಯಾನದ ಸ್ವರೂಪವು ಶಾಂತವಾದ ಗ್ರಾಮೀಣ ಜೀವನದ ನಕಾರಾತ್ಮಕ ಸಂತೋಷಗಳನ್ನು ಸೂಚಿಸುತ್ತದೆ. ಈ ವಾತಾವರಣದಿಂದ ನಮ್ಮ ಮನಸ್ಸಿನಲ್ಲಿ ಮೂಡುವ ಭಾವನೆಗಳ ಸಿಹಿಕಹಿಗಳನ್ನು ಸಂಪೂರ್ಣಗೊಳಿಸುವುದಕ್ಕಾಗಿಯೋ ಎಂಬಂತೆ ಗೋಡೆಯೊಂದರ ಮೇಲೆ ಒಂದು ನೆರಳು ಗಡಿಯಾರ ಕಂಗೊಳಿಸುತ್ತದೆ. ಅದರ ಮೇಲೆ 'ಅಂತ್ಯದ ಬಗ್ಗೆ ಚಿಂತಿಸು!' ಎಂಬ ಕ್ರೈಸ್ತ ಧರ್ಮ ಸೂತ್ರವನ್ನು ಬರೆಯಲಾಗಿದೆ. ಈ ಮನೆಯ ಮಾಳಿಗೆ ಹಾಳಾಗಿ ಭಯಾನಕವಾಗಿ ಕಾಣಿಸುತ್ತದೆ. ಕಿಟಕಿಯ ಬಾಗಿಲುಗಳೆಲ್ಲವೂ ಸದಾ ಮುಚ್ಚಿರುತ್ತವೆ. ಕೈಸಾಲೆಗಳಲ್ಲೆಲ್ಲ ಸ್ವಾಲೊ ಪಕ್ಷಿಗಳು ಗೂಡುಗಳನ್ನು ಕಟ್ಟಿವೆ. ಬಾಗಿಲುಗಳು ಸದಾಕಾಲ ಮುಚ್ಚಿರುತ್ತವೆ. ಮೆಟ್ಟುಗಟ್ಟೆಗಳ ಸೀಳಿದ ಸಂದುಗಳಲ್ಲೆಲ್ಲ ಹುಲ್ಲು ಬೆಳೆದು ಹಸಿರು ಗೆರೆಗಳನ್ನು ಹಾಕಿದಂತೆ ಕಾಣಿಸುತ್ತದೆ. ಮನೆಯ ಅಗಳಿ, ಬೀಗಗಳಿಗೆಲ್ಲ ತುಕ್ಕು ಹಿಡಿದಿದೆ. ಬಿಸಿಲು, ಬೆಳದಿಂಗಳು, ಬೇಸಿಗೆ, ಚಳಿಗಾಲ ಮತ್ತು ಹಿಮಗಳಿಂದ ಈ ಮನೆಯ ಕಿಟಕಿ ಚೌಕಟ್ಟುಗಳೆಲ್ಲ ಸವೆದು ಹೋಗಿವೆ. ಹಾಸುಹಲಿಗೆಗಳೆಲ್ಲ ಬಾಗಿಬಿಟ್ಟಿವೆ. ಬಣ್ಣವೆಲ್ಲ ಮಸಕಾಗಿ ಹೋಗಿದೆ. ಅತ್ತಿತ್ತ ಓಡಾಡುವ, ಜಗಳಾಡುವ, ಒಂದನ್ನೊಂದು ತಿನ್ನಬೇಕೆನ್ನುವ ಹಕ್ಕಿ, ಬೆಕ್ಕು, ಇಲಿ ಮೊದಲಾದ ಪ್ರಾಣಿಗಳ ಸದ್ದಿನಿಂದ ಮಾತ್ರ ಅಲ್ಲಿನ ನೀರವ ವಾತಾವರಣ ಕಲಕಿತವಾಗುತ್ತದೆ. ಎಲ್ಲಿ ನೋಡಿದಲ್ಲೆಲ್ಲ ಅದೃಶ್ಯವಾದ ಕೈಯೊಂದು 'ನಿಗೂಢ'ವೆಂಬ ಶಬ್ದವನ್ನು ಬರೆದಂತೆ ತೋರುತ್ತದೆ.

ದಾರಿಯ ಕಡೆಗಿರುವ ಬದಿಯಿಂದ ಈ ಮನೆಯನ್ನು ನೋಡಬೇಕೆಂಬ ಕುತೂಹಲ ನಿಮ್ಮಲ್ಲಿ ಒಂದು ವೇಳೆ ಉಂಟಾದರೆ ಆ ದೊಡ್ಡ ಬಾಗಿಲನ್ನು ದಿಟ್ಟಿಸಬಹುದು. ನೆರೆಹೊರೆಯ ಹುಡುಗರು ಅದರಲ್ಲಿ ತೂತುಗಳನ್ನು ಕೊರೆದಿದ್ದಾರೆ. ಈ ಬಾಗಿಲನ್ನು ಮುಚ್ಚಿ ಹತ್ತು ವರುಷವಾಯಿತೆಂದು ನನಗೆ ಆಮೇಲೆ ಯಾರೋ ಹೇಳಿದರು. ಹುಡುಗರು ಕೊರೆದ ತೂತಿನ ಮೂಲಕ ನಾವು ನೋಡಿದರೆ ಕಟ್ಟಡದ ಅಂಗಳ ಮತ್ತು ಉದ್ಯಾನಗಳ ನಡುವೆ ಸಂಪೂರ್ಣ ಹೊಂದಾಣಿಕೆ ಕಂಡು ಬರುತ್ತದೆ. ಎರಡರಲ್ಲಿಯೂ ಅವ್ಯವಸ್ಥೆ ಎದ್ದುಕಾಣುತ್ತದೆ. ಕಾಲ್ದಾರಿಗಳಿಗೆ ಹೊಂದಿಸಿದ ಹಾಸುಗಲ್ಲುಗಳ ಸುತ್ತಲೆಲ್ಲ ಹುಲ್ಲು ಬೆಳೆದಿದೆ. ಗೋಡೆಗಳಲ್ಲೆಲ್ಲ ದೊಡ್ಡ ದೊಡ್ಡ ಬಿರುಕುಗಳೂ ಬಿದ್ದು ಅವುಗಳ ಕಪ್ಪಾದ ಅಂಚಿನ ಮೇಲೆ ಪೆಲ್ಲಿಟರಿ* ಹೂವುಗಳ ಸಾವಿರಾರು ಮಾಲೆಗಳು ಹಬ್ಬಿವೆ. ಮೆಟ್ಟಲುಗಳೆಲ್ಲ ಸಡಿಲವಾಗಿವೆ. ಕರೆಗಂಟೆಯ ತಂತಿಗೆ ತುಕ್ಕು ಹಿಡಿದಿದೆ. ನಲ್ಲಿಗಳ ಮೂತಿಗಳೆಲ್ಲ ಒಡೆದುಹೋಗಿವೆ. ಸ್ವರ್ಗದ ಯಾವ ಬೆಂಕಿ ಇಲ್ಲಿ ಬಿದ್ದಿರಬಹುದು? ಈ ಸೌಧದ ಮೇಲೆಲ್ಲ ಉಪ್ಪು ಸುರಿಯಬೇಕೆಂದು ಯಾವ ನ್ಯಾಯಾಲಯ ನಿರ್ಣಯಿಸಿರಬಹುದು? ಇಲ್ಲಿ ಯಾರಾದರೂ ದೇವರಿಗೆ ಅವಮರ್ಯಾದೆ ಮಾಡಿದ್ದಾರೆಯೆ? ಯಾರಾದರೂ ಫ್ರಾನ್ಸಿಗೆ ದ್ರೋಹ ಬಗೆದಿದ್ದಾರೆಯೆ? ಈ ಸೌಧದ ಮೇಲೆಲ್ಲ ಉಪ್ಪು ಸುರಿಯಬೇಕೆಂದು ಯಾವ ನ್ಯಾಯಾಲಯ ನಿರ್ಣಯಿಸಿರಬಹುದು? ಇಲ್ಲಿ ಯಾರಾದರೂ ದೇವರಿಗೆ ಅವಮರ್ಯಾದೆ

---

* ಪೆಲ್ಲಿಟರಿ: ಅಲಂಕಾರಕ್ಕಾಗಿ ಮನೆಯ ಗೋಡೆಗಳಿಗೆ ಹಬ್ಬಿಸುವ ಒಂದು ಬಳ್ಳಿ, ಅದರ ಹೂ.

ಮಾಡಿದ್ದಾರೆಯೆ? ಯಾರಾದರೂ ಫ್ರಾನ್ಸಿಗೆ ದ್ರೋಹ ಬಗೆದಿದ್ದಾರೆಯೆ? ಇಂಥ ಪ್ರಶ್ನೆಗಳನ್ನು ನಮ್ಮಷ್ಟಕ್ಕೆ ನಾವೇ ಕೇಳಿಕೊಳ್ಳಬೇಕು. ಆದರೆ ಪ್ರೇತಗಳಂತೆ ಇಲ್ಲಿ ಸುಳಿದಾಡುವ ಜಂತುಗಳಿಂದ ಇವುಗಳಿಗೆ ಯಾವ ಉತ್ತರಗಳೂ ದೊರೆಯಲಾರವು. ಬರಿದಾದ ಮತ್ತು ನಿರ್ಜನವಾದ ಈ ಸೌಧ ಒಂದು ದೊಡ್ಡ ಒಗಟು. ಆ ಒಗಟನ್ನು ಭೇದಿಸಬಲ್ಲ ಕೀಲಿ ಈಗ ಕಳೆದುಹೋಗಿದೆ. ಒಂದಾನೊಂದು ಕಾಲದಲ್ಲಿ ಸಣ್ಣ ಜಹಗೀರು ಆಗಿದ್ದ ಈ ಮನೆಗೆ 'ಭವ್ಯ ನಿಲಯ' ಎಂಬ ಹೆಸರಿತ್ತು.

ನನ್ನ ವಸತಿ ಗೃಹದ ಯಜಮಾನಿಯಿಂದ ಈ ರಹಸ್ಯವನ್ನು ಕೇಳಿದವ ನಾನೊಬ್ಬನೆ ಅಲ್ಲವೆಂದು ಊಹಿಸಿದ್ದೆ. ಆದರೆ ಇದನ್ನು ನನಗೊಬ್ಬನಿಗೆ ಮಾತ್ರ ತಾನು ಹೇಳುತ್ತಿರುವೆನೆಂಬ ಆಕೆಯ ಮಾತಿಗೆ ತಲೆದೂಗಿ ನಾನು ಕೇಳಲು ಸಿದ್ಧನಾದೆ.

ಅವಳು ಹೀಗೆಂದಳು:

"ನೋಡಿ ಸರ್. ನಮ್ಮ ಚಕ್ರವರ್ತಿಗಳು ಸ್ಪೇನಿನ ಯುದ್ಧ ಕೈದಿಗಳನ್ನೂ ಮತ್ತಿತರರನ್ನೂ ಇಲ್ಲಿಗೆ ರವಾನಿಸಿದಾಗ, ತಪ್ಪಿಸಿಕೊಳ್ಳುವುದಿಲ್ಲವೆಂಬ ವಾಗ್ದಾನದ ಮೇಲೆ ವೆಂಡೋಮ್‌ಗೆ ಕಳುಹಿಸಲ್ಪಟ್ಟಿದ್ದ ಒಬ್ಬ ಸ್ಪಾನಿಷ್ ತರುಣನಿಗೆ ನನ್ನ ಮನೆಯಲ್ಲಿ ವಸತಿ ವ್ಯವಸ್ಥೆಯನ್ನು ಮಾಡಲು ಸರಕಾರದಿಂದ ನನಗೆ ಆದೇಶ ಬಂದಿತು. ತಪ್ಪಿಸಿಕೊಳ್ಳುವುದಿಲ್ಲವೆಂದು ವಚನ ನೀಡಿದ್ದರೂ ಆತ ಪ್ರತಿ ದಿನ ಉಪಜಿಲ್ಲಾಧಿಕಾರಿಗೆ ಮುಖ ತೋರಿಸಿ ಬರಬೇಕಿತ್ತು. ಆತ ಸ್ಪೇನಿನ ಬಿರುದಾಂಕಿತ ಆಢ್ಯರಲ್ಲಿ ಒಬ್ಬನಾಗಿದ್ದ. ಒಬ್ಬ ಕೌಂಟ್! ಅದಕ್ಕಿಂತ ಕಡಿಮೆ ಏನಲ್ಲ! ಅವನ ಹೆಸರು 'ಓ' ಮತ್ತು 'ದಿಯಾ'ಗಳಲ್ಲಿ ಕೊನೆಗಾಣುತ್ತಿತ್ತು. ಬುಗೋರ್-ದ-ಪೆರೆದಿ ಯಾದಂತೆ ಇತ್ತು. ನನ್ನ ಪುಸ್ತಕಗಳ ಮೇಲೆ ಆತನ ಹೆಸರಿದೆ. ಬೇಕಾದರೆ ನೀವು ಅದನ್ನು ಓದಬಹುದು. ಓ! ಆದರೆ ಸ್ಪೇನಿನವನಾದರೂ ಆತ ಸುಂದರ ತರುಣನಾಗಿದ್ದ. ಸಾಮಾನ್ಯವಾಗಿ ಸ್ಪಾನಿಷ್ ಜನರೆಲ್ಲರೂ ಕುರೂಪಿಗಳೆಂದು ಹೇಳುತ್ತಾರೆ. ಆತ ಕೇವಲ ಐದು ಅಡಿ ಒಂದೆರಡು ಅಂಗುಲ ಎತ್ತರವಾಗಿದ್ದರೂ ಮೈತುಂಬಿಕೊಂಡು ಬೆಳೆದಿದ್ದ. ಆತ ತನ್ನ ಸಣ್ಣ ಕೈಗಳ ಬಗೆಗೆ ಬಹಳ ಕಾಳಜಿ ವಹಿಸುತ್ತಿದ್ದ. ನೀವದನ್ನು ನೋಡಬೇಕಾಗಿತ್ತು! ಹೆಣ್ಣು ಮಗಳೊಬ್ಬಳು ತನ್ನ ಇಡೀ ವಸ್ತ್ರಾಲಂಕಾರಗಳಿಗಾಗಿ ಇಟ್ಟುಕೊಂಡಷ್ಟು ಬ್ರಶ್‌ಗಳನ್ನು ಆತ ಕೇವಲ ತನ್ನ ಕೈಗಳ ಸಲುವಾಗಿ ಇಟ್ಟುಕೊಂಡಿದ್ದ. ಆತನ ಕೂದಲು ಕಪ್ಪಾಗಿದ್ದು ನಿಬಿಡವಾಗಿತ್ತು. ಅವನಿಗೆ ಹೊಳೆಯುವ ಕಣ್ಣುಗಳಿದ್ದವು. ಆತನ ಬಣ್ಣ ಕಂಚಿನಂತೆ ಕಂದು ಬಣ್ಣದ್ದಾಗಿದ್ದರೂ ನನಗೇಕೋ ಅದನ್ನು ನೋಡಿದರೆ ಬಹಳ ಇಷ್ಟವಾಗುತ್ತಿತ್ತು. ನನ್ನ ವಸತಿ ಗೃಹದಲ್ಲಿ ದಂಡನಾಯಕ ಬರ್ಟ್ರಾಂಡ್, ಆಬ್ರಾಂತೆಯ ಡ್ಯೂಕ್ ಹಾಗೂ ಆತನ ಪತ್ನಿ, ಶ್ರೀಯುತ ದೆಕಾರ್ಝು, ಸ್ಪೇನಿನ ಮಹಾರಾಜ ಮತ್ತು ಇತರ ಅನೇಕ ಗಣ್ಯರು ಇದ್ದು ಹೋಗಿದ್ದಾರೆ. ಆದರೆ ಅವರೆಲ್ಲರಲ್ಲಿ ಆತ ಧರಿಸಿದ ಬಟ್ಟೆಯೇ ಅತ್ಯುತ್ತಮವಾಗಿತ್ತು. ಆತನ ಊಟವೂ ಬಹಳ ಕಡಿಮೆ. ಅವನ ನಡೆನುಡಿ, ರೀತಿ ನೀತಿಗಳೆಲ್ಲ ಎಷ್ಟು ನಾಜೂಕಾಗಿದ್ದವೆಂದರೆ ಯಾರೂ ಆತನಿಗೆ ಹೆಸರಿಡಲು ಬರುತ್ತಿರಲಿಲ್ಲ. ಇಡೀ ದಿನ ಆತ ನಾಲ್ಕು ಸಾರಿಯಾದರೂ ಬಾಯಿ ತೆರೆಯುತ್ತಿರಲಿಲ್ಲ. ಆದ್ದರಿಂದ ಆತನೊಂದಿಗೆ ಸಂಭಾಷಿಸುವುದು ದುಸ್ತರವಾಗುತ್ತಿತ್ತು. ಆದರೂ ಆತನೆಂದರೆ ನನಗೆ ಬಹಳ ಪ್ರೀತಿ. ನೀವು ಅವನನ್ನು ಮಾತನಾಡಿಸಿದರೂ ಆತ ಉತ್ತರಿಸುತ್ತಿರಲಿಲ್ಲ. ಅವರೆಲ್ಲರಿಗೂ ಇಂಥ ರೋಗ ಇರುತ್ತದೆಂದು ಕೇಳಿದ್ದೇನೆ. ಆತ ಪಾದ್ರಿಗಳಂತೆ ತನ್ನ ನಿತ್ಯ ಸ್ತೋತ್ರಗಳ ಪುಸ್ತಕವನ್ನು ಓದುತ್ತಿದ್ದ. ಅಲ್ಲದೆ ಪ್ರಭು ಭೋಜನ ಸಂಸ್ಕಾರಕ್ಕೆ ಮತ್ತಿತರ ಸೇವೆಗಳಿಗೆ ತಪ್ಪದೆ ಹೋಗಿ ಬರುತ್ತಿದ್ದ. ಆದರೆ ಆತ ಎಲ್ಲಿ ಕೂಡ್ರುತ್ತಿದ್ದ ಗೊತ್ತೆ? ಶ್ರೀಮತಿ ಮೆರೆ ಅವಳ ಪೀಠದಿಂದ

ಎರಡು ಅಡಿ ದೂರದಲ್ಲಿ. ಆತ ಮೊದಲ ಬಾರಿ ಇಗರ್ಜಿಗೆ ಹೋಗಿ ಹಾಗೆ ಕುಳಿತಾಗ ಅದರ ಇಂಗಿತವೇನು ಎಂಬುದರ ಸಂಶಯ ಯಾರಿಗೂ ಬರಲಿಲ್ಲ. ಅಲ್ಲದೆ, ಪಾಪ, ಆ ತರುಣ ಸ್ತೋತ್ರದ ಪುಸ್ತಕದಿಂದ ತನ್ನ ಕಣ್ಣುಗಳನ್ನೆಂದೂ ಮೇಲೆತ್ತುತ್ತಿರಲಿಲ್ಲ. ಅದಾದ ಮೇಲೆ ಆತ ಸಾಯಂಕಾಲ ಗುಡ್ಡಗಳ ಮೇಲಿರುವ ಕೋಟೆಯ ಅವಶೇಷಗಳ ಮಧ್ಯದಲ್ಲಿ ವಾಯುವಿಹಾರಕ್ಕೆಂದು ಹೋಗುತ್ತಿದ್ದ. ಇದೊಂದೇ ಆ ಬಡಪಾಯಿಯ ಮನರಂಜನೆಯಾಗಿತ್ತು. ಯಾಕೆಂದರೆ ಸ್ಪೇನ್ ಗುಡ್ಡಗಾಡಿನ ಪ್ರದೇಶವಾದುದರಿಂದ ಆತನಿಗೆ ಅಲ್ಲಿ ವಾಯು ವಿಹಾರಕ್ಕೆ ಹೋದಾಗ ಸ್ವದೇಶದ ನೆನಪಾಗುತ್ತಿತ್ತು. ಆತನ ಸೆರೆಮನೆ ವಾಸ ಪ್ರಾರಂಭವಾದಂದಿನಿಂದ ಆತ ಬಹಳ ಹೊತ್ತಿನ ತನಕ ಹೊರಗೇ ತಿರುಗಾಡುತ್ತಿದ್ದ. ಆತ ಮಧ್ಯರಾತ್ರಿಯವರೆಗೂ ಮನೆಗೆ ಮರಳುತ್ತಿರಲಿಲ್ಲ ವೆಂಬುದನ್ನು ತಿಳಿದು ನಾನು ಚಿಂತೆಗೊಳಗಾಗಿದ್ದೆ. ಆದರೆ ಅನಂತರ ಆತನ ಸ್ವಭಾವಕ್ಕೆ ನಾವೇ ಹೊಂದಿಕೊಂಡೆವು. ಆತ ಬಾಗಿಲಿನ ಕೀಲಿ ಕೈಯನ್ನು ತಾನೇ ಇಟ್ಟುಕೊಂಡಿದ್ದ. ಹೀಗಾಗಿ ನಾವು ಆತನ ದಾರಿ ಕಾಯುತ್ತ ಕೂಡ್ರುವುದನ್ನು ಬಿಟ್ಟು ಬಿಟ್ಟೆವು. ಆತ ಕ್ಯಾಸರ್ನ್ ಬೀದಿಯಲ್ಲಿದ್ದ ನಮ್ಮ ವಸತಿಗೃಹ ಒಂದರಲ್ಲಿ ವಾಸವಾಗಿದ್ದ. ಒಮ್ಮೆ ನಮ್ಮ ಕುದುರೆ ಲಾಯದ ಕೆಲಸದವನೊಬ್ಬ ಸಾಯಂಕಾಲ ಕುದುರೆಗಳಿಗೆ ನೀರು ಕುಡಿಸಲು ಹೋದಾಗ ಆ ಸ್ಪಾನಿಷ್ ಶ್ರೀಮಂತ ನದಿಯಲ್ಲಿ ಮೀನಿನಂತೆ ಈಜುತ್ತಿದ್ದನೆಂದು ಹೇಳಿದ. ಆತ ಮನೆಗೆ ಮರಳಿದಾಗ ಅವನಿಗೆ ನೀರಿನ ಸೆಳವುಗಳ ಬಗೆಗೆ ಕಾಳಜಿಯಿಂದಿರಬೇಕೆಂದು ಹೇಳಿದ. ತಾನು ನೀರಿನಲ್ಲಿ ಈಜಾಡುವುದನ್ನು ಜನರು ನೋಡಿದ್ದಾರೆಂದು ತಿಳಿದು ಆತನಿಗೆ ಅಸಮಾಧಾನವಾಯಿತು. ಕೊನೆಗೆ ಒಂದು ದಿನ, ಅಂದರೆ ಒಂದು ದಿನ ಮುಂಜಾನೆ, ನಾವು ಆತನ ಕೋಣೆಗೆ ಹೋಗಿ ನೋಡಿದಾಗ ಆತ ಬಂದಿರಲೇ ಇಲ್ಲ. ಎಲ್ಲ ಕಡೆಯೂ ಹುಡುಕಾಡಿದ ಮೇಲೆ ಆತನ ಮೇಜಿನ ಖಾನೆಯಲ್ಲಿ ಒಂದು ಚೀಟಿ ಸಿಕ್ಕಿತು. ಅದರೊಂದಿಗೆ ಡಬ್ಲೂನ್‌ಗಳೆಂದು ಕರೆಯುವ ಸ್ಪೇನಿನ ಐವತ್ತು ಚಿನ್ನದ ನಾಣ್ಯಗಳಿದ್ದವು. ಅಂದರೆ ಅವು ಸುಮಾರು ಐದು ಸಾವಿರ ಫ್ರಾಂಕ್‌ಗಳಿಗೆ* ಸಮನಾಗಿದ್ದವು. ಅಲ್ಲದೆ ಬಾಯಿ ಬೆಸೆದ ಒಂದು ಸಣ್ಣ ಪೆಟ್ಟಿಗೆಯಲ್ಲಿ ಹತ್ತು ಸಾವಿರ ಫ್ರಾಂಕ್ ಬೆಲೆಯ ವಜ್ರಗಳಿದ್ದವು. ಒಂದು ವೇಳೆ ತಾನು ಮನೆಗೆ ಮರಳದಿದ್ದಲ್ಲಿ ತನ್ನನ್ನು ಬಂಧಮುಕ್ತನನ್ನಾಗಿ ಮಾಡಿದ ದೇವರ ಪ್ರಾರ್ಥನೆಯ ಖರ್ಚನ್ನು ನಾವು ಸಲ್ಲಿಸ ಬೇಕೆಂಬ ಶರ್ತದೊಂದಿಗೆ ಆ ಹಣವನ್ನೂ ವಜ್ರಗಳನ್ನೂ ಆತ ನಮಗೆ ಬಿಟ್ಟು ಹೋಗಿದ್ದನೆಂದು ಚೀಟಿಯಲ್ಲಿ ಹೇಳಲಾಗಿತ್ತು. ಆ ದಿನಗಳಲ್ಲಿ ನನ್ನ ಗಂಡ ಇನ್ನೂ ಬದುಕಿದ್ದರು. ಅವರು ಆ ತರುಣನನ್ನು ಹುಡುಕಲು ಎಲ್ಲ ಕಡೆಗೂ ಓಡಾಡಿದರು.

"ಇಲ್ಲಿಂದ ಕಥೆ ವಿಚಿತ್ರವಾಗಿ ಮುಂದುವರಿಯುತ್ತದೆ. ಆ ಸ್ಪಾನಿಷ್ ತರುಣನನ್ನು ಹುಡುಕಲು ಹೋದ ನನ್ನ ಗಂಡ 'ಭವ್ಯ ನಿಲಯ'ದ ಎದುರಿಗೆ ಕೋಟೆ ಮಗ್ಗುಲಲ್ಲಿದ್ದ ನದಿ ತೀರದ ಮೇಲೆ ಬಂಡೆಗಲ್ಲೊಂದರ ಕೆಳಗೆ ಮಡಿಚಿಟ್ಟಿದ್ದ ಅವನ ಅರಿವೆಗಳನ್ನು ತೆಗೆದುಕೊಂಡು ಮನೆಗೆ ಬಂದರು. ನನ್ನ ಗಂಡ ಅಲ್ಲಿ ಎಷ್ಟು ಬೇಗ ಹೋಗಿದ್ದರೆಂದರೆ ಅವರನ್ನು ಯಾರೂ ಕಂಡಿರಲಿಲ್ಲ. ಆತನ ಪತ್ರವನ್ನೋದಿದ ಬಳಿಕ ಅವರು ಆತನ ಅರಿವೆಗಳನ್ನೆಲ್ಲ ಸುಟ್ಟರು.

---

* ಫ್ರಾಂಕ್: ಫ್ರಾನ್ಸ್‌ನ ನಾಣ್ಯ. ಶತಮಾನದ ಆದಿಯಲ್ಲಿ 1 ಪೌಂಡಿಗೆ 1.25 ಫ್ರಾಂಕ್, ಯುದ್ಧದ ಬಳಿಕ ಫ್ರಾಂಕ್ ನರಳಿತು. ಕಡೆಗೆ ಫ್ರಾಂಕ್‌ಗೆ $9\frac{1}{2}$ ಪೆನ್ನಿ ಎಂದು ಒಪ್ಪಿದರು. ನಮ್ಮ ಈಗಿನ ಲೆಕ್ಕದಲ್ಲಿ 1 ಫ್ರಾಂಕ್ ಅಂದರೆ ಸುಮಾರು 50 ಪೈಸೆ.

ಅಲ್ಲದೆ ಕೌಂಟ್ ಫೆರೆದಿಯಾನ ಇಚ್ಛೆಯ ಮೇರೆಗೆ ಆತ ಪರಾರಿಯಾಗಿ ಹೋಗಿದ್ದಾನೆಂದು ನೆರೆ ಹೊರೆಯಲ್ಲಿ ಸುದ್ದಿ ಹಬ್ಬಿಸಿದೆವು. ಉಪಜಿಲ್ಲಾಧಿಕಾರಿ ಲೆಪಾ ಆತನನ್ನು ಹುಡುಕುವುದಕ್ಕಾಗಿ ಪೋಲೀಸರನ್ನು ಕಳುಹಿಸಿದ. ಆದರೆ ಅವರಾರಿಗೂ ಆತ ಸಿಗಲಿಲ್ಲ. ಆ ಸ್ಪಾನಿಷ್ ತರುಣ ನೀರಲ್ಲಿ ಮುಳುಗಿ ಸತ್ತಿರಬೇಕೆಂದೇ ಲೆಪಾ ನಂಬಿದ. ಆದರೆ ನಾನು ಮಾತ್ರ ಹಾಗೆ ತಿಳಿಯುವುದಿಲ್ಲ. ಬದಲಾಗಿ, ಶ್ರೀಮತಿ ಮೆರೆ ಅವಳ ಪ್ರಕರಣದಲ್ಲಿ ಅವನಿಗೇನೋ ಸಂಬಂಧ ವಿದ್ದಿರಬೇಕೆಂದು ನನ್ನ ಅಭಿಪ್ರಾಯ. ಯಾಕೆಂದರೆ ಎಬನಿ ಮರದಿಂದ ಮಾಡಿದ ಹಾಗೂ ಬೆಳ್ಳಿಯ ಸುಳುವುಗಳನ್ನು ಹೊಂದಿದ್ದ ಒಂದು ಶಿಲುಬೆಯ ಮೇಲೆ ತನ್ನ ಯಜಮಾನಿಗೆ ಬಹಳ ಗೌರವವಿತ್ತೆಂದೂ ಆದ್ದರಿಂದಲೇ ತಾನು ಸತ್ತಾಗ ಅದನ್ನು ತನ್ನೊಂದಿಗೆಯೆ ಆಕೆ ಹುಗಿಸಿಕೊಂಡಿದ್ದಾಳೆಂದೂ ನಮ್ಮ ರೋಸಾಲಿ ಹೇಳಿದುದನ್ನು ಕೇಳಿದಾಗ ಫೆರೆದಿಯಾ ಮತ್ತು ಶ್ರೀಮತಿ ಮೆರೆ ಅವರ ನಡುವೆ ಏನೋ ನಡೆದಿರಬೇಕೆಂದು ನನಗೆ ಅನಿಸಿತ್ತು. ಕಾರಣವಿಷ್ಟೆ; ಫೆರೆದಿಯಾ ನಮ್ಮಲ್ಲಿದ್ದಾಗ ಆತನ ಹತ್ತಿರ ಒಂದು ಎಬನಿ ಮತ್ತು ಬೆಳ್ಳಿಯ ಶಿಲುಬೆಯಿತ್ತು. ಆದರೆ ಸ್ವಲ್ಪ ದಿನಗಳ ಅನಂತರ ಅದು ಅವನಲ್ಲಿ ಕಂಡುಬರಲಿಲ್ಲ. ಇದನ್ನೆಲ್ಲ ಕೇಳಿದಾಗ ನಿಮಗನಿಸುವುದಿಲ್ಲವೆ, ನಾನು ಈ ಸ್ಪಾನಿಷ್ ತರುಣನ ಹದಿನೈದು ಸಾವಿರ ಫ್ರಾಂಕ್‌ಗಳನ್ನು ಇಟ್ಟುಕೊಳ್ಳಲು ಹೆದರಬೇಕಾಗಿಲ್ಲ. ಅವುಗಳ ಮೇಲೆ ನನ್ನ ಹಕ್ಕಿದೆ ಅಂತ?"

"ಖಂಡಿತವಾಗಿ ಇದೆ. ಆದರೆ ನೀನು ಇದರ ಬಗೆಗೆ ರೋಸಾಲಿಯನ್ನು ವಿಚಾರಿಸಿಲ್ಲವೆ?" ಎಂದು ನಾನು ಕೇಳಿದೆ.

"ಅವಳನ್ನು ಕೇಳಿದ್ದೇನೆ. ಆದರೆ ಅದರಿಂದ ಏನೂ ಉಪಯೋಗವಿಲ್ಲ. ಆ ಹುಡುಗಿ ಒಂದು ಗೋಡೆಯಂತೆ ಇದ್ದಾಳೆ. ಅವಳಿಗೆ ಅಲ್ಪ-ಸ್ವಲ್ಪ ವಿಷಯ ಗೊತ್ತಿದ್ದರೂ ಅವಳ ಬಾಯಿ ಬಿಡಿಸುವುದು ನಮಗೆ ಅಸಾಧ್ಯ."

ಇದಾದ ಮೇಲೆ ಇನ್ನೂ ಕೆಲವು ವಿಷಯಗಳನ್ನಾಡಿ ನನ್ನ ವಸತಿಗೃಹದ ಯಜಮಾನಿ ನನ್ನನ್ನು ನನ್ನ ಪಾಡಿಗೆ ಬಿಟ್ಟು ಹೊರಟಳು. ಆಗ ನನ್ನ ಮುಸುಕು ಮುಸುಕಾದ ವಿಚಾರಗಳಲ್ಲಿ ಮುಳುಗಿದ್ದೆ.ಒಂದು ತರಹದ ರಮ್ಯ ಕುತೂಹಲ ನನ್ನನ್ನು ಕಾಡತೊಡಗಿತು.ಅಲ್ಲದೆ ಒಂದು ದಾರ್ಮಿಕ ಭೀತಿ ನನ್ನನ್ನಾವರಿಸಿತು. ನಾವು ರಾತ್ರಿಯಲ್ಲಿ ಕತ್ತಲಿನಿಂದ ತುಂಬಿದ ಒಂದು ಇಗರ್ಜಿಯನ್ನು ಪ್ರವೇಶಿಸಿದಾಗ ಎತ್ತರವಾದ ಕಮಾನುಗಳ ಕೆಳಗೆ ಒಂದು ಮಸುಕಾದ ಬೆಳಕು ಮಿಂಚಿ ಅಸ್ಪಷ್ಟವಾದ ಆಕೃತಿಯೊಂದು ಅಲ್ಲಿ ಸುಳಿದಂತಾಗಿ, ನಿಲುವಂಗಿಯ ಪಟ ಪಟ ಸಪ್ಪಳ ಕೇಳಿದಂತಾಗಿ ಭಯದಿಂದ ನಮ್ಮ ಕೈಕಾಲುಗಳೆಲ್ಲ ಹೇಗೆ ತಣ್ಣಗಾಗುತ್ತಿವೆಯೋ ಹಾಗೆಯೇ ಈ ಧಾರ್ಮಿಕ ಭೀತಿ ನನ್ನನ್ನು ನಡುಗಿಸಿತು.

ಒಮ್ಮೆಲೆ ಈ 'ಭವ್ಯ ನಿಲಯ', ಅದರ ಸುತ್ತಲೆಲ್ಲ ಎತ್ತರವಾಗಿ ಬೆಳೆದ ಹುಲ್ಲು. ಅದರ ಸಲಾಕೆಗಳಿದ್ದ ಕಿಟಿಕಿಗಳು. ಅದರ ತುಕ್ಕು ಹಿಡಿದ ಕಬ್ಬಿಣದ ಕಟಕಟೆಗಳು, ಅದರ ಮುಚ್ಚಿದ ಬಾಗಿಲುಗಳು ಅದರ ನಿರ್ಜನ ಕೋಣೆಗಳೆಲ್ಲ ನನ್ನೆದುರಿಗೆ ಒಂದು ಅತ್ಯದ್ಭುತ ಭೂತದಂತೆ ಕಂಡವು. ಆ ನಿಗೂಢ ಸೌಧದ ಕರಾಳ ಕಥೆಯ ಗಂಟನ್ನು ಬಿಡಿಸಿ, ಮೂರು ವ್ಯಕ್ತಿಗಳು ಪ್ರಾಣ ನೀಗಿದ ಆ ರಹಸ್ಯ ನಾಟಕವನ್ನು ಬೆಳಕಿಗೆ ತರಬೇಕೆಂದು ನಾನು ನಿರ್ಧರಿಸಿದೆ. ನನ್ನ ದೃಷ್ಟಿಯಲ್ಲಿ ಇಡೀ ವೆಂಡೋಮಿನಲ್ಲಿಯೆ ರೋಸಾಲಿ ಅತ್ಯಂತ ಕುತೂಹಲದಾಯಕ ವ್ಯಕ್ತಿಯೆಂದು ಅನಿಸಿತು. ಅವಳ ವ್ಯಕ್ತಿತ್ವವನ್ನು ನಾನು ಅಭ್ಯಸಿಸಿದಾಗ, ಮೇಲುನೋಟಕ್ಕೆ ಅವಳ ತುಂಬಿಕೊಂಡ ಮುಖ ಆರೋಗ್ಯದಿಂದ ಹೊಳೆಯುತ್ತಿದ್ದರೂ ಅದರಲ್ಲಿ ಯಾವುದೋ ಒಂದು ರಹಸ್ಯವಾದ

ಚಿಂತೆ ಅಡಗಿತ್ತೆಂದು ನನಗೆ ತೋರಿತು. ಅತಿಶಯವಾಗಿ ದೇವರನ್ನು ಪ್ರಾರ್ಥಿಸುವ ಮತಾಂಧನ ಹಾಗೆ ಅಥವಾ ಕೂಸಿನ ಕೊನೆಯ ಅಳುವನ್ನು ಕೇಳಿದ ಶಿಶುಹತ್ಯಾಪಾತಕಿಯಂತೆ ರೋಸಾಲಿಯೂ ಕೂಡ ಯಾವುದೋ ಒಂದು ಪಾಪವನ್ನು ಮುಚ್ಚಿಟ್ಟುಕೊಂಡವಳ ಹಾಗೆ ಕಾಣಿಸುತ್ತಿದ್ದಳು. ಆದರೂ ಅವಳ ರೀತಿ ನೀತಿಗಳೆಲ್ಲ ಗಡುಸಾಗಿಯೂ ಸರಳವಾಗಿಯೂ ಇದ್ದವು. ಅವಳ ಕ್ಷುಲ್ಲಕ ನಗೆಯನ್ನು ನೋಡಿದಾಗಲಂತೂ ಅವಳೊಬ್ಬ ಅಪರಾಧಿ ಎಂಬುದು ಅನಿಸುತ್ತಲೇ ಇರಲಿಲ್ಲ. ಅವಳ ಸ್ಥೂಲವಾದ ಎದೆಯನ್ನು ಮುಚ್ಚಿದ ಲೈಲಾಕ್ ಮತ್ತು ನೀಲಿ ಬಣ್ಣದ ಅರಳೆ ಬಟ್ಟೆಯ ಗೌನಿಗೆ ಜೋಡಿಸಿದ ವಸ್ತ್ರವನ್ನು ನೋಡಿದ ಎಲ್ಲರೂ ಅವಳೊಬ್ಬ ಮುಗ್ಧ ಜೀವಿಯೆಂದು ಹೇಳುವಂತಿದ್ದಳು. ಈ 'ಭವ್ಯ ನಿಲಯ'ದ ಚರಿತ್ರೆಯನ್ನು ತಿಳಿದುಕೊಳ್ಳದೆ ವೆಂಡೋಮ್ ಪಟ್ಟಣವನ್ನು ಬಿಡಬಾರದೆಂದು ನಾನು ನಿರ್ಧರಿಸಿದೆ. ಈ ಉದ್ದೇಶಕ್ಕಾಗಿ ಅವಶ್ಯವೆನಿಸಿದರೆ ರೋಸಾಲಿಯೊಂದಿಗೆ ಗೆಳೆತನ ಬೆಳೆಸಬೇಕೆಂದೂ ತೀರ್ಮಾನಿಸಿದೆ.

ಒಂದು ದಿನ ಸಾಯಂಕಾಲ ನಾನೆಂದೆ, "ರೋಸಾಲಿ".

"ಏನ್ರೀ ?"

"ನಿನಗೆ ಮದುವೆಯಾಗಿಲ್ಲವೆ?"

ಅವಳು ಸ್ವಲ್ಪ ಗೊಂದಲಕ್ಕೀಡಾದಳು. ಬಳಿಕ ನಗುತ್ತ ಹೇಳಿದಳು:

"ಓ! ಅಂಥ ದುಃಖವನ್ನನುಭವಿಸಬೇಕು ಅನ್ನೋ ಹಂಬಲ ನನ್ನಲ್ಲಿ ಮೂಡಿದಾಗ ನನಗೆ ಬೇಕಾದಷ್ಟು ಗಂಡಸರು ಸಿಗ್ತಾರೆ."

ಅವಳು ಕೂಡಲೆ ತನ್ನ ಕದಡಿದ ಚಿತ್ತವನ್ನು ಸರಿಪಡಿಸಿಕೊಂಡಳು. ಯಾಕೆಂದರೆ ಯಜಮಾನಿಯಿಂದ ಹಿಡಿದು ಮನೆಯ ದಾಸಿಯವರೆಗೆ ಎಲ್ಲ ಹೆಣ್ಣುಮಕ್ಕಳು ಒಂದು ವಿಶಿಷ್ಟ ತರಹದ ಚಿತ್ತಶಾಂತಿಯನ್ನು ಹೊಂದಿರುತ್ತಾರೆ.

ನಾನು ಮಾತು ಮುಂದುವರಿಸಿದೆ:

"ನಿನ್ನ ರೂಪವನ್ನು ಮತ್ತು ನಡವಳಿಕೆಯನ್ನು ನೋಡಿದರೆ ನಿನಗೆ ಪ್ರಿಯತಮರಿಗೇನೂ ಕಡಿಮೆಯಿಲ್ಲ ಅನ್ನಿಸ್ತದೆ. ರೋಸಾಲಿ, ಶ್ರೀಮತಿ ಮೆರೆಯನ್ನು ಬಿಟ್ಟು ನೀನೇಕೆ ಈ ವಸತಿ ಗೃಹದಲ್ಲಿ ಕೆಲಸಕ್ಕೆ ಸೇರಿದೆ? ಅವಳು ನಿನ್ನ ಜೀವನೋಪಾಯಕ್ಕೆ ಏನೂ ಕೊಟ್ಟಿರಲಿಲ್ಲವೆ?"

"ಹಾಗೇನಿಲ್ಲ! ಆದರೆ ನಾನಿರುವ ಜಾಗ ಇಡೀ ವೆಂಡೋಮ್‌ನಲ್ಲಿಯೆ ಅತ್ಯುತ್ತಮವಾದದ್ದು."

ಅವಳು ಕೊಟ್ಟ ಉತ್ತರ ನ್ಯಾಯಾಧೀಶರು ಮತ್ತು ವಕೀಲರು ಹೇಳುವಂಥ 'ಜಾರಿಕೊಳ್ಳುವ' ಉತ್ತರವಾಗಿತ್ತು. ಈ ರಮ್ಯ ಚರಿತ್ರೆಯಲ್ಲಿ ರೋಸಾಲಿ ಚದುರಂಗದ ಮಣೆಯ ಮೇಲಿನ ಚೌಕುಖಾನೆಯಂತೆ ನನಗೆ ಕಾಣಿಸಿದಳು. ಅವಳು ನನ್ನ ಕುತೂಹಲದ ಮತ್ತು ಈ ರಹಸ್ಯಕ್ಕೆ ಸಂಬಂಧಿಸಿದ ಸತ್ಯದ ಕೇಂದ್ರ ಬಿಂದುವಿನಂತಿದ್ದಳು. ಅವಳು ಆ ಗಂಟಿನಲ್ಲಿ ಹಾಸುಹೊಕ್ಕಾಗಿದ್ದಳು. ಇಂಥ ರೋಸಾಲಿಯನ್ನು ಜಯಿಸುವುದು ಸಾಮಾನ್ಯವಾದ ಸಂಗತಿಯಾಗಿರಲಿಲ್ಲ. ಈ ಹುಡುಗಿ ಯಲ್ಲಿಯೇ ಕಾದಂಬರಿಯ ಕೊನೆಯ ಅಧ್ಯಾಯವಡಗಿತ್ತು. ಆದ್ದರಿಂದ ಈ ಕ್ಷಣದಿಂದ ರೋಸಾಲಿ ನನಗೆ ಆದರದ ವಸ್ತುವಾದಳು.

"ಶ್ರೀಮತಿ ಮೆರೆ ಅವಳ ಬಗೆಗೆ ನಿನಗೆ ಗೊತ್ತಿರೋದನ್ನೆಲ್ಲ ನನಗೆ ಹೇಳು" ಎಂದು ಒಂದು ದಿನ ಮುಂಜಾನೆ ನಾನು ರೋಸಾಲಿಯನ್ನು ಕೇಳಿದೆ.

"ಓ, ಹೊರೆಸ್ ಸಾಹೇಬರೆ ಅದೊಂದನ್ನು ಮಾತ್ರ ಕೇಳಬೇಡಿ" ಎಂದು ಆಕೆ ಭಯದಿಂದ ಹೇಳಿದಳು.

ಅವಳ ಮುದ್ದು ಮುಖ ಜೋತುಬಿದ್ದಿತು. ಅವಳ ಹೊಳೆಯುವ ಮುಖಕಾಂತಿ ಮಸುಕಾಯಿತು. ಅವಳ ಕಣ್ಣಿನಲ್ಲಿದ್ದ ಮುಗ್ಧ ಹೊಳಪು ಮಾಯವಾಯಿತು.

ಕೊನೆಗೆ ಅವಳು ಹೀಗೆಂದಳು:

"ಒಳ್ಳೆಯದು. ನೀವದನ್ನು ಕೇಳಲೇಬೇಕು ಅಂದರೆ ಹೇಳ್ತೇನೆ. ಕೇಳಿ. ಆದರೆ ಈ ರಹಸ್ಯವನ್ನು ಬೇರೆ ಯಾರಿಗೂ ತಿಳಿಸೋದಿಲ್ಲ ಅಂತ ವಚನಕೊಡಿ."

"ನೀನು ಹೇಳಿದ ಹಾಗೆಯೇ ಆಗಲಿ, ಹುಡುಗಿ. ಕಳ್ಳರು ಪರಸ್ಪರರ ರಹಸ್ಯವನ್ನು ಎಷ್ಟು ನಿಷ್ಠೆಯಿಂದ ಮುಚ್ಚಿಡ್ತಾರೆ ಅನ್ನೋದು ಎಲ್ಲರಿಗೂ ಗೊತ್ತು. ಅದಕ್ಕಿಂತ ಮಿಗಿಲಾದ ನಿಷ್ಠೆ ಈ ಜಗತ್ತಿನಲ್ಲಿ ಬೇರೊಂದಿಲ್ಲ. ನಾನೂ ಅಷ್ಟೇ ನಿಷ್ಠೆಯಿಂದ ನಿನ್ನ ರಹಸ್ಯವನ್ನು ಕಾಪಾಡ್ತೇನೆ."

ರೋಸಾಲಿಯ ಹರಕು ಮುರುಕು ಭಾಷೆಯನ್ನೇ ಪ್ರಾಮಾಣಿಕವಾಗಿ ಬರೆಯುತ್ತ ಹೋದರೆ ಅದಕ್ಕೆ ಒಂದು ಇಡೀ ಗ್ರಂಥವೂ ಸಾಲದು. ಆದ್ದರಿಂದ ಅದನ್ನು ನಾನು ಸಂಗ್ರಹಿಸಿ ಇಲ್ಲಿ ಕೊಡುತ್ತಿದ್ದೇನೆ:

"ಭವ್ಯ ನಿಲಯ'ದಲ್ಲಿ ಶ್ರೀಮತಿ ಮೆರೆ ವಾಸಿಸುತ್ತಿದ್ದ ಕೋಣೆ ಮನೆಯ ತಳಭಾಗದಲ್ಲೆ ಇತ್ತು. ಗೋಡೆಯಲ್ಲಿ ನಾಲ್ಕಡಿ ಆಳವಾಗಿ ಕೊರೆದ ಒಂದು ಗೂಡಿನಲ್ಲಿ ಆಕೆ ತನ್ನ ಅರಿವೆಗಳನ್ನೆಲ್ಲ ಇಡುತ್ತಿದ್ದಳು. ಈಗ ನಾನು ಹೇಳ ಹೊರಟಿರುವ ಮಹತ್ವದ ಘಟನೆ ನಡೆಯುವುದಕ್ಕಿಂತ ಮೂರು ತಿಂಗಳ ಹಿಂದೆ ಶ್ರೀಮತಿ ಮೆರೆ ತೀವ್ರ ಅನಾರೋಗ್ಯದಿಂದ ಬಳಲುತ್ತಿದ್ದ ಕಾರಣ ಅವಳ ಗಂಡ ಅವಳನ್ನು ಅದೇ ಕೋಣೆಯಲ್ಲಿ ಬಿಟ್ಟು ತಾನು ಮೊದಲಂತಸ್ತಿನಲ್ಲಿ ಇರುತ್ತಿದ್ದ. ಒಂದು ದಿನ ಆತ ಅನಿರೀಕ್ಷಿತವಾಗಿ ದಿನಕ್ಕಿಂತ ಎರಡು ತಾಸು ತಡವಾಗಿ ತನ್ನ ಕ್ಲಬ್ಬಿನಿಂದ ಮನೆಗೆ ಬಂದ. (ಅಲ್ಲಿ ದಿನಪತ್ರಿಕೆಗಳನ್ನೋದುವುದು ಮತ್ತು ಅಲ್ಲಿಯ ಜನರೊಂದಿಗೆ ರಾಜಕೀಯವನ್ನು ಚರ್ಚಿಸುವುದು ಅವನ ವಾಡಿಕೆಯಾಗಿತ್ತು). ಆತನ ಹೆಂಡತಿ ಆತ ಮನೆಯಲ್ಲಿಯೇ ಗಾಢವಾಗಿ ನಿದ್ರಿಸುತ್ತಿರಬಹುದೆಂದು ಊಹಿಸಿದ್ದಳು. ಆದರೆ ಅಂದು ಫ್ರಾನ್ಸಿನ ಮೇಲಣ ಆಕ್ರಮಣದ ಬಗೆಗೆ ಆತ ಸಾಕಷ್ಟು ಉತ್ಸಾಹದಿಂದ ಚರ್ಚಿಸಿದ್ದ. ಅದರಂತೆಯೇ ಬಿಲಿಯರ್ಡ್ಸ್ ಪಂದ್ಯವೂ ಆತನ ಮನಸ್ಸನ್ನು ಹಿಡಿದಿಟ್ಟಿತ್ತು. ಅಲ್ಲದೆ ಪಣದಲ್ಲಿ ಸೋತು ಆತ ನಲವತ್ತು ಫ್ರಾಂಕ್‌ಗಳನ್ನು ಕಳೆದುಕೊಂಡಿದ್ದ. ವೆಂಡೋಮಿನಲ್ಲಿ ನಲವತ್ತು ಫ್ರಾಂಕ್‌ಗಳನ್ನು ಕಳೆದುಕೊಂಡಿದ್ದ. ವೆಂಡೋಮಿನಲ್ಲಿ ನಲವತ್ತು ಫ್ರಾಂಕ್‌ಗಳೆಂದರೆ ಅತಿದೊಡ್ಡ ಮೊತ್ತವಾಗಿತ್ತು. ಅಲ್ಲಿದ್ದವರೆಲ್ಲ ಹಣವನ್ನು ಕೂಡಿಸಿಡುತ್ತಿದ್ದರೇ ಹೊರತು ಸಿಕ್ಕ ಸಿಕ್ಕ ಹಾಗೆ ಖರ್ಚು ಮಾಡುತ್ತಿರಲಿಲ್ಲ. ಅಲ್ಲಿ ಜನರು ತಮ್ಮ ಮಿತಿಯೊಳಗೆಯೆ ಖರ್ಚು ಮಾಡಿ ಪ್ಯಾರಿಸ್‌ನ ಯಾವ ನಿವಾಸಿಗೂ ಬೇಡವಾದ ನೈಜ ಸಂತೋಷವನ್ನು ಹೊಂದುತ್ತಿದ್ದರು. ಕಳೆದ ಕೆಲವು ಸಮಯದಿಂದ ಶ್ರೀಮಾನ್ ಮೆರೆ ತನ್ನ ಹೆಂಡತಿ ನಿದ್ರೆ ಮಾಡುತ್ತಿದ್ದಾಳೆಯೆ ಎಂದು ಕ್ಲಬ್ಬಿನಿಂದ ಮರಳಿದಾಗ ರೋಸಾಲಿಯನ್ನು ಕೇಳುತ್ತಿದ್ದ. ಆಕೆ ಹೌದೆಂದು ಹೇಳುತ್ತಿದ್ದಳು. ಅದನ್ನು ಕೇಳಿ ಆತ ಸಮಾಧಾನದಿಂದ ತನ್ನ ಕೋಣೆಗೆ ಹೋಗುತ್ತಿದ್ದ. ಆದರೆ ಇಂದು ಮನೆಗೆ ಬಂದ ಕೂಡಲೆ ತನ್ನ ಸಮಾಧಾನಕ್ಕಾಗಿ ಅವತ್ತು ತನಗಾದ ಕಹಿ ಅನುಭವವನ್ನು ತನ್ನ ಹೆಂಡತಿಗೆ ಹೇಳಬೇಕೆಂಬ ವಿಚಾರ ಅವನ ತಲೆಯಲ್ಲಿ ಬಂದಿತು. ಮಧ್ಯಾಹ್ನದ ಊಟದ ಹೊತ್ತಿಗೆ ಶ್ರೀಮತಿ ಮೆರೆ ಅತ್ಯಂತ ವಯ್ಯಾರದ ಉಡುಪು ಧರಿಸಿದ್ದಳು. ಅನಾರೋಗ್ಯದಿಂದ ಚೇತರಿಸಿಕೊಂಡ ತನ್ನ ಹೆಂಡತಿ ಹಿಂದಿಗಿಂತ ಹೆಚ್ಚು ಸುಂದರವಾಗಿ ಕಾಣಿಸುತ್ತಾಳೆ ಎಂದು ಆತನಿಗೆ ಕ್ಲಬ್ಬಿಗೆ ಹೋಗುವಾಗ ಅನಿಸಿತ್ತು. ಎಲ್ಲ ಗಂಡಂದಿರಂತೆ ಆತನೂ ಇದನ್ನು ಬಹಳ ಸಾವಕಾಶವಾಗಿ ಶೋಧಿಸಿದ್ದ. ಈ ದಿನ ಕ್ಲಬ್ಬಿನಿಂದ

ಹಿಂತಿರುಗಿದಾಗ ಅಡಿಗೆಯವ ಮತ್ತು ಗಾಡಿಯವನು ಬ್ರಿಸ್ಕ್ ಆಟ ಆಡುತ್ತಿದ್ದುದನ್ನು ನೋಡುತ್ತ ರೋಸಾಲಿ ನಿಂತಿದ್ದಳು. ಆದ್ದರಿಂದ ಆಕೆಯನ್ನು ಕರೆಯದೆ ಶ್ರೀಮಾನ್ ಮೆರೆ ಒಂದು ಕಂದೀಲನ್ನು ತೆಗೆದುಕೊಂಡು ಅದನ್ನು ಮಹಡಿಯ ಮೊದಲನೆಯ ಮೆಟ್ಟಲಿನ ಮೇಲಿಟ್ಟು ಅದರ ಬೆಳಕಿನಲ್ಲಿಯೇ ತನ್ನ ಹೆಂಡತಿಯ ಕೋಣೆಗೆ ಹೋದ. ಆತನ ಹೆಜ್ಜೆಗಳ ಸದ್ದು ಆವಾರದಲ್ಲಿ ಪ್ರತಿಧ್ವನಿಸುತ್ತಿತ್ತು. ಆತ ಹೆಂಡತಿಯ ಕೋಣೆಯ ಬಾಗಿಲಿನ ಹಿಡಿಕೆಯನ್ನು ತಿರುಗಿಸುವಷ್ಟರಲ್ಲಿ ನಾನು ಈಗಾಗಲೆ ಹೇಳಿದ ಗೂಡಿನ ಬಾಗಿಲು ಮುಚ್ಚಿದ ಸದ್ದು ಕೇಳಿಸಿದಂತೆ ಅವನಿಗೆ ಅನಿಸಿತು. ಆದರೆ ಆತ ಕೋಣೆಯೊಳಗೆ ಪ್ರವೇಶಿಸಿದಾಗ ಶ್ರೀಮತಿ ಮೆರೆ ಒಬ್ಬಳೆ ಅಗ್ಗಿಷ್ಟಿಕೆಯ ಎದುರಿಗೆ ಕುಳಿತಿದ್ದಳು. ಆ ಗೂಡಿನಲ್ಲಿ ರೋಸಾಲಿಯೆ ಅವಿತು ಕುಳಿತಿರಬೇಕೆಂದು ಆತ ನಿಷ್ಕಪಟತನದಿಂದ ಭಾವಿಸಿದ. ಆದರೂ ಮನಸ್ಸಿನಲ್ಲಿ ಒಂದು ತರಹದ ಸಂಶಯವಿದ್ದುದರಿಂದ ಆತ ಬಹು ಎಚ್ಚರವಾಗಿದ್ದ. ಆತ ಹೆಂಡತಿಯ ಕಣ್ಣಲ್ಲಿ ಕಣ್ಣಿಟ್ಟು ನೋಡಿದ. ಅವುಗಳಲ್ಲಿ ಯಾವ ತರಹದ ಅಭಿವ್ಯಕ್ತಿಯನ್ನು ಕಂಡನೋ ಆತನೆ ಬಲ್ಲ.

"ನೀವು ಇಷ್ಟೇಕೆ ತಡವಾಗಿ ಬಂದಿರಿ?" ಎಂದು ಅವಳು ಕೇಳಿದಳು. ಅವಳ ಮಂಜುಳವಾದ ಧ್ವನಿ ಬದಲಾಗಿದ್ದಂತೆ ಆತನಿಗೆ ತೋರಿತು.

ಅದೇ ವೇಳೆಗೆ ರೋಸಾಲಿ ಪ್ರವೇಶಿಸಿದ್ದರಿಂದ ಶ್ರೀಯುತ ಮೆರೆ ಉತ್ತರಿಸಲಿಲ್ಲ. ಅದು ಆತನಿಗೆ ವಜ್ರಾಘಾತದಂತಿತ್ತು. ಕೈಕಟ್ಟಿಕೊಂಡು ಆತ ಕಿಟಕಿಯಿಂದ ಕಿಟಕಿಗೆ ಯಾಂತ್ರಿಕವಾಗಿ ಅಡ್ಡಾಡತೊಡಗಿದ.

ರೋಸಾಲಿ ಆತನ ಮೇಲ್ವಸ್ತ್ರಗಳನ್ನು ಕಳಚುತ್ತಿದ್ದಾಗ ಆತನ ಹೆಂಡತಿ ಅಳುಕಿನಿಂದ "ಏನಾದರೂ ಕೆಟ್ಟ ಸುದ್ದಿಯನ್ನು ಕೇಳಿದ್ದೀರೊ ಅಥವಾ ಮೈಗೆ ಹುಷಾರಿಲ್ಲವೊ? ಏನಾಗಿದೆ?" ಎಂದು ಪ್ರಶ್ನಿಸಿದಳು.

ಆತ ಮೌನವಾಗಿಯೇ ಇದ್ದ.

ಶ್ರೀಮತಿ ಮೆರೆ ಸೇವಕಿಗೆ ಹೇಳಿದಳು: "ನೀನಿನ್ನು ಹೋಗು. ನನ್ನ ತಲೆಗೂದಲನ್ನು ಗುಂಗುರು ಕಾಗದದಲ್ಲಿ ನಾನೇ ಕಟ್ಟಿಕೊಳ್ತೇನೆ."

ಗಂಡನ ಮುಖದ ಮೇಲಿನ ಅಭಿವ್ಯಕ್ತಿಯನ್ನು ನೋಡಿ ಏನೋ ತೊಂದರೆಯುಂಟಾಗಬಹುದೆಂದು ತಿಳಿದು ಆಕೆ ಆತನೊಂದಿಗೆ ತಾನೊಬ್ಬಳೆ ಉಳಿಯಬಯಸಿದ್ದಳು. ರೋಸಾಲಿ ಹೋದಾಗ, ಅಥವ ಹೋಗಿದ್ದಾಳೆಂದು ತಿಳಿದುಕೊಂಡಾಗ (ಯಾಕೆಂದರೆ ಆಕೆ ಕೋಣೆಯ ಹೊರಗಿನ ಮೊಗಸಾಲೆಯಲ್ಲಿ ಕೆಲವು ನಿಮಿಷ ನಿಂತಿದ್ದಳು) ಶ್ರೀಯುತ ಮೆರೆ ಹೆಂಡತಿಯ ಎದುರಿಗೆ ಬಂದು ನಿಂತು "ನಿನ್ನ ಬಟ್ಟೆ ಗೂಡಿನೊಳಗೆ ಯಾರೊ ಒಬ್ಬರು ಕೂತಿದ್ದಾರೆ" ಎಂದು ನಿಷ್ಠುರವಾಗಿ ನುಡಿದ.

ಅವಳು ಶಾಂತವಾಗಿ ಆತನ ಕಡೆ ನೋಡಿ "ಯಾರೂ ಇಲ್ಲ" ಎಂದು ಉತ್ತರಿಸಿದಳು.

ಈ ಉತ್ತರ ಆತನ ಹೃದಯವನ್ನು ಭೇದಿಸಿತು. ಆತ ಅದನ್ನು ನಂಬಲಿಲ್ಲ. ಆದರೂ ಆತನಿಗೆ ತನ್ನ ಹೆಂಡತಿ ಅಷ್ಟು ಪರಿಶುದ್ಧಳೂ ಪಾವನಳೂ ಆಗಿ ಎಂದೂ ಕಂಡಿರಲಿಲ್ಲ. ಆತ ಗೂಡಿನ ಬಾಗಿಲನ್ನು ತೆರೆಯುವುದಕ್ಕಾಗಿ ಎದ್ದು ನಿಂತ. ಆದರೆ ಶ್ರೀಮತಿ ಮೆರೆ ಆತನ ಕೈಹಿಡಿದು ವಿಷಣ್ಣ ಭಾವದಿಂದ ಆತನನ್ನೆ ದಿಟ್ಟಿಸುತ್ತ ತನ್ನಂತರಂಗದ ಉದ್ವೇಗವನ್ನು ಹೊರಗೆಡಹುವ ಧ್ವನಿಯಲ್ಲಿ ಹೇಳಿದಳು:

"ಒಂದು ವೇಳೆ ಅದರಲ್ಲಿ ಯಾರೂ ಇರದಿದ್ದರೆ, ನನ್ನ ನಿನ್ನ ಸಂಬಂಧ ಇಲ್ಲಿಗೆ ಹರಿದು ಹೋದಂತೆಯೇ ತಿಳಿ."

ತನ್ನ ಹೆಂಡತಿಯ ಅಸಾಮಾನ್ಯವಾದ ಗಾಂಭೀರ್ಯವನ್ನು ನೋಡಿ ಶ್ರೀಯುತ ಮೆರೆಗೆ ಆಕೆಯ ಮೇಲಿದ್ದ ಗೌರವ ಮರುಕಳಿಸಿತು. ಒಂದು ಮಹತ್ವದ ನಿರ್ಧಾರವನ್ನು ಕೈಗೊಳ್ಳುವಂತೆ ಅದು ಆತನನ್ನು ಪ್ರೇರೇಪಿಸಿತು. ವಿಶಾಲವಾದ ರಂಗಭೂಮಿಯೊಂದು ದೊರೆತಿದ್ದರೆ ಆ ನಿರ್ಧಾರ ಅಮರವಾಗುತ್ತಿತ್ತು.

ಆತನೆಂದ: "ಇಲ್ಲ, ಜೋಸೆಫಿನ್, ನಾನಲ್ಲಿ ಹೋಗೋದಿಲ್ಲ. ನಾನಲ್ಲಿ ಹೋದರೂ ಒಂದೆ, ಹೋಗದಿದ್ದರೂ ಒಂದೆ-ಅದು ನಮ್ಮನ್ನು ಕೊನೆಯ ತನಕ ಅಗಲಿಸೋದು ಖಂಡಿತ. ಇಲ್ಲಿ ಕೇಳು, ನಿನ್ನ ಹೃದಯ ಎಷ್ಟು ನಿರ್ಮಲವಾಗಿದೆ ಅಂತ ನನಗೆ ಗೊತ್ತಿದೆ. ಅಲ್ಲದೆ ನಿನ್ನ ಜೀವನ ಎಷ್ಟು ಪವಿತ್ರವಾಗಿದೆ ಅನ್ನೋದೂ ನನಗೆ ಗೊತ್ತು. ನಿನ್ನ ಜೀವವನ್ನುಳಿಸಿಕೊಳ್ಳುವುದರ ಸಲುವಾಗಿ ಸಹ ನೀನು ಘೋರವಾದ ಯಾವ ಪಾಪವನ್ನೂ ಮಾಡಲಾರೆ ಅಂತ ನನಗೆ ಗೊತ್ತಿದೆ."

ಈ ಮಾತುಗಳನ್ನು ಕೇಳಿ ಅವಳು ನಿಸ್ತೇಜವಾದ ಕಣ್ಣುಗಳಿಂದ ಆತನನ್ನೆ ದಿಟ್ಟಿಸಿದಳು. ಅವನು ಮತ್ತೂ ಅಂದ:

"ಇಗೊ, ತೆಗೆದುಕೊ ಈ ಶಿಲುಬೆಯನ್ನು. ಈ ಗೂಡಿನಲ್ಲಿ ಯಾರೂ ಇಲ್ಲ ಅಂತ ನನ್ನೆದುರಿನಲ್ಲಿ ದೇವರಾಣೆ ಮಾಡು. ನಿನ್ನ ಮಾತನು ನಂಬುತ್ತೇನೆ. ಆ ಗೂಡಿನ ಬಾಗಿಲನ್ನು ನಾನೆಂದೂ ತೆರೆಯೋದಿಲ್ಲ."

ಶ್ರೀಮತಿ ಮೆರೆ ಶಿಲುಬೆಯನ್ನು ತೆಗೆದುಕೊಂಡು ನುಡಿದಳು:

"ನಾನು ಹಾಗೆ ಆಣೆ ಮಾಡ್ತೇನೆ."

"ಇನ್ನೂ ಗಟ್ಟಿಯಾಗಿ, 'ಈ ಗೂಡಿನೊಳಗೆ ಯಾರೂ ಇಲ್ಲ ಅಂತ ದೇವರಾಣೆ ಮಾಡಿ ಹೇಳ್ತೇನೆ' ಅಂತ ಮತ್ತೊಮ್ಮೆ ನುಡಿ."

ಅವಳು ಆ ವಾಕ್ಯವನ್ನು ಶಾಂತವಾಗಿ ಪುನರುಚ್ಚರಿಸಿದಳು.

'ಅಷ್ಟಾದರೆ ಸಾಕು' ಶ್ರೀಯುತ ಮೆರೆ ಶುಷ್ಕವಾಗಿ ಹೇಳಿದ.

ಒಂದು ಕ್ಷಣ ಮೌನ.

ಅನಂತರ ಎಬನಿ ಮರದ ಶಿಲುಬೆಯ ಮೇಲಿದ್ದ ಬೆಳ್ಳಿಯ ಒಳಗೆಲಸವನ್ನೂ ಅದರ ನುಣುಪಾದ ಕೆತ್ತನೆಯನ್ನು ಪರೀಕ್ಷಿಸುತ್ತ ಅವನೆಂದ:

'ಇಂಥ ಸುಂದರವಾದ ಆಟಿಗೆಯನ್ನು ನಾನು ಈ ಮೊದಲು ನೋಡಿರಲಿಲ್ಲ."

"ಹೋದ ವರುಷ ವೆಂಡೋಮಿನಲ್ಲಿ ಹಾಯ್ದು ಹೋಗುತ್ತಿದ್ದ ಕೆಲವು ಕೈದಿಗಳ ಪೈಕಿ ಒಬ್ಬ ಸ್ಪಾನಿಷ್ ಸಾಧುವಿನ ಕಡೆಯಿಂದ ದುವಿವಿಯೆರ್ ಇದನ್ನು ಕೊಂಡಿದ್ದನಂತೆ. ನಾನು ಇದನ್ನು ಅವನ ಅಂಗಡಿಯಿಂದ ತಂದೆ."

"ಆಹಾ!" ಎಂದು ಶ್ರೀಯುತ ಮೆರೆ ಶಿಲುಬೆಯನ್ನು ಮೊಳೆಯ ಮೇಲಿರಿಸಿ ಗಂಟೆ ಬಾರಿಸಿದ. ರೋಸಾಲಿ ಆತನನ್ನು ಬಹಳ ಹೊತ್ತು ಕಾಯುವಂತೆ ಮಾಡಲಿಲ್ಲ. ಆತ ಲಗುಬಗೆಯಾಗಿ ಅವಳ ಬಳಿ ಹೋಗಿ ಉದ್ಯಾನದ ಕಡೆಯ ಕಿಟಕಿಯ ಹತ್ತಿರ ಕರೆದೊಯ್ದು ಅವಳ ಕಿವಿಯಲ್ಲಿ ಪಿಸುಗುಟ್ಟಿದ:

"ಇಲ್ಲಿ ನೋಡು, ಗೊರೆನ್‌ಫ್ಲೊ ನಿನ್ನನ್ನು ಮದುವೆಯಾಗಬಯಸಿದ್ದಾನೆ ಅನ್ನೋದು ನನಗೆ ಗೊತ್ತು. ಅವನ ಬಡತನವೊಂದೆ ಈಗ ಅದಕ್ಕೆ ಅಡ್ಡ ಬಂದಿದೆ. ಸ್ವತಂತ್ರ ಗಾರೆ ಕೆಲಸಗಾರನಾಗಿ ವೃತ್ತಿಜೀವನ ನಡೆಸೋದಕ್ಕೆ ತಕ್ಕಷ್ಟು ಅನುಕೂಲ ಅವನಿಗೆ ಒದಗಿದಾಗ ನೀನು

ಆತನನ್ನು ಮದುವೆಯಾಗ್ತೇನೆ ಅಂತ ಹೇಳಿದ್ದಿ. ಈಗ ಹೋಗಿ ಆತನನ್ನು ಕರೆದುಕೊಂಡು ಬಾ. ಅವನ ತ್ಯಾಪಿ ಮತ್ತಿತರ ಸಲಕರಣೆಗಳನ್ನು ತೆಗೆದುಕೊಂಡು ಬರಹೇಳು. ಆತನನ್ನು ಒಬ್ಬನನ್ನೇ ಎಬ್ಬಿಸಿಕೊಂಡು ಬಾ. ಆತನ ಮನೆಯಲ್ಲಿ ಮತ್ತಾರಿಗೂ ಎಚ್ಚರವಾಗದಂತೆ ಎಚ್ಚರ ವಹಿಸು. ಅವನಿಗೆ ದೊರೆಯೋ ಪ್ರತಿಫಲ ನಿನ್ನ ನಿರೀಕ್ಷೆಗಳಿಗಿಂತ ಜಾಸ್ತಿಯಾಗ್ತದೆ. ಎಲ್ಲಕ್ಕಿಂತ ಮುಖ್ಯವಾಗಿ ಯಾರೊಂದಿಗೂ ಏನೂ ಹೇಳದೆ ಇಲ್ಲಿಂದ ಹೊರಟು ಹೋಗು. ಇಲ್ಲದಿದ್ದರೆ..." ಆತ ಹುಬ್ಬು ಗಂಟಿಕ್ಕಿದ. ರೋಸಾಲಿ ಹೋಗಿಬಿಟ್ಟಳು. ಆತ ಅವಳನ್ನು ಮತ್ತೆ ಕರೆದು, "ಈ ಕೀಲಿ ಕೈಯನ್ನು ತೆಗೆದುಕೊ" ಎಂದ.

ಅನಂತರ ಮೊಗಸಾಲೆಯಲ್ಲಿ ನಿಂತು ಶ್ರೀಯುತ ಮೆರೆ "ಜೀನ್" ಎಂದು ಗುಡುಗಿದ. ಆತನ ಆಪ್ತ ಸೇವಕನೂ ಗಾಡಿ ಹೊಡೆಯುವವನೂ ಆದ ಜೀನ್ ಇಸ್ಪೀಟ್ ಆಟ ಆಡುವುದನ್ನು ನಿಲ್ಲಿಸಿ ಆತನೆಡೆಗೆ ಬಂದ.

ಆತನಿಗೆ ಹತ್ತಿರ ಬರಲು ಕೈಸನ್ನೆ ಮಾಡುತ್ತ ಯಜಮಾನ ಉಳಿದ ಸೇವಕರಿಗೆ "ನೀವೆಲ್ಲ ಮಲಗಿಕೊಳ್ಳಿ" ಎಂದು ಆಜ್ಞಾಪಿಸಿದ. ಅನಂತರ "ಅವರೆಲ್ಲ ಮಲಗಿ ನಿದ್ರೆ ಮಾಡಿದ ಮೇಲೆ ತಿಳಿತಾ? ನಿದ್ರೆ ಮಾಡಿದ ಮೇಲೆ ನನಗೆ ಬಂದು ಹೇಳು." ಅಂತ ಮೆಲುದನಿಯಲ್ಲಿ ಅವನಿಗೆ ತಿಳಿಸಿದ. ಹೀಗೆಲ್ಲ ಸೇವಕರಿಗೆ ಆಜ್ಞಾಪಿಸುವಾಗಲೂ ಶ್ರೀಯುತ ಮೆರೆ ತನ್ನ ಹೆಂಡತಿಯ ಮೇಲೆ ಕಣ್ಣಿಟ್ಟಿದ್ದ. ಈಗ ಆತ ಅಗ್ಗಿಷ್ಟಿಕೆಯ ಹತ್ತಿರ ಆಕೆ ಕುಳಿತಲ್ಲಿ ಬಂದು ಬಿಲಿಯರ್ಡ್ಸ್ ಆಟದ ಬಗೆಗೂ, ಕ್ಲಬ್ಬಿನ ಸಮಾಚಾರದ ಬಗೆಗೂ ವಿವರಿಸತೊಡಗಿದ. ರೋಸಾಲಿ ಮರಳಿ ಬಂದಾಗ ಶ್ರೀಯುತ ಮೆರೆ ಮತ್ತು ಆತನ ಹೆಂಡತಿ ಇಬ್ಬರೂ ಸಂತೋಷದಿಂದ ಸಂಭಾಷಿಸುತ್ತಿದ್ದುದು ಕಾಣಿಸಿತು.

ಶ್ರೀಯುತ ಮೆರೆ ಮೊನ್ನೆ ಮೊನ್ನೆ ಕೆಳಗಿನ ಅಂತಸ್ತಿನಲ್ಲಿದ್ದ ಸತ್ಕಾರ ಕೋಣೆಗಳ ಒಳಮಾಡುಗಳನ್ನೆಲ್ಲ ದುರಸ್ತಿ ಮಾಡಿಸಿದ್ದ. ವೆಂಡೋಮಿನಲ್ಲಿ ಪ್ಲಾಸ್ಟರ್ ಆಫ್ ಪ್ಯಾರಿಸ್ ಸಿಗುವುದು ಬಹಳ ಕಷ್ಟ. ಸಾರಿಗೆ ವೆಚ್ಚವೆಲ್ಲ ಸೇರಿ ಅದರ ಬೆಲೆ ವಿಪರೀತವಾಗಿ ಏರಿಬಿಡುತ್ತದೆ. ಆದುದರಿಂದ ಶ್ರೀಯುತ ಮೆರೆ ಸಾಕಷ್ಟು ಪ್ಲಾಸ್ಟರ್ ಆಫ್ ಪ್ಯಾರಿಸನ್ನು ಕೊಂಡಿಟ್ಟಿದ್ದ. ಯಾಕೆಂದರೆ ಅದು ಹೆಚ್ಚಾಗಿ ಉಳಿದರೆ ಬೇಕಾದಷ್ಟು ಜನ ಅದನ್ನು ಕೊಳ್ಳಲು ಸಿದ್ಧರಿದ್ದರೆಂಬುದು ಆತನಿಗೆ ಗೊತ್ತಿತ್ತು. ತಾನೀಗ ಕಾರ್ಯಗತಗೊಳಿಸಲಿದ್ದ ಯೋಜನೆಗೆ ಈ ಸಂಗತಿ ಅವನನ್ನು ಪ್ರೇರಿಸಿತ್ತು.

"ಗೊರೆನ್‌ಫ್ಲೊ ಬಂದಿದ್ದಾನೆ ನೋಡಿ," ಎಂದು ರೋಸಾಲಿ ಮೆಲುದನಿಯಲ್ಲಿ ಹೇಳಿದಳು.

"ಅವನನ್ನು ಒಳಗೆ ಕಳಿಸು" ಶ್ರೀಯುತ ಮೆರೆ ಗಟ್ಟಿಯಾಗಿ ಹೇಳಿದ.

ಆ ಗಾರೆ ಕೆಲಸದವನನ್ನು ನೋಡಿದಾಗ ಶ್ರೀಮತಿ ಮೆರೆ ಸಪ್ಪಗಾಗಿಬಿಟ್ಟಳು. ಅವಳ ಗಂಡ ಅವನೊಡನೆ ಹೇಳಿದ:

"ಗೊರೆನ್‌ಫ್ಲೊ. ನೀನು ಹೋಗಿ ಗಾಡಿಯ ಮನೆಯಿಂದ ಇಟ್ಟಿಗೆಗಳನ್ನು ತೆಗೆದುಕೊಂಡು ಬಾ. ಈ ಗೂಡನ್ನು ಮುಚ್ಚೋದಕ್ಕೆ ಬೇಕಾಗುವಷ್ಟು ತೆಗೆದುಕೊಂಡು ಬಾ. ಬಳಿಕ ನಮ್ಮ ಹತ್ತಿರವಿದ್ದ ಪ್ಲಾಸ್ಟರನ್ನು ಅದರ ಮೇಲೆ ಮೆತ್ತಿ ಬಿಡು."

ಆಮೇಲೆ ಗಾರೆ ಕೆಲಸದವನನ್ನೂ ರೋಸಾಲಿಯನ್ನೂ ಬದಿಗೆ ಕರೆದು ಆತ ಮೆಲುದನಿಯಲ್ಲಿ ನುಡಿದ: "ಗೊರೆನ್‌ಫ್ಲೊ, ಇಂದು ರಾತ್ರಿ ನೀನಿಲ್ಲಿಯೆ ಮಲಗಿಕೊ. ನಾಳೆ ಮುಂಜಾನೆ ನಾನು ಹೇಳಿದ ಪರದೇಶಕ್ಕೆ ಹೋಗಲು ನಿನಗೆ ಪಾಸ್‌ಪೋರ್ಟ್ ದೊರಕ್ತದೆ. ಪ್ರವಾಸದ ವೆಚ್ಚಕ್ಕಾಗಿ ನಾನು ನಿನಗೆ ಆರು ಸಾವಿರ ಫ್ರಾಂಕ್‌ಗಳನ್ನು ಕೊಡ್ತೇನೆ. ನೀನು ಆ ಊರಿನಲ್ಲಿ ಹತ್ತು

ವರ್ಷಗಳವರೆಗೆ ಇದ್ದು ಬಿಡು. ಒಂದು ವೇಳೆ ನಿನಗೆ ಆ ಊರು ಸೇರದಿದ್ದರೆ, ಅದೇ ದೇಶದ ಮತ್ತೊಂದು ಊರಿನಲ್ಲಿ ವಾಸವಾಗಿರು. ನೀನು ಪ್ಯಾರಿಸ್ ನಗರದಲ್ಲಿ ನನಗಾಗಿ ಕಾಯ್ದು ಮುಂದೆ ಹೋಗು. ನಾನು ಹೇಳಿದ ಶರತ್ತುಗಳನ್ನು ಒಪ್ಪಿಕೊಂಡರೆ ನೀನು ಬಂದ ಮೇಲೆ ನಿನಗೆ ಮತ್ತೆ ಆರು ಸಾವಿರ ಫ್ರಾಂಕ್‌ಗಳು ದೊರಕುವ ಹಾಗೆ ನಾನು ಕರಾರು ಪತ್ರಗಳನ್ನು ಮಾಡಿಡ್ತೇನೆ. ಇಷ್ಟೆಲ್ಲ ಹಣ ನಿನಗೆ ಕೊಡೋದಕ್ಕೆ ಕಾರಣವೇನು ಗೊತ್ತೆ? ಅದೇನು ಅಂದರೆ ಇಂದು ರಾತ್ರಿ ನೀನು ಮಾಡೋ ಕೆಲಸದ ಬಗೆಗೆ ಯಾರಿಗೂ ಪಿಟಕ್ಕೆನ್ನದೆ ಬಾಯಿ ಮುಚ್ಚಿಕೊಂಡಿರ್ಬೇಕು. ರೋಸಾಲಿ, ನೀನು ಒಂದು ವೇಳೆ ಗೊರೆನ್‌ಫ್ಲೊನನ್ನೆ ಮಾಡಿಕೊಂಡರೆ ನಿನ್ನ ಮದುವೆಯ ದಿನ ನಿನಗೆ ಹತ್ತು ಸಾವಿರ ಫ್ರಾಂಕ್‌ಗಳನ್ನು ಕೊಡ್ತೇನೆ. ಆದರೆ ಈತನನ್ನು ನೀನು ಮಾಡಿಕೊಳ್ಳುವ ಮನಸ್ಸಿದ್ದರೆ ನೀವಿಬ್ರೂ ಬಾಯಿ ಮುಚ್ಚಿಕೊಂಡಿರ್ಬೇಕು; ಇಲ್ಲದಿದ್ದರೆ – ವರದಕ್ಷಿಣೆ ಸಿಗೋದಿಲ್ಲ."

'ರೋಸಾಲಿ ನನ್ನ ಕೂದಲನ್ನು ಸರಿಪಡಿಸು' ಶ್ರೀಮತಿ ಮೆರೆ ಹೇಳಿದಳು.

ಅವಳ ಗಂಡ ಬಾಗಿಲನ್ನೂ, ಗಾರೆ ಕೆಲಸದವನನ್ನೂ ತನ್ನ ಹೆಂಡತಿಯನ್ನೂ ನೋಡುತ್ತ ಶಾಂತವಾಗಿ, ಅವಮಾನಕರವಾದ ಯಾವ ಸಂಶಯಗಳನ್ನೂ ತೋರ್ಪಡಿಸದೆ, ಅತ್ತಿಂದಿತ್ತ, ಇತ್ತಿಂದತ್ತ ಅಡ್ಡಾಡತೊಡಗಿದ. ಗಾರೆ ಕೆಲಸದವ ಇಟ್ಟಿಗೆಗಳನ್ನು ಇಳಿಸುವಾಗ ಆತ ಕೋಣೆಯ ಇನ್ನೊಂದು ಬದಿಗೆ ಹೋಗಿದ್ದ. ಅದೇ ಸುಸಂಧಿಯನ್ನುಪಯೋಗಿಸಿಕೊಂಡು ಶ್ರೀಮತಿ ಮೆರೆ ರೋಸಾಲಿಗೆ ಹೇಳಿದಳು;

"ರೋಸಾಲಿ ಈ ಗೋಡೆಯನ್ನು ಕಟ್ಟುವಾಗ ಬುಡದಲ್ಲಿ ಒಂದು ಸಣ್ಣ ಕಿಂಡಿಯನ್ನು ಬಿಡುವಂತೆ ನೀನು ಗೊರೆನ್‌ಫ್ಲೊಗೆ ಹೇಳಿದರೆ ನಿನಗೆ ವರುಷಕ್ಕೆ ಒಂದು ಸಾವಿರ ಫ್ರಾಂಕ್ ಕೊಡ್ತೇನೆ."

ಆಮೇಲೆ ಧ್ವನಿ ಏರಿಸಿ, ಆದರೆ ಶಾಂತವಾಗಿ ಅವಳೆಂದಳು:

"ಹೋಗು ಅವನಿಗೆ ಸಹಾಯ ಮಾಡು!"

ಗೊರೆನ್‌ಫ್ಲೊ ಗೂಡಿನ ಬಾಗಿಲುದ್ದ ಇಟ್ಟಿಗೆಗಳನ್ನಿರಿಸಿ ಗೋಡೆ ಕಟ್ಟುವವರೆಗೆ ಶ್ರೀಮಾನ್ ಮತ್ತು ಶ್ರೀಮತಿ ಮೆರೆ ಇಬ್ಬರೂ ಮೌನವಾಗಿದ್ದರು. ಹೆಂಡತಿಗೆ ಎರಡೆರಡರ್ಥದ ಮಾತುಗಳನ್ನಾಡುವ ನೆವ ಸಿಗದಿರಲೆಂದು ಗಂಡ ಹೀಗೆ ಮೌನ ತಾಳಿದ್ದ. ಅದರಂತೆಯೆ ಹೆಂಡತಿ ಮೌನವಾಗಿದ್ದುದಕ್ಕೆ ಅವಳ ಅಭಿಮಾನ ಅಥವಾ ಜಾಣತನ ಕಾರಣವಾಗಿತ್ತು. ಗೋಡೆ ಅರ್ಧಮಟ್ಟಕ್ಕೆ ಏರಿದಾಗ ಶ್ರೀಯುತ ಮೆರೆ ಅದರ ಕಡೆ ಒಂದು ಕ್ಷಣ ಬೆನ್ನು ತಿರುಗಿಸಿದ್ದ. ಆ ಧೂರ್ತ ಕೆಲಸಗಾರ ಅದೇ ಸುಸಂಧಿಯೆಂದು ತಿಳಿದು ತನ್ನ ತ್ಯಾಪಿಯಿಂದ ಗೂಡಿನ ಬಾಗಿಲಿನ ಗಾಜುಗಳ ಪೈಕಿ ಒಂದನ್ನು ಒಡೆದ. ಇದನ್ನು ನೋಡಿದಾಗ ತಾನು ಹೇಳಿದುದನ್ನು ರೋಸಾಲಿ ಗೊರೆನ್‌ಫ್ಲೊನಿಗೆ ತಿಳಿಸಿದ್ದಳೆಂಬುದು ಶ್ರೀಮತಿ ಮೆರೆಗೆ ಖಚಿತವಾಯಿತು.

ಆ ಮೂವರಿಗೆಲ್ಲ ವ್ಯಕ್ತಿಯೊಬ್ಬನ ಮುಖವೊಂದು ಕಾಣಿಸಿತು. ಕಪ್ಪು ಕೂದಲಿನಿಂದ ಆವೃತವಾಗಿದ್ದ ಆ ಮುಖ ಕಪ್ಪಾಗಿಯೂ ಚಿಂತಾಕ್ರಾಂತವಾಗಿಯೂ ಇತ್ತು. ಅದರೊಳಗಿನ ಕಣ್ಣುಗಳು ಬೆಂಕಿಯಂತೆ ಉರಿಯುತ್ತಿದ್ದುವು. ತನ್ನ ಗಂಡನ ದೃಷ್ಟಿ ಗೂಡಿನತ್ತ ಪುನಃ ಹೊರಳುವುದರೊಳಗೆ ಆಕೆ ಆ ವ್ಯಕ್ತಿಯ ಕಡೆ 'ಆಶೆ'ಯನ್ನು ಸೂಚಿಸುವ ಕೈಸನ್ನೆ ಮಾಡಿದಳು.

ಅದು ಸೆಪ್ಟೆಂಬರ್ ತಿಂಗಳಾಗಿದ್ದುದರಿಂದ ಬೆಳಗಿನ ನಾಲ್ಕು ಗಂಟೆಯ ಹೊತ್ತಿಗೆ ಗೋಡೆ ಕಟ್ಟುವ ಕೆಲಸ ಮುಗಿಯಿತು. ಗಾರೆ ಕೆಲಸದವನನ್ನು ಜೀನನ ಸಂಗಡ ಕಳಿಸಲಾಯಿತು. ಶ್ರೀಯುತ ಮೆರೆ ಹೆಂಡತಿಯ ಕೋಣೆಯಲ್ಲಿಯೇ ಮಲಗಿದ.

ಮರುದಿನ ಮುಂಜಾನೆ ಎದ್ದ ನಂತರ ಆತ ನಿರ್ಲಕ್ಷ್ಯದಿಂದ ಹೇಳಿದ:

"ಅಯ್ಯೋ! ಪಾಸ್‌ಪೋರ್ಟಿನ ಸಲುವಾಗಿ ನಾನು ಪೌರ ಕಚೇರಿಗೆ ಹೋಗ್ಬೇಕು."

ಹೀಗೆಂದು ಆತ ಹ್ಯಾಟನ್ನು ತಲೆಯ ಮೇಲಿಟ್ಟುಕೊಂಡು ಬಾಗಿಲ ಕಡೆಗೆ ಮೂರು ಹೆಜ್ಜೆ ನಡೆದು, ಬಳಿಕ ತನ್ನ ಮನಸ್ಸನ್ನು ಬದಲಿಸಿ ಶಿಲುಬೆಯನ್ನು ತೆಗೆದುಕೊಂಡ.

ಆತನ ಹೆಂಡತಿ ಸಂತೋಷದಿಂದ ಪುಳಕಿತಳಾದಳು. "ಆತ ದುವಿವಿಯರ್ ಹತ್ತಿರ ಹೋಗ್ತಾನೆ." ಎಂದುಕೊಂಡಳು. ಅನಂತರ ಗಂಡ ಮನೆಯನ್ನು ಬಿಟ್ಟ ಕೂಡಲೆ ಶ್ರೀಮತಿ ಮೆರೆ ಗಂಟೆ ಬಾರಿಸಿ ರೋಸಾಲಿಯನ್ನು ಕರೆದು ನಡಗುವ ಧ್ವನಿಯಲ್ಲಿ ಹೇಳಿದಳು:

"ತ್ಯಾಪಿ, ತ್ಯಾಪಿ! ಮತ್ತೆ ಬೇಗ ಕೆಲಸ ಶುರು ಮಾಡ್ಬೇಕು! ಗೊರೆನ್‌ಫ್ಲೊ ಅದನ್ನು ಹೇಗೆ ಮಾಡಿದ ಅಂತ ನನಗೆ ಗೊತ್ತು. ಒಂದು ತೂತು ಕೊರೆದು ಆಮೇಲೆ ಅದನ್ನು ಹಿಂದಿನಂತೆ ಸರಿಪಡಿಸೋದಕ್ಕೆ ನಮಗೆ ಸಮಯವಿದೆ."

ಕಣ್ಣು ಮುಚ್ಚಿ ಕಣ್ಣು ತೆಗೆಯುವುದರೊಳಗೆ ರೋಸಾಲಿ ಒಂದು ತರಹದ ಗುದ್ದಲಿಯನ್ನು ತಂದು ಯಜಮಾನಿಗೆ ಕೊಟ್ಟಳು. ಆಕೆ ಅದನ್ನು ತೆಗೆದುಕೊಂಡು ಹಿಂದೆಂದೂ ತೋರದಂಥ ಶಕ್ತಿಯಿಂದ ಗೋಡೆಯನ್ನು ಅಗೆಯತೊಡಗಿದಳು. ಅವಳು ಅನೇಕ ಇಟ್ಟಿಗೆಗಳನ್ನು ಸಡಿಲಿಸಿ ತೆಗೆದಿದ್ದಳು. ಗುದ್ದಲಿಯಿಂದ ಇನ್ನೊಂದು ಕೊನೆಯ ಏಟು ಕೊಡಬೇಕೆನ್ನುವಷ್ಟರಲ್ಲಿ ಶ್ರೀಯುತ ಮೆರೆ ತನ್ನ ಹಿಂದೆಯೆ ಬಂದು ನಿಂತಿದ್ದುದು ಅವಳ ಗಮನಕ್ಕೆ ಬಂದಿತು. ಕೂಡಲೇ ಆಕೆ ಮೂರ್ಛೆ ಬಂದು ಬಿದ್ದಳು.

"ಅವಳನ್ನು ಹಾಸುಗೆಯ ಮೇಲೆ ಮಲಗಿಸಿರಿ" ಎಂದು ಶ್ರೀಯುತ ಮೆರೆ ಶಾಂತವಾಗಿ ಹೇಳಿದ. ತಾನಿಲ್ಲದಾಗ ಏನು ನಡೆಯಬಹುದೆಂಬುದನ್ನು ಊಹಿಸಿ ಆತ ತನ್ನ ಹೆಂಡತಿಯನ್ನು ಹಿಡಿಯುವ ಸಲುವಾಗಿ ಈ ಬಲೆಯನ್ನು ಬೀಸಿದ್ದ. ಆತ ನಗರಾಧ್ಯಕ್ಷನಿಗೆ ಕಾಗದವೊಂದನ್ನು ಮಾತ್ರ ಬರೆದು, ದುವಿವಿಯರ್‌ಗೆ ಇತ್ತ ಬರುವಂತೆ ಹೇಳಿಕಳುಹಿಸಿದ್ದ. ಕೋಣೆಯನ್ನು ಪುನಃ ಸುವ್ಯವಸ್ಥಿತಗೊಳಿಸುವ ವೇಳೆಗೆ ಸರಿಯಾಗಿ ಆ ರತ್ನ ವ್ಯಾಪಾರಿ ಬಂದ. ಶ್ರೀಯುತ ಮೆರೆ ಅವನೊಂದಿಗೆ ಕೇಳಿದ:

"ದುವಿವಿಯರ್, ನೀವು ಈ ಊರಿನ ಮೇಲೆ ಹಾಯ್ದು ಹೋದ ಸ್ಪಾನಿಯರ್ಡರಿಂದ ಶಿಲುಬೆಗಳನ್ನು ಯಾವಾಗಲಾದರೂ ಕೊಂಡಿದ್ದಿರಾ?"

"ನಾನು ಕೊಂಡಿಲ್ಲವಲ್ಲ."

"ಹೀಗೊ, ಹಾಗಿದ್ದರೆ ಸರಿ ನಮಸ್ಕಾರ" ಎಂದು ತನ್ನ ಹೆಂಡತಿಯ ಕಡೆ ಹುಲಿಯ ಹಾಗೆ ನೋಡುತ್ತ ಆತ ಮತ್ತೆ ಹೇಳಿದ:

"ಜೀನ್ ಆಕೆಯ ಕೋಣೆಯಲ್ಲಿಯೆ ನನಗೂ ಊಟದ ವ್ಯವಸ್ಥೆ ಮಾಡು. ಯಾಕೆಂದರೆ ಅವಳಿಗೆ ಮೈಯಲ್ಲಿ ಹುಷಾರಿಲ್ಲ. ಆದ್ದರಿಂದ ಅವಳಿಗೆ ಆರಾಮವಾಗುವವರೆಗೆ ನಾನವಳನ್ನು ಬಿಟ್ಟು ಎಲ್ಲಿಯೂ ಹೋಗೋದಿಲ್ಲ."

ಹೀಗೆ ಆ ಕ್ರೂರ ಪಾಳೆಯಗಾರ ಇಪ್ಪತ್ತು ದಿನಗಳವರೆಗೆ ತನ್ನ ಹೆಂಡಿತಿಯೊಡನೆಯ ಉಳಿದ. ಮೊದಮೊದಲು ಗೋಡೆ ಕಟ್ಟಿದ ಗೂಡಿನಿಂದ ಧ್ವನಿ ಕೇಳಿಸಿದಾಗ, ಸಾಯುತ್ತಿರುವ ಆ ಅಪರಿಚಿತ ವ್ಯಕ್ತಿಯ ಬಗೆಗೆ ಅನುಕಂಪ ತೋರಿಸೆಂದು ಜೋಸೆಫಿನ್ ಗಂಡನನ್ನು ಕೇಳಿದಾಗ, ಆಕೆ ಮುಂದೆ ಏನೂ ಮಾತಾಡದಂತೆ ಆತ ಉತ್ತರಿಸುತ್ತಿದ್ದ:

"ಗೂಡಿನೊಳಗೆ ಯಾರೂ ಇಲ್ಲ ಅಂತ ನೀನು ಶಿಲುಬೆಯನ್ನು ಮುಟ್ಟಿ ಆಣೆ ಮಾಡಿದ್ದಿಯಲ್ಲ!"

ಜೀನೊ ಮತ್ತು ಕೋಲೀ

ತನ್ನ ಕಾಲೇಜಿಗೆ ಮತ್ತು ಖನಿಜ ಜಲದ ಚಿಲುಮೆಗೆ ಜಗತ್ಪ್ರಸಿದ್ಧವಾದ ಆವರ್ನ್ ಪ್ರದೇಶದ ಇಸ್ವಾರ್ ಹಳ್ಳಿಯಲ್ಲಿ ವಾಸವಾಗಿರುವ ಜೀನೋ ಮತ್ತು ಕೋಲೀ ಇವರಿಬ್ಬರನ್ನೂ ಅನೇಕ ಜನರು ನೋಡಿದ್ದಾರೆ. ಜೀನೊ ಒಬ್ಬ ಸುಪ್ರಸಿದ್ಧ ಹೇಸರಗತ್ತೆ ಸವಾರನ ಮಗನಾಗಿದ್ದ. ಕೋಲೀ ತನ್ನ ನೆರೆಹೊರೆಯಲ್ಲಿದ್ದ ಒಬ್ಬ ಪ್ರಾಮಾಣಿಕ ಕೂಲಿಕಾರನ ಸಹಾಯದಿಂದ ತನ್ನ ಉಪಜೀವನ ನಡೆಸುತ್ತಿದ್ದ. ಆ ಕೂಲಿಕಾರ ನಾಲ್ಕು ಹೇಸರಗತ್ತೆಗಳನ್ನು ಉಪಯೋಗಿಸಿ ಹೊಲಗಳನ್ನು ಉಳುತ್ತಿದ್ದ. ಆದರೆ ಆತ ವ್ಯಕ್ತಿ ಶುಲ್ಕ, ಸೈನ್ಯ ಸುಂಕ, ರಾಜ್ಯ ಸುಂಕ, ಅಬ್ಕಾರಿಸುಂಕ ಪೌಂಡಿಗೊಂದು ಶಿಲಿಂಗಿನ ಶುಲ್ಕ, ತಲೆಗಂದಾಯ, ಇಪ್ಪತ್ತರಲ್ಲಿ ಒಂದು ಅಂಶದ ಸುಂಕ, ಅಬ್ಕಾರಿಸುಂಕ ಪೌಂಡಿಗೊಂದು ಶಿಲ್ಲಿಂಗಿನ ಶುಲ್ಕ ತಲೆಗಂದಾಯ, ಇಪ್ಪತ್ತರಲ್ಲೊಂದು ಅಂಶದ ಸುಂಕ ಮುಂತಾದ ರಕಮುಗಳನ್ನು ಕೊಟ್ಟು, ಕೊಟ್ಟು ವರುಷದ ಕೊನೆಗೆ ಬಡವನಾಗಿಯೇ ಉಳಿಯುತ್ತಿದ್ದ.

ಆವರ್ನ್ ಪ್ರದೇಶದವರಾಗಿದ್ದರೂ ಜೀನೊ ಮತ್ತು ಕೋಲೀ ಇಬ್ಬರು ಕೂಡ ಸುಂದರ ಹುಡುಗರಾಗಿದ್ದರು. ಅವರಿಬ್ಬರೂ ಪರಸ್ಪರ ಪ್ರೀತಿಸುತ್ತಿದ್ದರಲ್ಲದೆ ಅನೇಕ ಖಾಸಗಿ ವಿಷಯಗಳನ್ನು ತಮ್ಮ ತಮ್ಮಲ್ಲಿ ಮಾತಾಡಿಕೊಳ್ಳುತ್ತಿದ್ದರು. ಅಗಲಿದ ಗೆಳೆಯರಿಬ್ಬರು ದೊಡ್ಡವರಾದ ಮೇಲೆ ಜಗತ್ತಿನಲ್ಲೆಲ್ಲಾದರೂ ಭೇಟಿಯಾದಾಗ ಸಂತೋಷದಿಂದ ನೆನೆಸಿಕೊಳ್ಳುವಂಥ ಅಂತರಂಗದ ವಿಷಯಗಳನ್ನೆಲ್ಲ ಅವರಿಬ್ಬರೂ ವಿನಿಮಯ ಮಾಡಿಕೊಳ್ಳುತ್ತಿದ್ದರು.

ಅವರಿಬ್ಬರ ಶಿಕ್ಷಣ ಸಮಯ ಕೊನೆಗಾಣುವುದರಲ್ಲಿತ್ತು. ಆಗ ಸಿಂಪಿಯೊಬ್ಬ ಪ್ರಥಮ ದರ್ಜೆಯ ಒಂದು ಲಿಯೋನ್ಸ್‌ವೆಸ್ಟ್ ಕೋಟನ್ನೂ ಮತ್ತು ಮೂರು ಬಣ್ಣದ ಮಕಮಲ್ಲಿನ ಕೋಟನ್ನೂ ಜೀನೊನಿಗೆ ತಂದುಕೊಟ್ಟ. ಅದರೊಂದಿಗೆ ಶ್ರೀ ಜಿನೊತಿಯರ್ ಅವರಿಗೆ ಎಂದು ನಿರ್ದೇಶಿಸಲಾಗಿದ್ದ ಒಂದು ಪತ್ರವೂ ಇತ್ತು. ಆ ಕೋಟನ್ನು ನೋಡಿ ಕೋಲೀ ಹೊಟ್ಟೆಕಿಚ್ಚು ಪಡದೆ ಅದನ್ನು ಬಹಳ ಮೆಚ್ಚಿಕೊಂಡ. ಆದರೆ ಜೀನೊ ಕೂಡಲೆ ತಾನು ಕೋಲಿಗಿಂತ ಶ್ರೇಷ್ಠನೆಂಬಂತೆ ವರ್ತಿಸತೊಡಗಿದ. ಅದರಿಂದ

ಕೋಲೀಯ ಮನಸ್ಸಿಗೆ ಬಹಳ ಖೇದವಾಯಿತು.

ಆ ಕ್ಷಣದಿಂದ ಜೀನೊ ತನ್ನ ಶಿಕ್ಷಣಕ್ಕೆ ಪೂರ್ಣ ವಿರಾಮ ಕೊಟ್ಟ. ಕನ್ನಡಿಯಲ್ಲಿ ತನ್ನ ಸೌಂದರ್ಯವನ್ನು ನೋಡಿ ಸವಿಯುತ್ತ ಇಡೀ ಜಗತ್ತನ್ನೇ ಮರೆತುಬಿಟ್ಟ. ಸ್ವಲ್ಪವೇ ಸಮಯದಲ್ಲಿ ಒಬ್ಬ ಖಾಸಾ ಸೇವಕ ಗಡಿಬಿಡಿಯಿಂದ ಅವನಿಗೆ ಇನ್ನೊಂದು ಪತ್ರವನ್ನು ತಂದುಕೊಟ್ಟ. ಅದರ ಮೇಲೆ 'ಶ್ರೀ ಮಾರ್ಕೇಜ್ ದ ಲಾ ಜಿನೊತಿಯರ್ ಅವರಿಗೆ' ಎಂದು ನಿರ್ದೇಶಿಸಲಾಗಿತ್ತು. ಅದರಲ್ಲಿ ಅವನ ತಂದೆ ಆತನಿಗೆ ನೇರವಾಗಿ ಪ್ಯಾರಿಸಿಗೆ ಬರಬೇಕೆಂದು ಆದೇಶಿಸಿದ್ದ. ಜೀನೊ ಕೂಡಲೆ ಕುದುರೆ ಗಾಡಿಯನ್ನೇರಿ ಕೋಲೀಯ ಕೈಕುಲುಕಿ, ಅವನಿಗೆ ತಾನು ಸಹಾಯ ನೀಡಬಲ್ಲೆನೆಂಬ ಸೂಚನೆಯ ಗಂಭೀರ ನಗೆ ಬೀರಿ ಪ್ರಯಾಣ ಬೆಳೆಸಿದ. ಕೋಲೀ ತನ್ನ ಅಲ್ಪತನಕ್ಕೆ ನಾಚಿಕೊಂಡು ಕಣ್ಣೀರು ಸುರಿಸಿದ. ಜೀನೊ ವೈಭವದಿಂದ ಆತನನ್ನು ಅಗಲಿಹೋದ.

ಬೋಧನೆ ಮತ್ತು ಮನರಂಜನೆಗಳೆರಡನ್ನೂ ನಿರೀಕ್ಷಿಸುವ ಓದುಗರು ಇಲ್ಲಿ ತಿಳಿದಿರಬೇಕಾದ ಅಂಶವೇನೆಂದರೆ ಹಿರಿಯ ಜೀನೊ ತನ್ನ ವ್ಯಾಪಾರದಲ್ಲಿ ಅತಿ ಶೀಘ್ರವಾಗಿ ಬಹಳಷ್ಟು ಹಣವನ್ನು ಸಂಪಾದಿಸಿದ್ದ. ಮನುಷ್ಯ ಹೇಗೆ ಭಾಗ್ಯವನ್ನು ಗಳಿಸುತ್ತಾನೆಂದು ಕೇಳುತ್ತೀರಾ? ಅದು ಹೇಗೆಂದರೆ ಆತ ಸೌಭಾಗ್ಯವಂತನಾಗಿರುವ ಕಾರಣ. ಶ್ರೀಯುತ ಜೀನೊ ನೋಡಲಿಕ್ಕೆ ಬಹಳ ಸುಂದರನಾಗಿದ್ದ. ಆತನ ಹೆಂಡತಿ ಸಹ ಇನ್ನೂ ತನ್ನ ಯೌವನದ ಕಾಂತಿಯನ್ನು ಉಳಿಸಿಕೊಂಡಿದ್ದಳು. ಅವರಿಬ್ಬರೂ ಯಾವುದೋ ಒಂದು ಮೊಕದ್ದಮೆಯನ್ನು ಬಗೆಹರಿಸಿಕೊಳ್ಳುವುದಕ್ಕಾಗಿ ಪ್ಯಾರಿಸಿಗೆ ಬಂದಿದ್ದರು. ಆ ಮೊಕದ್ದಮೆ ಅವರನ್ನು ಸಂಪೂರ್ಣವಾಗಿ ನಾಶಮಾಡಿಬಿಟ್ಟಿತು. ಅನಂತರ ತನಗೆ ಬೇಕು ಬೇಕಾದಾಗ ಮನುಷ್ಯನನ್ನು ಎತ್ತಿ ಹಿಡಿಯುವ ಇಲ್ಲವೆ ನೆಲಕ್ಕೆ ತುಳಿಯುವ ಅದೃಷ್ಟದಾಟಕ್ಕೆ ಅನುಗುಣವಾಗಿ ಅವರಿಗೆ ಒಬ್ಬ ಸೈನಿಕ ಚಿಕಿತ್ಸಾಲಯದ ಗುತ್ತಿಗೆದಾರನ ಪರಿಚಯವಾಯಿತು. ಅಸಾಮಾನ್ಯ ಪ್ರತಿಭೆಯುಳ್ಳ ಆತ ಹತ್ತು ವರುಷಗಳಲ್ಲಿ ಒಂದು ಫಿರಂಗಿ ಕೊಂದುದಕ್ಕಿಂತ ಹೆಚ್ಚು ಸೈನಿಕರನ್ನು ತಾನೊಬ್ಬನೆ ಕೊಂದಿದ್ದೇನೆಂದು ಬಡಾಯಿ ಕೊಚ್ಚಿಕೊಳ್ಳಬಹುದಿತ್ತು.

ಜೀನೊನನ್ನು ಆ ಗುತ್ತಿಗೆದಾರನ ಹೆಂಡತಿ ಮೆಚ್ಚಿಕೊಂಡಳು. ಅದರಂತೆಯೆ ಜೀನೊನ ಹೆಂಡತಿಯನ್ನು ಆ ಗುತ್ತಿಗೆದಾರ ಮೆಚ್ಚಿಕೊಂಡ. ಹೀಗಾಗಿ ಜೀನೊ ಬೇಗನೆ ತನ್ನ ಯಜಮಾನನ ವ್ಯವಹಾರದಲ್ಲಿ ಪಾಲುಗಾರನಾದ. ಆಮೇಲೆ ಬೇರೆ ವ್ಯವಹಾರಗಳನ್ನು ಮಾಡತೊಡಗಿದ. ಮನುಷ್ಯನೊಬ್ಬ ಪ್ರವಾಹವನ್ನು ಸೇರಿದ ಬಳಿಕ ತನ್ನ ನಾವೆಯನ್ನು ಅದರಷ್ಟಕ್ಕೆ ಬಿಟ್ಟುಬಿಡುವುದೊಂದೇ ಅವನು ಮಾಡಬೇಕಾದ ಕೆಲಸ. ಅಂದರೆ ಆತ ಯಾವ ತೊಂದರೆಯಿಲ್ಲದೆ ಧನವಂತನಾಗುತ್ತಾನೆ. ಆತ ಹೀಗೆ ತನ್ನ ನಾವೆಯ ಮೇಲೆ ಭರದಿಂದ ಯಾನ ಮಾಡುತ್ತಿರುವಾಗ ದಂಡೆಯ ಮೇಲಿನ ಜನ ಆತನನ್ನು ಕಣ್ಣು ತೆರೆದು ನೋಡಿ ಆಶ್ಚರ್ಯಪಡುತ್ತಾರೆ. ಆತ ಇಷ್ಟೊಂದು ಧನವಂತ ಹೇಗಾದನೆಂದು ಊಹಿಸಲಾರಂಭಿಸುತ್ತಾರೆ. ಆತನ ಏಳ್ಗೆಯನ್ನು ನೋಡಿ ಹೊಟ್ಟೆ ಕಿಚ್ಚು ಪಡುತ್ತಾರೆ. ಆತನ ವಿರುದ್ಧ ಕರಪತ್ರಗಳನ್ನು ಬರೆದು ಹಂಚುತ್ತಾರೆ. ಆದರೆ ಆತ ಅವುಗಳನ್ನೆಂದೂ ಓದುವುದಿಲ್ಲ. ತಂದೆಯಾದ ಜೀನೋನಿಗೂ ಇದೇ ಪರಿಸ್ಥಿತಿ ಬಂದೊದಗಿತ್ತು. ಜೀನೊ ಹೋಗಿ ಜಿನೊತಿಯರ್‌ನಾಗಿ ಆರು ತಿಂಗಳೊಳಗೆ ಆತ ಮಾರ್ಕೇಜ್ ಪದವಿಯೊಂದನ್ನು ಕೊಂಡುಕೊಂಡ ಅನಂತರ ಪ್ಯಾರಿಸಿನ ಸೊಗಸುಗಾರರ ಪ್ರಪಂಚಕ್ಕೆ ಪ್ರವೇಶ ಮಾಡಿಸುವ ಸಲುವಾಗಿ ತನ್ನ ಮಗನನ್ನು ಶಾಲೆಯಿಂದ ಬಿಡಿಸಿದ.

ಕೋಲೀ ತನ್ನ ಬಾಲ್ಯ ಸ್ನೇಹಿತನನ್ನು "ಅಭಿನಂದಿಸುವುದಕ್ಕಾಗಿ ಒಂದೆರಡು ಸಾಲು"ಗಳನ್ನು ಬರೆದ ಒಂದು ಪತ್ರವನ್ನು ಜೀನೊನಿಗೆ ಪ್ರೀತಿಯಿಂದ ಕಳುಹಿಸಿದ. ಇದಕ್ಕೆ ಕಿರಿಯ ಮಾರ್ಕೇಜ್

ಯಾವ ಉತ್ತರವನ್ನೂ ಬರೆಯಲಿಲ್ಲ. ಹೀಗಾಗಿ ಕೋಲೀಗೆ ವಿಪರೀತವಾದ ನೋವು ಉಂಟಾಯಿತು.

ಇತ್ತ ಆ ಕಿರಿಯ ಮಾರ್ಕೇಜನ ತಂದೆ ತಾಯಿ ಆತನಿಗೆ ಪಾಠ ಕಲಿಸಿಕೊಡುವುದಕ್ಕಾಗಿ ಶಿಕ್ಷಕನೊಬ್ಬನನ್ನು ನಿಯಮಿಸಿದರು. ಆ ಶಿಕ್ಷಕ ಸೊಗಸುಗಾರನಾಗಿದ್ದರೂ ಯಾವ ವಿದ್ಯೆಯನ್ನೂ ಬಲ್ಲವನಾಗಿರದಿದ್ದುದರಿಂದ ತನ್ನ ಶಿಷ್ಯನಿಗೆ ಏನನ್ನೂ ಕಲಿಸಲಾರದವನಾಗಿದ್ದ. ತನ್ನ ಮಗ ಲ್ಯಾಟಿನ್ ಭಾಷೆಯನ್ನು ಕಲಿಯಬೇಕೆಂದು ತಂದೆ ಹೇಳಿದ. ಆದರೆ ತಾಯಿ ಅದನ್ನು ಕಲಿಯಬಾರದೆಂದು ಹೇಳಿದಳು. ಆದ್ದರಿಂದ ಅವರಿಬ್ಬರೂ ಅನೇಕ ಮನೋರಂಜಕ ಕೃತಿಗಳನ್ನು ರಚಿಸಿದ ಸುಪ್ರಸಿದ್ಧ ಸಾಹಿತಿಯೊಬ್ಬನನ್ನು ನ್ಯಾಯ ನಿರ್ಣಯ ಮಾಡಲೆಂದು ಕರೆಯಿಸಿದರು. ಆತನನ್ನು ಭೋಜನ ಕೂಟಕ್ಕೆ ಆಮಂತ್ರಿಸಿದರು. ಆಗ ಮನೆಯ ಯಜಮಾನ ಆ ಸಾಹಿತಿಯನ್ನು ಉದ್ದೇಶಿಸಿ ಕೇಳಿದ:

"ಸ್ವಾಮಿ, ನೀವು ಆಸ್ಥಾನಿಕರೂ ಲ್ಯಾಟಿನ್ ಭಾಷೆಯನ್ನು ಬಲ್ಲರೂ ಆಗಿರೋದ್ರಿಂದ..."

ಅದಕ್ಕೆ ಆ ಚತುರ ಸಾಹಿತಿ ಕೂಡಲೆ ಉತ್ತರಿಸಿದ:

"ನನಗೆ ಲ್ಯಾಟಿನ್ ಬರ್ತಿದೆ ಅಂತೀರಾ? ಒಂದು ಶಬ್ದವೂ ಬರೋದಿಲ್ಲ. ನನಗೆ ಲ್ಯಾಟಿನ್ ಬರೆದಿರೋದೆ ನನಗೆ ಒಂದು ಸಂತೋಷ. ಯಾವುದೇ ಒಬ್ಬ ಮನುಷ್ಯ ತನ್ನ ಮಾತೃಭಾಷೆ ಮತ್ತು ಪರದೇಶದ ಭಾಷೆಗಳ ನಡುವೆ ತನ್ನ ವೇಳೆಯನ್ನು ವಿಭಾಗಿಸದಿದ್ದಾಗ ತನ್ನ ಮಾತೃಭಾಷೆಯಲ್ಲಿ ಆತ ಹೆಚ್ಚು ಸರಾಗವಾಗಿ ಮಾತನಾಡಬಲ್ಲ. ನಮ್ಮ ಹೆಣ್ಣು ಮಕ್ಕಳನ್ನು ನೋಡಿ, ಗಂಡಸರಿಗಿಂತ ಅವರ ಮಾತುಗಾರಿಕೆ ಎಷ್ಟು ಸೊಗಸಾಗಿರ್ತದೆ! ಅವರು ಪತ್ರಗಳನ್ನು ಗಂಡಸರಿಗಿಂತ ನೂರು ಪಟ್ಟು ಚೈತನ್ಯಪೂರ್ಣವಾಗಿ ಬರೀತಾರಲ್ವೆ? ಸ್ತ್ರೀಯರ ಈ ಶ್ರೇಷ್ಠತೆಗೆ ಕಾರಣವೇನು ಗೊತ್ತೆ? ಲ್ಯಾಟಿನ್ ಭಾಷೆಯ ಬಗೆಗಿರುವ ಅವರ ಅಜ್ಞಾನ."

ಇದನ್ನು ಕೇಳಿ ತಾಯಿ ಹೇಳಿದಳು:

"ನೋಡಿ ನಾನು ಹೇಳಿದ್ದು ಸರಿಯಲ್ಲವೆ? ನನ್ನ ಮಗ ಒಳ್ಳೆಯ ವಾಕ್ಚತುರನಾಗ್ಬೇಕು ಅಂತ ನನ್ನ ಆಶೆ. ಆತ ಜಗತ್ತಿನಲ್ಲಿ ಹೆಸರು ಸಂಪಾದಿಸ್ಬೇಕು. ಆದರೆ ಲ್ಯಾಟಿನ್ ಭಾಷೆ ಕಲಿತರೆ ಆತ ಇದನ್ನೆಲ್ಲ ಕಳೆದುಕೊಂಡು ಬಿಡ್ತಾನೆ. ಯಾರಾದರೂ ನಾಟಕಗಳನ್ನಾಗಲಿ ಸಂಗೀತ ರೂಪಕಗಳನ್ನಾಗಲಿ ಲ್ಯಾಟಿನ್ ಭಾಷೆಯಲ್ಲಿ ಆಡ್ತಾರೆಯೆ? ನ್ಯಾಯಾಲಯಗಳಲ್ಲಿ ಯಾರಾದರೂ ಲ್ಯಾಟಿನ್ ಭಾಷೆಯಲ್ಲಿ ವಾದಿಸ್ತಾರೆಯೆ? ಯಾರಾದರೂ ಲ್ಯಾಟಿನ್ ಭಾಷೆಯಲ್ಲಿ ಪ್ರಣಯ ಸಂಭಾಷಣೆ ನಡೆಸ್ತಾರೆಯೇ?"

ಈ ತರ್ಕವನ್ನೆಲ್ಲ ಕೇಳಿ ಆ ಯುವಕನ ತಂದೆ ಗೊಂದಲಕ್ಕೀಡಾದ. ಕೊನೆಗೆ ತನ್ನ ಮಗ ವ್ಯರ್ಥವಾಗಿ ಸಿಸಿರೊ, ಹೊರೇಸ್ ಮತ್ತು ವರ್ಜಿಲ್‌ರಂಥ ಸಾಹಿತಿಗಳನ್ನು ಅಭ್ಯಸಿಸಿ ಸಮಯವನ್ನು ಕಳೆಯಬಾರದೆಂದು ನಿರ್ಣಯಿಸಿದ. ಹಾಗಿದ್ದರೆ ಆತ ಲ್ಯಾಟಿನ್ ಭಾಷೆಯ ಬದಲು ಮತ್ತೇನನ್ನು ಕಲಿಯಬೇಕು? ಏನನ್ನಾದರೂ ಕಲಿಯಲೇಬೇಕಲ್ಲವೆ? ಹಾಗಿದ್ದರೆ ಆತನಿಗೆ ಸ್ವಲ್ಪ ಭೂಗೋಲವನ್ನಾದರೂ ಯಾಕೆ ತೋರಿಸಬಾರದು?

ಇದಕ್ಕೆ ಹುಡುಗನ ಶಿಕ್ಷಕ ಉತ್ತರಿಸಿದ:

"ನಿಮ್ಮ ತರುಣ ಮಗ ತನ್ನ ಜಹಗೀರುಗಳಿಗೆ ಹೋದಾಗ ಆತನ ಗಾಡಿ ಸವಾರರಿಗೆ ಯಾವ ಮಾರ್ಗದಲ್ಲಿ ಗಾಡಿಯನ್ನು ಹೊಡೀಬೇಕು ಅಂತ ಗೊತ್ತಿರೋದಿಲ್ಲವೆ? ತಮ್ಮ ಮಾರ್ಗವನ್ನು ಬಿಟ್ಟು ಬೇರೆ ಕಡೆಗೆ ಹೋಗಬಾರದು ಅಂತ ಅವರು ಸಾಕಷ್ಟು ಕಾಳಜಿ ವಹಿಸ್ತಾರೆ. ಪ್ರಯಾಣ ಮಾಡುವಾಗ ಕೋನಮಾಪಕವನ್ನು ತೆಗೆದುಕೊಂಡು ಹೋಗುವುದು ಅವಶ್ಯವಿಲ್ಲ. ಯಾರು ಬೇಕಾದರೂ ತಾನು

ಯಾವ ಅಕ್ಷಾಂಶದ ಕೆಳಗಿದ್ದೇನೆಂಬುದನ್ನು ತಿಳಿಯುವ ಗೋಜಿಗೆ ಹೋಗದೆ ಪ್ಯಾರಿಸಿನಿಂದ ಆವರ್ನ್‌ದವರೆಗೆ ಅತ್ಯಂತ ನಿರಾಯಾಸವಾಗಿ ಪ್ರಯಾಣ ಮಾಡ್ಬಹುದು."

ಇದನ್ನು ಕೇಳಿ ತಂದೆ ಉತ್ತರಿಸಿದ:

"ನೀವು ಹೇಳೋದು ಸರಿ. ಆದರೆ ಖಗೋಲ ವಿಜ್ಞಾನ ಅನ್ನುವ ಒಂದು ಅತ್ಯಂತ ಮನೋರಂಜಕವಾದ ವಿಜ್ಞಾನದ ಹೆಸರನ್ನೂ ನಾನೆಲ್ಲಿಯೋ ಕೇಳಿದ್ದೇನೆ."

ಶಿಕ್ಷಕ ಹೇಳಿದ :

"ಹಾಗಿದ್ದರೆ ಪರಿಸ್ಥಿತಿ ಮತ್ತಷ್ಟು ಚಿಂತಾಜನಕವಾಯಿತು. ಈ ಜಗತ್ತಿನಲ್ಲಿ ಯಾರಾದರೂ ನಕ್ಷತ್ರಗಳನ್ನು ನೋಡಿ ತಮ್ಮ ಜೀವನವನ್ನು ರೂಪಿಸಿಕೊಳ್ತಾರೆಯೆ? ಇನ್ನು, ಯಾವುದಾದರೂ ಗ್ರಹಣದ ಬಗ್ಗೆ ತಿಳಿದುಕೊಳ್ಬೇಕು ಅಂತಾದರೆ, ಅದರ ನಿಶ್ಚಿತ ಕಾಲವನ್ನು ಪಂಚಾಂಗದಲ್ಲಿ ಸುಲಭವಾಗಿ ನೋಡೋದಕ್ಕೆ ಸಾಧ್ಯವಿರುವಾಗ, ಅದಕ್ಕೋಸ್ಕರ ಗುಣಾಕಾರ ಹಾಕಿ ಹಾಕಿ ನಿಮ್ಮ ಮಗ ತನ್ನ ಜೀವ ಹಿಂಡಿಕೊಳ್ಳಬೇಕೆ? ಇದಲ್ಲದೆ, ಅದೇ ಪಂಚಾಂಗದ ಮೂಲಕ ಔತಣದ ದಿನಗಳು, ಉಪವಾಸದ ದಿನಗಳು, ಚಂದ್ರನ ಕಾಲ ಮತ್ತು ಯರೋಪಿನ ಎಲ್ಲ ರಾಜಕುಮಾರಿ ಯವರ ವಯಸ್ಸು, ಇವುಗಳನ್ನೆಲ್ಲ ಆತ ಅರಿತುಕೊಳ್ಬಹುದು.

ಹುಡುಗನ ತಾಯಿ ಶಿಕ್ಷಕನ ಈ ಮಾತುಗಳನ್ನು ಬಹಳ ಮೆಚ್ಚಿಕೊಂಡಳು. ಚಿಕ್ಕ ಮಾರ್ಕೀಜನಿಗೂ ಇದನ್ನು ಕೇಳಿ ಪರಮಾನಂದ. ಆದರೆ ತಂದೆಗೆ ಮಾತ್ರ ಮುಂದೇನು ಮಾಡಬೇಕೆಂಬುದು ತಿಳಿಯಲಿಲ್ಲ. ಅವನು ಕೇಳಿದ:

"ಹಾಗಿದ್ದರೆ ನನ್ನ ಮಗ ಯಾವ ವಿದ್ಯೆಯನ್ನು ಕಲೀಬೇಕು?"

ಸಲಹೆಗಾಗಿ ಕರೆಯಿಸಿದ್ದ ಆ ಸ್ನೇಹಿತ ಉತ್ತರಿಸಿದ:

"ನಿಮ್ಮ ಮಗ ಸುಸಂಸ್ಕೃತ ವ್ಯಕ್ತಿಯಾಗಬೇಕಿದ್ದರೆ ಜನರನ್ನು ಸುಪ್ರೀತಗೊಳಿಸೋದನ್ನು ಕಲೀಬೇಕು. ಅದೊಂದನ್ನು ಕಲಿತರೆ ಎಲ್ಲವನ್ನೂ ಕಲಿತಂತೆಯೆ. ಆ, ಈ, ಶಿಕ್ಷಕನಿಗೆ ತೊಂದರೆ ಕೊಡದೆಯೆ ಈ ಕಲೆಯನ್ನು ಆತ ತನ್ನ ತಾಯಿಯಿಂದಲೆ ಕಲೀಬಹುದು."

ಈ ಮಾತುಗಳನ್ನು ಕೇಳಿ ಬಾಲಕನ ತಾಯಿ ಆ ಸಭ್ಯ ಅಜ್ಞಾನಿಯನ್ನು ಸಂತೋಷದಿಂದ ಅಪ್ಪಿಕೊಂಡು ಹೇಳಿದಳು:

"ನೀವು ಇಡೀ ಜಗತ್ತಿನಲ್ಲಿಯೆ ಅತ್ಯಂತ ದೊಡ್ಡ ಪಂಡಿತರು ಅನ್ನೋದು ಬಹಳ ಸ್ಪಷ್ಟ. ನನ್ನ ಮಗ ತಾನು ಪಡೆಯಲಿರುವ ಶಿಕ್ಷಣಕ್ಕೆಲ್ಲ ನಿಮಗೆ ಆಭಾರಿಯಾಗಿರ್ತಾನೆ. ಆದರೂ, ನನ್ನ ಮಗನಿಗೆ ಒಂದು ಸ್ವಲ್ಪ ಚರಿತ್ರೆ ಗೊತ್ತಿರ್ಬೇಕು ಅಂತ ನನಗನಿಸ್ತದೆ, ನೋಡಿ."

ಆತ ಉತ್ತರಿಸಿದ: "ಅಯ್ಯೋ! ಅದರಿಂದೇನು ಪ್ರಯೋಜನ ಮ್ಯಾಡಮ್? ಇಂದಿನ ದಿನದ ಚರಿತ್ರೆಯಷ್ಟು ಬೋಧಪ್ರದವೂ ಮನೋರಂಜಕವೂ ಆದ ಚರಿತ್ರೆ ಇನ್ನೊಂದಿಲ್ಲ. ಒಬ್ಬ ಪ್ರತಿಭಾಶಾಲಿ ಹೇಳಿದಂತೆ ಪ್ರಾಚೀನ ಇತಿಹಾಸವೆಲ್ಲ ಪೂರ್ವ ನಿಯೋಜಿತ ದಂತಕಥೆಯಾಗಿದೆ. ಆಧುನಿಕ ಇತಿಹಾಸವೆಲ್ಲ ಯಾರೂ ತಿಳಿಗೊಳಿಸದ ಗೊಂದಲವಾಗಿದೆ. ಶಾರ್ಲ್‌ಮೇನ್ ದೊರೆ ಫ್ರಾನ್ಸಿನಲ್ಲಿ ಹನ್ನೆರಡು ಸರದಾರರನ್ನು ನಿಯಮಿಸಿದ್ದನೆಂಬುದನ್ನೂ ಆತನ ಉತ್ತರಾಧಿಕಾರಿ ತೊದಲುಗಾರ ನಾಗಿದ್ದನೆಂಬುದನ್ನೂ ನಿಮ್ಮ ಮಗ ತಿಳಿದುಕೊಂಡರೆ ಅದರಿಂದಾಗುವ ಲಾಭವಾದರೂ ಏನು?"

ಇದನ್ನು ಕೇಳಿ ಶಿಕ್ಷಕ ಹೇಳಿದ:

"ಬಹಳ ಚೆನ್ನಾಗಿ ಹೇಳಿದಿರಿ. ಬಾಲಕರ ಮನಸ್ಸು ನಿರುಪಯುಕ್ತವಾದ ಜ್ಞಾನದಿಂದ ಮಂಕಾಗಿ ಬಿಡ್ತದೆ. ಇವೆಲ್ಲ ವಿಜ್ಞಾನಗಳಲ್ಲಿ ಪ್ರತಿಭೆಯನ್ನು ಮಂಕುಗೊಳಿಸುವ ಅತ್ಯಂತ ಅಸಂಗತ ವಿಜ್ಞಾನ

ಅಂದರೆ ರೇಖಾಗಣಿತ. ಈ ಹಾಸ್ಯಾಸ್ಪದ ವಿಜ್ಞಾನ ಕೇವಲ ಕಾಲ್ಪನಿಕ ಮೇಲ್ಮೈ, ರೇಖೆ ಮತ್ತು ಬಿಂದುಗಳನ್ನು ಒಳಗೊಂಡಿರ್ತದೆ. ಒಂದು ವೃತ್ತ ಮತ್ತು ಅದನ್ನು ಸ್ಪರ್ಶಿಸುವ ಒಂದು ಸರಳರೇಖೆಯ ನಡುವೆ ಕಾಲ್ಪನಿಕವಾದ ನೂರಾರು ವಕ್ರರೇಖೆಗಳನ್ನು ಎಳೀತಾರೆ. ನಿಜವಾಗಿ ನೋಡಿದರೆ ಅದರ ಮೇಲೆ ಒಂದು ಹುಲ್ಲಿನ ಎಳೆಯನ್ನೂ ಎಳೆಯೋದಕ್ಕೆ ಬರುವಂತಿರೋದಿಲ್ಲ. ಸಂಕ್ಷಿಪ್ತವಾಗಿ ಹೇಳಬೇಕು ಅಂದರೆ ರೇಖಾಗಣಿತ ಒಂದು ಅಸಹ್ಯವಾದ ಹಾಸ್ಯ ಅಂತ ಹೇಳ್ಬಹುದು."

ಶಿಕ್ಷಕನ ಮಾತುಗಳು ಹುಡುಗನ ತಂದೆ ತಾಯಿಗಳಿಗೆ ಸರಿಯಾಗಿ ಅರ್ಥವಾಗದಿದ್ದರೂ ಅವನ ಅಭಿಪ್ರಾಯವನ್ನು ಅವರು ಅನುಮೋದಿಸಿದರು.

ಶಿಕ್ಷಕ ಮಾತು ಮುಂದುವರಿಸಿದ:

"ನಮ್ಮ ಮಾರ್ಕೇಜ್‌ನಂಥ ಆಢ್ಯ ವ್ಯಕ್ತಿ ನಿರುಪಯುಕ್ತವಾದ ಅಭ್ಯಾಸದಿಂದ ತನ್ನ ಮೆದುಳನ್ನು ಒಣಗಿಸಿಕೊಳ್ಬಾರದು. ನಿಮ್ಮ ಜಹಗೀರಿನ ನಕಾಶೆಯನ್ನು ತೆಗೆಯೋದರ ಸಲುವಾಗಿ ನಿಮಗೊಬ್ಬ ರೇಖಾಗಣಿತ ಪಂಡಿತ ಬೇಕಾಗಿದ್ದಲ್ಲಿ ರೊಕ್ಕ ಕೊಟ್ಟರೆ ಮೋಜಣಿದಾರನೊಬ್ಬ ಸಿಗೋದಿಲ್ಲವೆ? ಅಥವಾ ನಿಮ್ಮ ಘನವಂಶದ ಗತಕಾಲದ ಇತಿಹಾಸವನ್ನು ತಿಳಿಯಬೇಕು ಅನ್ನಿಸಿದರೆ ಸಂತ ಬೆನೆಕಡ್ಡಿನ ಒಬ್ಬ ಶಿಷ್ಯನನ್ನು ಕರೆಯಿಸಿದರಾಗೋದಿಲ್ಲವೆ? ಪ್ರತಿಯೊಂದು ಕಲೆಯಲ್ಲಿಯೂ ಹೀಗೆ ಮಾಡ್ಬಹುದು. ಒಳ್ಳೆಯ ನಕ್ಷತ್ರಗಳ ಪ್ರಭಾವದಿಂದ ಹುಟ್ಟಿದ ತರುಣನಿಗೆ ಚಿತ್ರಕಾರನಾಗಿರೋದಾಗಲಿ, ಸಂಗೀತಗಾರನಾಗಿರೋದಾಗಲಿ, ಶಿಲ್ಪಿಯಾಗಿರೋದಾಗಲಿ, ಅವಶ್ಯವಿಲ್ಲ. ತನ್ನ ಘನತೆಗೆ ತಕ್ಕಂತೆ ಆತ ಈ ಕಲೆಗಳನ್ನೆಲ್ಲ ಪ್ರೋತ್ಸಾಹಿಸ್ಬಹುದು. ಇಂಥ ಕಲೆಗಳನ್ನು ಸ್ವತಃ ಕಲಿಯೋದಕ್ಕಿಂತ ಅವುಗಳನ್ನು ಪ್ರೋತ್ಸಾಹಿಸೋದೆ ಅತ್ಯುತ್ತಮವಾದದ್ದು. ಚಿಕ್ಕ ಮಾರ್ಕೇಜನಿಗೆ ಸಾಕಷ್ಟು ಕಲಾಭಿರುಚಿಯಿದೆ. ಆತನ ಸಲುವಾಗಿ ಕಲಾಕಾರರು ಕೆಲಸ ಮಾಡಲಿ. ಕುಲೀನ ಜನರು (ಅಂದರೆ ಅತಿ ದೊಡ್ಡ ಶ್ರೀಮಂತರು) ಏನನ್ನೂ ಕಲಿಯದೆ ಎಲ್ಲವನ್ನೂ ಅರಿತಿರ್ತಾರೆ ಅನ್ನೋದಕ್ಕೆ ಮುಖ್ಯ ಕಾರಣ ಇರೋದು ಇಲ್ಲಿಯೇ. ಯಾಕೆಂದರೆ ತಾವು ಹಣ ತೆತ್ತು ಮಾಡಿಸುವ ಪ್ರತಿಯೊಂದರ ಮೌಲ್ಯವನ್ನೂ ಹೇಗೆ ನಿರ್ಣಯಿಸಬೇಕು ಅನ್ನೋದಾದರೂ ಅವರಿಗೆ ಗೊತ್ತು."

ಅನಂತರ ಆ ಸಭ್ಯ ಅಜ್ಞಾನಿ ಸಂಭಾಷಣೆಯ ಎಳೆಯನ್ನು ಎತ್ತಿಕೊಂಡು ನುಡಿದ:

"ಸಮಾಜದಲ್ಲಿ ಎತ್ತರದ ಸ್ಥಾನಕ್ಕೇರೋದೇ ಮನುಷ್ಯನ ಮಹೋದ್ದೇಶ ಅಂತ ನೀವಂದ ಮಾತು ನಿಜ ಮ್ಯಾಡಮ್. ವಿಜ್ಞಾನದಿಂದ ಎಂದಾದರೂ ಇಂಥ ಯಶಸ್ಸು ಗಳಿಸೋದು ಸಾಧ್ಯವೆ? ನಾಲ್ಕು ಜನರ ಮಧ್ಯದಲ್ಲಿ ಕುಳಿತಾಗ ರೇಖಾಗಣಿತದ ವಿಷಯವಾಗಿ ಯಾರಾದರೂ ಮಾತನಾಡಲಿಚ್ಛಸ್ತಾರೆಯೆ? ಇವತ್ತು ಮುಂಜಾನೆ ಸೂರ್ಯೋದಯದ ಕಾಲಕ್ಕೆ ಯಾವ ನಕ್ಷತ್ರ ಉದಿಸಿತ್ತು ಅಂತ ಒಬ್ಬ ಸೊಗಸುಗಾರನನ್ನು ಯಾರಾದರೂ ಕೇಳ್ತಾರೆಯೆ? ಉದ್ದಗೂದಲಿನ ಕ್ಲೋದಿಯಾ ರೈನ್ ನದಿಯನ್ನು ದಾಟಿದಳೆ ಅನ್ನೋದನ್ನು ಯಾರಾದರೂ ರಾತ್ರಿಯೂಟ ಮಾಡುವಾಗ ತಿಳಿಯ ಬಯಸ್ತಾರೆಯೆ?"

ತನ್ನ ಸೌಂದರ್ಯದ ಬಲದಿಂದ ಶಿಷ್ಟ ವಲಯದಲ್ಲಿ ತುಸು ಮುಂದೆ ಬಂದಿದ್ದ ಶ್ರೀಮತಿ ಜಿನೊತಿಯರ್ ಉತ್ತರಿಸಿದಳು:

"ನಿಸ್ಸಂದೇಹವಾಗಿ ಯಾರೂ ಇಲ್ಲ. ನನ್ನ ಮಗ ಇಂಥ ನಿರುಪಯುಕ್ತ ವಿಷಯಗಳನ್ನೆಲ್ಲ ಕಲಿತು ತಲೆಯನ್ನು ಕೆಡಿಸಿಕೊಳ್ಳೋದು ಬೇಡ. ಆದರೆ ಆತ ಬೇರೇನನ್ನು ಕಲೀಬಹುದು! ಯಾಕೆಂದರೆ ನನ್ನ ಪತಿರಾಯರು ಹೇಳಿದಂತೆ. ನನ್ನ ಮಗ ಸಂದರ್ಭಕ್ಕೆ ತಕ್ಕಂತೆ ಜಾಣನಾಗಿ ನಡೆದುಕೊಂಡು ಸಮಾಜದಲ್ಲಿ ಮೆರೆಯೋದು ಹೇಗೆ ಅನ್ನೋದನ್ನು ತಿಳಿದುಕೊಳ್ಳೋದು

ಅಗತ್ಯ. ನಾನೊಮ್ಮೆ ವೃದ್ಧ ಪಾದ್ರಿಯೊಬ್ಬರು ಹೇಳಿದ್ದನ್ನು ಕೇಳಿದ ನೆನಪಿದೆ. ಅದೇನು ಅಂದರೆ ಇಡೀ ಜಗತ್ತಿನಲ್ಲಿ ಅತ್ಯಂತ ಮನೋರಂಜಕವಾದ ವಿಜ್ಞಾನವೊಂದಿದೆ. ಆದರೆ ನನಗೆ ಈಗ ಅದರ ಹೆಸರು ನೆನಪಾಗಲೊಲ್ಲದು. ಆದರೆ ಅದು 'ಹ' ಅಕ್ಷರದಿಂದ ಪ್ರಾರಂಭವಾಗ್ತದೆ."

" 'ಹ' ಅಕ್ಷರದಿಂದ ಅಂತೀರಾ ಮ್ಯಾಡಮ್? ಹಾಗಾದರೆ 'ಹಾರ್ಟಿ ಕಲ್ಚರ್' ಏನು ಮತ್ತೆ?"

"ಅಲ್ಲ, ಅವರು ಹೇಳಿದುದು ಹಾರ್ಟಿಕಲ್ಚರ್ ಅಲ್ಲ. ಅದು 'ಹೆ' ದಿಂದ ಪ್ರಾರಂಭವಾಗಿ 'ರಿ' ಯಲ್ಲಿ ಮುಗೀತದೆ."

"ನನಗೀಗ ಹೊಳೀತು ಮ್ಯಾಡಮ್. ಅದು 'ಹೆರಲ್ಡ್ರಿ' 'ಹೆರಲ್ಡ್ರಿ' ಅತ್ಯಂತ ಗಂಭೀರವಾದ ವಿಜ್ಞಾನವೇನೊ ನಿಜ. ಆದರೆ ಕುದುರೆ ಗಾಡಿಗಳ ಮೇಲೆ ವಂಶಲಾಂಛನಗಳ ಚಿತ್ರ ಬಿಡಿಸೋದನ್ನು ನಿಲ್ಲಿಸಿದಾಗಿನಿಂದ ಈ ವಿಜ್ಞಾನ ಹಳೆಯದಾಗಿಬಿಟ್ಟಿದೆ. ಒಂದಾನೊಂದು ಕಾಲಕ್ಕೆ ಸುವ್ಯವಸ್ಥಿತ ದೇಶಗಳಲ್ಲಿ ಅದು ಅತ್ಯಂತ ಉಪಯುಕ್ತವಾದ ವಿಜ್ಞಾನವಾಗಿತ್ತು. ಹೀಗಾಗಿ ಅದರ ಅಧ್ಯಯನ ಕೊನೆಯಿಲ್ಲದೆ ಸಾಗಬಹುದಾಗಿತ್ತು. ಆದರೆ ಇತ್ತಿತ್ತಲಾಗಿ ಪ್ರತಿಯೊಬ್ಬ ನಾಪಿತನಿಗೂ ಒಂದೊಂದು ವಂಶಲಾಂಛನವಿದೆ. ಹೀಗೆ ಸರ್ವ ಸಾಮಾನ್ಯವಾದ ವಸ್ತುಗಳೆಲ್ಲ ತಮ್ಮ ಗೌರವವನ್ನು ಕಳೆದುಕೊಳ್ತವೆ."

ಈ ರೀತಿಯಾಗಿ ಪ್ರತಿಯೊಂದು ವಿಜ್ಞಾನದ ಗುಣಾವಗುಣಗಳನ್ನು ಸುದೀರ್ಘವಾಗಿ ಅವಲೋಕಿಸಿದ ಮೇಲೆ ಕಿರಿಯ ಮಾರ್ಕೇಜ್ ನೃತ್ಯವನ್ನು ಕಲಿಯಬೇಕೆಂದು ಅವರೆಲ್ಲ ತೀರ್ಮಾನಿಸಿದರು.

ಆ ಯುವಕನಿಗೆ ಪ್ರಕೃತಿ ಒಂದು ವರ ನೀಡಿತ್ತು; ಆತನಿಗೆ ಲಘು ಗೀತೆಗಳನ್ನು ಹಾಡುವುದರಲ್ಲಿ ಸ್ವಾಭಾವಿಕವಾದ ನೈಪುಣ್ಯವಿತ್ತು. ಅದು ಬಹಳ ಬೇಗನೆ ಅದ್ಭುತ ಯಶಸ್ಸನ್ನು ಸಾಧಿಸುವಷ್ಟರ ಮಟ್ಟಿಗೆ ಬೆಳೆಯಿತು. ಇಂಥ ಉಚ್ಚಮಟ್ಟದ ದೇಣಿಗೆಯೊಂದಿಗೆ ಆತನ ತಾರುಣ್ಯದ ಕಾಂತಿಯೂ ಬೆರೆತುಕೊಂಡುದರಿಂದ ಆತನೊಬ್ಬ ಪ್ರತಿಭಾಶಾಲಿ ತರುಣನೆಂದು ಸಮಾಜದಲ್ಲಿ ಹೆಸರು ಬಂದಿತು. ಆತನೆಂದರೆ ಹೆಣ್ಣು ಮಕ್ಕಳಿಗೆಲ್ಲ ಬಹಳ ಪ್ರೀತಿ. ತಲೆಯಲ್ಲಿ ಎಲ್ಲ ತರಹದ ಹಾಡುಗಳನ್ನು ತುಂಬಿಕೊಂಡಿದ್ದುದರಿಂದ ಆತ ತನ್ನ ಪ್ರಿಯತಮೆಯರು ಬಯಸಿದಾಗ ಬೇರೆ ಬೇರೆ ತರದ ಹಾಡುಗಳನ್ನು ಕಟ್ಟಿ ಹಾಡುತ್ತಿದ್ದ. ಮೊದಲನೆಯ ಹಾಡನ್ನು 'ಬ್ಯಾಕಸ್' ಮತ್ತು 'ಕ್ಯುಪಿಡ್' ದೇವತೆಯ ಮೇಲೆ ಕಟ್ಟಿದರೆ ಎರಡನೆಯ ಹಾಡನ್ನು 'ಹಗಲು' ಮತ್ತು 'ರಾತ್ರಿ'ಯ ಮೇಲೆ. ಮೂರನೆಯ ಹಾಡನ್ನು 'ಸೌಂದರ್ಯ' ಮತ್ತು 'ಗಂಡಾಂತರ'ಗಳ ಮೇಲೆ. ಹೀಗೆ ಆತ ತರತರದ ಹಾಡುಗಳನ್ನು ಕಟ್ಟಿದಾಗ ಕೆಲವು ಸಾಲುಗಳು ಒಂದೋ ಅತಿ ಉದ್ದವಾಗಿ ಇಲ್ಲವೆ ಅತಿ ಸಣ್ಣದಾಗಿ ಆಗಿ ಬಿಡುತ್ತಿದ್ದವು. ಆದುದರಿಂದ ಆತ ಹಣ ತೆತ್ತು ಪ್ರತಿಯೊಂದು ಹಾಡನ್ನೂ ಬಲ್ಲವರ ಕಡೆಯಿಂದ ತಿದ್ದಿಸುತ್ತಿದ್ದ. ಇದರಿಂದಾಗಿ 'ಸಾಹಿತ್ಯ ವರ್ಷದಲ್ಲಿ' ಅವನಿಗೆ ಅಂದಿನ ಪ್ರಮುಖ ಸಾಹಿತಿಗಳ ಜೊತೆಗೆ ಒಂದು ಸ್ಥಾನ ದೊರೆಯಿತು.

ಶ್ರೀಮತಿ ಜಿನೊತಿಯರ್‌ಗೆ ತಾನೊಬ್ಬ ವಾಕ್ಚತುರನ ತಾಯಿಯೆಂಬ ಕೀರ್ತಿ ಪಡೆಯುವ ಆಶೆಯುಂಟಾಯಿತು. ಆದುದರಿಂದ ಆಕೆ ಪ್ಯಾರಿಸಿನ ವಾಕ್ಚತುರರೆಲ್ಲರಿಗೆ ಭೋಜನ ಕೂಟವೊಂದನ್ನು ಏರ್ಪಡಿಸಿದಳು. ಅದರ ಪರಿಣಾಮವಾಗಿ ಆ ತರುಣನ ತಲೆ ತಿರುಗಿತು. ಆತ ತಾನು ಆಡಿದ ಮಾತುಗಳಲ್ಲಿ ಒಂದನ್ನೂ ಅರ್ಥಮಾಡಿಕೊಳ್ಳದೆ ಮಾತನಾಡುವ ಕಲೆಯನ್ನು ಕಲಿತುಕೊಂಡ. ಹೀಗೆ ಆತ ಯಾವುದಕ್ಕೂ ಉಪಯೋಗಕ್ಕೆ ಬಾರದ ಕಲೆಯಲ್ಲಿ ನಿಷ್ಣಾತನಾದ.

ತನ್ನ ಮಗ ಇಂಥ ವಾಕ್ಪಟು ಆದುದನ್ನು ನೋಡಿ, ತಂದೆ ಸ್ವಾಭಾವಿಕವಾಗಿಯೇ ಆತನಿಗೆ

ಲ್ಯಾಟಿನ್ ಭಾಷೆಯನ್ನು ಕಲಿಸದೆ ಇದ್ದುದಕ್ಕೆ ಪಶ್ಚಾತ್ತಾಪಪಡತೊಡಗಿದ. ಯಾಕೆಂದರೆ ಲ್ಯಾಟಿನ್ ಕಲಿತಿದ್ದರೆ ಆತ ಮಗನಿಗೆ ಕಾನೂನು ಜಗತ್ತಿನಲ್ಲಿ ಒಂದು ಸ್ಥಾನ ದೊರಕಿಸಿಕೊಡ ಬಹುದಾಗಿತ್ತು. ಆದರೆ ಇಷ್ಟು ಪಶ್ಚಾತ್ತಾಪವಿರದಿದ್ದ ತಾಯಿಗೆ ಅವನಿಗೊಂದು ಸೇನಾಧಿಕಾರಿಯ ಹುದ್ದೆಯನ್ನು ತೆಗೆಸಿಕೊಡಬೇಕೆಂಬ ಅಪೇಕ್ಷೆಯಿತ್ತು. ಅಷ್ಟರಲ್ಲಿ ಆ ತರುಣ ಒಂದು ಪ್ರೇಮ ವ್ಯವಹಾರದಲ್ಲಿ ತೊಡಗಿದ. ಕೆಲವು ವೇಳೆ ಪ್ರೇಮವು ಸೇನಾಧಿಕಾರಿಯ ಹುದ್ದೆಗಿಂತ ಹೆಚ್ಚು ತುಟ್ಟಿಯಾಗಿರುತ್ತದೆ. ಅದರ ಸಲುವಾಗಿ ಆತ ಸಾಕಷ್ಟು ಕಳೆದುಕೊಂಡ. ಅದೇ ಸಮಯದಲ್ಲಿ ಆತನ ತಂದೆ ತಾಯಿ ಉನ್ನತ ದರ್ಜೆಯ ದೊಡ್ಡ ಶ್ರೀಮಂತರ ಮಧ್ಯೆ ಜೀವಿಸುವುದರ ಸಲುವಾಗಿ ಇನ್ನಷ್ಟು ಖರ್ಚು ಮಾಡಿದರು.

ಹೆಚ್ಚು ಸ್ಥಿತಿವಂತಳಾಗಿರದಿದ್ದ ಕುಲೀನ ವಿಧವೆಯೊಬ್ಬಳು ಅವರ ನೆರೆಹೊರೆಯಲ್ಲಿದ್ದಳು. ಆಕೆ ಈ ತರುಣನನ್ನು ಮದುವೆಯಾಗಿ ಆತನ ಹೆತ್ತವರ ಅಪಾರ ಐಶ್ವರ್ಯವನ್ನು ತಾನೇ ಉಪಯೋಗಿಸಿಕೊಳ್ಳಬೇಕೆಂದು ಹವಣಿಸುತ್ತಿದ್ದಳು. ಆಕೆ ಆ ತರುಣನನ್ನು ಮರುಳುಗೊಳಿಸಿದಳು. ಆತ ತನ್ನನ್ನು ಪ್ರೀತಿಸುವಂತೆ ಮಾಡಿದಳು. ತಾನು ಆತನನ್ನು ನಿರ್ಲಕ್ಷಿಸುವುದಿಲ್ಲವೆಂಬುದನ್ನು ಆತನಿಗೆ ಸಿದ್ಧಮಾಡಿ ತೋರಿಸಿದಳು. ಹೀಗೆ ಕ್ರಮೇಣವಾಗಿ ಆಕೆ ಯಾವ ತೊಂದರೆಯಿಲ್ಲದೆ ಆತನನ್ನು ತನ್ನೆಡೆಗೆ ಸೆಳೆದುಕೊಂಡು ತನ್ನ ಪ್ರೇಮ ಪಾಶದಲ್ಲಿ ಸಿಲುಕಿಸಿಬಿಟ್ಟಳು. ಆಕೆ ಕೆಲವೊಮ್ಮೆ ಆತನನ್ನು ಹೊಗಳುತ್ತಿದ್ದಳು. ಕೆಲವೊಮ್ಮೆ ಆತನಿಗೆ ಉಪದೇಶಿಸುತ್ತಿದ್ದಳು. ಮತ್ತು ಬಹುಬೇಗನೆ ಆತನ ತಂದೆಯ ಮತ್ತು ತಾಯಿಯ ಮೆಚ್ಚುಗೆಗೆ ಪಾತ್ರಳಾಗಿಬಿಟ್ಟಳು. ನೆರೆಮನೆಯ ವೃದ್ಧನೊಬ್ಬ ಅವರಿಬ್ಬರ ನಡುವೆ ಮದುವೆಯಾಗಬೇಕೆಂದು ಸೂಚಿಸಿದಾಗ ಆ ತರುಣನ ತಾಯಿ ತಂದೆ ಅತ್ಯಾನಂದದಿಂದ ಒಪ್ಪಿಕೊಂಡರು. ತಮ್ಮ ಏಕೈಕ ಪುತ್ರನನ್ನು ತಮ್ಮ ಆತ್ಮೀಯ ಸ್ನೇಹಿತೆಯ ವಶಕ್ಕೆ ಕೊಟ್ಟುಬಿಟ್ಟರು.

ಹೀಗೆ ಆ ತರುಣ ತಾನು ಆರಾಧಿಸುತ್ತಿದ್ದ ಹಾಗೂ ತನ್ನನ್ನು ಪ್ರೀತಿಸುತ್ತಿದ್ದ ಹೆಣ್ಣನ್ನು ಮದುವೆಯಾಗುವುದರಲ್ಲಿದ್ದ. ಆತನ ಕುಟುಂಬದ ಗೆಳೆಯರೆಲ್ಲರೂ ಆತನನ್ನು ಅಭಿನಂದಿಸಿದರು. ಮದುವೆಗೆ ಬೇಕಾದ ವಸ್ತು ಒಡವೆಗಳನ್ನೆಲ್ಲ ನಿರ್ಧರಿಸಿಯಾಯಿತು. ಮನೆಯ ಕೆಲಸದವರೆಲ್ಲ ಮದುವೆಯ ವಸ್ತ್ರಾಲಂಕಾರಗಳನ್ನು ತಯಾರಿಸುತ್ತ ಮಂಗಲಗೀತಗಳನ್ನು ಹಾಡತೊಡಗಿದರು.

ಒಂದು ದಿನ ಆ ತರುಣ ತನ್ನ ಪತ್ನಿಯಾಗಲಿದ್ದ ಈ ಸುಂದರಿಯೆದುರಿಗೆ ಮೊಣಕಾಲೂರಿ ಕುಳಿತು ಒಳ್ಳೆ ಪ್ರೀತಿಯಿಂದ ಲಲ್ಲೆಯಾಡುತ್ತಿರಲು ಅವನ ತಾಯಿಯ ಖಾಸಾ ಸೇವಕನೊಬ್ಬ ಭಯಭೀತನಾಗಿ ಓಡಿಬಂದು ಹೇಳಿದ :

"ಇಲ್ಲಿ ಕೇಳಿ ಯಜಮಾನರೆ, ಇದು ಬೇರೆಯೇ ಒಂದು ಸುದ್ದಿ. ಜಪ್ತಿದಾರರು ಮನೆಯೊಳಗೆ ನುಗ್ಗಿ ಎಲ್ಲವನ್ನೂ ಹುಡುಕಾಡ್ತಿದ್ದಾರೆ. ಸಾಲಿಗರು ಕೈಗೆ ಸಿಕ್ಕ ಸಾಮಾನುಗಳೆಲ್ಲವನ್ನೂ ತೆಗೆದುಕೊಂಡಿದ್ದಾರೆ. ಈಗ ಅವರು ನಿಮ್ಮನ್ನೆಲ್ಲ ಹಿಡೀಬೇಕು ಅಂತ ಮಾತನಾಡ್ತಿದ್ದಾರೆ. ಆದುದರಿಂದ ನಾನು ನನ್ನ ಪಗಾರವನ್ನು ತಮ್ಮ ಕಡೆಯಿಂದ ಇಸಿದುಕೊಂಡು ಹೋಗೋಣ ಅಂತ ಓಡಿ ಬಂದೆ."

"ಇದೆಲ್ಲದರ ಅರ್ಥ ಏನು ಅನ್ನೋದನ್ನು ಸ್ವಲ್ಪ ಕಾಯ್ದು ನೋಡೋಣ, ನಿಲ್ಲು" ಎಂದು ತರುಣ ಹೇಳಿದ.

"ನೀನೀಗಲೆ ಹೋಗಿ ಆ ಬದ್ಮಾಷರನ್ನು ಶಿಕ್ಷಿಸು" ಎಂದು ಆ ವಿಧವೆ ಹೇಳಿದಳು.

ಆ ತರುಣ ತನ್ನ ಮನೆಗೆ ಓಡುತ್ತ ಹೋದ. ಅಷ್ಟೊತ್ತಿಗೆ ಆತನ ತಂದೆಯನ್ನು ಬಂಧಿಸಿ

ಬಿಟ್ಟಿದ್ದರು. ಮನೆಯ ಕೆಲಸದಾಳುಗಳೆಲ್ಲ ಅವರವರ ಪಾಡಿಗೆ ಪಲಾಯನ ಮಾಡಿದ್ದರು. ಆದರೆ ಹೋಗುವ ಮೊದಲು ಕೈಗೆ ಸಿಕ್ಕ ಸಾಮಾನುಗಳನ್ನೆಲ್ಲ ಹಿಡಿದುಕೊಂಡು ಹೋಗಿದ್ದರು. ಆತನ ತಾಯಿ ಮಾತ್ರ ಅವಿರತವಾಗಿ ಕಣ್ಣೀರು ಸುರಿಸುತ್ತಿದ್ದಳು. ಅವಳಿಗೆ ಸಹಾಯ ಮಾಡುವವರಾಗಲಿ, ಸಮಾಧಾನ ಹೇಳುವವರಾಗಲಿ ಅಲ್ಲಿ ಯಾರೂ ಇರಲಿಲ್ಲ. ಹೀಗಾಗಿ ಅವಳಲ್ಲಿ ಉಳಿದುದು ತನ್ನ ಗತ ವೈಭವದ ನೆನಪು, ತನ್ನ ಗತ ಸೌಂದರ್ಯದ ನೆನಪು, ತನ್ನ ತಪ್ಪುಗಳ ನೆನಪು ಮತ್ತು ತನ್ನ ದುಂದುಗಾರಿಕೆಯ ನೆನಪು ಮಾತ್ರ.

ಬಹಳ ಹೊತ್ತಿನವರೆಗೆ ತಾಯಿಯೊಂದಿಗೆ ಅತ್ತ ಮೇಲೆ ಮಗ ಹೇಳಿದ :

"ಇದಕ್ಕೆಲ್ಲ ನಾವು ನಿರಾಶರಾಗೋದು ಬೇಡ. ಅಮ್ಮಾ, ಈ ವಿಧವೆ ನನ್ನನ್ನು ಬಹಳ ಪ್ರೀತಿಸ್ತಾಳೆ. ಅವಳು ಶ್ರೀಮಂತಳಾಗಿದ್ದಾಳೆ ನಿಜ. ಆದರೆ ಆಕೆ ಅದಕ್ಕಿಂತಲೂ ಹೆಚ್ಚು ಉದಾರಿ ಯಾಗಿದ್ದಾಳೆ. ನಾನು ಆಕೆಗೆ ಇದನ್ನೆಲ್ಲ ಹೇಳಬಲ್ಲೆ. ಈಗಲೇ ಆಕೆಯ ಹತ್ತಿರ ಹೋಗಿ ಅವಳನ್ನು ನಿನ್ನ ಬಳಿಗೆ ಕರೆದುಕೊಂಡು ಬರ್ತೇನೆ."

ಆತ ತನ್ನ ಪ್ರಿಯತಮೆಯ ಹತ್ತಿರ ಹೋದ. ಆಗ ಅವಳು ಒಬ್ಬ ಸುಂದರ ಯುವಕ ಅಧಿಕಾರಿಯೊಂದಿಗೆ ಏಕಾಂತದಲ್ಲಿ ಮಾತನಾಡುತ್ತಿದ್ದುದು ಕಂಡಿತು. ಜಿನೊತಿಯರ್‌ನನ್ನು ಕಂಡು ಅವಳೆಂದಳು :

"ಯಾರು? ಓ! ಜಿನೊತಿಯರ್! ನೀನಿಲ್ಲೇಕೆ ಬಂದೆ? ನಿನ್ನ ತಾಯಿಯನ್ನು ಹೀಗೆ ಬಿಟ್ಟುಬಿಡೋದೆ? ನಿನ್ನ ತಾಯಿಯ ಹತ್ತಿರ ಹೋಗಿ ಅವಳಿಗೆ ಎಲ್ಲ ಸಂತೋಷವೂ ಸಿಗಲೆಂದು ನಾನು ಹಾರೈಸುತ್ತೇನೆ ಅಂತ ಹೇಳು. ನನಗೊಬ್ಬಳು ಹೆಣ್ಣಾಳು ಬೇಕಾಗಿದ್ದಾಳೆ. ನಿನ್ನ ತಾಯಿಯನ್ನೇ ನಾನು ನಿಯಮಿಸಿಕೊಳ್ತೇನೆ. ಇದರಲ್ಲಿ ಏನೂ ಸಂಶಯವಿಲ್ಲ."

ಅನಂತರ ಆ ಅಧಿಕಾರಿ ಹೇಳಿದ :

"ನೀನೂ ಈಗ ಚೆನ್ನಾಗಿಯೇ ಬೆಳೆದಿದ್ದಿ. ನಿನಗೆ ನಮ್ಮ ತುಕಡಿಗೆ ಸೇರುವ ಮನಸ್ಸಿದ್ದರೆ ಬಂದು ಬಿಡು. ನಿನಗೆ ನಾನು ಎಲ್ಲ ತರಹದ ಉತ್ತೇಜನ ನೀಡ್ತೇನೆ."

ಇದರಿಂದ ಆಘಾತಗೊಂಡ ಆ ತರುಣ ಸಿಟ್ಟಿನಿಂದ ಕುದಿಯುತ್ತ ತನ್ನ ಹಳೆಯ ಶಿಕ್ಷಕನನ್ನು ಹುಡುಕಿದ. ತನ್ನ ಅಂತರಂಗದ ವಿಚಾರಗಳನ್ನೆಲ್ಲ ಆತನ ಮುಂದೆ ಹೇಳಿ ಆತನ ಉಪದೇಶಕ್ಕಾಗಿ ಯಾಚಿಸಿದ. ಆ ಶಿಕ್ಷಕ ಅವನಿಗೆ ತನ್ನಂತೆಯೇ ಒಬ್ಬ ಶಿಕ್ಷಕನಾಗೆಂದು ಹೇಳಿದ.

ಇದನ್ನು ಕೇಳಿ ಆ ತರುಣ ಉದ್ಗರಿಸಿದ :

"ಅಯ್ಯೋ ನನಗೆ ಯಾವೊಂದು ವಿದ್ಯೆಯೂ ಬರೋದಿಲ್ಲ. ನೀವಾದರೂ ನನಗೆ ಯಾವ ವಿದ್ಯೆಯನ್ನೂ ಕಲಿಸಿಲ್ಲ. ನಿಜವಾಗಿ ಹೇಳೋದಾದರೆ ನನ್ನ ದುರ್ದೆಶೆಗೆ ಮೂಲತಃ ನೀವೆಯೆ ಕಾರಣ."

ಹೀಗೆ ಹೇಳುತ್ತ ಆತ ಗಟ್ಟಿಯಾಗಿ ಬಿಕ್ಕಿ ಬಿಕ್ಕಿ ಅತ್ತ.

ಆಗ ಅಲ್ಲಿಯೆ ನಿಂತಿದ್ದ ವಾಕ್ಪಟು ಒಬ್ಬ ಹೇಳಿದ :

"ಹಾಗಿದ್ದರೆ ಪ್ರೇಮ ಕಥೆಗಳನ್ನು ಬರೆ. ಪ್ಯಾರಿಸ್ಸಿನಲ್ಲಿ ಅದೊಂದು ಒಳ್ಳೆಯ ಸಂಪನ್ಮೂಲ."

ಈ ಮಾತುಗಳಿಂದ ಮತ್ತಷ್ಟು ನಿರಾಶೆಗೊಂಡ ತರುಣ ತನ್ನ ತಾಯಿಯ ಧರ್ಮಗುರುವಿನ ಕಡೆಗೆ ಓಡುತ್ತ ಹೋದ. ಆ ಪಾದ್ರಿ ಸುಪ್ರಸಿದ್ಧನಾಗಿದ್ದು ಪ್ರಥಮ ಶ್ರೇಣಿಯ ಹೆಣ್ಣು ಮಕ್ಕಳ ಆತ್ಮಸಾಕ್ಷಿಯನ್ನು ಮಾತ್ರ ಕೇಳುತ್ತಿದ್ದ. ಆತನನ್ನು ಕಂಡೊಡನೆ ಜಿನೊತಿಯರ್ ಆತನೆದುರಿಗೆ ಸಾಷ್ಟಾಂಗವೆರಗಿ ನಮಿಸಿದ.

ಪಾದ್ರಿ ಹೇಳಿದ : "ಅಯ್ಯೋ ದೇವರೆ! ಮಗು, ನಿನ್ನ ಗಾಡಿ ಎಲ್ಲಿದೆ? ನಿನ್ನ ಆ ಗೌರವಸ್ಥ ತಾಯಿ ಎಲ್ಲಿದ್ದಾಳೆ?"

ಆ ದುರ್ದೈವಿ ತರುಣ ತನ್ನ ಮನೆಯಲ್ಲಾದ ದುರ್ದೆಶೆಯನ್ನೆಲ್ಲ ವಿಸ್ತರಿಸಿ ಹೇಳಿದ. ಆತ ಹೆಚ್ಚೆಚ್ಚು ಹೇಳಿದಂತೆ ಆ ಪಾದ್ರಿ ಹೆಚ್ಚೆಚ್ಚು ಶಾಂತನಾಗಿಯೂ ಗಂಭೀರನಾಗಿಯೂ ಠಕ್ಕನಾಗಿಯೂ ಕುಳಿತುಕೊಂಡ.

ಕೊನೆಗೆ ಆತ ನುಡಿದ:

"ಮಗು ನಿಮ್ಮನ್ನು ಈ ಸ್ಥಿತಿಗೆ ತರಬೇಕು ಅಂತ ದೇವರ ಸಂಕಲ್ಪವಿದ್ದಂತೆ ತೋರ್ತದೆ. ಶ್ರೀಮಂತಿಕೆಯು ಮನುಷ್ಯನ ಹೃದಯವನ್ನು ಕಲುಷಿತಗೊಳಿಸ್ತದೆ. ಆದ್ದರಿಂದ ದೇವರು ನಿನ್ನ ತಾಯಿಯನ್ನು ಇಂಥ ದುಸ್ಥಿತಿಗೆಳೆದು ಒಂದು ಉಪಕಾರ ಮಾಡಿದ್ದಾನೆ."

"ಹೌದು, ಸರ್."

"ಆದ ಕಾರಣ ದೇವರು ಅವಳನ್ನು ಆಯ್ಕೆ ಮಾಡೋದು ಹೆಚ್ಚು ಖಂಡಿತವಾದಂತಾಯಿತು."

"ಆದರೆ ತಂದೆಯೆ, ಈ ಮಧ್ಯೆ ಈ ಪ್ರಪಂಚದಲ್ಲೇ ಪರಿಹಾರ ಪಡೆಯೋದಕ್ಕೆ ಸಾಧ್ಯವಿಲ್ಲವೆ?"

ಪಾದ್ರಿ ಹೇಳಿದ: "ಒಳ್ಳೆಯದು ಮಗು, ನೀನಿನ್ನು ಹೊರಡು. ದರಬಾರಿನ ಹೆಣ್ಣು ಮಗಳೊಬ್ಬಳು ನನ್ನ ದಾರಿ ಕಾಯ್ತಿದ್ದಾಳೆ."

ಆ ತರುಣನಿಗೆ ಮೂರ್ಛೆ ಬರುವಂತಾಗಿತ್ತು. ಆತನ ಗೆಳೆಯರೆಲ್ಲರೂ ಈ ಪಾದ್ರಿಯ ಹಾಗೆಯೇ ನಡೆದುಕೊಂಡಿದ್ದರು. ಈವರೆಗಿನ ತನ್ನ ಇಡೀ ಜೀವನದಲ್ಲಿ ಗಳಿಸಿದುದಕ್ಕಿಂತ ಈ ಅರ್ಧ ದಿನದಲ್ಲಿ ಆತ ಹೆಚ್ಚು ಜ್ಞಾನವನ್ನು ಸಂಪಾದಿಸಿದ್ದ.

ಹೀಗೆ ಆತ ನಿರಾಶೆಯ ಕತ್ತಲಿನಲ್ಲಿ ಮುಳುಗಿದಾಗ ಆತನೆದುರಿಗೆ ಹಳೆಯ ಮಾದರಿಯ ಕುದುರೆಗಾಡಿಯೊಂದು ಬರುತ್ತಿರುವುದು ಕಾಣಿಸಿತು. ಅದಕ್ಕೆ ಚರ್ಮದ ಪರದೆಗಳಿದ್ದುವು. ಅದರ ಹಿಂದೆ ಸಾಮಾನುಗಳನ್ನು ತುಂಬಿ ಹೇರಿದ ನಾಲ್ಕು ಬಂಡಿಗಳು ಬರುತ್ತಿದ್ದವು. ಆ ಕುದುರೆಗಾಡಿಯಲ್ಲಿ ಒರಟಾದ ಬಟ್ಟೆಯನ್ನು ಧರಿಸಿದ ತರುಣನೊಬ್ಬ ಕುಳಿತಿದ್ದ. ಆತನ ಮುಖ ದುಂಡಗಾಗಿಯೂ ಕಾಂತಿಯುತವೂ ಆಗಿತ್ತು. ಆತ ಅತ್ಯಂತ ಉಲ್ಲಸಿತನಾಗಿದ್ದ. ಆತನ ಮಗ್ಗುಲಲ್ಲಿಯೆ ಕುಳಿತಿದ್ದ ಆತನ ಹೆಂಡತಿ ತುಸು ಕುಳ್ಳಗಾಗಿ ದಪ್ಪಗಾಗಿದ್ದರೂ, ಕುರೂಪಿಯಾಗಿ ಕಾಣಿಸುತ್ತಿರಲಿಲ್ಲ. ಆ ವಾಹನ ಅಷ್ಟೊಂದು ವೇಗವಾಗಿ ಚಲಿಸುತ್ತಿರಲಿಲ್ಲವಾದ್ದರಿಂದ ಅದರಲ್ಲಿದ್ದ ಪ್ರಯಾಣಿಕನಿಗೆ ದುಃಖದಿಂದ ನಿಶ್ಚಲನಾಗಿ ನಿಂತಿದ್ದ ತರುಣನನ್ನು ನೋಡಿ ಆತನ ಬಗೆಗೆ ಯೋಚಿಸುವಷ್ಟು ಅವಕಾಶವಿತ್ತು.

ಆತ ಕೂಗಿದ : "ಅಯ್ಯೊ ಮಹಾರಾಯ! ನೀನು ಜೀನೊ ಅಲ್ಲವೆ?"

ಜೀನೊ ಮುಖ ಮೇಲೆತ್ತಿ ನೋಡಿದ. ಕುದುರೆಗಾಡಿ ನಿಂತಿತು.

"ಹೌದು, ನೀನು ಹೇಳಿದ್ದು ನಿಜ. ಜೀನೊ ನಾನೇ" ಎಂದು ಆತ ಉಸಿರ್ಗರೆದ.

ಇದನ್ನು ಕೇಳಿ ದುಂಡಗಿನ ಆ ಕುಳ್ಳ ವ್ಯಕ್ತಿ ಒಂದೇ ನೆಗೆತಕ್ಕೆ ಗಾಡಿಯಿಂದ ಕೆಳಗೆ ಜಿಗಿದು ತನ್ನ ಹಳೆಯ ಗೆಳೆಯನನ್ನು ಅಪ್ಪಿಕೊಂಡ. ಜೀನೊನಿಗೆ ಕೋಲೀಯ ಗುರುತು ಹತ್ತಿತು. ನಾಚಿಕೆಯಿಂದ ಆತನ ಮುಖ ವಿವರ್ಣವಾಗಿ ಕಣ್ಣೀರು ದಳದಳನೆ ಉದುರಿತು.

"ನೀನು ನನ್ನನ್ನು ದೂರಮಾಡಿದ್ದಿ. ಆದರೆ ನೀನೊಬ್ಬ ದೊಡ್ಡ ಪ್ರಭುವಾಗಿದ್ದರೂ ನಾನು ನಿನ್ನನ್ನು ಕೊನೆಯವರೆಗೆ ಪ್ರೀತಿಸ್ತೇನೆ," ಎಂದ ಕೋಲೀ.

ದುಃಖತಪ್ತನಾದ ಹಾಗೂ ಗೊಂದಲಕ್ಕೀಡಾದ ಜೀನೊ ಬಿಕ್ಕುತ್ತ ತನ್ನ ಕತೆಯ ಸ್ವಲ್ಪ ಭಾಗವನ್ನು ಆತನಿಗೆ ವಿವರಿಸಿ ಹೇಳಿದ.

ಕೋಲೀ ಹೇಳಿದ: "ನಾನಿಳಿದುಕೊಂಡಿರುವ ವಸತಿಗೃಹಕ್ಕೆ ಬಾ. ಅಲ್ಲಿ ನಿನ್ನ ಉಳಿದ ಕತೆಯನ್ನು ಹೇಳುವೆಯಂತೆ. ನನ್ನ ಪುಟ್ಟ ಹೆಂಡತಿಯನ್ನು ಆಲಂಗಿಸು. ಆಮೇಲೆ ನಾವೆಲ್ಲ ಹೋಗಿ ಊಟ ಮಾಡೋಣ."

ಮೂವರೂ ಕೂಡಿ ನಡೆಯುತ್ತ ಮುಂದೆ ಸಾಗಿದರು. ಕುದುರೆಗಾಡಿಗಳು ಅವರನ್ನು ಹಿಂಬಾಲಿಸಿದವು. ಜೀನೊ ಕೇಳಿದ :

"ಏನು ಇಷ್ಟೊಂದು ಸಾಮಾನುಗಳನ್ನು ಹೇರಿಕೊಂಡು ಹೊರಟಿದ್ದಿ ? ಇವೆಲ್ಲ ನಿನ್ನವೇನು?"

"ಹೌದು. ಇವೆಲ್ಲ ನನ್ನದು ಮತ್ತು ನನ್ನ ಹೆಂಡತಿಯದು. ನಾವು ಇದೇ ಈಗ ಹಳ್ಳಿಯಿಂದ ಬಂದಿದ್ದೇವೆ. ಅಲ್ಲಿ ತಗಡು ಮತ್ತು ತಾಮ್ರದ ಉದ್ದಿಮೆಯನ್ನು ನಡೆಸ್ತಿದ್ದೇನೆ. ದೊಡ್ಡವರಿಗೂ ಸಾಮಾನ್ಯರಿಗೂ ಬೇಕಾದ ಪಾತ್ರೆಗಳನ್ನು ತಯಾರಿಸುವ ವ್ಯಾಪಾರಿಯೊಬ್ಬನ ಮಗಳನ್ನು ನಾನು ಮದುವೆಯಾಗಿದ್ದೇನೆ. ದೇವರು ನಮಗೆ ಕಲ್ಯಾಣ ಮಾಡಿದ್ದಾನೆ. ಆದರೂ ನಾವು ನಮ್ಮ ಸ್ವಭಾವವನ್ನು ಬದಲಿಸಿಲ್ಲ. ಈಗ ನಾವು ಸುಖದಿಂದಲೆ ಇದ್ದೇವೆ. ನಮ್ಮ ಗೆಳೆಯನಾದ ನಿನಗೆ ಸಹಾಯ ಮಾಡ್ತೇವೆ. ಇನ್ನು ಮೇಲಿಂದ ನೀನೊಬ್ಬ ಮಾರ್ಕೇಜನಾಗಿರೋದು ಬೇಡ. ಈ ಪ್ರಪಂಚದಲ್ಲಿ ಯಾವ ವೈಭವವನ್ನೂ ಒಬ್ಬ ಗೆಳೆಯನಿಗೆ ಹೋಲಿಸಲಾಗೋದಿಲ್ಲ. ನೀನು ನಮ್ಮೊಂದಿಗೆ ನಮ್ಮ ಹಳ್ಳಿಗೆ ಬಂದುಬಿಡು. ನಿನಗೆ ನಮ್ಮ ಉದ್ದಿಮೆಯನ್ನು ಕಲಿಸ್ತೇನೆ. ಅದೇನು ಅಂಥ ಕಷ್ಟದ ಕೆಲಸವಲ್ಲ. ನೀನು ನನ್ನ ಸಹಭಾಗಿಯಾಗಿರು. ನಾವೆಲ್ಲರೂ ಕೂಡಿ ನಾವೆಲ್ಲ ಹುಟ್ಟಿದೂರಿನಲ್ಲಿಯೆ ಸುಖ ಸಂತೋಷದಿಂದಿರೋಣ."

ಇದನ್ನೆಲ್ಲ ಕೇಳಿ ಆಶ್ಚರ್ಯಗೊಂಡ ಜೀನೊ ದುಃಖ ಮತ್ತು ಸಂತೋಷಗಳ ನಡುವೆ ಹರಿದಾಡಿದ. ಪ್ರೀತಿ ಮತ್ತು ನಾಚಿಕೆಗಳ ನಡುವೆ ತಾಕಲಾಡಿದ. ತನ್ನಷ್ಟಕ್ಕೆ ತಾನೆ ಯೋಚಿಸಿದ: "ನನ್ನ ಬೆಡಗಿನ ಗೆಳೆಯರೆಲ್ಲರೂ ನನ್ನನ್ನು ಮೋಸಗೊಳಿಸಿದ್ದಾರೆ. ಕೊನೆಗೆ ನಾನು ತಿರಸ್ಕರಿಸಿದ ಕೋಲೀಯೆ ನನಗೆ ಸಮಾಧಾನ ನೀಡಲು ಮುಂದೆ ಬಂದಿದ್ದಾನೆ."

ಇದೆಂಥ ಪಾಠ ನೋಡಿ? ಕೋಲೀಯ ಸದ್ಗುಣ ಜೀನೋನ ಹೃದಯದಲ್ಲಿ ಸುಪ್ತವಾಗಿದ್ದ ಮಾನವೀಯತೆಯನ್ನು ಬಡಿದೆಬ್ಬಿಸಿತು. ಅದನ್ನು ಅಳಿಸಿ ಹಾಕಲು ಇಡೀ ಜಗತ್ತಿಗೆ ಇನ್ನೂ ಸಾಧ್ಯವಾಗಿರಲಿಲ್ಲ. ಆತ ತನ್ನ ತಂದೆ ತಾಯಿಯರನ್ನು ತೊರೆಯಲು ಸಿದ್ಧನಿರಲಿಲ್ಲ. ಆಗ ಕೋಲೀ ಹೇಳಿದ :

"ನಿನ್ನ ತಾಯಿಯನ್ನು ನಾವು ನೋಡಿಕೊಳ್ತೇವೆ. ಇನ್ನು ಸೆರೆಮನೆಯಲ್ಲಿರುವ ನಿನ್ನ ತಂದೆಯ ವಿಚಾರ. ನನಗೆ ಇಂಥ ವಿಷಯಗಳ ಬಗೆಗೆ ಸ್ವಲ್ಪ ಪರಿಚಯವಿದೆ. ನಿನ್ನ ತಂದೆಯ ಹತ್ತಿರ ಸಾಲ ತೀರಿಸಲಿಕ್ಕೆ ಏನೂ ಬಂಡವಾಳವಿಲ್ಲವೆಂದು ತಿಳಿದಾಗ ಸಾಲಿಗರು ಸಿಕ್ಕಷ್ಟು ಸಾಕೆಂದು ರಾಜಿಗೆ ಬರ್ತಾರೆ. ಅದನ್ನೆಲ್ಲ ನಾನು ನೋಡಿಕೊಳ್ಳೇನೆ."

ಕೆಲವೇ ದಿನಗಳಲ್ಲಿ ಕೋಲೀ ಜೀನೋನ ತಂದೆಯನ್ನು ಸೆರೆಮನೆಯಿಂದ ಮುಕ್ತಗೊಳಿಸಿದ. ಜೀನೋ ತನ್ನ ತಂದೆ ತಾಯಿ ಒಡಗೂಡಿ ತನ್ನ ಹಳ್ಳಿಗೆ ಹಿಂದಿರುಗಿದ. ಅಲ್ಲಿ ಅವರು ತಮ್ಮ ಮೊದಲಿನ ವೃತ್ತಿಯನ್ನೇ ಪ್ರಾರಂಭಿಸಿದರು. ಜೀನೊ ಕೋಲೀಯ ಸಹೋದರಿಯೊಬ್ಬಳನ್ನು ಮದುವೆಯಾದ. ತನ್ನ ಸಹೋದರನಂತೆ ಸದ್ಗುಣಿಯಾದ ಅವಳು ತನ್ನ ಪತಿಯನ್ನು ಸಂತೋಷದಿಂದಿಟ್ಟಳು. ಈಗ ತಂದೆ ಜೀನೊ ತಾಯಿ ಜೀನೊ ಮತ್ತು ಮಗ ಜೀನೊ – ಈ ಮೂವರೂ ಸುಖವೆಂಬುದು ಒಣ ಧಿಮಾಕಿನಲ್ಲಿಲ್ಲವೆಂಬುದನ್ನು ಮನಗಂಡರು. ❍

○ ಸ್ಟೆಂಡ್ಹಾಲ್

ಒಬ್ಬ ಯೆಹೂದಿ

"ಆಗ ನಾನು ಬಹಳ ಸ್ಫುರದ್ರೂಪಿಯಾಗಿದ್ದೆ."

"ಈಗಲಾದರೂ ನೀನು ಸಾಕಷ್ಟು ಸ್ಫುರದ್ರೂಪಿಯಾಗಿಯೇ ಇದ್ದೀಯ."

"ಆದರೆ ಎಷ್ಟೊಂದು ಅಂತರವಿದೆ ನೋಡಿ. ಈಗ ನನಗೆ ನಲ್ವತ್ತೈದು ವರ್ಷ. ಆಗ ನನಗೆ ಕೇವಲ ಮೂವತ್ತು ವರ್ಷಗಳಾಗಿದ್ದುವು. ಅದು 1814ನೇ ಇಸವಿ. ನನ್ನ ಹತ್ತಿರವಿದ್ದ ಆಸ್ತಿಯೆಂದರೆ ನನ್ನ ಅಸಾಧಾರಣ ಆಕೃತಿ ಮತ್ತು ವಿಶೇಷ ಸೌಂದರ್ಯ. ಉಳಿದೆಲ್ಲ ವಿಷಯಗಳಲ್ಲಿ ನಾನೊಬ್ಬ ಯೆಹೂದಿ ಆಗಿದ್ದೆ. ನಿಮ್ಮ ಜನ – ಅಂದರೆ ಕ್ರೈಸ್ತರು – ಮತ್ತು ಬೇರೆ ಯೆಹೂದಿಯರು ಕೂಡ ನನ್ನನ್ನು ತಿರಸ್ಕಾರದಿಂದ ನೋಡುತ್ತಿದ್ದರು. ಯಾಕೆಂದರೆ ನಾನು ಅನೇಕ ವರ್ಷಗಳವರೆಗೆ ಕಡುಬಡವನಾಗಿದ್ದೆ."

"ಬಡವನಾದ ಮಾತ್ರಕ್ಕೆ ಒಬ್ಬನನ್ನು ತಿರಸ್ಕಾರದಿಂದ ನೋಡೋದು ಬಹಳ ತಪ್ಪು."

"ರಮ್ಯವಾದ ಪದಪುಂಜಗಳನ್ನು ಹುಡುಕುವ ಗೋಜಿಗೆ ಹೋಗಬೇಡಿ. ಇವೊತ್ತಿನ ದಿನ ನನಗೆ ನನ್ನ ಬಗೆಗೆ ಮಾತನಾಡುವ ಮನಸ್ಸಾಗಿದೆ. ನಾನು ಮಾತನಾಡಿದಾಗಲೆಲ್ಲ ಪ್ರಾಮಾಣಿಕವಾಗಿಯೇ ಮಾತನಾಡ್ತೇನೆ. ನಮ್ಮ ಹಡಗು ಚೆನ್ನಾಗಿ ಮುಂದೆ ಸಾಗಿದೆ. ಗಾಳಿಯೂ ಆಹ್ಲಾದಕರವಾಗಿದೆ. ನಾಳೆ ಮುಂಜಾನೆ ನಾವು ವೆನಿಸ್ ನಗರ ಮುಟ್ಟಿರ್ತೇವೆ... ಆದರೆ 1814ರಲ್ಲಿ ಫ್ರಾನ್ಸ್‌ನಲ್ಲಿ ನಾನು ಮಾಡಿದ ಪ್ರಯಾಣಗಳ ಬಗ್ಗೆ ಮತ್ತು ನನಗೆ ತಟ್ಟಿದ ಶಾಪದ ಬಗ್ಗೆ ನಾವೀಗ ಮಾತಾಡ್ತಿದ್ದೆವಲ್ಲ? ಆ ಕಥೆಯನ್ನೀಗ ಹೇಳ್ತೇನೆ ಕೇಳಿ:

"1814ನೇ ಇಸವಿಯಲ್ಲಿ ನನಗೆ ಹಣದ ಮೇಲೆ ಬಹಳ ವ್ಯಾಮೋಹವಿತ್ತು. ನನ್ನಲ್ಲಿದ್ದ ಗಾಢಾಸಕ್ತಿ ಅದೊಂದೇ ಆಗಿತ್ತು."

"ನಾನು ವೆನಿಸ್ ನಗರದ ಬೀದಿಗಳಲ್ಲಿ ಡಬ್ಬಿಯೊಂದರ ಮೇಲೆ ಕೆಲವು ಚಿನ್ನದ ಆಭರಣಗಳನ್ನಿಟ್ಟುಕೊಂಡು ಮಾರಾಟ ಮಾಡುತ್ತ ಜೀವನ ಕಳೆಯುತ್ತಿದ್ದೆ. ಆದರೆ ಆ ಡಬ್ಬಿಯೊಳಗಿನ ಒಂದು ಗುಪ್ತ ಖಾನೆಯಲ್ಲಿ ಅರಳೆಯ ಕಾಲುಚೀಲಗಳನ್ನೂ ಕರವಸ್ತ್ರಗಳನ್ನೂ ಮತ್ತಿತರ ಸುಂಕ ತಪ್ಪಿಸಿ ತಂದ ಇಂಗ್ಲಿಷ್

ಸರಕುಗಳನ್ನೂ ಬಚ್ಚಿಡುತ್ತಿದ್ದೆ. ನಮ್ಮ ತಂದೆಯ ಅಂತ್ಯ ಸಂಸ್ಕಾರ ಮುಗಿದ ಮೇಲೆ ನಮ್ಮ ಕಕ್ಕಂದಿರ ಪೈಕಿ ಒಬ್ಬ ಕಕ್ಕ ನಮಗೆ ಒಬ್ಬೊಬ್ಬರಿಗೂ – ನಾವು ಮೂವರು ಮಕ್ಕಳಿದ್ದೆವು – ನಮ್ಮ ತಂದೆ ಕೇವಲ ಐದು ಫ್ರಾಂಕುಗಳನ್ನು ಬಿಟ್ಟು ಹೋಗಿದ್ದನೆಂದು ಹೇಳಿದ. ಒಳ್ಳೆಯ ಮನಸ್ಸಿನ ಈ ಕಕ್ಕ ನನಗೆ ನೆಪೋಲಿಯನ್ ಎಂಬ ಒಂದು ಚಿನ್ನದ ನಾಣ್ಯವನ್ನು ಕೊಟ್ಟ – ಅಂದರೆ ಇಪ್ಪತ್ತು ಫ್ರಾಂಕ್‌ಗಳು. ರಾತ್ರಿ ನನ್ನ ತಾಯಿ ಇಪ್ಪತ್ತೊಂದು ಫ್ರಾಂಕುಗಳನ್ನು ತೆಗೆದುಕೊಂಡು ಮನೆ ಬಿಟ್ಟು ಹೋಗಿಬಿಟ್ಟಳು. ಹೀಗಾಗಿ ನನ್ನ ಹತ್ತಿರ ನಾಲ್ಕೇ ನಾಲ್ಕು ಫ್ರಾಂಕುಗಳು ಉಳಿದಿದ್ದವು. ನಮ್ಮ ನೆರೆಯಾಕೆಯೊಬ್ಬಳ ಪಿಟೀಲು ವಾದ್ಯದ ಪೆಟ್ಟಿಗೆಯನ್ನು ನಾನು ಕದ್ದುಬಿಟ್ಟೆ. ಅದನ್ನು ಆಕೆ ಉಪ್ಪರಿಗೆ ಕೋಣೆಯಲ್ಲಿಟ್ಟಿದ್ದಳೆಂಬುದು ನನಗೆ ಗೊತ್ತಿತ್ತು. ಅನಂತರ ನಾನು ಪೇಟೆಗೆ ಹೋಗಿ ಕೆಂಪು ಬಣ್ಣದ ಎಂಟು ಅರಳೆಯ ಕರವಸ್ತ್ರಗಳನ್ನು ಕೊಂಡುಕೊಂಡೆ. ಅವುಗಳಿಗೆ ನಾನು ಕೇವಲ ಹತ್ತು ಸೂಗಳನ್ನು ಕೊಟ್ಟಿದ್ದೆ. ಅವುಗಳನ್ನು ಹನ್ನೊಂದು ಸೂಗಳಿಗೆ ಮಾರಿದೆ. ಮೊದಲನೆಯ ದಿನ ನಾನು ಹೀಗೆ ನಾಲ್ಕು ಬಾರಿ ಸರಕುಗಳನ್ನು ಕೊಂಡು, ನಾಲ್ಕು ಸಲವೂ ಅವುಗಳನ್ನೆಲ್ಲ ಮಾರಿದೆ. ನಾನು ಆಯುಧ ಶಾಲೆಯ ಹತ್ತಿರವಿದ್ದ ಸೈನಿಕರ ಮಧ್ಯೆ ನನ್ನ ಕರವಸ್ತ್ರಗಳನ್ನು ಮಾರುತ್ತಿದ್ದೆ. ನನ್ನ ಕಾರ್ಯಚಟುವಟಿಕೆಯನ್ನು ನೋಡಿ ನಾನೇಕೆ ಸಾಮಾನುಗಳನ್ನು ಡಝುನ್‌ಗಟ್ಟಲೆ ಕೊಳ್ಳುವುದಿಲ್ಲವೆಂದು, ಅವನ್ನು ಯಾರಿಂದ ನಾನು ಪಡೆಯುತ್ತಿದ್ದೆನೋ ಆ ವ್ಯಾಪಾರಿ ಕೇಳಿದ. ಆತನ ಅಂಗಡಿ ಆಯುಧ ಶಾಲೆಯಿಂದ ಒಂದೂವರೆ ಮೈಲಿ ದೂರದಲ್ಲಿತ್ತು. ನನ್ನ ತಾಯಿ ನನ್ನ ಇಪ್ಪತ್ತೊಂದು ಫ್ರಾಂಕುಗಳನ್ನು ಕದ್ದುಕೊಂಡು ಹೋಗಿದ್ದುದರಿಂದ ನನ್ನ ಹತ್ತಿರ ನಾಲ್ಕೇ ನಾಲ್ಕು ಫ್ರಾಂಕುಗಳು ಉಳಿದಿವೆಯೆಂದು ಆತನಿಗೆ ನಾನು ಹೇಳಿದೆ. ಆತ ನನ್ನನ್ನು ಬಲವಾಗಿ ಒದೆದ. ನಾನು ಆತನ ಅಂಗಡಿಯಿಂದ ಹೊರಗೆ ಓಡಿ ಬಂದೆ."

"ಆದರೂ ಮರುದಿನ ನಾನು ಮತ್ತೆ ಹಿಂತಿರುಗಿದೆ. ಹಿಂದಿನ ದಿನ ಸಾಯಂಕಾಲ ನಾನು ಎಂಟು ಕರವಸ್ತ್ರಗಳನ್ನು ಮಾರಿದ್ದೆ. ಆ ರಾತ್ರಿ ಬಹಳ ಶೆಕೆಯಿದ್ದುದರಿಂದ ನಾನು ಮನೆಯ ಹೊರಗೆ ಮಲಗಿಕೊಂಡೆ. ನಾನು ಬದುಕಿದ್ದೆ. ಚಿಯೊ ಸುರೆಯನ್ನು ಕುಡಿದಿದ್ದೆ ಮತ್ತು ನನ್ನ ವ್ಯಾಪಾರದಲ್ಲಿ ಐದು ಸೂಗಳನ್ನು ಉಳಿಸಿದ್ದೆ. ಹೀಗೆ ನಾನು 1800ರಿಂದ 1814ರವರೆಗೆ ಜೀವನ ಸಾಗಿಸಿದ್ದೆ. ನಾನು ದೇವರ ಆಶೀರ್ವಾದದಿಂದಲೇ ಕೆಲಸ ಮಾಡುತ್ತಿದ್ದೆನೆಂದು ನನಗೆ ಅನಿಸಿತ್ತು."

ಆ ಯೆಹೂದಿ ಬಹಳ ಕೋಮಲ ಧಾಟಿಯಲ್ಲಿ ತನ್ನ ಹೃದಯವನ್ನು ಬಿಚ್ಚಿದ.

"ನಾನು ವ್ಯಾಪಾರದಲ್ಲಿ ಎಷ್ಟು ಚುರುಕಾಗಿದ್ದೆನೆಂದರೆ ಒಂದೊಂದೇ ದಿನದಲ್ಲಿ ನನ್ನ ಬಂಡವಾಳವನ್ನು ದ್ವಿಗುಣಗೊಳಿಸುತ್ತಿದ್ದೆ. ಆಗಾಗ್ಗೆ ನಾನು ಒಂದು ದೋಣಿಯನ್ನು ತೆಗೆದುಕೊಂಡು ಹೋಗಿ ಹಡಗುಗಳಲ್ಲಿದ್ದ ಪ್ರಯಾಣಿಕರಿಗೆ ಕಾಲುಚೀಲಗಳನ್ನು ಮಾರುತ್ತಿದ್ದೆ. ನಾನು ಸ್ವಲ್ಪ ದುಡ್ಡು ಮಾಡಿಕೊಂಡ ಕೂಡಲೆ ನನ್ನ ತಾಯಿ ಮತ್ತು ನನ್ನ ಸಹೋದರಿ ಯಾವುದೋ ಒಂದು ನೆಪ ಹುಡುಕಿ ನನ್ನೊಂದಿಗೆ ಪುನಃ ಸಖ್ಯ ಬೆಳೆಸಿ ನನ್ನ ಹಣವನ್ನು ದೋಚಿದರು. ಒಂದು ಸಾರಿ ಅವರು ನನ್ನನ್ನು ಸರಾಫನೊಬ್ಬನ ಅಂಗಡಿಗೆ ಕರೆದೊಯ್ದರು. ಅಲ್ಲಿ ಅವರು ಒಂದು ಹಾರ ಮತ್ತು ಕಿವಿಯೋಲೆಗಳನ್ನು ಧರಿಸಿಕೊಂಡು ಒಂದೇ ಕ್ಷಣ ಹೊರಗೆ ಹೋಗಿ ಬರುವವರ ಹಾಗೆ ಅಂಗಡಿಯಿಂದ ಹೊರಟವರು ಮರಳಿ ಬರಲೇ ಇಲ್ಲ. ಕೂಡಲೆ ಸರಾಫ ಐವತ್ತು ಫ್ರಾಂಕುಗಳನ್ನು ಕೊಡು ಎಂದು ನನ್ನನ್ನು ಕೇಳಿದ. ಅದನ್ನು ಕೇಳಿದ ಕೂಡಲೆ ನಾನು ಅಳತೊಡಗಿದೆ. ನನ್ನ ಹತ್ತಿರ ಕೇವಲ ಹದಿನಾಲ್ಕು ಫ್ರಾಂಕುಗಳಿದ್ದವು. ನನ್ನ

ಪೆಟ್ಟಿಗೆ ಎಲ್ಲಿದೆ ಎಂಬುದನ್ನು ಆತನಿಗೆ ಹೇಳಿದೆ. ಆತ ಅದನ್ನು ತರಿಸಲು ಒಬ್ಬನನ್ನು ಕಳುಹಿಸಿದ. ಹೀಗೆ ನಾನು ಸರಾಫನೊಂದಿಗೆ ವ್ಯರ್ಥ ವೇಳೆ ಕಳೆಯುತ್ತಿದ್ದಾಗ ನನ್ನ ತಾಯಿ ಆ ಪೆಟ್ಟಿಗೆಯನ್ನೂ ಎತ್ತಿಕೊಂಡು ಹೋಗಿದ್ದಳು. ಸರಾಫ ನನ್ನನ್ನು ಮೈಮುರಿಯುವಂತೆ ಥಳಿಸಿದ.

"ಆತ ನನ್ನನ್ನು ಥಳಿಸಿ ಥಳಿಸಿ ದಣಿದ ಮೇಲೆ ನಾನು ಆತನಿಗೆ ಒಂದು ಮಾತು ಹೇಳಿದೆ. ಒಂದು ವೇಳೆ ಆತ ನನಗೆ ನನ್ನ ಹದಿನಾಲ್ಕು ಫ್ರಾಂಕುಗಳನ್ನು ಮರಳಿಕೊಟ್ಟು ಅದರೊಂದಿಗೆ ಒಂದು ಚಿಕ್ಕ ಮೇಜಿನ-ಖಾನೆಯನ್ನು ಕೊಟ್ಟರೆ ಅದರಲ್ಲಿ ನಾನು ಒಂದು ಗುಪ್ತ ತಳವನ್ನು ಕೂಡ್ರಿಸಿ ವ್ಯಾಪಾರ ಮಾಡಿ ದಿನಕ್ಕೆ ಹತ್ತು ಸೂಗಳನ್ನು ಕೊಟ್ಟು ಆತನ ಸಾಲ ತೀರಿಸುವೆನೆಂದು ವಿವರಿಸಿದೆ. ಅನಂತರ ನಾನು ಹಾಗೆಯೇ ಮಾಡಿದೆ. ಕೊನೆಗೆ ಆ ಸರಾಫನಿಗೆ ನನ್ನ ಮೇಲೆ ಎಷ್ಟು ನಂಬಿಕೆ ಹುಟ್ಟಿತೆಂದರೆ ಇಪ್ಪತ್ತು ಫ್ರಾಂಕುಗಳ ಬೆಲೆಯ ಕಿವಿಯೋಲೆಗಳನ್ನೂ ಆತ ನನ್ನ ವಶ ಕೊಡುತ್ತಿದ್ದ. ಆದರೆ ಪ್ರತಿಯೊಂದು ಕಿವಿಯೋಲೆಗೆ ನಾನು ಐದು ಸೂಗಳಿಗಿಂತ ಹೆಚ್ಚು ಲಾಭ ಪಡೆಯದ ಹಾಗೆ ನೋಡಿಕೊಳ್ಳುತ್ತಿದ್ದ.

"1805ರಲ್ಲಿ ನನ್ನ ಹತ್ತಿರ ಒಂದು ಸಾವಿರ ಫ್ರಾಂಕುಗಳಷ್ಟು ಬಂಡವಾಳವಿತ್ತು. ಆಗ, ನಾವು ಮದುವೆಯಾಗಬೇಕೆಂಬ ನಮ್ಮ ಕಾಯಿದೆಯ ಪ್ರಕಾರ ನನ್ನ ಕರ್ತವ್ಯವನ್ನು ಪೂರೈಸಬೇಕೆಂದು ನಾನು ನಿರ್ಧರಿಸಿದೆ. ಆ ವೇಳೆಗೆ ದುರ್ದೈವದಿಂದ ನಾನು ಸ್ಟೆಲ್ಲಾ ಎಂಬ ಒಬ್ಬ ಯೆಹೂದಿ ಹುಡುಗಿಯ ಪ್ರೇಮಪಾಶದಲ್ಲಿ ಬಿದ್ದೆ. ಅವಳಿಗೆ ಇಬ್ಬರು ಸಹೋದರರಿದ್ದರು. ಒಬ್ಬ ಫ್ರೆಂಚ್ ಸೈನ್ಯದ ಸರಬರಾಜು ವಿಭಾಗದಲ್ಲಿ ಸಾರ್ಜಂಟನಾಗಿದ್ದ. ಇನ್ನೊಬ್ಬ ವೇತನ ವಿತರಣಾಧಿಕಾರಿಯ ನಗದು ಗುಮಾಸ್ತೆಯಾಗಿದ್ದ. ಅವರಿಬ್ಬರೂ ಸಾನ್ ಪಾವೊಲೊದ ಬಳಿ ಒಂದು ಮನೆಯ ಕೆಳ ಅಂತಸ್ತಿನ ಕೋಣೆಯಲ್ಲಿ ವಾಸವಾಗಿದ್ದು, ರಾತ್ರಿಯಾದ ಕೂಡಲೆ ತಮ್ಮ ಸಹೋದರಿಯನ್ನು ಕೋಣೆಯಿಂದ ಹೊರಗೆ ದಬ್ಬುತ್ತಿದ್ದರು. ಒಂದು ದಿನ ಸಾಯಂಕಾಲ ಆಕೆ ಅಲ್ಲಿ ಅಳುತ್ತಿರುವುದನ್ನು ನಾನು ಕಂಡೆ. ಅವಳನ್ನು ತಪ್ಪಾಗಿ ಭ್ರಮಿಸಿ ನಾನು ಅವಳಿಗೆ ಹತ್ತು ಸೂಗಳ ಚಿಯೊಸುರೆಯನ್ನು ಕೊಡಿಸುವೆನೆಂದು ಹೇಳಿದೆ. ಅದನ್ನು ಕೇಳಿ ಅವಳ ಕಣ್ಣೀರು ಸುರಿಯುವುದು ಹೆಚ್ಚಾಯಿತು. ನೀನೊಬ್ಬ ಹುಚ್ಚಿ ಎಂದು ಹೇಳಿ ಅಲ್ಲಿಂದ ನಾನು ಕಾಲ್ತೆಗೆದೆ.

"ಆದರೆ ಆಕೆ ಬಹಳ ಸುಂದರಿಯೆಂದು ನನಗನ್ನಿಸಿತ್ತು. ಮರುದಿನ ರಾತ್ರಿ ಅದೇ ವೇಳೆಗೆ ಸೇಂಟ್ ಮಾರ್ಕನ ಬೀದಿಯಲ್ಲಿ ನನ್ನ ವ್ಯಾಪಾರವನ್ನು ಮುಗಿಸಿಕೊಂಡು ಅವಳನ್ನು ಮೊದಲು ಭೇಟಿಯಾದ ಸ್ಥಳಕ್ಕೆ ಹೋಗಿ ನಿಂತೆ. ಆದರೆ ಅವಳು ಅಲ್ಲಿರಲಿಲ್ಲ. ಮೂರು ದಿನಗಳ ಅನಂತರ ನನ್ನ ದೈವ ತೆರೆಯಿತು. ನಾನು ಅವಳೊಂದಿಗೆ ಬಹಳ ಹೊತ್ತಿನವರೆಗೆ ಮಾತನಾಡಿದೆ. ಅವಳು ಅತ್ಯಂತ ಭಯದಿಂದ ನನ್ನನ್ನು ನಿರಾಕರಿಸಿದಳು.

"ನಾನು ನನ್ನಲ್ಲಿಯೇ ಹೀಗೆಂದುಕೊಂಡೆ: 'ನಾನು ಪೆಟ್ಟಿಗೆಯಲ್ಲಿ ಚಿನ್ನಾಭರಣಗಳನ್ನು ತುಂಬಿಕೊಂಡು ಹೋಗುವುದನ್ನು ಅವಳು ನೋಡಿದ್ದಾಳೆ. ಅವಳು ನನ್ನಿಂದ ಒಂದು ಹಾರದ ಕೊಡುಗೆಯನ್ನು ನಿರೀಕ್ಷಿಸುತ್ತಿದ್ದಾಳೆ. ಆದರೆ ಅದು ಮಾತ್ರ ನನ್ನಿಂದಾಗದು.'

"ಅಂದಿನಿಂದ ಆ ಬೀದಿಯಲ್ಲಿ ಹಾಯ್ದು ಹೋಗಬಾರದೆಂದು ನಾನು ನಿರ್ಧರಿಸಿದೆ. ಆದರೆ ನನಗೆ ಗೊತ್ತಾಗದ ಹಾಗೆಯೇ ನಾನು ಸುರಾಪಾನವನ್ನು ನಿಲ್ಲಿಸಿ, ಹೀಗೆ ದಿನವೂ ಉಳಿಸಿದ ಹಣವನ್ನು ಪ್ರತ್ಯೇಕವಾಗಿ ತೆಗೆದಿರಿಸಿದೆ. ನಾನು ಮೂರ್ಖನಂತೆ ಆ ಹಣವನ್ನು ವ್ಯಾಪಾರದಲ್ಲಿ ತೊಡಗಿಸಲಿಲ್ಲ. ಆ ದಿನಗಳಲ್ಲಿ ಪ್ರತಿ ವಾರಕ್ಕೆ ನನ್ನ ಬಂಡವಾಳ ಹಿಂದಿಗಿಂತ ಮೂರು ಪಟ್ಟು ಬೆಳೆಯುತ್ತಿತ್ತು.

“ನಾನು ಹನ್ನೆರಡು ಫ್ರಾಂಕುಗಳನ್ನು ಉಳಿಸಿದ ಮೇಲೆ – ಅದು ನನ್ನಲ್ಲಿದ್ದ ಅತಿ ಅಗ್ಗದ ಹಾರ ಒಂದರ ಬೆಲೆ – ಅನೇಕ ಸಾರಿ ಸ್ಟೆಲ್ಲಾ ಇದ್ದ ಬೀದಿಗೆ ಹೋದೆ. ಕೊನೆಗೊಮ್ಮೆ ಆಕೆಯನ್ನು ಕಂಡೆ. ನನ್ನ ಪ್ರೇಮದ ಸೂಚನೆಗಳನ್ನೆಲ್ಲಾ ಆಕೆ ಸಿಟ್ಟಿನಿಂದ ನಿರಾಕರಿಸಿದಳು. ಆಕೆಯೊಂದಿಗೆ ಮಾತನಾಡುವಾಗ ಆಕೆಗೊಂದು ಹಾರವನ್ನು ಉಡುಗೊರೆಯಾಗಿ ಕೊಡುವುದರ ಸಲುವಾಗಿ ಹಣವನ್ನು ಉಳಿಸುವ ಉದ್ದೇಶದಿಂದ ಕಳೆದ ಮೂರು ತಿಂಗಳಿಂದ ಸುರಾಪಾನವನ್ನು ನಿಲ್ಲಿಸಿದ್ದೇನೆಂದು ಹೇಳಿದೆ. ಅದಕ್ಕೆ ಅವಳು ಉತ್ತರಿಸಲಿಲ್ಲ. ಆದರೆ ಆಕೆ ಹೋದ ಸಾರಿ ನನ್ನನ್ನು ಭೇಟಿಯಾದ ಮೇಲೆ ತನಗೊದಗಿದ್ದ ಒಂದು ದೌರ್ಭಾಗ್ಯದ ಬಗೆಗೆ ನನ್ನ ಸಲಹೆಯನ್ನು ಕೇಳಿದಳು.

“ಅವಳ ಸಹೋದರರು ತಮಗೆ ಸಿಕ್ಕ ಚಿನ್ನದ ನಾಣ್ಯಗಳ ಅಂಚುಗಳನ್ನು ಕೆತ್ತಿ ತೆಗೆಯುವುದರಲ್ಲಿ ನಿರತರಾಗಿದ್ದರು. (ಅವರು ಸೆಕ್ವಿನ್ ಮತ್ತು ನೆಪೋಲಿಯನ್ ನಾಣ್ಯಗಳನ್ನು ನೈಟ್ರಿಕ್ ಆಸಿಡ್‌ನಲ್ಲಿ ಅದ್ದುತ್ತಿದ್ದರು.) ಸಾರ್ಜಂಟನನ್ನು ಸೆರಮನೆಯಲ್ಲಿಡಲಾಗಿತ್ತು. ಆದರೆ ಜನರ ಮನಸ್ಸಿನಲ್ಲಿ ಸಂಶಯ ಬರಬಾರದೆಂಬ ದೃಷ್ಟಿಯಿಂದ ವೇತನ ವಿತರಣಾಧಿಕಾರಿಯ ಕಚೇರಿಯಲ್ಲಿ ನಗದು ಗುಮಾಸ್ತೆಯಾಗಿದ್ದ ಅವನ ಸಹೋದರ ಆತನಿಗೆ ಯಾವ ತರಹದ ಸಹಾಯ ನೀಡಲೂ ಮುಂದಾಗಿರಲಿಲ್ಲ. ಸ್ಟೆಲ್ಲಾ ನನಗೆ ಸೆರೆಮನೆಗೆ ಹೋಗೆಂದು ಹೇಳಲಿಲ್ಲ. ನಾನಾದರೂ ಅದರ ಬಗೆಗೆ ಅವಳೆದುರಿಗೆ ಪ್ರಸ್ತಾಪವೆತ್ತಲಿಲ್ಲ. ಆದರೆ ಮರುದಿನ ಸಾಯಂಕಾಲ ನನಗಾಗಿ ಕಾದಿರು ಎಂದು ಆಕೆಯೊಂದಿಗೆ ಬೇಡಿಕೊಂಡೆ...”

“ಆದರೆ ಫ್ರಾನ್ಸ್‌ನಲ್ಲಿ ನಿನ್ನನ್ನು ತಟ್ಟಿದ ಶಾಪದ ವಿಷಯದಿಂದ ನಾವಿನ್ನೂ ಬಹಳ ದೂರದಲ್ಲಿದ್ದೇವಲ್ಲ?” ಎಂದು ನಾನು ಪ್ರಶ್ನಿಸಿದೆ.

ಅದಕ್ಕೆ ಆ ಯೆಹೂದಿ ಉತ್ತರಿಸಿದ: “ನೀವು ಹೇಳೋದು ನಿಜ. ಒಂದೆರಡೇ ಮಾತುಗಳಲ್ಲಿ ನನ್ನ ಮದುವೆಯ ಕತೆಯನ್ನು ಹೇಳ್ತೇನೆ ಕೇಳಿ. ಇವತ್ತು ನನಗೆ ಸ್ಟೆಲ್ಲಾಳ ಬಗೆಗೆ ಮಾತನಾಡಬೇಕು ಅಂತ ಇಷ್ಟೇಕೆ ಅನಿಸಿದೆಯೋ ಗೊತ್ತಿಲ್ಲ.”

ಬಳಿಕ ಆತ ಕತೆಯನ್ನು ಮುಂದುವರಿಸಿದ:

“ಸ್ವಲ್ಪ ಕಷ್ಟಪಟ್ಟು ಆ ಸಾರ್ಜಂಟನನ್ನು ನಾನು ಸೆರಮನೆಯಿಂದ ಬಿಡುಗಡೆ ಮಾಡಿಸಿದೆ. ಅವರೆಲ್ಲ ಕೂಡಿ ತಮ್ಮ ಸಹೋದರಿಯನ್ನು ನನಗೆ ಕೊಡಲು ನಿರ್ಧರಿಸಿದರು ಮತ್ತು ತಮ್ಮ ತಂದೆಯನ್ನು ವೆನಿಸ್‌ಗೆ ಕರೆತಂದರು. ನಾನು ಕೆಲವು ಕೋಣೆಗಳನ್ನು ಬಾಡಿಗೆಗೆ ಪಡೆದು ಕೊಂಡಿದ್ದೆ. ಸುದೈವದಿಂದ ಬಾಡಿಗೆಯನ್ನು ಮುಂಗಡವಾಗಿಯೇ ಕೊಟ್ಟಿದ್ದೆ. ಇದರೊಂದಿಗೆ ಕೆಲವು ಮೇಜು ಕುರ್ಚಿಗಳನ್ನು ಕೊಂಡಿದ್ದೆ. ನನ್ನ ಭಾವೀ ಮಾವ ತನ್ನ ಮಗಳಿಗೆ ಮದುವೆ ಮಾಡುವೆನೆಂದು ನಗರದಲ್ಲಿದ್ದ ತನ್ನ ಸಂಬಂಧಿಗಳಿಗೆಲ್ಲ ಹೇಳುತ್ತ ಓಡಾಡತೊಡಗಿದ. ಹೀಗೆ ಒಂದು ವರ್ಷ ಕಳೆದ ಮೇಲೆ ಮದುವೆಯ ಮುಂಚಿನ ದಿನ ತನ್ನ ಸಂಬಂಧಿಕರಿಂದ ಸಂಗ್ರಹಿಸಿದ ಆರುನೂರು ಫ್ರಾಂಕುಗಳನ್ನು ಎತ್ತಿಕೊಂಡು ಆತ ಊರುಬಿಟ್ಟು ಹೋದ. ಆತ, ಆತನ ಮಗಳು ಮತ್ತು ನಾನು ಮೂವರು ಕೂಡಿ ಮುರಾನೊದಲ್ಲಿ ಫಲಾಹಾರ ಮಾಡಲು ಹೋಗಬೇಕೆಂದಿದ್ದೆವು. ನನ್ನ ಮಾವ ಪರಾರಿಯಾಗಿ ಹೋದದ್ದು ಆಗಲೆ. ಅಷ್ಟರಲ್ಲಿಯೇ ನನ್ನ ಹೆಂಡತಿಯ ಸಹೋದರರಿಬ್ಬರೂ ನನ್ನ ಕೋಣೆಯಲ್ಲಿದ್ದ ಮೇಜು-ಕುರ್ಚಿಗಳನ್ನೆಲ್ಲ ಕಳವು ಮಾಡಿಕೊಂಡು ಹೋಗಿದ್ದರು. ದುರ್ದೈವದ ಸಂಗತಿಯೆಂದರೆ ಆಗ ಅವುಗಳ ಬೆಲೆಯನ್ನು ನಾನು ಸಂಪೂರ್ಣವಾಗಿ ಪಾವತಿ ಮಾಡಿರಲಿಲ್ಲ.

“ಇದಲ್ಲದೆ ನನ್ನ ಸಾಲದ ವ್ಯವಹಾರವನ್ನೆಲ್ಲ ಅವರು ಕೆಡಿಸಿಬಿಟ್ಟಿದ್ದರು. ನಾನು ನನ್ನ ಭಾವಂದಿರೊಡನೆ ತಿರುಗುತ್ತಿದ್ದುದನ್ನು ಜನರೆಲ್ಲ ನೋಡಿದ್ದರು. ನಾನು ವ್ಯವಹರಿಸುತ್ತಿದ್ದ ವ್ಯಾಪಾರಿಗಳ ಹತ್ತಿರ ಹೋಗಿ ಅವರು ನಾನು ವೆನಿಸ್‌ನಿಂದ ಚಿಯೊಜ್ಜಿಯಕ್ಕೆ ತೆರಳಿ ಅಲ್ಲಿ ಬೇಕು ಬೇಕಾದ ವಸ್ತುಗಳನ್ನೆಲ್ಲ ಮಾರುತ್ತಿದ್ದೆನೆಂದು ಚಾಡಿ ಹೇಳಿದ್ದರು. ಹೀಗೆ ಎಲ್ಲ ತರಹದ ಕುಯುಕ್ತಿಗಳಿಂದ ನನಗೆ ಮೋಸ ಮಾಡಿ ನನ್ನಿಂದ ಎರಡು ನೂರಕ್ಕಿಂತ ಹೆಚ್ಚು ಫ್ರಾಂಕು ಗಳನ್ನು ಅವರು ಕಳವು ಮಾಡಿಕೊಂಡು ಹೋಗಿದ್ದರು. ಆದುದರಿಂದ ನಾನು ವೆನಿಸ್ ನಗರವನ್ನು ಬಿಟ್ಟು ಹೋಗುವುದು ಅನಿವಾರ್ಯವಾಗಿತ್ತು. ನನಗೆ ಹಾರಗಳನ್ನು ನಂಬುಗೆಯಿಟ್ಟು ಕೊಟ್ಟಿದ್ದ ಸರಾಫನ ಅಂಗಡಿಯಲ್ಲಿ ಸ್ಟೆಲ್ಲಾಳನ್ನು ದಾದಿಯಾಗಿ ಇರಿಸಿದೆ. ಮರುದಿವಸ ನಸುಕಿನಲ್ಲಿ ಸ್ಟೆಲ್ಲಾಳಿಗೆ ಇಪ್ಪತ್ತು ಫ್ರಾಂಕುಗಳನ್ನು ಕೊಟ್ಟು, ನನ್ನ ಹತ್ತಿರ ಕೇವಲ ಆರು ಫ್ರಾಂಕುಗಳನ್ನು ಇಟ್ಟುಕೊಂಡು ನಾನು ವೆನಿಸ್‌ನಿಂದ ಕಾಲ್ದೆಗೆದೆ.

“ನನ್ನ ಇಡೀ ಜೀವಮಾನದಲ್ಲಿಯೆ ಇಂಥ ಬಿಕ್ಕಟ್ಟನ್ನು ನಾನು ಅನುಭವಿಸಿರಲಿಲ್ಲ. ಜನರ ಕಣ್ಣಿನಲ್ಲಿ ನಾನೀಗ ಒಬ್ಬ ಕಳ್ಳನ ಹಾಗೆ ಕಾಣಿಸುತ್ತಿದ್ದೆ. ಇಂಥ ನಿರಾಶಾಭಾವನೆಯಲ್ಲಿಯೆ ನಾನು ಪಾದುವಾ ನಗರಕ್ಕೆ ಹೋದ ಮೇಲೆ ನನ್ನ ಭಾವಂದಿರು ನನ್ನ ಹೆಸರಿನಲ್ಲಿ ಸರಕುಗಳನ್ನು ಪಡಕೊಂಡಿದ್ದ ವೆನಿಸ್‌ನ ಅಂಗಡಿಗಳ ಮಾಲಿಕರಿಗೆ ನಿಜಸಂಗತಿಯನ್ನು ನಿವೇದಿಸುವ ಪತ್ರವೊಂದನ್ನು ಬರೆದೆ. ಮರುದಿನವೆ ನನ್ನ ಮೇಲೆ ಬಂಧನದ ವಾರಂಟ್ ಹೊರಡಿಸ ಲಾಗಿತ್ತೆಂದು ನನಗೆ ತಿಳಿದುಬಂತು. ಅಂತೂ ಇಟಲಿ ರಾಜ್ಯದ ಪೊಲೀಸರನ್ನು ಕಡೆಗಣಿಸುವ ಹಾಗಿರಲಿಲ್ಲ.

“ಪಾದುವಾ ನಗರದ ಸುಪ್ರಸಿದ್ಧ ವಕೀಲನೊಬ್ಬ ಕುರುಡನಾಗಿದ್ದ. ಆದುದರಿಂದ ಆತನನ್ನು ಕೈಹಿಡಿದು ನಡೆಸಲು ಸೇವಕನೊಬ್ಬ ಬೇಕಾಗಿದ್ದ. ಆದರೆ ಆತ ಅಂಧನಾಗಿದ್ದುದರಿಂದ ಅತಿ ಸಿಡುಕನಾಗಿಬಿಟ್ಟಿದ್ದ. ಹೀಗಾಗಿ ಯಾವ ಸೇವಕನೂ ಆತನೊಂದಿಗೆ ಒಂದು ತಿಂಗಳಿಗಿಂತ ಹೆಚ್ಚು ಇರುತ್ತಿರಲಿಲ್ಲ. ಆದರೆ ನಾನು ಮಾತ್ರ ಆತನ ಸಂಗಡ ಇದ್ದೇ ತೀರಬೇಕೆಂದು ಪ್ರತಿಜ್ಞೆ ಮಾಡಿದೆ. ನಾನು ಆತನ ಸೇವೆ ಮಾಡಲೊಪ್ಪಿಕೊಂಡು ಕೆಲಸ ಪ್ರಾರಂಭಿಸಿದೆ. ಮರುದಿನ ಆತನನ್ನು ಕಾಣಲು ಯಾರೂ ಬರದೇ ಇದ್ದಾಗ ಆತನಿಗೆ ಬೇಜಾರಾದುದನ್ನು ಕಂಡು ಆತನಿಗೆ ನನ್ನ ಕತೆಯನ್ನು ಹೇಳಿ ಬೇಡಿಕೊಂಡೆ :

“ನೀವು ನನ್ನನ್ನು ರಕ್ಷಿಸದಿದ್ದರೆ ಇನ್ನು ಸ್ವಲ್ಪೇ ದಿನಗಳಲ್ಲಿ ನಾನು ಸೆರೆಮನೆಗೆ ಹೋಗಬೇಕಾಗ್ತದೆ.”

“ ‘ನನ್ನ ಸೇವಕನನ್ನು ಯಾರು ಬಂಧಿಸ್ತಾರೆ? ನಾನು ನೋಡಿಕೊಳ್ತೇನೆ!’ ಎಂದು ಆತ ಉದ್ಗರಿಸಿದ.

“ಕೊನೆಗೆ ನಾನು ಅವನ ಪ್ರೀತಿಯನ್ನು ಸಂಪಾದಿಸಿದೆ. ಅವನು ಬೇಗನೆ ಮಲಗುತ್ತಿದ್ದು ದರಿಂದ ನಾನು ಪಾದುವಾ ನಗರದ ಉಪಾಹಾರ ಮಂದಿರಗಳಲ್ಲಿ ರಾತ್ರಿ ಎಂಟು ಗಂಟೆಯಿಂದ ಎರಡು ಗಂಟೆಯವರೆಗೆ ಸ್ವಲ್ಪ ವ್ಯಾಪಾರ ಮಾಡಲು ಅವನಿಂದ ಪರವಾನಗಿ ಪಡೆದೆ. ಎರಡು ಗಂಟೆಯವರೆಗೆ ಮಾತ್ರ ಯಾಕೆಂದರೆ, ಅನಂತರ ಶ್ರೀಮಂತ ಜನರು ಅಲ್ಲಿರುತ್ತಿರಲಿಲ್ಲ. ಎರಡು ಗಂಟೆಯ ವೇಳೆಗೆ ಅವರು ಉಪಾಹಾರ ಮಂದಿರಗಳಿಂದ ಹೊರಟು ಹೋಗುತ್ತಿದ್ದರು.

“ಹೀಗೆ ಹದಿನೆಂಟು ತಿಂಗಳುಗಳಲ್ಲಿ ನಾನು ಎರಡು ನೂರು ಫ್ರಾಂಕುಗಳನ್ನು ಸಂಪಾದಿಸಿದೆ. ನಾನು ಅವನ ಸೇವೆಯನ್ನು ಬಿಟ್ಟು ಹೋಗಬಹುದೆ ಎಂದು ನನ್ನ ಯಜಮಾನನೊಂದಿಗೆ ಕೇಳಿದೆ. ತನ್ನ ಮನೆಯನ್ನು ಎಂದಿಗೂ ಬಿಟ್ಟು ಹೋಗುವುದಿಲ್ಲವೆಂದು ನಾನು ಒಪ್ಪಿಕೊಂಡರೆ ತನ್ನ

ಮರಣಪತ್ರದಲ್ಲಿ ನನಗಾಗಿ ಸಾಕಷ್ಟು ಹಣವನ್ನು ಬರೆದಿಟ್ಟು ಹೋಗುತ್ತೇನೆಂದು ಆತ ಹೇಳಿದ.

"ಹಾಗಿದ್ದರೆ ನೀವು ನನಗೆ ಇಲ್ಲಿ ವ್ಯಾಪಾರ ಮಾಡಲು ಪರವಾನಗಿ ಯಾಕೆ ಕೊಟ್ಟಿರಿ?" ಎಂದು ಮನಸ್ಸಿನಲ್ಲಿ ನನಗೆ ನಾನೇ ಕೇಳಿಕೊಂಡೆ.

"ನಾನು ಅವನಿಗೆ ತಿಳಿಸದೆ ಪಾದುವಾ ನಗರವನ್ನು ಬಿಟ್ಟೆ. ವೆನಿಸ್ ನಗರದಲ್ಲಿದ್ದ ಸಾಲಗಾರರ ಸಾಲವೆಲ್ಲವನ್ನೂ ತೀರಿಸಿಬಿಟ್ಟೆ. ಇದು ನನಗೆ ತುಂಬ ಗೌರವವನ್ನು ತಂದಿತು. ಅನಂತರ ನಾನು ಸ್ಟೆಲ್ಲಾಳನ್ನು ಮದುವೆಯಾದೆ. ಅವಳಿಗೂ ನನ್ನ ವ್ಯಾಪಾರವನ್ನು ಕಲಿಸಿದೆ. ಈಗ ಅವಳು ನನಗಿಂತ ಚೆನ್ನಾಗಿ ವ್ಯಾಪಾರವನ್ನು ಸಾಗಿಸ್ತಾಳೆ. ಅನಂತರ ನಾನು ಅನೇಕ ಕಡೆಗೆ ಪ್ರವಾಸ ಮಾಡತೊಡಗಿದೆ. ಆಮೇಲೆ ಈ ಶಾಪಕ್ಕೆ ಈಡಾದೆ.

"ಆಗ ನನ್ನ ಹತ್ತಿರ ಒಂದು ಸಾವಿರ ಫ್ರಾಂಕುಗಳಿಗಿಂತಲೂ ಹೆಚ್ಚಿನ ಬಂಡವಾಳವಿತ್ತು. ಈ ಮಧ್ಯೆ ನನ್ನ ತಾಯಿಯೊಂದಿಗೆ ನಾನು ಮತ್ತೆ ಹೊಂದಿಕೊಂಡರೂ ಆಕೆ ಮತ್ತೆ ನನ್ನ ಹಣವನ್ನು ಕದ್ದುಕೊಂಡು ಹೋದಳಲ್ಲದೆ ನನ್ನ ಸಹೋದರಿಗೂ ನನ್ನಿಂದ ಕದಿಯಲು ಕಲಿಸಿದಳು. ಆದುದರಿಂದ ನಾನು ಅದೇ ಊರಲ್ಲಿ ಉಳಿದರೆ ಮತ್ತೆ ನನ್ನ ಕುಟುಂಬದವರಿಂದ ಮೋಸಕ್ಕೆ ಗುರಿಯಾಗುವ ಪ್ರಸಂಗ ಬರುತ್ತದೆಂಬ ಭಯದಿಂದ ನಾನು ವೆನಿಸ್ ನಗರವನ್ನು ಬಿಟ್ಟೆ. ಅನಂತರ ನಾನು ಝೂರಾ ನಗರದಲ್ಲಿ ನೆಲೆಸಿದೆ. ಅಲ್ಲಿ ನನ್ನ ದೈವ ತೆರೆಯಿತು. ನಾನು ಕೆಲವು ಬಟ್ಟೆಗಳನ್ನೊದಗಿಸಿದ್ದ ಒಬ್ಬ ಕ್ರೋಷಿಯನ್ ಸೈನ್ಯಾಧಿಕಾರಿ ಬಂದು ನನಗೆ ಹೀಗೆಂದ :

" 'ಫಿಲಿಪ್ಪೊ, ನಿನಗೆ ದುಡ್ಡು ಗಳಿಸಬೇಕು ಅನ್ನೋ ಆಶೆಯಿದೆಯೆ? ನಾವೀಗ ಫ್ರಾನ್ಸಿಗೆ ಹೋಗ್ತಿದ್ದೇವೆ. ಒಂದು ಕೆಲಸ ಮಾಡು. ನನ್ನ ತುಕಡಿಯ ಮುಖ್ಯಾಧಿಕಾರಿ ಆಗಿರುವ ಬ್ಯಾರನ್ ಬ್ರಾಡಲ್ ನನ್ನ ಗೆಳೆಯ. ಆದರೆ ಹೊರಗೆ ಮಾತ್ರ ಆತ ನನ್ನ ಗೆಳೆಯನಾಗಿ ತೋರಿಸಿಕೊಳ್ಳೋದಿಲ್ಲ ಅನ್ನೋದನ್ನು ಮಾತ್ರ ನೆನಪಿನಲ್ಲಿಡು. ನೀನು ನಮ್ಮೊಂದಿಗೆ ತುಕಡಿಯನ್ನು ಹಿಂಬಾಲಿಸುವ ವ್ಯಾಪಾರಿಯಾಗಿ ಬಾ. ಅಂದರೆ ನೀನು ಸಾಕಷ್ಟು ಗಳಿಸಬಹುದು. ಆದರೆ ಈ ವ್ಯಾಪಾರ ಒಂದು ನೆಪಮಾತ್ರ. ಮೇಲು ನೋಟಕ್ಕೆ ಮುಖ್ಯಾಧಿಕಾರಿಯೊಂದಿಗೆ ನನ್ನ ಸಂಬಂಧ ಅಷ್ಟೊಂದು ಸರಿಯಾಗಿಲ್ಲ ಅಂತ ತೋರಿದರೂ ಒಳಗಿಂದೊಳಗೆ ಆತ ನಮ್ಮ ಇಡೀ ತುಕಡಿಗೆ ಎಲ್ಲ ಸಾಮಗ್ರಿಗಳನ್ನೂ ಸರಬರಾಜು ಮಾಡುವ ಜವಾಬ್ದಾರಿಯನ್ನು ನನಗೆ ವಹಿಸಿಕೊಟ್ಟಿದ್ದಾನೆ. ನನಗೊಬ್ಬ ಚುರುಕಾದ ಮನುಷ್ಯ ಬೇಕಾಗಿದ್ದಾನೆ. ನೀನು ಈ ಕೆಲಸಕ್ಕೆ ಅತ್ಯಂತ ಯೋಗ್ಯನಾದ ವ್ಯಕ್ತಿ.' "

ಇಷ್ಟು ಹೇಳಿ ಆ ಯೆಹೂದಿ ನನ್ನೊಡನೆ ನುಡಿದ :

"ಇಲ್ಲಿ ಒಂದು ವಿಷಯ ನಿಮಗೆ ತಿಳಿಸ್ಬೇಕು. ಅದೇನಂದ್ರೆ ನನ್ನ ಹೆಂಡತಿಯ ಮೇಲೆ ನನಗೀಗ ಪ್ರೀತಿ ಇರಲಿಲ್ಲ."

"ಏನಂದೆ! ಬಡಪಾಯಿ ಸ್ಟೆಲ್ಲಾಳ ಮೇಲೆ ನಿನಗೆ ಅಷ್ಟೊಂದು ಪ್ರೀತಿಯಿತ್ತಲ್ಲ ಮತ್ತೆ?"

"ನಿಜ ಹೇಳಬೇಕು ಅಂದರೆ, ಹಣವನ್ನು ಬಿಟ್ಟು ಮತ್ತಾವುದರ ಮೇಲೂ ನನಗೆ ಪ್ರೀತಿ ಇರಲಿಲ್ಲ. ಆದರೆ ಹಣದ ಮೇಲೆ ಮಾತ್ರ ವಿಪರೀತ ವ್ಯಾಮೋಹ!"

ನಾನು ನಗಲಾರಂಭಿಸಿದೆ. ಏಕೆಂದರೆ ಆತನ ಮಾತುಗಳಲ್ಲಿ ಅಷ್ಟೊಂದು ತೀವ್ರವಾದ ಭಾವನೆಯಿತ್ತು. ಬಳಿಕ ಆತ ಕಥೆಯ ಎಳೆಯನ್ನು ಪುನಃ ಎತ್ತಿಕೊಂಡ :

"ನಾನು ಆ ತುಕಡಿಯ ವ್ಯಾಪಾರಿ – ಹಿಂಬಾಲಕನಾಗಿ ನೇಮಿಸಲ್ಪಟ್ಟೆ. ಝೂರಾ ಪಟ್ಟಣ ಬಿಟ್ಟೆ. ನಲ್ವತ್ತೆಂಟು ದಿನಗಳು ಕಳೆದ ಮೇಲೆ ನಾವು ಸಿಂಪ್ಲೊನ್ ನಗರವನ್ನು ಮುಟ್ಟಿದೆವು. ನನ್ನೊಂದಿಗೆ ತಂದಿದ್ದ ಐದು ನೂರು ಫ್ರಾಂಕುಗಳು ಈಗಾಗಲೆ ಹದಿನೈದು ನೂರಾಗಿದ್ದವು.

ಅಲ್ಲದೆ ನಾನೊಂದು ಸುಂದರವಾದ ಬಂಡಿಯನ್ನೂ ಎರಡು ಕುದುರೆಗಳನ್ನೂ ಕೊಂಡಿದ್ದೆ. ಸಿಂಪ್ಲೊನ್ ನಗರದಲ್ಲಿ ನಮ್ಮ ಸಂಕಷ್ಟ ಪ್ರಾರಂಭವಾಯಿತು. ನನ್ನ ಪ್ರಾಣವೇ ಹೋಗುವುದರಲ್ಲಿತ್ತು. ಆ ಕೆಟ್ಟ ಚಳಿಯಲ್ಲಿ ನಾನು ಇಪ್ಪತ್ತೆರಡು ರಾತ್ರಿ ಹೊರಗೆಯೆ ಮಲಗಿ ಕಾಲಕಳೆದೆ."

ಆಗ ನಾನೆಂದೆ :

"ಆಹ, ನಿಮಗೆ ಡೇರೆಗಳಿಲ್ಲದೆ ಠಾಣ್ಯ ಹೂಡಬೇಕಾದ ಪರಿಸ್ಥಿತಿ ಬಂದಿತ್ತು ಹಾಗಾದರೆ!"

ಆತ ಮುಂದುವರಿಸಿದ:

"ಪ್ರತಿದಿನ ನಾನು ಐವತ್ತರಿಂದ ಅರವತ್ತು ಫ್ರಾಂಕುಗಳನ್ನು ಗಳಿಸುತ್ತಿದ್ದೆ. ಆದರೆ ಪ್ರತಿದಿನ ರಾತ್ರಿ ನಾನು ಚಳಿಗೆ ಸೆಟೆದು ಹೋಗುತ್ತೇನೇನೊ ಎನಿಸುತ್ತಿತ್ತು. ಕೊನೆಗೆ ಆ ಸೈನ್ಯ ಆ ಭಯಾನಕ ಪರ್ವತವನ್ನು ಬಿಟ್ಟು ಮುಂದೆ ಸಾಗಿತು. ನಾವೆಲ್ಲ ಲೌಸಾನ್ ನಗರಕ್ಕೆ ಬಂದಿಳಿದೆವು. ಅಲ್ಲಿ ನಾನು ಪೆರಿನ್ ಎಂಬವನೊಡನೆ ಪಾಲುಗಾರನಾದೆ. ಆತ ಅತ್ಯಂತ ಒಳ್ಳೆಯ ವ್ಯಕ್ತಿಯಾಗಿದ್ದು, ಬ್ರಾಂಡಿಯ ವ್ಯಾಪಾರ ಮಾಡುತ್ತಿದ್ದ. ಅವನು ಬ್ರಾಂಡಿಯನ್ನು ಕೊಳ್ಳುವುದರಲ್ಲಿ ಪರಿಣತನಾಗಿದ್ದರೆ, ನಾನು ಆರು ಭಾಷೆಗಳಲ್ಲಿ ಅದನ್ನು ಮಾರುವುದರಲ್ಲಿ ಪಳಗಿದ್ದೆ. ಆ ವ್ಯಕ್ತಿ ಅತ್ಯುತ್ತಮ ವ್ಯಕ್ತಿಯಾಗಿದ್ದ. ಆದರೆ ಅದರೊಂದಿಗೆ ಅತ್ಯಂತ ಸಿಟ್ಟಿನ ಸ್ವಭಾವದವನೂ ಆಗಿದ್ದ. ಯಾರಾದರೊಬ್ಬ ಕೊಸ್ಯಾಕನು* ಬ್ರಾಂಡಿ ಕುಡಿದ ನಂತರ ದುಡ್ಡು ಕೊಡದಿರುತ್ತಿದ್ದರೆ ಮತ್ತು ಅಂಗಡಿಯಲ್ಲಿ ಆ ಗಿರಾಕಿಯೊಬ್ಬನೇ ಇರುತ್ತಿದ್ದರೆ ಪೆರಿನ್ ಆತನನ್ನು ರಕ್ತ ಬರುವಂತೆ ಥಳಿಸುತ್ತಿದ್ದ.

"ನಾನು ಈ ಬಗ್ಗೆ ಅವನೊಂದಿಗೆ ಕೇಳುತ್ತಿದ್ದೆ: 'ಏನೆಂದರೂ ಪ್ರತಿ ದಿನ ನಾವು ನೂರು ಫ್ರಾಂಕು ಗಳಿಸ್ತೇವೆ. ಒಬ್ಬ ಕುಡುಕ ನಮ್ಮ ಒಂದೆರಡು ಫ್ರಾಂಕುಗಳನ್ನು ತಿಂದು ಹಾಕಿದರೆ ಏನು ಮಹಾ ನಷ್ಟ?'

"ಅದಕ್ಕೆ ಆತ 'ನನ್ನಿಂದ ಅದನ್ನು ಸಹಿಸೋದು ಸಾಧ್ಯವಿಲ್ಲ. ಯಾಕೆಂದರೆ ಕೊಸ್ಯಾಕರನ್ನು ಕಂಡರೆ ನನಗೆ ಆಗೋದಿಲ್ಲ' ಎನ್ನುತ್ತಿದ್ದ."

"ಹಾಗಿದ್ದರೆ ನಿನ್ನಿಂದ ನಾವಿಬ್ಬರೂ ಕೊಲೆಗೀಡಾಗಬೇಕಾಗ್ತದೆ. ಆದಕಾರಣ ಪೆರಿನ್, ನಮ್ಮಿಬ್ಬರ ಪಾಲುಗಾರಿಕೆಯನ್ನು ರದ್ದುಗೊಳಿಸೋದೆ ಒಳ್ಳೆಯದು" ಎಂದು ನಾನು ಹೇಳುತ್ತಿದ್ದೆ.

"ಫ್ರೆಂಚ್ ವ್ಯಾಪಾರಿಗಳು ನಮ್ಮ ಠಾಣೆಯೊಳಗೆಂದೂ ಪ್ರವೇಶಿಸುತ್ತಿರಲಿಲ್ಲ. ಯಾಕೆಂದರೆ ಅವರಿಗೆ ಯಾರೂ ಹಣ ಕೊಡುತ್ತಿರಲಿಲ್ಲ. ನಾವಾದರೋ ಅತ್ಯುತ್ತಮ ವ್ಯಾಪಾರವನ್ನು ಮಾಡಿದೆವು. ಲಿಯೊನ್ಸ್ ನಗರವನ್ನು ಮುಟ್ಟಿದಾಗ ನಮ್ಮ ಖಜಾನೆಯಲ್ಲಿ ಹದಿನಾಲ್ಕು ಸಾವಿರ ಫ್ರಾಂಕುಗಳು ಸಂಗ್ರಹವಾಗಿದ್ದವು. ಅಲ್ಲಿನ ಬಡ ಫ್ರೆಂಚ್ ವರ್ತಕರನ್ನು ನೋಡಿ ಕನಿಕರದಿಂದ ನಾನು ಕಳ್ಳಸಾಗಾಣಿಕೆಯನ್ನು ಪ್ರಾರಂಭಿಸಿದೆ. ಅಲ್ಲಿ ಸಂತ ಕ್ಲೇರ್‌ನ ದ್ವಾರದ ಹೊರಗೆ ಸಾಕಷ್ಟು ಪ್ರಮಾಣದಲ್ಲಿ ತಂಬಾಕು ಇರುತ್ತಿತ್ತು. ಆ ವರ್ತಕರು ನನ್ನ ಬಳಿ ಬಂದು ಆ ತಂಬಾಕನ್ನೆಲ್ಲ ಊರೊಳಗೆ ತರಬೇಕೆಂದು ನನಗೆ ವಿನಂತಿಸಿಕೊಂಡರು. ನನ್ನ ಕರ್ನಲ್ ಗೆಳೆಯ ಅಧಿಕಾರವಹಿಸಿಕೊಳ್ಳುವವರೆಗೆ ಒಂದೆರಡು ದಿನ ತಾಳ್ಮೆಯಿಂದಿರಿ ಎಂದು ನಾನವರಿಗೆ ಹೇಳಿದೆ. ಆಮೇಲೆ ಐದು ದಿನಗಳವರೆಗೆ ನನ್ನ ಬಂಡಿಯ ತುಂಬೆಲ್ಲ ತಂಬಾಕು ತುಂಬಿದೆ. ದ್ವಾರದಲ್ಲಿ ನಿಂತಿದ್ದ ಫ್ರೆಂಚರು ನನ್ನ ಬಂಡಿಯನ್ನು ನೋಡಿ ಗೊಣಗಿದರು. ಆದರೆ ನನ್ನನ್ನು ಸೆರೆಹಿಡಿಯುವ ಧೈರ್ಯ ಅವರಿಗಾಗಲಿಲ್ಲ. ಐದನೆಯ ದಿನ ಕುಡಿದ ಅಮಲಿನಲ್ಲಿದ್ದ ಒಬ್ಬ ಬಂದು ನನ್ನ ಮೇಲೆ ದಾಳಿ

* ರಷ್ಯದ ಒಂದು ಜನವಿಭಾಗಕ್ಕೆ ಸೇರಿದ ವ್ಯಕ್ತಿ

ಮಾಡಿದ. ನಾನು ಚಾಟಿಯಿಂದ ಹೊಡೆದು ನನ್ನ ಕುದುರೆ ಯನ್ನೋಡಿಸತೊಡಗಿದೆ. ಆದರೆ ಉಳಿದವರು ನನ್ನನ್ನು ತಡೆದರು. ನನ್ನ ಮೈತುಂಬ ರಕ್ತ ಸುರಿಯುತ್ತಿತ್ತು. ನನ್ನನ್ನು ದ್ವಾರರಕ್ಷಕ ದಳದ ನಾಯಕನ ಬಳಿ ಕರೆದೊಯ್ಯಿರೆಂದು ಕೇಳಿಕೊಂಡೆ. ಯಾಕೆಂದರೆ ಆತ ನಮ್ಮ ತುಕಡಿಗೆ ಸೇರಿದವನಾಗಿದ್ದ. ಆದರೆ ಆತ ನನ್ನನ್ನು ಗುರುತಿಸದೆ ಸೆರೆಮನೆಗೆ ಕಳುಹಿಸಿಬಿಟ್ಟ. ಸೆರೆಮನೆಗೆ ಹೋಗುತ್ತಿದ್ದಾಗ ನನ್ನ ಮೈಗಾವಲಿನವನಿಗೆ ಎರಡು ಫ್ರಾಂಕುಗಳನ್ನು ಕೊಟ್ಟು ನಮ್ಮ ಕರ್ನಲ್‌ನ ಹತ್ತಿರ ನನ್ನನ್ನು ಕರೆದೊಯ್ಯಲು ಹೇಳಿದೆ. ಅಲ್ಲಿದ್ದ ಸೈನಿಕರೆದುರಿಗೆ ಆತ ನನ್ನನ್ನು ಬಹಳ ಕಠಿಣವಾಗಿ ನಡೆಯಿಸಿಕೊಂಡನಲ್ಲದೆ ನನ್ನನ್ನು ಗಲ್ಲಿಗೇರಿಸುತ್ತೇನೆಂದೂ ಹೆದರಿಸಿದ. ಸೈನಿಕರೆಲ್ಲ ಹೊರಗೆ ಹೋಗಿ ನಾವಿಬ್ಬರೆ ಉಳಿದಾಗ ಆತ ನನಗೆ ಹೇಳಿದ :

"ನೀನೇನೂ ಭಯ ಪಡಬೇಡ. ಹುರುಪಿನಿಂದಿರು. ನಾಳೆ ನಾನು ದ್ವಾರದ ಬಳಿ ಮತ್ತೊಬ್ಬ ಅಧಿಕಾರಿಯನ್ನು ನಿಲ್ಲಿಸ್ತೇನೆ. ಒಂದು ಬಂಡಿಯ ಬದಲು ಎರಡು ಬಂಡಿಗಳನ್ನು ತೆಗೆದುಕೊಂಡು ಬಾ."

"ಆದರೆ ಹಾಗೆ ಮಾಡಲು ನಾನು ತಯಾರಿರಲಿಲ್ಲ. ನಾನು ಆತನಿಗೆ ಎರಡು ನೂರು ಸೆಕ್ವಿನ್‌ಗಳನ್ನು ಕೊಟ್ಟೆ.

ಆತ ಅಚ್ಚರಿಯಿಂದ ಕೇಳಿದ:

"ಏನಿದು! ಯಾವ ಲಾಭವೂ ಇಲ್ಲದೆ ನೀನು ಸುಮ್ಮಗೆ ಇಷ್ಟು ತೊಂದರೆ ತೆಗೆದುಕೊಳ್ತೀಯಾ?"

"ಆ ಬಡವ್ಯಾಪಾರಿಗಳನ್ನು ನೋಡಿದರೆ ನನಗೆ ಬಹಳ ಮರುಕವೆನಿಸ್ತದೆ" ಎಂದು ನಾನು ಉತ್ತರಿಸಿದೆ.

"ನಮ್ಮ – ಅಂದರೆ ಪೆರಿನ್‌ನ ಮತ್ತು ನನ್ನ–ವ್ಯವಹಾರಗಳೆಲ್ಲ ದಿಜೊ ನಗರದವರೆಗೆ ಅತ್ಯುತ್ತಮ ರೀತಿಯಲ್ಲಿ ಸಾಗಿದುವು. ಆದರೆ ಅಲ್ಲಿ ಒಂದು ರಾತ್ರಿ ಒಮ್ಮೆಲೆ ಹನ್ನೆರಡು ಸಾವಿರಕ್ಕಿಂತ ಹೆಚ್ಚು ಫ್ರಾಂಕುಗಳನ್ನು ನಾವು ಕಳೆದುಕೊಂಡೆವು. ನಮ್ಮ ಮಾರಾಟ ಅತ್ಯಂತ ಚೆನ್ನಾಗಿ ನಡೆದಿತ್ತು. ಅದೊಂದು ಅದ್ಭುತ ವ್ಯಾಪಾರವಾಗಿತ್ತು. ಏಕೆಂದರೆ ಅಲ್ಲಿ ವ್ಯಾಪಾರಿ ಗಳೆಂದರೆ ನಾವು ಮಾತ್ರ. ನಮಗೆ ಒಂದು ಸಾವಿರಕ್ಕಿಂತಲೂ ಹೆಚ್ಚು ಫ್ರಾಂಕುಗಳಷ್ಟು ನಿವ್ವಳ ಲಾಭವಾಗಿತ್ತು. ಮಧ್ಯರಾತ್ರಿಯ ಸಮಯಕ್ಕೆ ಎಲ್ಲರೂ ನಿದ್ರಿಸುತ್ತಿದ್ದಾಗ ಒಬ್ಬ ದರಿದ್ರ ಕ್ರೋಷಿಯನ್ ತಾನು ಕುಡಿದ ಬ್ರಾಂಡಿಯ ದುಡ್ಡನ್ನು ಕೊಡಲು ನಿರಾಕರಿಸಿದ. ಅಂಗಡಿಯಲ್ಲಿ ಆತನೊಬ್ಬನೆ ಇದ್ದುದನ್ನು ನೋಡಿಕೊಂಡು ಪೆರಿನ್ ಆತನ ಮೈಮೇಲೆ ಬಿದ್ದು ರಕ್ತ ಬರುವಂತೆ ಥಳಿಸಿದ.

"ನಾನು ಪೆರಿನ್‌ಗೆ ಹೇಳಿದೆ: 'ನಿನಗೆ ಹುಚ್ಚು ಹಿಡಿದಂತೆ ಕಾಣ್ತದೆ. ಈ ಮನುಷ್ಯ ಆರು ಫ್ರಾಂಕು ಬೆಲೆಯ ಬ್ರಾಂಡಿ ಕುಡಿದಿದ್ದಾನೆ, ನಿಜ. ಆದರೆ ಆತನಿಗೆ ತನ್ನ ಧ್ವನಿ ಉಪಯೋಗಿಸೋ ಅಷ್ಟು ಶಕ್ತಿ ಉಳಿದಿದ್ದರೆ ದೊಡ್ಡ ಗದ್ದಲವಾಗೋದು ಖಂಡಿತ.'"

"ಆ ಕ್ರೋಷಿಯನ್ ಅರೆಸತ್ತವನಂತೆ ಅಂಗಡಿಯೊಳಗಿಂದ ತೂರಾಡುತ್ತ ನಡೆದ. ಕುಡಿತದ ಅಮಲಿನಲ್ಲಿದ್ದ ಆತ ಧ್ವನಿಯೆತ್ತರಿಸಿ ಕೂಗಾಡತೊಡಗಿದ. ಸನಿಹದಲ್ಲಿಯೆ ರಾತ್ರಿ ಕಾವಲಿನಲ್ಲಿದ್ದ ಸೈನಿಕರಲ್ಲಿ ಕೆಲವರು ಅಲ್ಲಿಗೆ ಧಾವಿಸಿ ಬಂದು ಆತನ ಮೈಮೇಲೆ ರಕ್ತ ಸೋರುತ್ತಿದ್ದುದನ್ನು ನೋಡಿ ನಮ್ಮ ಅಂಗಡಿಯ ಬಾಗಿಲು ಮುರಿದು ಒಳಗೆ ನುಗ್ಗಿದರು. ಪೆರಿನ್ ಆ ಸೈನಿಕ ರೊಂದಿಗೆ ಸಾಕಷ್ಟು ಹೋರಾಡಿದರೂ ಅವರನ್ನು ತಡೆಯಲು ಸಾಧ್ಯವಾಗಲಿಲ್ಲ. ಆತನ ಮೈಮೇಲೆ ಎಂಟು ಕತ್ತಿಯ ಗಾಯಗಳಾಗಿದ್ದವು.

"ಇದರಲ್ಲಿ ನನ್ನದೇನೂ ತಪ್ಪಿಲ್ಲ. ಇದನ್ನೆಲ್ಲ ಮಾಡಿದವನು ಆತ. ನನ್ನನ್ನು ನಿಮ್ಮ ಕರ್ನಲ್

ಹತ್ತಿರ ಕರೆದೊಯ್ಯಿರಿ" ಎಂದು ಆ ಸೈನಿಕರೊಡನೆ ನಾನೆಂದೆ.

"ಅವರಲ್ಲಿಯ ಒಬ್ಬ ಸೈನಿಕ 'ನಿನ್ನೊಬ್ಬನ ಸಲುವಾಗಿ ನಾವು ಕರ್ನಲ್ ಸಾಹೇಬರನ್ನು ಎಬ್ಬಿಸೋದಿಲ್ಲ" ಎಂದ.

"ನಾನೆಷ್ಟೇ ಪ್ರಯತ್ನಿಸಿದರೂ ನಾವು ಈ ಗಂಡಾಂತರದೊಳಗಿಂದ ಪಾರಾಗಲಿಲ್ಲ. ಸಾವಿರಾರು ಸೈನಿಕರೆಲ್ಲ ಬಂದು ನಮ್ಮ ಅಂಗಡಿಯನ್ನು ಮುತ್ತಿದರು. ಈ ಗದ್ದಲದಲ್ಲಿ ಹೊರಗೆ ನಿಂತಿದ್ದ ಅಧಿಕಾರಿಗಳು ಒಳಗೆ ಬರಲಿಕ್ಕೆ ಸಾಧ್ಯವಾಗದೆ ಅವರ ಅಧಿಕಾರವನ್ನು ಚಲಾಯಿಸಲೂ ಆಗಲಿಲ್ಲ. ಅಷ್ಟೊತ್ತಿಗೆ ಪೆರಿನ್ ಸತ್ತಿರಬೇಕೆಂದು ನಾನು ತಿಳಿದಿದ್ದೆ. ನಾನು ಸಹ ಅತ್ಯಂತ ನಿಸ್ಸಹಾಯಕ ಸ್ಥಿತಿಯಲ್ಲಿದ್ದೆ. ಅನಂತರ ಆ ಸೈನಿಕರೆಲ್ಲ ನಮ್ಮ ಅಂಗಡಿಯಿಂದ ಹನ್ನೆರಡು ನೂರು ಫ್ರಾಂಕುಗಳಿಗಿಂತಲೂ ಹೆಚ್ಚು ಬೆಲೆಯ ಸುರೆಯನ್ನೂ, ಬ್ರಾಂಡಿಯನ್ನೂ, ದೋಚಿಕೊಂಡು ಹೋದರು."

ಪ್ರಾತಃಕಾಲದ ಸಮಯಕ್ಕೆ ನಾನು ಅಲ್ಲಿಂದ ಪಾರಾಗುವುದರಲ್ಲಿ ಯಶಸ್ವಿಯಾದೆ. ನಮ್ಮ ಕರ್ನಲ್ ನನ್ನೊಡನೆ ನಾಲ್ಕು ಜನರನ್ನು ಕಳುಹಿಸಿ ಪೆರಿನ್ ಇನ್ನೂ ಜೀವಂತವಿದ್ದರೆ ಅವನನ್ನು ರಕ್ಷಿಸಲು ತಿಳಿಸಿದ. ಪೆರಿನ್ ಒಂದು ಪಹರೆಯ ಕೋಣೆಯಲ್ಲಿದ್ದ. ನಾನು ಕೂಡಲೆ ಆತನನ್ನು ಶಸ್ತ್ರ ವೈದ್ಯನೊಬ್ಬನ ಹತ್ತಿರ ಕರೆದೊಯ್ದೆ.

"ನಾವಿಬ್ಬರೂ ಬೇರೆಯಾಗಲೇಬೇಕು ಪೆರಿನ್. ಇಲ್ಲದಿದ್ದರೆ ನೀನು ನನ್ನನ್ನು ಕೊಲ್ಲಿಸಿಯೆಬಿಡ್ತಿ" ಎಂದು ಅವನಿಗೆ ನಾನು ಹೇಳಿದೆ.

"ಆದರೆ ಆತ ಬಹಳ ಒತ್ತಾಯಿಸಿದ ಬಳಿಕ ನಾವು ನಮ್ಮ ಎರಡನೆಯ ಪಾಲುಗಾರಿಕೆಯನ್ನು ಪ್ರಾರಂಭಿಸಿದೆವು. ನಮ್ಮ ಅಂಗಡಿಯನ್ನು ಕಾಯಲು ಕೆಲವು ಸೈನಿಕರಿಗೆ ದುಡ್ಡು ಕೊಟ್ಟೆವು. ಎರಡು ತಿಂಗಳಲ್ಲಿ ಇಬ್ಬರೂ ತಲಾ ಹನ್ನೆರಡು ಸಾವಿರ ಫ್ರಾಂಕುಗಳನ್ನು ಗಳಿಸಿದೆವು. ದುರ್ದೈವಕ್ಕೆ ಪೆರಿನ್ ನಮ್ಮ ಅಂಗಡಿಯನ್ನು ಕಾಯುತ್ತಿದ್ದ ಸೈನಿಕರ ಪೈಕಿ ಒಬ್ಬನನ್ನು ಜಗಳದಲ್ಲಿ ಕೊಂದುಹಾಕಿದ.

"ನೀನು ನನ್ನನ್ನು ಕೊಲ್ಲಿಸಿ ಬಿಡ್ತಿ" ಎಂದು ಹೇಳಿ ನಾನು ಪೆರಿನ್‌ನನ್ನು ಬಿಟ್ಟು ದೂರವಾದೆ.

"ನಾನು ಲಿಯೊನ್ಸ್ ನಗರಕ್ಕೆ ಹೋದೆ. ಅಲ್ಲಿ ಕೈ ಗಡಿಯಾರಗಳನ್ನು ಮತ್ತು ವಜ್ರಗಳನ್ನು ಕಡಿಮೆ ಬೆಲೆಗೆ ಕೊಂಡುಕೊಂಡೆ. ಏಕೆಂದರೆ ನಾನು ಎಲ್ಲ ತರಹದ ವ್ಯಾಪಾರದಲ್ಲಿ ಪಳಗಿದ್ದೆ. ನನ್ನ ಕಿಸೆಯಲ್ಲಿ ಐವತ್ತು ಫ್ರಾಂಕುಗಳನ್ನು ಹಾಕಿ ಯಾವ ನಾಡಿಗೆ ಕಳಿಸಿದರೂ ನಾನು ಅಲ್ಲಿ ಕೇವಲ ಆರು ತಿಂಗಳಲ್ಲಿ ಮೂಲ ಬಂಡವಾಳದ ಮೂರುಪಟ್ಟು ಲಾಭ ಗಳಿಸುತ್ತೇನೆ. ನಾನು ವಜ್ರಗಳನ್ನೆಲ್ಲ ನನ್ನ ಬಂಡಿಯಲ್ಲಿ ನಾನು ಮಾಡಿದ ಗುಪ್ತ ಸ್ಥಳದಲ್ಲಿ ಬಚ್ಚಿಟ್ಟೆ. ಸೈನ್ಯವು ವ್ಯಾಲೆನ್ಸ್ ಬಿಟ್ಟು ಅವಿನೊಕ್ಕೆ ಚಲಿಸಿತ್ತು. ನಾನು ಮೂರು ದಿನ ಲಿಯೊನ್ಸ್ ನಗರದಲ್ಲಿಯೇ ಉಳಿದು ಸೈನ್ಯವಿದ್ದಲ್ಲಿಗೆ ಹೋದೆ.

"ಆದರೆ ನೋಡಿ ಸ್ವಾಮಿ, ನಾನು ವ್ಯಾಲೆನ್ಸ್ ಮುಟ್ಟಿದಾಗ ರಾತ್ರಿ ಎಂಟು ಗಂಟೆಯಾಗಿತ್ತು. ಎಲ್ಲ ಕಡೆಗೂ ಕತ್ತಲಾಗಿ ಮಳೆ ಒಂದೇ ಸಮನೆ ಸುರಿಯುತ್ತಿತ್ತು. ನಾನು ಒಂದು ವಸತಿ ಗೃಹದ ಹತ್ತಿರ ಹೋಗಿ ಬಾಗಿಲು ತಟ್ಟಿದೆ. 'ಕೊಸ್ಯಾಕರಿಗೆ ಕೋಣೆಯಿಲ್ಲ' ಎಂದು ಉತ್ತರ ಬಂದಿತು. ನಾನು ಮತ್ತೆ ಬಾಗಿಲು ತಟ್ಟಿದೆ. ಆಗ ಮೇಲಿನ ಕಿಟಕಿಯಿಂದ ನನ್ನ ಮೇಲೆ ಕಲ್ಲುಗಳನ್ನು ಎಸೆಯಲಾಯಿತು.

"ಈ ಕೆಟ್ಟ ಊರಲ್ಲಿ ಉಳಿದುಕೊಂಡರೆ ನಾನು ಸಾಯುವುದು ಖಂಡಿತ" ಎಂದು ನಾನು ನನ್ನಷ್ಟಕ್ಕೆ ಅಂದುಕೊಂಡೆ.

“ನನ್ನ ಕರೆಗಳಿಗೆ ಯಾರೂ ಉತ್ತರ ನೀಡಲಿಲ್ಲ. ಮಾರ್ಗದರ್ಶನ ಮಾಡುವವರೂ ಇರಲಿಲ್ಲ. ನಾನು ಸಾಯಬಾರದೆಂದಿದ್ದರೆ ನನ್ನ ಸರಕುಗಳಲ್ಲಿ ಕೆಲವನ್ನಾದರೂ ನಾನು ಕಳೆದುಕೊಳ್ಳಬೇಕಾಗುವುದೆಂದು ಕಂಡುಕೊಂಡೆ. ನಾನು ಸೇನಾ ಠಾಣ್ಯದ ಬಳಿ ಹೋಗಿ ಪಹರೆಯ ಸೈನಿಕನಿಗೆ ಒಂದು ಗ್ಲಾಸು ಬ್ರಾಂಡಿ ಕೊಟ್ಟೆ. ಆತನೊಬ್ಬ ಹಂಗೇರಿಯನ್ ಆಗಿದ್ದ. ನಾನೂ ಹಂಗೇರಿಯನ್ ಮಾತನಾಡುವುದನ್ನು ಕೇಳಿ ಆತ ನನ್ನ ಮೇಲೆ ದಯೆ ತೋರಿಸಿದ. ತನ್ನ ಪಾಳಿ ಮುಗಿಯುವವರೆಗೆ ನನಗೆ ಕಾಯಲು ಹೇಳಿದ. ನಾನು ಚಳಿಯಲ್ಲಿ ಸಾಯುತ್ತಿದ್ದೆ. ಅಷ್ಟರಲ್ಲಿ ಆತನ ಪಾಳಿ ಮುಗಿಯಿತು. ಹೊಸ ಪಹರೆಯವರು ಬಂದರು. ನಾನು ಆ ಕಾರ್ಪೊರಲ್ ಮತ್ತಿತರರಿಗೆ ಬ್ರಾಂಡಿ ಕೊಟ್ಟೆ. ಅವರು ನನ್ನನ್ನು ತಮ್ಮ ಸೈನ್ಯಾಧಿಕಾರಿಯ ಹತ್ತಿರ ಕರೆದೊಯ್ದರು. ಆತ ಎಂಥ ಒಳ್ಳೆಯ ವ್ಯಕ್ತಿಯಾಗಿದ್ದ ಕೇಳುತ್ತೀರಾ? ಕೂಡಲೆ ಆತ ನನ್ನನ್ನು ಒಳಗೆ ಕರೆದ. ರಾಜನ ಮೇಲಿನ ದ್ವೇಷದಿಂದ ಆ ಊರಿನ ವಸತಿ ಗೃಹಗಳ ಮಾಲಿಕರೆಲ್ಲ, ಅವರು ಕೇಳಿದಷ್ಟು ದುಡ್ಡು ಕೊಡಲು ನಾನು ಸಿದ್ಧನಿದ್ದರೂ ನನಗೆ ರಾತ್ರಿ ವಸತಿಯನ್ನು ಕೊಡಲೊಪ್ಪಲಿಲ್ಲವೆಂದು ನಾನು ಹೇಳಿದೆ.

ಅದನ್ನು ಕೇಳಿ ಆತ, ‘ಒಳ್ಳೆಯದು, ಅವರು ನಿನಗೆ ಪುಕ್ಕಟ್ಟೆಯಾಗಿ ವಸತಿ ಸೌಕರ್ಯ ಒದಗಿಸುವಂತೆ ಮಾಡ್ತೇನೆ’ ಎಂದ.

“ಆತ ನನಗೆ ಎರಡು ರಾತ್ರಿಗಳಿಗಾಗಿ ವಸತಿಚೀಟಿಯನ್ನು ಕೊಟ್ಟನಲ್ಲದೆ ನಾಲ್ಕು ಜನರನ್ನು ನನ್ನ ರಕ್ಷಣೆಗೆಂದು ಕಳುಹಿಸಿಕೊಟ್ಟ. ನಾನು ಹಿಂದೆ ಬಾಗಿಲು ತಟ್ಟಿದ್ದ ವಸತಿಗೃಹಕ್ಕೆ ಮರಳಿದೆ. ಈ ಮೊದಲು ಈ ವಸತಿಗೃಹದ ಜನರು ನನಗೆ ಕಲ್ಲಿನಿಂದ ಹೊಡೆದಿದ್ದರು. ನಾನು ಎರಡು ಸಾರಿ ಬಾಗಿಲು ಬಡಿದೆ. ಬಾಗಿಲು ತೆರೆಯದಿದ್ದರೆ ನನ್ನ ಜೊತೆಗಿದ್ದ ನಾಲ್ಕು ಜನರೂ ನಾನೂ ಕೂಡಿಯೆ ಬಾಗಿಲನ್ನು ಮುರಿಯುವೆವೆಂದು ಫ್ರೆಂಚ್ ಭಾಷೆಯಲ್ಲಿಯೇ ಹೇಳಿದೆ. ಅಷ್ಟಾದರೂ ಯಾವ ಉತ್ತರವೂ ಬರಲಿಲ್ಲ. ಆಗ ನಾವು ನಮ್ಮ ಕಣ್ಣಿಗೆ ಬಿದ್ದ ಕಟ್ಟಿಗೆಯ ತುಂಡೊಂದನ್ನು ತೆಗೆದುಕೊಂಡು ಬಾಗಿಲನ್ನು ಮುರಿಯತೊಡಗಿದೆವು. ಅರ್ಧ ಮುರಿಯುವ ಹೊತ್ತಿಗೆ ವ್ಯಕ್ತಿಯೊಬ್ಬ ಬಂದು ಸಿಟ್ಟಿನಿಂದ ಬಾಗಿಲು ತೆರೆದ. ಆರಡಿ ಎತ್ತರವಿದ್ದ ಆ ವ್ಯಕ್ತಿ ಒಂದು ಕೈಯಲ್ಲಿ ಡೊಂಕಾದ ಕತ್ತಿಯನ್ನೂ ಇನ್ನೊಂದು ಕೈಯಲ್ಲಿ ಮೋಂಬತ್ತಿಯನ್ನೂ ಹಿಡಿದಿದ್ದ. ಈಗ ದೊಡ್ಡ ಜಗಳವೇ ಆಗಬಹುದೆಂದು ನಾನು ತಿಳಿದೆ; ಅಲ್ಲದೆ ಅವರು ನನ್ನ ಬಂಡಿಯನ್ನು ಲೂಟಿಮಾಡ ಬಹುದೆಂದೂ ಭಾವಿಸಿದೆ. ಆದ್ದರಿಂದ ನನ್ನ ಹತ್ತಿರ ವಸತಿ ಚೀಟಿ ಇದ್ದರೂ ನಾನು ಧ್ವನಿಯೆತ್ತರಿಸಿ ಆ ವ್ಯಕ್ತಿಗೆ ಹೇಳಿದೆ :

“‘ಬೇಕೆಂದರೆ, ನಿಮ್ಮ ಹಣವನ್ನು ಮುಂಗಡವಾಗಿಯೆ ಕೊಡ್ತೇನೆ, ಸ್ವಾಮಿ.”

“ಆ! ಇದ್ಯಾರು ಫಿಲಿಪ್ಪೊ ಅಲ್ವೆ! ಎಂದು ಉದ್ಗರಿಸಿದವನೆ ಆತ ಕತ್ತಿಯನ್ನು ಕೆಳಗಿಟ್ಟು ನನ್ನನ್ನು ಆಲಂಗಿಸಿದ. ಬಳಿಕ ‘ನಾನು ಬೊನಾರ್. ಇಪ್ಪತ್ತನೆ ತುಕಡಿಯ ಕಾರ್ಪೊರಲ್, ನೆನಪಿಲ್ಲವೆ?’ ಎಂದು ಪ್ರಶ್ನಿಸಿದ.”

“ನಾನು ಆತನನ್ನು ಪ್ರತಿಯಾಗಿ ಆಲಂಗಿಸಿದೆ. ನನ್ನೊಡನೆ ಬಂದ ನಾಲ್ಕು ಸೈನಿಕರನ್ನು ಮರಳಿ ಕಳುಹಿಸಿಬಿಟ್ಟೆ. ಬೊನಾರ್ ವಿಸೆಂಝಾ ನಗರದಲ್ಲಿ ನಮ್ಮ ತಂದೆಯೊಡನೆಯೆ ಆರು ತಿಂಗಳ ಕಾಲ ವಾಸವಾಗಿದ್ದ. ಅವನೊಡನೆ ಈಗ ನಾನೆಂದೆ:

“‘ನಾನು ಹಸಿವಿನಿಂದ ಸಾಯುತ್ತಲಿದ್ದೇನೆ. ವ್ಯಾಲೆನ್ಸ್‌ನಲ್ಲಿ ಮೂರು ದಿವಸ ಒಂದೇ ಸಮನೆ ತಿರುಗಾಡುತ್ತಲಿದ್ದೆ.”

"'ನನ್ನ ಸೇವಕನನ್ನು ಎಬ್ಬಿಸಿ ನಿನಗೆ ಆದಷ್ಟು ಬೇಗ ಒಳ್ಳೆಯ ಊಟ ಕೊಡಿಸ್ತೇನೆ' ಎಂದು ಆತ ಹೇಳಿದ.

"ಆತ ಮತ್ತೆ ನನ್ನನ್ನು ಆಲಿಂಗಿಸಿದ. ಮತ್ತೆ ಮತ್ತೆ ನನ್ನನ್ನು ದಿಟ್ಟಿಸುತ್ತ ಪ್ರಶ್ನೆಗಳನ್ನು ಕೇಳಿದ. ನಾನು ಆತನೊಡನೆ ನೆಲಮನೆಗೆ ಹೋದೆ. ಅಲ್ಲಿ ಉಸುಕಿನಲ್ಲಿಟ್ಟ ಅತ್ಯುತ್ತಮ ಸುರೆಯನ್ನು ತೆಗೆದುಕೊಟ್ಟ. ಅತ್ತ ಅಡುಗೆ ಸಿದ್ಧವಾಗುತ್ತಿರುವಾಗ ನಾವು ಸುರೆಯನ್ನು ಹೀರುತ್ತಿದ್ದೆವು. ಆಗ ಎತ್ತರದ ನಿಲುವಿನ ಹದಿನೆಂಟು ವರುಷದ ಒಬ್ಬ ತರುಣಿ ಪ್ರವೇಶಿಸಿದಳು.

ಅವಳನ್ನು ನೋಡಿ ಬೊನಾರ್ ಹೇಳಿದ: 'ಆ! ನೀನೂ ಎದ್ದೆಯಾ? ಬಹಳ ಒಳ್ಳೆಯ ದಾಯಿತು. ದೋಸ್ತ್ ಇಲ್ಲಿ ನೋಡು ಇವಳು ನನ್ನ ತಂಗಿ. ನೀನಿವಳನ್ನು ಮದುವೆಯಾಗಲೇ ಬೇಕು. ನೀನು ಬಹಳ ಒಳ್ಳೆಯ ಹುಡುಗನಾಗಿದ್ದಿ. ನಿನಗೆ ನಾನು ಆರು ನೂರು ಫ್ರಾಂಕುಗಳನ್ನು ವರದಕ್ಷಿಣೆಯಾಗಿ ಕೊಡ್ತೇನೆ.'

"ನನಗೀಗಾಗಲೆ ಮದುವೆಯಾಗಿದೆ. ನನ್ನ ಮನೆಯಾಕೆ ಝೂರಾ ಪಟ್ಟಣದಲ್ಲಿ ವ್ಯಾಪಾರ ಮಾಡ್ತಿದ್ದಾಳೆ"–ನಾನೆಂದೆ.

"'ಅವಳು ವ್ಯಾಪಾರ ಮಾಡ್ತ ಅಲ್ಲಿಯೇ ಇರಲಿ, ಇಡೀ ಊರಲ್ಲಿಯೇ ಸುಂದರಿ ಅಂತ ಪ್ರಸಿದ್ಧಳಾದ ನನ್ನ ತಂಗೀನ ಮದುವೆಯಾಗಿ ನೀನು ಫ್ರಾನ್ಸ್‌ನಲ್ಲಿಯೇ ನೆಲೆಸಿಬಿಡು.'"

"ಕ್ಯಾಥರಿನ್ ನಿಜವಾಗಿಯೂ ಚೆಲುವೆಯಾಗಿದ್ದಳು. ಅವಳು ಆಶ್ಚರ್ಯದಿಂದ ನನ್ನನ್ನೇ ನೋಡುತ್ತಿದ್ದಳು."

"ನಾನು ದಿಜೊದಲ್ಲಿ ಕೊಂಡುಕೊಂಡಿದ್ದ ಅತ್ಯಂತ ನಯವಾದ ತುಪ್ಪಳದ ಕೋಟನ್ನು ನೋಡಿ ಅವಳು 'ನೀವು ಅಧಿಕಾರಿಗಳಾಗಿದ್ದೀರಾ?' ಎಂದು ಕೇಳಿದಳು.

"'ಅಲ್ಲ: ನಾನು ಸೇನೆಯನ್ನು ಹಿಂಬಾಲಿಸುವ ಒಬ್ಬ ವ್ಯಾಪಾರಿ. ನಾನು ಎರಡು ನೂರು ಲೂಯಿಗಳನ್ನು ಗಳಿಸಿದ್ದೇನೆ. ನಮ್ಮಲ್ಲಿ ಅನೇಕ ಅಧಿಕಾರಿಗಳ ಹತ್ತಿರವೂ ಇಷ್ಟೊಂದು ಹಣ ಇಲ್ಲ ಅಂತ ಖಾತ್ರಿಯಾಗಿ ಹೇಳಬಲ್ಲೆ.' ನನ್ನ ಹತ್ತಿರ ನಿಜವಾಗಿಯೂ ಆರುನೂರು ಲೂಯಿ ಗಳಿದ್ದವು. ಆದರೆ ನಾನು ಯಾವಾಗಲೂ ಬಹಳ ಜಾಗರೂಕತೆಯಿಂದ ವರ್ತಿಸುವ ವ್ಯಕ್ತಿ.

"ನೀವು ನಂಬಲಿಕ್ಕಿಲ್ಲ. ಕೊನೆಗೆ ಏನಾಯಿತು ಅಂತೀರಿ? ಬೊನಾರ್ ನನ್ನನ್ನು ಅಲ್ಲಿಂದ ಹೋಗಲು ಬಿಡಲೇ ಇಲ್ಲ. ದ್ವಾರದ ಹತ್ತಿರವಿದ್ದ ಪಹರೆಯ ಕೋಣೆಯ ಮಗ್ಗುಲಲ್ಲಿದ್ದ ಸಣ್ಣ ಅಂಗಡಿಯೊಂದನ್ನು ಆತ ನನಗೆ ಬಾಡಿಗೆಗೆ ತೆಗೆಸಿಕೊಟ್ಟ. ಅಲ್ಲಿ ನಾನು ನಮ್ಮ ಸೈನಿಕರೊಂದಿಗೆ ವ್ಯಾಪಾರ ಮಾಡುತ್ತಿದ್ದೆ. ನಾನು ಆಮೇಲೆ ಸೈನ್ಯವನ್ನು ಹಿಂಬಾಲಿಸಿ ಹೋಗದಿದ್ದರೂ, ದಿನಕ್ಕೆ ಏನಿಲ್ಲವೆಂದರೂ ಹತ್ತು ಫ್ರಾಂಕುಗಳನ್ನು ಗಳಿಸಿಯೇ ತೀರುತ್ತಿದ್ದೆ. 'ನನ್ನ ತಂಗಿಯನ್ನು ನೀನು ಮದುವೆ ಮಾಡಿಕೊಳ್ಳಲೇಬೇಕು' ಎಂದು ಬೊನಾರ್ ನನಗೆ ಅಗಿಂದಾಗ ಹೇಳಿಯೇ ಹೇಳುತ್ತಿದ್ದ. ಬರು ಬರುತ್ತಾ ಕ್ಯಾಥರಿನ್ ನನ್ನ ಅಂಗಡಿಗೆ ಬರತೊಡಗಿದಳು. ಅಲ್ಲಿಯೆ ಮೂರು ನಾಲ್ಕು ತಾಸು ಕಳೆಯತೊಡಗಿದಳು. ಕೊನೆಗೆ ಅವಳಲ್ಲಿ ನಾನು ವಿಪರೀತ ಅನುರಕ್ತನಾದೆ. ಅವಳು ನನ್ನನ್ನು ಇನ್ನೂ ಹೆಚ್ಚು ಪ್ರೀತಿಸುತ್ತಿದ್ದಳು. ಆದರೆ ದೇವರ ದಯೆಯಿಂದ ನಾವು ನಮ್ಮ ವಿವೇಕವನ್ನು ಕಳೆದುಕೊಳ್ಳಲಿಲ್ಲ.

"ನನಗೀಗಾಗಲೇ ಮದುವೆಯಾಗಿದೆ. ಹೀಗಿದ್ದ ಮೇಲೆ ಮತ್ತೆ ನಿನ್ನನ್ನು ಹೇಗೆ ಮದುವೆ ಯಾಗಲು ಸಾಧ್ಯ" ಎಂದಾಕೆಯನ್ನು ನಾನು ಕೇಳಿದೆ.

"ನಿನ್ನ ಇಟಾಲಿಯನ್ ಹೆಂಡತಿಗೆ ನಿನ್ನೆಲ್ಲ ಆಸ್ತಿಯನ್ನೂ ನೀನು ಬಿಟ್ಟು ಬಂದಿಲ್ಲವೆ?

ಅವಳು ಅದನ್ನೇ ಉಣ್ಣುತ್ತ ಝೂರಾ ಪಟ್ಟಣದಲ್ಲಿರಲಿ. ನೀನು ನನ್ನೊಂದಿಗೆ ಇದ್ದುಬಿಡು. ನಮ್ಮಣ್ಣನ ಸಂಗಡ ನೀನೂ ಪಾಲುಗಾರನಾಗು. ಇಲ್ಲದಿದ್ದರೆ ಸ್ವತಂತ್ರ ಉದ್ಯೋಗವನ್ನು ಮಾಡು. ಈಗಾಗಲೆ ನಿನ್ನ ವ್ಯಾಪಾರ ಚೆನ್ನಾಗಿ ನಡೆದಿದೆ. ಅದು ಇನ್ನೂ ಸುಧಾರಿಸ್ತಾ ಹೋಗ್ತದೆ."

"ಈ ಸಂದರ್ಭದಲ್ಲಿ ನಾನು ಇನ್ನೂ ಒಂದು ವಿಷಯವನ್ನು ನಿಮಗೆ ಹೇಳಲೇಬೇಕು. ವ್ಯಾಲೆನ್ಸ್‌ನಲ್ಲಿ ನಾನು ಬ್ಯಾಂಕಿಂಗ್ ವ್ಯವಹಾರವನ್ನು ಮಾಡತೊಡಗಿದ್ದೆ. ಬೊನಾರ್‌ನಿಗೆ ಪರಿಚಿತ ರಾಗಿದ್ದ ಲಿಯೊನ್ಸ್ ನಗರದ ಕೆಲವು ಜನರಿಂದ ಸಹಿ ಮಾಡಲ್ಪಟ್ಟ ಹುಂಡಿಗಳನ್ನು ಕೊಂಡುಕೊಳ್ಳುತ್ತ ವಾರಕ್ಕೆ ನೂರರಿಂದ ನೂರಾ ಇಪ್ಪತ್ತು ಫ್ರಾಂಕುಗಳನ್ನು ಗಳಿಸುತ್ತಿದ್ದೆ. ಶರತ್ಕಾಲದವರೆಗೆ ನಾನು ವ್ಯಾಲೆನ್ಸ್‌ನಲ್ಲಿಯೇ ಉಳಿದೆ. ಅಲ್ಲಿದ್ದು ಮತ್ತೇನು ಮಾಡಬೇಕೆಂಬುದೇ ನನಗೆ ತಿಳಿಯಲಿಲ್ಲ. ಕ್ಯಾಥರಿನ್‌ಳನ್ನು ಮದುವೆಯಾಗಬೇಕೆಂದು ನಾನು ತಹತಹಿಸುತ್ತಿದ್ದೆ. ಲಿಯೊನ್ಸ್‌ದಿಂದ ಅವಳಿಗೆ ಒಂದು ಹ್ಯಾಟನ್ನೂ ಅರಿವೆಗಳನ್ನೂ ತಂದುಕೊಟ್ಟಿದ್ದೆ. ಅವಳು, ಅವಳಣ್ಣ ಹಾಗೂ ನಾನು ಹೀಗೆ ಮೂವರು ಕೂಡಿ ತಿರುಗಾಡಲಿಕ್ಕೆ ಹೊರಟಾಗ ದಾರಿಯಲ್ಲಿ ಎಲ್ಲರ ಕಣ್ಣುಗಳೂ ಕ್ಯಾಥರಿನ್‌ಳ ಮೇಲೆಯೇ ಇರುತ್ತಿದ್ದವು. ನನ್ನ ಜೀವನದಲ್ಲಿ ನೋಡಿದ ಹುಡುಗಿಯರಲ್ಲೆಲ್ಲ ಅವಳೇ ಅತ್ಯಂತ ಚೆಲುವೆಯಾಗಿದ್ದಳು.

"ನೀನು ನನ್ನನ್ನು ಮಾಡಿಕೊಳ್ಳದಿದ್ದರೆ ನಾನು ನಿನ್ನ ಸೇವಕಿಯಾಗಿಯಾದರೂ ಇರ್‍ತೇನೆ. ಆದರೆ ನನ್ನನ್ನು ಬಿಟ್ಟು ಮಾತ್ರ ನೀನು ಹೋಗಬಾರದು," ಎಂದು ಅವಳು ಆಗಾಗ ನನ್ನೊಡನೆ ಹೇಳುತ್ತಿದ್ದಳು.

"ನನಗೆ ತೊಂದರೆಯಾಗಬಾರದೆಂದು ಅವಳು ನನಗಿಂತ ಮೊದಲೇ ಹೋಗಿ ಅಂಗಡಿಯನ್ನು ತೆರೆಯುತ್ತಿದ್ದಳು. ಕೊನೆಗೆ ನಾನು ಅವಳ ಪ್ರೇಮಪಾಶದಲ್ಲಿ ಬಿದ್ದು ಹುಚ್ಚನಾಗಿ ಬಿಟ್ಟೆ. ಅವಳೂ ನನ್ನ ವಿಷಯದಲ್ಲಿ ಹುಚ್ಚಳಾಗಿದ್ದಳು. ಆದರೂ ನಾವು ಅನುಚಿತ ರೀತಿಯಲ್ಲಿ ಎಂದೂ ವರ್ತಿಸಲಿಲ್ಲ. ಶರತ್ಕಾಲದ ಕೊನೆಗೆ ಸೈನ್ಯವು ವ್ಯಾಲೆನ್ಸ್ ನಗರವನ್ನು ಬಿಟ್ಟುಹೋಯಿತು.

"ಆಗ ನಾನು ಬೊನಾರ್‌ಗೆ ಹೇಳಿದೆ: 'ಈ ಊರಿನ ವಸತಿಗೃಹಗಳ ಮಾಲಿಕರು ನನ್ನನ್ನು ಕೊಲ್ಲಬಹುದು. ಯಾಕೆಂದರೆ ನಾನು ಸ್ವಲ್ಪ ದುಡ್ಡು ಮಾಡಿದ್ದೇನೆ ಅನ್ನೋದು ಅವರಿಗೆ ಗೊತ್ತಿದೆ."

ಇದಕ್ಕೆ ಬೊನಾರ್ ನಿಟ್ಟುಸಿರುಬಿಡುತ್ತ ಉತ್ತರಿಸಿದ: "ಹೋಗಲೇಬೇಕು ಅಂತ ಅನಿಸಿದರೆ ಹೋಗಿಬಿಡು. ನಾವು ಯಾರನ್ನೂ ಒತ್ತಾಯ ಪಡಿಸೋದಿಲ್ಲ. ಒಂದು ವೇಳೆ ನೀನಿಲ್ಲಿಯೇ ಇದ್ದುಕೊಂಡು ನನ್ನ ತಂಗಿಯನ್ನು ಮದುವೆಯಾದರೆ ನನ್ನ ಆಸ್ತಿಯಲ್ಲಿ ನಿನಗೆ ಅರ್ಧಪಾಲು ಕೊಡ್ತೇನೆ. ನಿನ್ನ ಬಗೆಗೆ ಯಾರಾದರೂ ಏನನ್ನಾದರೂ ಆಡಿಕೊಂಡರೆ ಅದನ್ನೆಲ್ಲ ನನಗೆ ಬಿಡು. ನಾನವರನ್ನು ಒಂದು ಕೈ ನೋಡಿಕೊಳ್ತೇನೆ."

"ಹೀಗೆ ನಾನು ಆ ಊರು ಬಿಡುವುದನ್ನು ಮೂರು ಸಾರಿ ಮುಂದೂಡಿದೆ. ಸೈನ್ಯದ ಹಿಂಚೂಣಿ ಲಿಯೊನ್ಸ್ ನಗರ ಮುಟ್ಟಿದಾಗ ನಾನೂ ಹೋಗಲೇಬೇಕೆಂದು ನಿರ್ಧರಿಸಿದೆ. ನಾನು ಕ್ಯಾಥರಿನ್ ಮತ್ತು ಅವಳಣ್ಣ ಎಲ್ಲರೂ ಅಳುತ್ತ ಆ ರಾತ್ರಿಯನ್ನು ಕಳೆದವು. ಅವರೊಂದಿಗೆ ನಿಲ್ಲದೆ ಇದ್ದುದರಿಂದ ನಾನು ನನ್ನ ಸಂತೋಷವನ್ನೆಲ್ಲ ಕಳೆದುಕೊಂಡುಬಿಟ್ಟೆ. ದೇವರು ನನ್ನನ್ನು ಸಂತೋಷದಿಂದಿರಲು ಬಿಡಲಿಲ್ಲ!

"ಕೊನೆಗೆ ನಾನು 1814ನೇ ಇಸವಿ ನವೆಂಬರ್ ಏಳನೆಯ ತಾರೀಖಿನ ದಿನ ಆ ಊರು ಬಿಟ್ಟು ಹೊರಟೆ. ಆ ದಿನವನ್ನು ನಾನೆಂದಿಗೂ ಮರೆಯಲಾರೆ. ಅಂದು ನನ್ನ ಬಂಡಿಯನ್ನು

ನನಗೆ ನಡೆಸಲಾಗಲಿಲ್ಲ. ವ್ಯಾಲೆನ್ಸ್ ಮತ್ತು ವಿಯೆನ್‌ಗಳ ನಡುವೆ ಅರ್ಧದಾರಿಯಲ್ಲಿ ಬಂಡಿ ಹೊಡೆಯಲಿಕ್ಕೆ ಒಬ್ಬ ಸೇವಕನನ್ನು ನಿಯಮಿಸಿದೆ. ಮರುದಿನ ವಿಯೆನ್‌ನಲ್ಲಿ ನನ್ನ ಕುದುರೆಗೆ ಕಡಿವಾಣ ಹಾಕುತ್ತಿದ್ದಾಗ ನಾನಿದ್ದ ವಸತಿ ಗೃಹಕ್ಕೆ ಯಾರು ಬರಬೇಕು ಅನ್ನುತ್ತೀರಿ? ಕ್ಯಾಥರಿನ್! ಅವಳು ಧಾವಿಸಿ ಬಂದವಳೆ ನನ್ನನ್ನು ತನ್ನ ತೋಳುಗಳಲ್ಲಿ ಬಂಧಿಸಿಕೊಂಡು ಬಿಟ್ಟಳು. ಆ ವಸತಿಗೃಹದವರಿಗೆ ಅವಳ ಪರಿಚಯವಿದ್ದಿತು. ಅದೇ ಊರಲ್ಲಿ ತನ್ನ ಕಕ್ಕಿಯನ್ನು ನೋಡುವುದಕ್ಕಾಗಿ ಬಂದವಳಂತೆ ಅವಳು ನಟಿಸಿದಳು."

"ಅವಳು ಒಂದೇ ಸಮನೆ ಕಣ್ಣೀರು ಸುರಿಸುತ್ತ 'ನಾನು ನಿನ್ನ ಸಂಗಡ ಸೇವಕಿಯಾಗಿಯೇ ಬರ್ತೇನೆ. ನೀನು ನನ್ನನ್ನು ಕರೆದುಕೊಳ್ಳದಿದ್ದರೆ ನಾನು ರ್‍ಹೋನ್ ನದಿಯಲ್ಲಿ ಮುಳುಗಿ ಸಾಯ್ತೇನೆ." ಎಂದು ಹೇಳಿದಳು.

"ವಸತಿ ಗೃಹದಲ್ಲಿದ್ದವರೆಲ್ಲ ನಮ್ಮ ಸುತ್ತ ನೆರೆದರು. ಗಂಭೀರ ಸ್ವಭಾವದವಳೂ ಮಿತಭಾಷಿಯೂ ಆದ ಕ್ಯಾಥರಿನ್ ನನ್ನೊಡನೆ ಒಂದೇ ಸಮನೆ ಮಾತನಾಡಿದಳಲ್ಲದೆ ಅವರೆಲ್ಲರೆದುರಿಗೆಯೆ ನನ್ನನ್ನು ಚುಂಬಿಸಿದಳು. ಕೂಡಲೆ ನಾನು ಅವಳನ್ನು ನನ್ನ ಬಂಡಿಯಲ್ಲಿ ಕೂಡ್ರಿಸಿಕೊಂಡು ಪ್ರಯಾಣ ಮುಂದುವರಿಸಿದೆ. ಊರು ಬಿಟ್ಟು ಸುಮಾರು ಒಂದು ಮೈಲು ಬಂದಾಗ ನಾನು 'ಇಲ್ಲಿ ನಾವು ಪರಸ್ಪರ ವಿದಾಯ ಹೇಳಬೇಕು" ಎಂದೆ.

"ಅವಳು ಏನೂ ಮಾತನಾಡದೆ ತನ್ನ ಕೈಗಳಿಂದ ತಲೆಯನ್ನು ಬಿಗಿಯಾಗಿ ಹಿಡಿದುಕೊಂಡು ಒಂದು ತರಹ ನಡುಗತೊಡಗಿದಳು. ಅದನ್ನು ನೋಡಿ ನನಗೆ ಭಯವಾಯಿತು. ಅವಳನ್ನು ಮರಳಿ ಕಳಿಸಿದರೆ ಅವಳು ರ್‍ಹೋನ್ ನದಿಯಲ್ಲಿ ಮುಳುಗಿ ಪ್ರಾಣ ಕಳೆದುಕೊಳ್ಳುವುದು ಖಂಡಿತವೆಂದು ನನಗೆ ತೋರಿತು.

"'ಆದರೆ ಈಗಾಗಲೆ ನನ್ನ ಮದುವೆಯಾಗಿದೆಯಲ್ಲ–ಅದೂ ದೇವರೆದುರಿಗೆ' ಎಂದು ನಾನವಳಿಗೆ ಪುನಃ ಹೇಳಿದೆ.

"'ಅದೆಲ್ಲ ನನಗೆ ಗೊತ್ತಿದೆ. ನಾನು ನಿನ್ನ ಸೇವಕಿಯಾಗಿರ್ತೇನೆ.'

ವಿಯೆನ್ ಮತ್ತು ಲಿಯೊನ್ಸ್ ನಗರಗಳ ಮಧ್ಯೆ ನಾನು ಬಂಡಿಯನ್ನು ಹತ್ತು ಸಾರಿ ನಿಲ್ಲಿಸಿ ಅವಳಿಗೆ ರಮಿಸಿ ಹೇಳಿದರೂ ಅವಳು ನನ್ನನ್ನು ಬಿಟ್ಟು ಹೋಗಲು ಒಪ್ಪಲಿಲ್ಲ.

ಆಗ, 'ಇವಳ ಸಮೇತ ನಾನು ರ್‍ಹೋನ್ ನದಿಯ ಸೇತುವೆಯನ್ನು ದಾಟಿದರೆ, ಅದು ದೇವರ ಇಚ್ಛೆಯ ಸಂಕೇತವೆಂದು ತಿಳಿಯಲಡ್ಡಿಯಿಲ್ಲ' ಎಂದು ನನ್ನಷ್ಟಕ್ಕೆ ನಾನು ಅಂದುಕೊಂಡೆ.

"ಕೊನೆಗೆ ನನಗರಿವಿಲ್ಲದಂತೆಯೆ ನಾನು ರ್‍ಹೋನ್ ನದಿಯ ಸೇತುವೆಯನ್ನು ದಾಟಿ ಬಂದು ಲಿಯೊನ್ಸ್ ನಗರ ತಲುಪಿದೆ. ಅಲ್ಲಿನ ವಸತಿಗೃಹದಲ್ಲಿ ಅವರು ನಮ್ಮಿಬ್ಬರನ್ನು ಗಂಡಹೆಂಡತಿಯರೆಂದು ತಿಳಿದುಕೊಂಡು ನಮ್ಮಿಬ್ಬರಿಗೂ ಒಂದೇ ಕೋಣೆಯನ್ನು ಕೊಟ್ಟರು. ನಾನು ಕೈಗಡಿಯಾರ ಮತ್ತು ವಜ್ರಗಳ ವ್ಯಾಪಾರ ಪ್ರಾರಂಭಿಸಿದೆ. ಪ್ರತಿ ದಿನ ಹತ್ತು ಫ್ರಾಂಕುಗಳನ್ನು ಗಳಿಸುತ್ತಿದ್ದೆ. ಕ್ಯಾಥರಿನ್‌ಳ ಜಾಣತನದಿಂದಾಗಿ ಮನೆಯ ಖರ್ಚು ನಾಲ್ಕು ಫ್ರಾಂಕುಗಳಿಗಿಂತ ಕಡಿಮೆಯಾಗಿರುತ್ತಿತ್ತು. ನಾನು ಮತ್ತೆ ಕೆಲವು ಕೋಣೆಗಳನ್ನು ತೆಗೆದುಕೊಂಡು ಅವುಗಳನ್ನು ಚೆನ್ನಾಗಿ ಅಲಂಕರಿಸಿದೆ. ಆಗ ನನ್ನ ಹತ್ತಿರ ಹದಿಮೂರು ಸಾವಿರ ಫ್ರಾಂಕುಗಳಿದ್ದವು. ಅವುಗಳನ್ನು ಬ್ಯಾಂಕಿನ ವ್ಯಾಪಾರದಲ್ಲಿ ತೊಡಗಿಸಿದಾಗ ಹದಿನೆಂಟು ನೂರು ಫ್ರಾಂಕು ಲಾಭ ದೊರೆಯಿತು. ಕ್ಯಾಥರಿನ್‌ಳೊಂದಿಗೆ ನಾನು ಕಳೆದ ಒಂದೂವರೆ ವರ್ಷದಲ್ಲಿ ಗಳಿಸಿದಷ್ಟು ಹಣವನ್ನು ನಾನು ಮತ್ತೆಂದೂ ಗಳಿಸಲಿಲ್ಲ. ನಾನು ಎಷ್ಟು ಶ್ರೀಮಂತನಾಗಿದ್ದೆ

ನೆಂದರೆ ವಿಹಾರಕ್ಕಾಗಿ ಒಂದು ಚಿಕ್ಕ ಸಾರೋಟನ್ನು ಕೂಡ ಕೊಂಡುಕೊಂಡೆ. ಪ್ರತಿ ರವಿವಾರ ನಾವು ಊರು ಬಿಟ್ಟು ದೂರ ಹೋಗಿ ಸಂತೋಷಪಟ್ಟು ಬರುತ್ತಿದ್ದೆವು.

"ಒಂದು ದಿನ ನನ್ನ ಪರಿಚಯದ ಯೆಹೂದಿಯೊಬ್ಬ ನನ್ನನ್ನು ಭೆಟ್ಟಿಯಾಗಲು ಬಂದ. ನನ್ನ ಬಂಡಿಯಲ್ಲಿ ಕುಳಿತುಕೊಂಡು ಊರುಬಿಟ್ಟು ಸ್ವಲ್ಪ ದೂರ ಕರೆದುಕೊಂಡು ಹೋದ. ಅಲ್ಲಿ ಒಮ್ಮೆಲೆ ಆತ ಹೀಗೆಂದ : "ಫಿಲಿಪೋ, ನಿನಗೆ ಒಬ್ಬಳು ಹೆಂಡತಿಯೂ ಒಬ್ಬ ಮಗನೂ ಇದ್ದಾರೆ! ಅವರಿಬ್ಬರೂ ಕಷ್ಟದಲ್ಲಿದ್ದಾರೆ!"

"ಆಮೇಲೆ ಆತ ತನ್ನ ಮನೆಯಾಕೆ ಬರೆದ ಪತ್ರವನ್ನು ನನ್ನ ಕೈಯಲ್ಲಿಟ್ಟು ಹೋಗಿಬಿಟ್ಟ. ನಾನು ಲಿಯೊನ್ಸ್ ನಗರಕ್ಕೆ ಒಬ್ಬನೆ ಮರಳಿದೆ. ಆ ಪತ್ರದಲ್ಲಿ ನನ್ನ ಹೆಂಡತಿ ನನ್ನನ್ನು ಸಾಕಷ್ಟು ಬಯ್ದಿದ್ದಳು. ನಾನು ಅದನ್ನೇನು ಮನಸ್ಸಿಗೆ ಹಚ್ಚಿಕೊಳ್ಳಲಿಲ್ಲ. ಆದರೆ ನನ್ನ ಮಗನನ್ನು ಬಿಟ್ಟು ಬಂದುದು ನನಗೆ ಬಹಳ ಕೆಡುಕೆನಿಸಿತು. ಝೂರಾ ನಗರದಲ್ಲಿ ನನ್ನ ಹೆಂಡತಿ ನಡೆಸುತ್ತಿದ್ದ ವ್ಯಾಪಾರ ಅತ್ಯಂತ ಚೆನ್ನಾಗಿ ನಡೆಯುತ್ತಿತ್ತೆಂಬುದು ಆ ಪತ್ರದಿಂದ ತಿಳಿಯಿತು. ಆದರೆ ನನ್ನ ಮಗನನ್ನು ಬಿಟ್ಟಿರುವುದೆಂದರೆ ನನಗೆ ಬಹಳ ದುಃಖವಾಯಿತು.

"ಅಂದು ಇಡೀ ಸಾಯಂಕಾಲ ನಾನು ಮಾತನಾಡಲೇ ಇಲ್ಲ. ಕ್ಯಾಥರಿನ್ ಅದನ್ನು ಗಮನಿಸಿದರೂ ಒಳ್ಳೆಯ ಹುಡುಗಿಯಾಗಿದ್ದುದರಿಂದ ಸುಮ್ಮನಿದ್ದಳು. ಹೀಗೆ ಮೂರು ವಾರಗಳು ಗತಿಸಿದರೂ ಅವಳು ನಾನೇಕೆ ಖಿನ್ನನಾಗಿದ್ದೆನೆಂಬುದನ್ನು ಕೇಳಲಿಲ್ಲ.

"ಕೊನೆಗೆ ಆಕೆ ಕೇಳಿದಾಗ 'ನನಗೊಂದು ಮಗುವಾಗಿದೆ' ಎಂದು ಹೇಳಿದೆ. ಅದಕ್ಕೆ ಅವಳೆಂದಳು.

"ಅದು ನನಗೂ ಹೊಳೆದಿತ್ತು. ನಾವಿಬ್ಬರೂ ಝೂರಾ ನಗರಕ್ಕೆ ಹೋಗೋಣ. ಅಲ್ಲಿ ನಾನು ನಿನ್ನ ಸೇವಕಿಯಾಗಿರ್ತೇನೆ."

'ಅದು ಸಾಧ್ಯವಿಲ್ಲ. ನನ್ನ ಹೆಂಡತಿಗೆ ಎಲ್ಲ ವಿಷಯವೂ ತಿಳಿದಿದೆ. ಅವಳ ಪತ್ರವನ್ನೋದಿ ನೋಡು."

"ಆ ಪತ್ರವನ್ನೋದಿ ಕ್ಯಾಥರಿನ್ ಬಹಳ ನಾಚಿಕೊಂಡಳು. ನನ್ನ ಹೆಂಡತಿಗೆ ಅವಳ ಪರಿಚಯವಿರದಿದ್ದರೂ ಆಕೆ ಹೇಗೆ ತನ್ನನ್ನು ಖಂಡಿಸಿದ್ದಳು, ಅವಳ ಭಾಷೆಯಲ್ಲಿ ಎಷ್ಟು ತಿರಸ್ಕಾರ ತುಂಬಿತ್ತು ಎಂಬುದು ಕ್ಯಾಥರಿನ್‌ಳಿಗೆ ಅರ್ಥವಾಯಿತು. ಕ್ಯಾಥರಿನ್‌ಳನ್ನು ಆಲಿಂಗಿಸಿ ಅವಳನ್ನು ಸಮಾಧಾನಪಡಿಸಲು ನಾನು ಸರ್ವ ಪ್ರಯತ್ನ ಮಾಡಿದೆ. ಆ ಪತ್ರ ಬಂದ ನಂತರ ಮೂರು ತಿಂಗಳುಗಳವರೆಗೆ ನನ್ನ ಜೀವನ ನರಕ ಸದೃಶವಾಗಿತ್ತು. ನಾನು ಯಾವ ನಿರ್ಣಯಕ್ಕೂ ಬರಲಾಗಲಿಲ್ಲ.

"ಒಂದು ದಿನ ರಾತ್ರಿ ಕ್ಯಾಥರಿನ್ ನನ್ನ ಮಗ್ಗಲಲ್ಲಿ ಮಲಗಿದ್ದಾಗ 'ನಾನು ಈಗಿಂದೀಗ ಅಲ್ಲಿಗೆ ಹೋಗಿಬಿಟ್ಟರೆ ಹೇಗೆ' ಎಂಬ ವಿಚಾರ ನನ್ನ ತಲೆಯಲ್ಲಿ ಬಂದಿತು. ಈ ವಿಚಾರ ಹೊಳೆದೊಡನೆ ಏನೋ ಒಂದು ತರಹದ ಸಮಾಧಾನ ಉಂಟಾಯಿತು. ಇದೂ ದೇವರ ಪ್ರೇರಣೆಯೆ ಇರಬಹುದು ಎಂದುಕೊಂಡೆ. ಆದರೆ ನಿದ್ರಿಸುತ್ತಿದ್ದ ಕ್ಯಾಥರಿನ್‌ಳ ಮುದ್ದು ಮುಖ ನೋಡಿದಾಗ 'ಛೇ ಹೀಗೆ ಮಾಡುವುದು ಮೂರ್ಖತನ, ಹೋಗಲಾರೆ' ಎಂದು ಹೇಳಿಕೊಂಡೆ.

"ಹೀಗೆ ದೇವರ ಕೃಪೆ ನನ್ನನ್ನು ತೊರೆಯಿತು. ನಾನು ಮತ್ತೆ ದುಃಖದಲ್ಲಿ ಬಿದ್ದು ತೊಳಲಾಡತೊಡಗಿದೆ. ಅನಂತರ ನನಗೆ ಅರಿವಿಲ್ಲದಂತೆಯೆ ಬಟ್ಟೆಗಳನ್ನು ಧರಿಸಿಕೊಂಡೆ. ನನ್ನ

ಕಣ್ಣುಗಳು ಕ್ಯಾಥರಿನ್‌ಳ ಮೇಲೆಯೇ ನಟ್ಟಿದ್ದವು. ನನ್ನ ಸಂಪತ್ತನ್ನೆಲ್ಲ ಹಾಸಿಗೆಯಲ್ಲಿಯೆ ಬಚ್ಚಿಟ್ಟಿದ್ದೆ. ನಾನಿಲ್ಲದಾಗ ಕ್ಯಾಥರಿನ್ ಮಾಡಿದ್ದ ಒಂದು ಸಾಲವನ್ನು ತೀರಿಸುವುದಕ್ಕಾಗಿ ಐದು ನೂರು ಫ್ರಾಂಕುಗಳನ್ನು ಒಂದು ಮೇಜಿನ ಒಳಗಡೆ ಇಟ್ಟಿದ್ದೆ. ಅದನ್ನೀಗ ತೆಗೆದುಕೊಂಡು ನನ್ನ ಬಂಡಿಯನ್ನು ಬಿಟ್ಟಿದ್ದ ಬಂಡಿಮನೆಗೆ ಹೋದೆ. ಅನಂತರ ಬಾಡಿಗೆಯ ಕುದುರೆಯೊಂದನ್ನು ತೆಗೆದುಕೊಂಡು ಪ್ರಯಾಣ ಬೆಳೆಸಿದೆ.

"ಕ್ಯಾಥರಿನ್ ನನ್ನನ್ನು ಹಿಂಬಾಲಿಸಿ ಬರಬಹುದೆಂಬ ಶಂಕೆಯಿಂದ ನಾನು ಪ್ರತಿ ಕ್ಷಣ ಹಿಂತಿರುಗಿ ನೋಡುತ್ತಿದ್ದೆ. 'ಅವಳು ನನ್ನನ್ನು ನೋಡಿದರೆ ನನ್ನ ಕತೆ ಮುಗಿದಂತೆಯೆ' ಎಂದುಕೊಂಡೆ.

"ಸ್ವಲ್ಪವಾದರೂ ಮನಶ್ಶಾಂತಿ ಪಡೆಯಲೆಂದು ನಾನು ಎರಡೂ ಬಂಡಿಗಳನ್ನು ಲಿಯೊನ್ಸ್ ನಗರ ಬಿಟ್ಟು ಎರಡು ಹರದಾರಿ ದೂರ ಒಯ್ದೆ. ತೊಂದರೆಯಲ್ಲಿದ್ದ ನಾನು ನನ್ನ ಬಂಡಿಯನ್ನು ಶಾಂಬರಿಗೆ ತೆಗೆದುಕೊಂಡು ಹೋಗುವಂತೆ ಮತ್ತೊಬ್ಬ ಬಂಡಿಯವನಿಗೆ ಹೇಳಿ ವ್ಯವಸ್ಥೆ ಮಾಡಿಸಿದೆ. ಯಾಕೆಂದರೆ ನನಗೆ ಅದರ ಅವಶ್ಯಕತೆಯಿರಲಿಲ್ಲ. ಅಂದು ನಾನು ಏನು ಮಾಡುತ್ತಿದ್ದೆ ಮತ್ತು ಯಾಕೆ ಹಾಗೆ ಮಾಡುತ್ತಿದ್ದೆ ಎಂಬುದನ್ನು ಈಗ ನಾನು ಹೇಳಲಾರೆ. ನನಗಾದ ನಷ್ಟದ ಸಂಪೂರ್ಣ ಅರಿವು ನನ್ನಲ್ಲಿ ಮೂಡಿದ್ದು ನಾನು ಶಾಂಬರಿಯನ್ನು ತಲುಪಿದ ಬಳಿಕ. ಆಗ ನಾನು ಬಹಳ ವ್ಯಥೆ ಪಟ್ಟುಕೊಂಡೆ. ಅಲ್ಲಿದ್ದ ಒಬ್ಬ ವಕೀಲನ ಹತ್ತಿರ ಹೋಗಿ ಲಿಯೊನ್ಸ್‌ನಲ್ಲಿದ್ದ ನನ್ನ ಆಸ್ತಿಯನ್ನೆಲ್ಲ ನನ್ನ ಹೆಂಡತಿ ಶ್ರೀಮತಿ ಕ್ಯಾಥರಿನ್ ಬೊನಾರ್‌ಳಿಗೆ ಬಿಟ್ಟುಕೊಟ್ಟಿದ್ದೇನೆಂದು ಒಂದು ದಾನಪತ್ರ ಬರೆಯಿಸಿದೆ. ಅವಳ ಮರ್ಯಾದೆಯನ್ನು ಕಾಪಾಡುವ ಹಾಗೂ ನೆರೆಹೊರೆಯವರ ನಿಂದೆಗೆ ಅವಳು ಗುರಿಯಾಗದಂತೆ ನೋಡಿಕೊಳ್ಳುವ ಉದ್ದೇಶದಿಂದ ನಾನು ಹೀಗೆ ಮಾಡಿದೆ.

"ವಕೀಲನ ಹಣ ಕೊಟ್ಟು ದಾನಪತ್ರವನ್ನು ತೆಗೆದುಕೊಂಡು ಹೊರಗೆ ಬಂದಾಗ ಕ್ಯಾಥರಿನ್‌ಳಿಗೆ ಪತ್ರ ಬರೆಯುವ ಧೈರ್ಯವೇ ನನಗೆ ಆಗಲಿಲ್ಲ. ನಾನು ಮರಳಿ ವಕೀಲನ ಹತ್ತಿರ ಹೋದೆ. ಆ ವಕೀಲನೇ ನನ್ನ ಹೆಸರಿನಲ್ಲಿ ಪತ್ರವನ್ನು ಬರೆದ. ಬಳಿಕ ಅವನ ಗುಮಾಸ್ತನೊಬ್ಬ ಅಂಚೆ ಕಚೇರಿವರೆಗೆ ಬಂದು ನನ್ನ ಸಮಕ್ಷಮದಲ್ಲಿಯೇ ಅದನ್ನು ಕಳುಹಿಸಿದ. ಅನಂತರ ನಾನು ಒಂದು ಕತ್ತಲಾದ ಸುರೆಯಂಗಡಿಯಲ್ಲಿ ಕುಳಿತು ವ್ಯಾಲೆನ್ಸ್‌ನಲ್ಲಿದ್ದ ಬೊನಾರ್‌ಗೆ ಒಂದು ಪತ್ರ ಬರೆದೆ. ಅದರಲ್ಲಿ, ಕಡಿಮೆ ಪಕ್ಷ ಹದಿಮೂರು ಸಾವಿರ ಫ್ರಾಂಕುಗಳನ್ನು ಒಂದು ದಾನ ಪತ್ರದ ಮೂಲಕ ಕ್ಯಾಥರಿನಳಿಗೆ ಬಿಟ್ಟುಕೊಟ್ಟಿದ್ದೇನೆಂದು ಆತನಿಗೆ ತಿಳಿಸಿದೆ. ಅಲ್ಲದೆ ಆತನ ತಂಗಿ ಲಿಯೊನ್ಸ್ ನಗರದಲ್ಲಿ ಅಸ್ವಸ್ಥಳಾಗಿದ್ದುದರಿಂದ ಅಣ್ಣನ ನಿರೀಕ್ಷೆಯಲ್ಲಿದ್ದಳೆಂದೂ ತಿಳಿಸಿದೆ. ಈ ಪತ್ರವನ್ನು ಸ್ವತಃ ನಾನೆ ಕಳಿಸಿದೆ. ಆಮೇಲೆ ಅವರಿಂದ ಯಾವ ಸುದ್ದಿಯೂ ಬರಲಿಲ್ಲ.

"ನನ್ನ ಬಂಡಿ ಸೆನಿ ಪರ್ವತದಡಿಯಲ್ಲಿ ನಿಂತಿದ್ದುದನ್ನು ಕಂಡೆ. ಈ ಬಂಡಿಗೆ ನಾನೇಕೆ ಜೋತುಬಿದ್ದೆನೆಂಬುದು ನನಗೀಗ ನೆನಪಿಲ್ಲ. ಯಾಕೆಂದರೆ ಮುಂದಿನ ನನ್ನ ದುರದೃಷ್ಟಗಳಿಗೆ ಅದೇ ತಾತ್ಕಾಲಿಕ ಕಾರಣವಾಗಿತ್ತು. ಆದರೆ ಅವುಗಳ ನೈಜ ಕಾರಣ ಕ್ಯಾಥರಿನ್ ನನ್ನ ಮೇಲೆ ಹಾಕಿದ ಯಾವುದೋ ಭೀಕರ ಶಾಪವಾಗಿದ್ದಿರಬೇಕೆಂಬುದರಲ್ಲಿ ನನಗೆ ಅನುಮಾನವಿಲ್ಲ. ಅತ್ಯಂತ ಹುಮ್ಮಸ್ಸಿನ ಭಾವನಾಜೀವಿಯಾದ ಕಿರಿವಯಸ್ಸಿನ ಆ ತರುಣಿ (ಅವಳಿಗಾಗ ಬರೇ ಇಪ್ಪತ್ತು ವರ್ಷ) ಸುಂದರಿಯೂ ಮುಗ್ಧಳೂ ಆಗಿದ್ದುದರಿಂದ ಮತ್ತು ನನ್ನನ್ನು ತನ್ನ ಪತಿಯೆಂದೆ ತಿಳಿದು ಸೇವೆ ಸಲ್ಲಿಸುವ ಬಯಕೆಯೊಂದನ್ನು ಬಿಟ್ಟರೆ ಮತ್ತಾವ ಕುಂದೂ

ಅವಳಲ್ಲಿರದ್ದರಿಂದ ಅವಳ ಪ್ರಾರ್ಥನೆ ದೇವರಿಗೆ ಕೇಳಿಸಿರಬೇಕು. ಆದ್ದರಿಂದಲೇ ನನಗೆ ಕಠಿಣ ಶಿಕ್ಷೆಯಾಯಿತು.

"ನಾನು ಒಂದು ಕುದುರೆಯನ್ನೂ, ಒಂದು ಪಾಸ್‌ಪೋರ್ಟನ್ನೂ ಕೊಂಡುಕೊಂಡೆ. ಸೆನಿ ಪರ್ವತದಡಿಯಲ್ಲಿದ್ದಾಗ ಅದು ಗಡಿನಾಡ ಪ್ರದೇಶವಾಗಿತ್ತೆಂಬುದನ್ನು ಕುರಿತು ನಾನು ಹೇಗೆ ಯೋಚಿಸಿದೆನೋ ನನಗೆ ಗೊತ್ತಿಲ್ಲ. ನನ್ನ ಹತ್ತಿರವಿದ್ದ ಐದುನೂರು ಫ್ರಾಂಕುಗಳನ್ನು ಉಪಯೋಗಿಸಿ ಸಣ್ಣ ಪ್ರಮಾಣದ ಕಳ್ಳಸಾಗಾಣಿಕೆಯನ್ನು ಮಾಡಬೇಕೆಂಬ ಅಭಿಪ್ರಾಯ ನನ್ನಲ್ಲಿತ್ತು. ಅದಕ್ಕೋಸ್ಕರ ನಾನು ಕೆಲವು ಕೈಗಡಿಯಾರಗಳನ್ನು ಕೊಂಡುಕೊಂಡು ಅವುಗಳನ್ನು ಬಚ್ಚಿಟ್ಟೆ. ಸುಂಕದ ಕಚೇರಿಯ ಅಧಿಕಾರಿಗಳ ಮುಂದೆ ನಾನು ಧಿಮಾಕಿನಿಂದ ಸಾಗುತ್ತಿದ್ದಾಗ ನನ್ನನ್ನು ನಿಲ್ಲಿಸಿದರು. ನನ್ನ ಜೀವನದಲ್ಲಿ ಸಾಕಷ್ಟು ಕಳ್ಳಸಾಗಾಣಿಕೆ ಮಾಡಿದುದರಿಂದ ನಾನು ತಲೆಯೆತ್ತಿ ನಿಂತಿದ್ದೆ. ಸುಂಕದ ಅಧಿಕಾರಿಗಳು ನೇರವಾಗಿ ನನ್ನ ಬಂಡಿಯಲ್ಲಿ ನಾನು ಬಚ್ಚಿಟ್ಟ ಜಾಗೆಯನ್ನು ಶೋಧಿಸಿದರು. ಬಹುಶಃ ಕೈಗಡಿಯಾರಗಳ ತಯಾರಕರೇ ನನಗೆ ದ್ರೋಹ ಮಾಡಿದ್ದಿರಬೇಕು. ಆ ಅಧಿಕಾರಿಗಳು ನನ್ನ ಕೈಗಡಿಯಾರಗಳನ್ನೆಲ್ಲ ತೆಗೆದುಕೊಂಡುದಲ್ಲದೆ ನೂರು ಕ್ರೌನ್ ದಂಡವನ್ನೂ ವಿಧಿಸಿದರು. ನಾನು ಅವರಿಗೆ ಐವತ್ತು ಫ್ರಾಂಕುಗಳನ್ನು ಕೊಟ್ಟೆ. ಅವರು ನನ್ನನ್ನು ಬಿಟ್ಟು ಬಿಟ್ಟರು.

"ಈ ದುರ್ದೈವದಿಂದಾಗಿ ನಾನು ದರಿದ್ರನಾಗಿಬಿಟ್ಟೆ. ಒಂದೇ ಒಂದು ಕ್ಷಣದಲ್ಲಿ ನನ್ನ ಹತ್ತಿರವಿದ್ದ ಐದುನೂರು ಫ್ರಾಂಕುಗಳು ಹೋಗಿ ಕೇವಲ ನೂರು ಫ್ರಾಂಕುಗಳು ಉಳಿದಿದ್ದವಷ್ಟೆ. ನನ್ನ ಬಂಡಿಯನ್ನೂ ಕುದುರೆಯನ್ನೂ ಮಾರಬೇಕೆಂದರೆ ಝೂರಾ ಪಟ್ಟಣ ಸೆನಿ ಪರ್ವತದಿಂದ ಬಹಳ ದೂರದಲ್ಲಿತ್ತು. ಇಂಥ ವಿಚಾರಗಳು ನನ್ನನ್ನು ಕಾಡುತ್ತಿದ್ದಾಗ ಸುಂಕದ ಕಚೇರಿಯ ಸಿಬ್ಬಂದಿಯವನೊಬ್ಬ ನನ್ನ ಬಳಿ ಓಡುತ್ತ ಬಂದು ಕೂಗಿ ನುಡಿದ"

"'ಲೇ ಯೆಹೂದಿ ನಾಯಿಯೆ, ನೀನು ನನಗೆ ಇಪ್ಪತ್ತು ಫ್ರಾಂಕುಗಳನ್ನು ಕೂಡಲೆ ಕೊಡಬೇಕು. ಉಳಿದವರೆಲ್ಲ ನನಗೆ ಹತ್ತರ ಬದಲು ಐದೇ ಫ್ರಾಂಕುಗಳನ್ನು ಕೊಟ್ಟು ಮೋಸ ಮಾಡಿದ್ದಾರೆ. ಆದ್ದರಿಂದ ಇಷ್ಟೊಂದು ಆಯಾಸಪಟ್ಟು ನಿನ್ನ ಹಿಂದಿನಿಂದ ಓಡುತ್ತ ಬಂದಿದ್ದೇನೆ."

"ಆಗ ಕತ್ತಲಾಗುತ್ತ ಬಂದಿತ್ತು. ಆ ಮನುಷ್ಯ ಕುಡಿದ ಅಮಲಿನಲ್ಲಿದ್ದ. ಆತ ನನಗೆ ಅವಮಾನ ಮಾಡಿ ನನ್ನ ಅಂಗಿಯ ಕಾಲರನ್ನು ಹಿಡಿದ. ನನಗೆ ಸೈತಾನನ ಪ್ರೇರಣೆ ಯಾಯಿತು. ನಾನು ನನ್ನ ಚೂರಿಯಿಂದ ಆತನನ್ನು ಇರಿದೆ. ಬಳಿಕ ರಸ್ತೆಯಿಂದ ಇಪ್ಪತ್ತು ಅಡಿ ಕೆಳಗಡೆಯಿದ್ದ ನದಿಗೆ ಆತನನ್ನು ತಳ್ಳಿಬಿಟ್ಟೆ. ಆ ಕೊಲೆ ನಾನು ನನ್ನ ಜೀವನದಲ್ಲಿ ಮಾಡಿದ ಮೊದಲ ಅಪರಾಧವಾಗಿತ್ತು. 'ನನ್ನ ಕತೆ ಮುಗಿಯಿತು' ಎಂದು ನನ್ನಷ್ಟಕ್ಕೆ ನಾನೇ ಅಂದುಕೊಂಡೆ.

"ನಾನು ಸೂರ್ಖು ಪಟ್ಟಣದ ಹತ್ತಿರ ಬಂದಾಗ ನನ್ನ ಹಿಂದೆ ಯಾವುದೋ ಸದ್ದು ಕೇಳಿಸಿತು. ನನ್ನ ಕುದುರೆಯನ್ನು ವೇಗವಾಗಿ ಓಡಿಸತೊಡಗಿದೆ. ಕುದುರೆ ಅತ್ಯಂತ ಉತ್ಸಾಹಗೊಂಡು ಜೋರಾಗಿ ಓಡತೊಡಗಿದ್ದುದರಿಂದ ನನಗೆ ಅದನ್ನು ನಿಯಂತ್ರಿಸಲಾಗಲಿಲ್ಲ. ಬಂಡಿ ಮಗುಚಿ ಬಿತ್ತು. ಪರಿಣಾಮವಾಗಿ ನನ್ನ ಕಾಲು ಮುರಿಯಿತು.

"ನಾನಾಗ ಅಂದುಕೊಂಡೆ: 'ಕ್ಯಾಥರಿನ್ ನನ್ನನ್ನು ಶಪಿಸಿದ್ದಾಳೆ. ದೇವರು ನ್ಯಾಯವಂತ. ನಾನು ಬೇಗನೆ ಗುರುತಿಸಲ್ಪಟ್ಟು ಇನ್ನೆರಡು ತಿಂಗಳುಗಳಲ್ಲಿ ಗಲ್ಲಿಗೇರಿಸಲ್ಪಡುವುದು ಖಂಡಿತ"

"ಆದರೆ, ನೀವೇ ಈಗ ನೋಡುತ್ತಿರುವಂತೆ ಅಂಥದೇನೂ ಆಗಲಿಲ್ಲ." ❍

○ ವಿಕ್ಟರ್ ಹ್ಯುಗೊ

ಜೆನ್ನಿ

ಆಗ ರಾತ್ರಿಯಾಗಿತ್ತು. ಬಡತನ ಎದ್ದು ಕಾಣಿಸುತ್ತಿದ್ದರೂ ಬೆಚ್ಚಗಾಗಿ ಹಿತಕರವಾಗಿದ್ದ ಆ ಕುಟೀರದೊಳಗೆ ಮಂದವಾದ ಬೆಳಕು ಬಿದ್ದಿತ್ತು. ಒಲೆಯಲ್ಲಿ ಉರಿಯುತ್ತಿದ್ದ ಕೆಂಡಗಳ ಬೆಳಕಿನಲ್ಲಿ ಮೇಲಣ ಕಪ್ಪು ತೊಲೆಗಳು ಕೆಂಪಗೆ ಹೊಳೆಯುತ್ತಿದ್ದವು. ಆ ಬೆಸ್ತನ ಬಲೆಗಳು ಗೋಡೆಯ ಮೇಲೆ ನೇತಾಡುತ್ತಿದ್ದವು. ಮೂಲೆಯಲ್ಲಿದ್ದ ಒರಟು ಅಟ್ಟಣಿಗೆಯ ಮೇಲೆ ಕೆಲವು ಪಾತ್ರೆಗಳೂ ತಾಟುಗಳೂ ಮಿಂಚುತ್ತಿದ್ದವು. ಅಲ್ಲಿದ್ದ ದೊಡ್ಡ ಪಲ್ಲಂಗದ ಮೇಲೆ ಉದ್ದವಾದ ಒಂದು ಪರದೆಯನ್ನು ಇಳಿಬಿಟ್ಟಿತ್ತಲ್ಲದೆ, ಅದರ ಮಗ್ಗುಲಲ್ಲಿದ್ದ ಒಂದೆರಡು ಬೆಂಚುಗಳ ಮೇಲೆಯೂ ಚಾಪೆ ಹಾಸಿ ಕೆಲವು ಚಿಕ್ಕ ಮಕ್ಕಳನ್ನು ಮಲಗಿಸಲಾಗಿತ್ತು. ಆ ಮಕ್ಕಳಾದರೊ ಗೂಡಿನಲ್ಲಿ ನಿದ್ರಿಸುತ್ತಿದ್ದ ಕಿನ್ನರ ಕೂಸುಗಳಂತೆ ಕಾಣಿಸುತ್ತಿದ್ದವು. ಪಲ್ಲಂಗದ ಪಕ್ಕದಲ್ಲಿ ಆ ಮಕ್ಕಳ ತಾಯಿ ದುಪ್ಪಟಿಗೆ ತಲೆ ಹಚ್ಚಿ ಮಂಡಿಯೂರಿ ಕುಳಿತಿದ್ದಳು. ಅವಳು ಏಕಾಕಿಯಾಗಿದ್ದಳು. ಕುಟೀರದ ಹೊರಗೆ ಕಪ್ಪು ಸಮುದ್ರ ನೊರೆಮಿಶ್ರಿತ ತೆರೆಗಳನ್ನು ಎಬ್ಬಿಸಿ ಅಪ್ಪಳಿಸುತ್ತಿತ್ತಲ್ಲದೆ ಆಗಾಗ ಪಿಸುಗುಡುತ್ತಿತ್ತು ಇಲ್ಲವೆ ನರಳುತ್ತಿತ್ತು. ಅವಳ ಗಂಡ ಸಮುದ್ರದ ಮೇಲೆ ಹೋಗಿದ್ದ.

ಆತ ತನ್ನ ಬಾಲ್ಯದಿಂದಲೇ ಒಬ್ಬ ಮೀನುಗಾರನಾಗಿದ್ದ. ಆತನ ಜೀವನದುದ್ದಕ್ಕೂ, ಅಂದರೆ ಪ್ರತಿದಿನವೂ ಆತ ಸಮುದ್ರದೊಂದಿಗೆ ಹೋರಾಡಬೇಕಾಗಿತ್ತು. ಪ್ರತಿ ದಿನವೂ ಆತ ತನ್ನ ಹೆಂಡಿರು ಮಕ್ಕಳಿಗೆ ಅನ್ನ ದೊರಕಿಸಬೇಕಾಗಿತ್ತು. ಹೀಗಾಗಿ ಪ್ರತಿದಿನವೂ ಮಳೆಯಿರಲಿ, ಗಾಳಿಯಿರಲಿ ಇಲ್ಲವೆ ಬಿರುಗಾಳಿಯಿರಲಿ ಆತ ತನ್ನ ದೋಣಿಯನ್ನು ತೆಗೆದುಕೊಂಡು ಮೀನುಗಳನ್ನು ಹಿಡಿಯಲು ಹೋಗಲೇಬೇಕಾಗಿತ್ತು. ಆತ ನಾಲ್ಕು ಹಾಯಿಯ ತನ್ನ ದೋಣಿಯಲ್ಲಿ ಕುಳಿತುಕೊಂಡು ಸಮುದ್ರದ ಮೇಲೆ ತನ್ನ ಒಂಟಿ ಕಾಯಕವನ್ನು ನಡೆಸುತ್ತಿದ್ದರೆ, ಆತನ ಹೆಂಡತಿ ಮನೆಯಲ್ಲಿ ಕುಳಿತು ಹಳೆಯ ಹಾಯಿಗಳಿಗೆ ತೇಪೆ ಹಾಕುತ್ತಿದ್ದಳು, ಹರಿದುಹೋದ ಬಲೆಗಳನ್ನು ಹೊಲಿದು ದುರಸ್ತಿ ಮಾಡುತ್ತಿದ್ದಳು, ಕಬ್ಬಿಣದ ಬಳೆಗಳನ್ನು ಹಾಗೂ ಕೊಂಡಿಗಳನ್ನು ಸ್ವಚ್ಛಗೊಳಿಸುತ್ತಿದ್ದಳು, ಇಲ್ಲವೆ ಮೀನಿನ ಸಾರನ್ನು ಕುದಿಸುತ್ತಿದ್ದಳು.

ತನ್ನ ಐದು ಮಕ್ಕಳು ಮಲಗಿದ ತಕ್ಷಣ ಅವಳು ಕಪ್ಪು ಸಮುದ್ರದೊಡನೆ ಸೆಣಸಾಡುವ ತನ್ನ ಗಂಡನಿಗೇನೂ ಅಪಾಯವಾಗಬಾರದೆಂದು ದೇವರಲ್ಲಿ ಪ್ರಾರ್ಥಿಸುತ್ತಿದ್ದಳು. ನಿಜವಾಗಿಯೂ ಆಕೆಯ ಗಂಡನ ಬದುಕು ಕಠಿಣವಾಗಿತ್ತು. ಆ ಮಹಾ ಸಿಂಧುವಿನಲ್ಲಿ ಮೀನುಗಳು ದೊರೆಯಬಹುದಾಗಿದ್ದ ಜಾಗ ಅವನ ಚಿಕ್ಕ ಕುಟೀರದ ಇಮ್ಮಡಿ ಗಾತ್ರಕ್ಕಿಂತ ಹೆಚ್ಚು ದೊಡ್ಡದಾಗಿರದಿದ್ದ ಒಂದು ಬಿಂದು ಮಾತ್ರ – ಚಲಿಸುವ ಮರುಭೂಮಿಯಂತಿದ್ದ ಆ ಸಾಗರದಲ್ಲಿ ಸದಾ ಬದಲಾಗುವ, ಸುಲಭ ಗೋಚರವಲ್ಲದ, ಒಂದು ಚಂಚಲ ಬಿಂದು. ಆದರೂ ಕೂಡ ಚಳಿಗಾಲದ ರಾತ್ರಿಯ ಮಂಜು ಮುಸುಕಿದ ವಾತಾವರಣದಲ್ಲಿ, ಬಿರುಗಾಳಿಯ ನಡುವೆ, ಕೇವಲ ನೈಪುಣ್ಯ ಮತ್ತು ಅನುಭವಗಳನ್ನು ಅವಲಂಬಿಸಿ ಆತ ಅದನ್ನು ಶೋಧಿಸಲೇಬೇಕಾಗಿತ್ತು. ಅಲ್ಲಿ ಅವನ ಸುತ್ತಲೂ ಕತ್ತಲೆ. ಕೆಳಗಡೆ ಅಲೆಗಳು ಹೊಯ್ದಾಡುತ್ತಿದ್ದವು. ಮೇಲ್ಗಡೆ ಗಾಳಿಯ ರಭಸಕ್ಕೆ ಹಾಯಿಗಳು ಬಿಗಿಯಾಗಿ ಅವುಗಳ ಹಗ್ಗ ಹುರಿಗಳು ಭಯದಿಂದಲೋ ಎಂಬಂತೆ ನರಳುತ್ತಿದ್ದವು. ಈ ಕತ್ತಲಿನಲ್ಲಿ ತಣ್ಣಗೆ ಕೊರೆಯುತ್ತಿದ್ದ ಕಡಲಿನ ನಡುವೆ ದೋಣಿಯಲ್ಲಿ ಕುಳಿತು ಆತ ತನ್ನ ಜೆನ್ನಿಯ ಬಗ್ಗೆ ಯೋಚಿಸುತ್ತಿದ್ದ. ಇತ್ತ ಕುಟೀರದಲ್ಲಿ ಜೆನ್ನಿಯೂ ಒದ್ದೆಗಣ್ಣುಗಳಿಂದ ಅವನ ಬಗ್ಗೆ ಚಿಂತಿಸುತ್ತಿದ್ದಳು.

ಹೀಗೆ ಇಂದು ಕೂಡ ಜೆನ್ನಿ ತನ್ನ ಗಂಡನ ಬಗೆಗೆ ಯೋಚಿಸುತ್ತಾ ದೇವರನ್ನು ಪ್ರಾರ್ಥಿಸುತ್ತಿದ್ದಳು. ಕಡಲಕಾಗೆಯ ಕರ್ಕಶ ಕೂಗು ಅವಳನ್ನು ವ್ಯಾಕುಲಗೊಳಿಸಿತು. ದಂಡೆಯ ಮೇಲೆ ಅಪ್ಪಳಿಸುತ್ತಿದ್ದ ತೆರೆಗಳ ಮೊರೆತ ಅವಳಲ್ಲಿ ಭೀತಿಯನ್ನು ಹುಟ್ಟಿಸಿತು. ಆದರೆ ಅವಳು ಯೋಚನೆಗಳಲ್ಲಿ ಮುಳುಗಿದ್ದಳು – ತಮ್ಮ ಬಡತನವನ್ನು ಕುರಿತಾದ ಯೋಚನೆಗಳು. ಚಳಿಗಾಲದಲ್ಲಿ ಹಾಗೂ ಬೇಸಿಗೆಯಲ್ಲಿ ಅವರ ಮಕ್ಕಳು ಬರಿಗಾಲಿನಿಂದಲೆ ಅಡ್ಡಾಡುತ್ತಿದ್ದವು. ಅವರಿಗೆ ತಿನ್ನಲಿಕ್ಕೆ ಗೋದಿಯ ರೊಟ್ಟಿ ಎಂದೂ ಸಿಗುತ್ತಿರಲಿಲ್ಲ. ಯಾವಾಗಲೂ ಬಾರ್ಲಿಯ ರೊಟ್ಟಿಯನ್ನೆ ತಿನ್ನಬೇಕಾದ ಪರಿಸ್ಥಿತಿ ಇತ್ತು. ಅಯ್ಯೊ ದೇವರೆ! ಬೀಸುತ್ತಿರುವ ಗಾಳಿ ತಿದಿಯಂತೆ ಭೋರ್ಗರೆಯುತ್ತಿದ್ದರೆ, ಸಮುದ್ರದ ದಂಡೆ ಕುಲುಮೆಯಂತೆ ಪ್ರತಿಧ್ವನಿಸುತಿತ್ತು. ಅವಳು ಅತ್ತಳು; ಗಡಗಡ ನಡುಗಿದಳು. ಸಮುದ್ರದ ಮೇಲೆ ಕೆಲಸ ಮಾಡುವವರ ಹೆಂಡಿರ ಗತಿ ದೇವರಿಗೇ ಗೊತ್ತು! "ನನ್ನ ತಂದೆ, ನಲ್ಲ, ಅಣ್ಣ, ತಮ್ಮ, ಮಗ – ಎಲ್ಲ ಬಿರುಗಾಳಿಯಲ್ಲಿ ಸಿಲುಕಿದ್ದಾರೆ" ಎಂದು ಹೇಳುವುದು ಎಷ್ಟೊಂದು ಭಯಂಕರವಾದ ಪ್ರಸಂಗ? ಆದರೆ ಜೆನ್ನಿ ಉಳಿದ ಹೆಣ್ಣು ಮಕ್ಕಳಿಗಿಂತ ಹೆಚ್ಚು ದುಃಖಮಯಿಯಾಗಿದ್ದಳು. ಏಕೆಂದರೆ ಅವಳ ಗಂಡ ಸಮುದ್ರದ ಮೇಲೆ ಏಕಾಕಿಯಾಗಿದ್ದ – ಯಾರ ನೆರವೂ ಇಲ್ಲದೆ ಈ ಭೀಕರ ರಾತ್ರಿಯಲ್ಲಿ ಒಬ್ಬಂಟಿಗನಾಗಿದ್ದ. ಅವರ ಮಕ್ಕಳು ಅತಿ ಚಿಕ್ಕವರಾಗಿದ್ದರಿಂದ ಅವನಿಗೆ ಸಹಾಯ ಮಾಡುವ ಸ್ಥಿತಿಯಲ್ಲಿರಲಿಲ್ಲ. ಆ ಬಡ ತಾಯಿ "ಈ ಮಕ್ಕಳು ತಂದೆಗೆ ಸಹಾಯ ನೀಡುವಷ್ಟು ದೊಡ್ಡವರಾಗಿದ್ದರೆ ಚೆನ್ನಾಗಿರುತ್ತಿತ್ತು." ಎಂದು ಹಂಬಲಿಸಿದಳು. ಹುಚ್ಚು ಕನಸು! ಇನ್ನು ಕೆಲವು ವರುಷಗಳು ಕಳೆದ ಬಳಿಕ ಮಕ್ಕಳು ದೊಡ್ಡವರಾಗಿ ತಂದೆಯೊಡನೆ ಬಿರುಗಾಳಿಯಲ್ಲಿ ದುಡಿಯುತ್ತಿರುವಾಗ ಇದೇ ತಾಯಿ "ಇವರಿನ್ನೂ ಚಿಕ್ಕವರಾಗಿದ್ದರೇ ಚೆನ್ನಾಗಿತ್ತು" ಎಂದು ಕಂಬನಿಗರೆಯುತ್ತ ಹೇಳಲಿದ್ದಳು.

*　　*　　*

ಜೆನ್ನಿ ತನ್ನ ದುಪ್ಪಟ್ಟಿಯನ್ನು ಹೊದ್ದುಕೊಂಡು ಕೈಯಲ್ಲಿ ಕಂದೀಲು ಹಿಡಿದುಕೊಂಡು "ಇನ್ನೇನು ಬೆಳಕು ಹರಿಯುವ ಸಮಯವಾಯಿತು. ಇವರು ಹಿಂದೆ ಬರುತ್ತಿದ್ದಾರೆಯೊ ಹೇಗೆ,

ಗಾಳಿ ಕಡಿಮೆಯಾಗಿದೆಯೊ ಹೇಗೆ ಮತ್ತು ದೋಣಿಯ ದೀಪ ಕಾಣಿಸುತ್ತಿದೆಯೊ ಹೇಗೆ ಎಂಬುದನ್ನು ಇನ್ನಾದರೂ ನೋಡಬೇಕು" ಎಂದು ನಿರ್ಧರಿಸಿ ಮನೆಬಿಟ್ಟು ಹೊರಟಳು. ಹೊರಗೆ ದಿಗಂತವನ್ನು ಸೂಚಿಸುವ ಬಿಳಿಗೆರೆಯೊಂದನ್ನು ಬಿಟ್ಟರೆ ಮತ್ತೇನೂ ಕಾಣಿಸುತ್ತಿರಲಿಲ್ಲ ಅಲ್ಲದೆ ಮಳೆ ಬೀಳಲು ಆರಂಭವಾಗಿತ್ತು – ನಸುಕಿನ ವೇಳೆಯ ಮಸಕುಮಸಕಾದ ತಣ್ಣಗಿನ ಮಳೆ. ಯಾವ ಕುಟೀರದ ಕಿಟಕಿಯಿಂದಲೂ ಬೆಳಕಿನ ಕಿರಣ ಹೊರಸೂಸುತ್ತಿರಲಿಲ್ಲ.

ಹೀಗೆ ತನ್ನ ಸುತ್ತಲೆಲ್ಲ ನೋಡುತ್ತಿದ್ದಾಗ ಹಳೆ ಮುರುಕು ಕುಟೀರವೊಂದು ಇದ್ದಕ್ಕಿದ್ದಂತೆ ಅವಳಿಗೆ ಗೋಚರಿಸಿತು. ಅದರಲ್ಲಿ ದೀಪವಾಗಲಿ, ಬೆಂಕಿಯ ಸುಳಿವಾಗಲಿ ಕಾಣಿಸಲಿಲ್ಲ. ಅದರ ಬಾಗಿಲು ಗಾಳಿಗೆ ಆಚೀಚೆ ಓಲಾಡುತ್ತಿತ್ತು. ಓರೆಕೋರೆಯಾಗಿದ್ದ ಅದರ ಹುಲ್ಲಿನ ಛಾವಣಿಯನ್ನು ಹುಳುಹಿಡಿದ ಗೋಡೆಗಳು ಬಹಳ ಕಷ್ಟದಿಂದ ಆಧರಿಸಿ ನಿಂತಂತೆ ತೋರುತ್ತಿದ್ದವು. ಛಾವಣಿಯ ಮೇಲಣ ಹೊಲಸು ಹುಲ್ಲಿನ ಹಳದಿ ಕುಚ್ಚುಗಳನ್ನು ಗಾಳಿ ಅಲುಗಾಡಿಸುತ್ತಿತ್ತು.

ಈ ಕುಟೀರವನ್ನು ಕಂಡು ಜೆನ್ನಿ ತನಗೆ ತಾನೇ ಅಂದುಕೊಂಡಳು :

"ಅಯ್ಯೋ, ಈ ಬಡ ವಿಧವೆಯನ್ನು ನಾನು ಮರೆತೇ ಬಿಟ್ಟಿದ್ದೆನಲ್ಲ? ಏಕಾಕಿಯಾದ ಅವಳು ಅಸ್ವಸ್ಥಳಾಗಿದ್ದಾಳೆಂದು ಮೊನ್ನೆ ತಾನೇ ಅವಳನ್ನು ಕಂಡ ನನ್ನ ಗಂಡ ಹೇಳಿದ್ದರಲ್ಲ? ಆಕೆಗೆ ಈಗ ಹೇಗಿದೆ ಅಂತ ಹೋಗಿ ನೋಡಲೇಬೇಕು."

ಅವಳು ಬಾಗಿಲು ತಟ್ಟಿ ಉತ್ತರಕ್ಕಾಗಿ ಕಾಯ್ದಳು. ಒಳಗಿನಿಂದ ಯಾವ ಉತ್ತರವೂ ಬರಲಿಲ್ಲ. ಸಮುದ್ರದಿಂದ ಬೀಸುವ ಚಳಿಗಾಳಿಗೆ ಜೆನ್ನಿ ಗಡಗಡ ನಡುಗಿದಳು.

"ಪಾಪ, ಅವಳು ಕಾಯಿಲೆಯಿಂದ ಹಾಸಿಗೆ ಹಿಡಿದಿರಬೇಕು. ಗಂಡನನ್ನು ಕಳೆದುಕೊಂಡ ಆಕೆಗೆ ಎರಡು ಮಕ್ಕಳೂ ಇವೆ. ಅದರ ಮೇಲಿಂದ ಬಹಳ ಬಡವೆ ಕೂಡ" ಎಂದು ಜೆನ್ನಿ ಯೋಚಿಸಿದಳು.

ಅವಳು ಮತ್ತೆ ಬಾಗಿಲು ತಟ್ಟಿದಳು ಮತ್ತು "ಯಾರಿದ್ದೀರಿ?" ಎಂದು ಕೂಗಿದಳು. ಆದರೂ ಒಳಗೆ ಮೌನ ಆವರಿಸಿತ್ತು.

"ಅಯ್ಯೋ ದೇವರೆ, ಇವಳಿಗೆ ಎಷ್ಟು ಗಾಢವಾದ ನಿದ್ರೆ ಹತ್ತಿದೆಯಪ್ಪ! ಇಷ್ಟು ಕೂಗಿದರೂ ಏಳಲೊಲ್ಲಳು" ಎಂದು ಜೆನ್ನಿ ಆಶ್ಚರ್ಯಪಟ್ಟಳು.

ಆ ಸಮಯಕ್ಕೆ ಬಾಗಿಲು ತನ್ನಷ್ಟಕ್ಕೆ ತಾನೆ ತೆಗೆದುಕೊಂಡಿತು. ಅವಳು ಒಳಗೆ ಪ್ರವೇಶಿಸಿದಳು. ಅವಳು ಕಂದೀಲಿನ ಬೆಳಕಿನಲ್ಲಿ ನೋಡಿದಾಗ ಜರಡಿಯಿಂದ ಸೋರುವಂತೆ ಸೂರಿನಿಂದ ನೀರು ಸೋರುತ್ತಿತ್ತು. ಕೋಣೆಯ ಮೂಲೆಯ ಹತ್ತಿರ ಭಯಾನಕವಾದ ಆಕೃತಿಯೊಂದು ಚಾಚಿ ಬಿದ್ದಿತ್ತು. ನಿಶ್ಚಲವಾಗಿ ಬಿದ್ದಿದ್ದ ಆ ಹೆಂಗಸಿನ ಕಾಲುಗಳು ಬರಿದಾಗಿದ್ದವು. ಕಣ್ಣುಗಳು ಶೂನ್ಯವಾಗಿದ್ದವು. ಅವಳ ಬಿಳಿಯ ತಣ್ಣಗಾದ ಕೈ ಹುಲ್ಲಿನ ಹಾಸಿಗೆಯ ಮೇಲೆ ಬಿದ್ದಿತ್ತು. ಅವಳ ಜೀವ ಹೋಗಿತ್ತು. ಒಂದು ಕಾಲದಲ್ಲಿ ಶಕ್ತಿಶಾಲಿಯೂ ಸುಖಮಯಿಯೂ ಆದ ತಾಯಿಯಾಗಿದ್ದ ಆಕೆ ಪ್ರಪಂಚದೊಂದಿಗೆ ದೀರ್ಘಕಾಲ ಹೋರಾಡಿದ ಬಳಿಕ ಈಗ ಒಂದು ಕಳೇವರವಾಗಿಬಿಟ್ಟಿದ್ದಳು.

ಸತ್ತ ತಾಯಿಯ ಮಗ್ಗುಲಲ್ಲಿಯೇ ತೊಟ್ಟಿಲಿನ ಮೇಲೆ ಅವಳ ಎರಡು ಹಸುಗೂಸುಗಳು ಮಲಗಿದ್ದು ಕನಸಿನಲ್ಲಿಯೇ ನಗುತ್ತಿದ್ದವು. ತಾನು ಸಾಯುತ್ತೇನೆಂಬುದು ಗೊತ್ತಾದ ಕೂಡಲೆ ಆ ತಾಯಿ ತನ್ನ ಮಕ್ಕಳು ಬೆಚ್ಚಗಿರಲೆಂದು ಅವರನ್ನು ತನ್ನ ಮೈಮೇಲಿನ ಬಟ್ಟೆಯಿಂದಲೇ ಹೊದಿಸಿದ್ದಳು.

ಆ ಹಳೆಯ ತೊಟ್ಟಿಲಲ್ಲಿ ಆ ಮಕ್ಕಳು ಎಷ್ಟೊಂದು ಶಾಂತವಾಗಿ ಮಲಗಿದ್ದವು ಎಂಬುದನ್ನು ನೋಡಿದರೆ ಅಚ್ಚರಿಯಾಗುತ್ತಿತ್ತು. ಹೀಗೆ ನಿದ್ರಿಸುತ್ತಿದ್ದ ಈ ಅನಾಥ ಮಕ್ಕಳನ್ನು ಯಾವ ಸದ್ದೂ ಎಚ್ಚರಗೊಳಿಸಲಿಕ್ಕಿಲ್ಲವೆನಿಸುತ್ತಿತ್ತು. ಹೊರಗಡೆಯಾದರೋ ಮಳೆ ಧಾರಾಕಾರವಾಗಿ ಸುರಿಯುತ್ತಿತ್ತು. ಸಾಗರವಂತೂ ಅಪಾಯಸೂಚಕ ಗಂಟೆಯಂತೆ ಭೋರ್ಗರೆಯುತ್ತಿತ್ತು. ಹೊರಗೆ ಗಾಳಿ ಬೀಸಿದಾಗ ಛಾವಣಿಯಿಂದ ಉದುರಿದ ಹನಿಯೊಂದು ಆ ನಿರ್ಜೀವ ಮುಖದ ಮೇಲೆ ಬಿದ್ದು ಅವಳ ಕಣ್ಣೀರಿನಂತೆ ಕೆಳಗೆ ಹರಿಯಿತು.

* * *

ಆ ಸತ್ತ ಹೆಣ್ಣು ಮಗಳ ಮನೆಯಲ್ಲಿ ಜೆನ್ನಿ ಏನು ಮಾಡುತ್ತಿದ್ದಳು? ಅವಳು ತನ್ನ ದುಪ್ಪಟ್ಟಿಯ ಒಳಗೆ ಏನು ತೆಗೆದುಕೊಂಡು ಹೊರಟಿದ್ದಳು? ಅವಳ ಹೃದಯ ಯಾಕೆ ಅಷ್ಟೊಂದು ಬಡಿದುಕೊಳ್ಳುತ್ತಿತ್ತು? ಅವಳು ತನ್ನ ಕುಟೀರಕ್ಕೆ ಮರಳಿ ಹೋಗುವಾಗ ಅವಳ ಕಾಲುಗಳು ಯಾಕೆ ಅಷ್ಟು ನಡುಗುತ್ತಿದ್ದವು? ಅವಳಿಗೆ ಹಿಂದೆ ಹೊರಳಿ ನೋಡಲು ಯಾಕೆ ಆಗಲಿಲ್ಲ? ಅವಳು ತನ್ನ ಹಾಸಿಗೆಯಲ್ಲಿ ಏನನ್ನು ಬಚ್ಚಿಟ್ಟಳು? ಅವಳು ಕದ್ದು ತಂದದ್ದೇನು?

ಅವಳು ತನ್ನ ಕುಟೀರವನ್ನು ಪ್ರವೇಶಿಸಿದಾಗ ಹೊರಗೆ ಬೆಳಕಾಗಿ ಬೆಟ್ಟಗಳು ಬಿಳಿಯಾಗಿ ಕಾಣಿಸುತ್ತಿದ್ದವು. ಅವಳ ಮುಖವೆಲ್ಲ ನಿಸ್ತೇಜವಾಗಿದ್ದು ಒಂದು ತರಹದ ಪಶ್ಚಾತ್ತಾಪ ಭಾವನೆ ಅವಳನ್ನಾವರಿಸಿತ್ತು. ಆಕೆ ದಿಂಬಿನ ಮೇಲೆ ತಲೆಯಿಟ್ಟು ತನ್ನಷ್ಟಕ್ಕೆ ತಾನೆ ಮಾತನಾಡಿಕೊಳ್ಳುತ್ತಿದ್ದಳು. ಹೊರಗೆ ಸಮುದ್ರ ಒಂದೇ ಸಮನೆ ನರಳುತ್ತಿತ್ತು.

"ಪಾಪ, ನಮ್ಮ ಮನೆಯವರು ಏನನ್ನುತ್ತಾರೊ ಏನೊ? ಅವರಿಗೆ ಈಗಾಗಲೆ ಸಾಕಷ್ಟು ತೊಂದರೆಯಾಗಿದೆ. ನಾನೀಗ ಏನು ಮಾಡಿಬಿಟ್ಟೆ? ಈಗಾಗಲೆ ಐದು ಮಕ್ಕಳು ನಮ್ಮ ಕೊರಳಿಗೆ ಬಿದ್ದಿವೆ. ಅವರ ತಂದೆ ಮೈಮುರಿದು ದುಡೀತಾರೆ. ಆದರೆ ಅವರಿಗೆ ಈಗಿರೋ ಜವಾಬ್ದಾರಿ ಸಾಲದೋ ಎಂಬಂತೆ, ನಾನೀಗ ಮತ್ತಷ್ಟು ಭಾರವನ್ನು ಅವರ ಮೇಲೆ ಹೊರಿಸ್ತಾ ಇದ್ದೇನಲ್ಲ! ಅಲ್ಲಿ ಬರುತ್ತಿರುವವರು ಇವರೆ ಏನು? ಅಲ್ಲ, ಅಲ್ಲಿ ಯಾರೂ ಇಲ್ಲ. ನಾನು ತಪ್ಪು ಮಾಡಿದ್ದೇನೆ – ಇದಕ್ಕೋಸ್ಕರ ಅವರು ನನ್ನನ್ನು ಬಡಿದರೆ ತಪ್ಪಿಲ್ಲ. ಅದು ಅವರೇ ಏನು? ಅಲ್ಲ. ಬಹಳ ಒಳ್ಳೆಯದೆ ಆಯಿತು. ಯಾರೋ ಒಳಗೆ ಪ್ರವೇಶಿಸುತ್ತಿರುವ ಹಾಗೆ ಬಾಗಿಲು ಅಲುಗಾಡುತ್ತಿದೆ. ಇಲ್ಲ, ಇಲ್ಲ. ಅಯ್ಯೋ ಅವರು ಬರುತ್ತಿರುವುದನ್ನು ನೋಡಿ ನಾನು ಹೆದರಿಕೊಳ್ಳುವಂಥ ಸ್ಥಿತಿ ಬಂತಲ್ಲ!"

ಆಮೇಲೆ ಅವಳು ಚಳಿಯಲ್ಲಿ ನಡುಗುತ್ತ, ಮೇಲೆ ಹಾರಿ ಹೋಗುತ್ತಿದ್ದ ಕಡಲಹಕ್ಕಿಗಳ ಕೂಗು, ಸಮುದ್ರದ ಆರ್ಭಟ ಮತ್ತು ಗಾಳಿಯ ಗರ್ಜನೆಗಳಿಗೆ ಕಿವುಡಾಗಿ, ಹೊರ ಜಗತ್ತನ್ನೇ ಮರೆತು ವಿಚಾರಮಗ್ನಳಾಗಿ ಕುಳಿತಳು.

ಒಮ್ಮಿಂದೊಮ್ಮೆಲೆ ಬಾಗಿಲು ತೆರೆಯಿತು. ಅರುಣೋದಯದ ಬೆಳಕು ಒಳಗೆ ಕಾಣಿಸಿತು. ಆ ಮೀನುಗಾರ ತನ್ನ ತೊಯ್ದ ಬಲೆಯನ್ನು ಎಳೆಯುತ್ತ ಹೊಸ್ತಿಲು ದಾಟಿ ಬಂದು "ನೌಕಾಪಡೆ ಬಂದಿದೆ ನೋಡು" ಎಂದಂದು ಸಂತೋಷದಿಂದ ನಕ್ಕ.

"ಓ ನೀವಾ!" ಎಂದವಳೆ ಜೆನ್ನಿ ತನ್ನ ಗಂಡನನ್ನು ಪ್ರಿಯತಮೆಯೆಂಬಂತೆ ಬಿಗಿಯಾಗಿ ಬಂಧಿಸಿ ಆತನ ಒರಟು ಜಾಕೆಟನ್ನು ಚುಂಬಿಸಿದಳು.

"ಈಗ ಬಂದೆ ನೋಡು ಪ್ರಿಯೆ" ಎಂದು ಆತ ನಕ್ಕಾಗ ಅಗ್ಗಿಷ್ಟಿಕೆಯ ಬೆಳಕಿನಲ್ಲಿ ಆತನ

ಸಂತೃಪ್ತ ಮುಖಮುದ್ರೆ ಅವಳಿಗೆ ಕಂಡಿತು. ಅದನ್ನು ನೋಡಿದಾಗಲೆಲ್ಲ ಅವಳಿಗೆ ಬಹಳ ಸಂತೋಷವಾಗುತ್ತಿತ್ತು.

"ಇವತ್ತು ಅದೃಷ್ಟ ನನಗೆ ಕೈಕೊಟ್ಟಿತು" ಎಂದ ಆತ.

"ಸಮುದ್ರದ ಮೇಲೆ ಹವೆ ಹೇಗಿತ್ತು?"

"ಭಯಂಕರವಾಗಿತ್ತು."

"ಮೀನುಗಳು ಸಾಕಷ್ಟು ಸಿಕ್ಕವೆ?"

"ಬಹಳ ಕಡಿಮೆ. ಆದರೂ ಚಿಂತೆಯಿಲ್ಲ. ನೀನು ನನ್ನ ತೋಳಲ್ಲಿದ್ದುದ್ದಾದರೆ ಅದೆ ನನಗೆ ಸಮಾಧಾನ. ಇಂದು ನನಗೆ ಮೀನುಗಳೇನೂ ಸಿಕ್ಕಿಲ್ಲ. ಆದರೆ ನನ್ನ ಬಲೆ ಮಾತ್ರ ಹರಿದು ಹೋಗಿದೆ. ಇವತ್ತಿನ ಗಾಳಿಯೆ ಭಯಂಕರವಾಗಿತ್ತು. ಬಿರುಗಾಳಿ ಬೀಸುತ್ತಿರುವಾಗ ದೋಣಿ ಅತ್ತಿತ್ತ ಜೋಲಿ ಹೊಡೀತಿದ್ದ ಕಾರಣ ಹಗ್ಗ ಹರಿದು ಹೋಗಬಹುದು ಅಂತ ತಿಳಿದಿದ್ದೆ. ಆದರೆ ಮನೆಯಲ್ಲಿ ಇಷ್ಟೊತ್ತಿನ ತನಕ ನೀನೇನು ಮಾಡ್ತಿದ್ದೆ?"

ಜೆನ್ನಿ ಕತ್ತಲೆಯಲ್ಲಿ ನಡುಗಿದಳು.

"ನಾನೇ?" ಎಂದು ಹಿಂಜರಿಯುತ್ತ ಹೇಳಿ, ಅನಂತರ "ಏನೂ ಇಲ್ಲ, ಪ್ರತಿದಿನದಂತೆ ಹೊಲೀತಿದ್ದೆ. ಸಮುದ್ರದ ಮೊರೆತವನ್ನು ಕೇಳಿ ನನಗೆ ಬಹಳ ಹೆದರಿಕೆಯಾಯಿತು." ಎಂದಳು.

"ಹೌದು ಚಳಿಗಾಲ ಅಂದರೆ ಬಹಳ ಕಠಿಣ ಸಮಯ. ಆದರೆ ಈಗ ಅದರ ಬಗ್ಗೆ ಚಿಂತಿಸೋದು ಬೇಡ."

ಆಮೇಲೆ ಅವಳು ಯಾವುದೋ ಒಂದು ಅಪರಾಧ ಮಾಡುತ್ತಿರುವಂತೆ ನಡುಗುತ್ತ ಹೇಳಿದಳು :

"ನೋಡಿ, ಆ ನೆರೆಮನೆಯ ಹೆಣ್ಣು ಮಗಳು ಸತ್ತಿದ್ದಾಳೆ. ನಿನ್ನೆ ರಾತ್ರಿ ನೀವು ಸಮುದ್ರಕ್ಕೆ ಹೋದ ಸಮಯದಲ್ಲಿಯೆ ಅವಳು ಸತ್ತಿರಬೇಕು. ಅವಳು ಇಬ್ಬರು ಮಕ್ಕಳನ್ನು ಅಗಲಿ ಹೋಗಿದ್ದಾಳೆ. ಒಬ್ಬನ ಹೆಸರು ವಿಲಿಯಮ್, ಇನ್ನೊಬ್ಬಳ ಹೆಸರು ಮ್ಯಾಡೆಲೀನ್. ಗಂಡು ಕೂಸಿಗೆ ಇನ್ನೂ ಸರಿಯಾಗಿ ನಡೆಯೋದಕ್ಕೆ ಬರೋದಿಲ್ಲ. ಹೆಣ್ಣು ಕೂಸು ಸ್ವಲ್ಪ ಸ್ವಲ್ಪ ತೊದಲೋದಕ್ಕೆ ಶುರು ಮಾಡಿದೆಯಷ್ಟೆ. ಈ ಕೂಸುಗಳ ತಾಯಿ ಬಡತನದಿಂದಲೆ ಸತ್ತು ಹೋದಳು."

ಅವಳ ಗಂಡನ ಮುಖ ಗಂಭೀರವಾಯಿತು. ಗಾಳಿ, ಮಳೆಗೆ ಒದ್ದೆಯಾಗಿದ್ದ ತನ್ನ ತುಪ್ಪಳದ ಟೊಪ್ಪಿಗೆಯನ್ನು, ಒಂದು ಮೂಲೆಯಲ್ಲಿ ಒಗೆದು, ತಲೆಯನ್ನು ಕೆರೆಯುತ್ತಾ ಅವನೆಂದ:

"ಛೇ, ಛೇ, ಎಂಥ ಅನ್ಯಾಯ! ನಮಗೀಗಾಗಲೆ ಐದು ಮಕ್ಕಳಿವೆ. ಇವೆರಡು ಕೂಡಿದರೆ ಏಳು ಆಗ್ತವೆ. ಇಂಥ ಕೆಟ್ಟ ಗಾಳಿಯಲ್ಲಿ ನಾವೇ ಊಟವಿಲ್ಲದೆ ಇರೋ ಪರಿಸ್ಥಿತಿ ಬಂದಿದೆ. ಈಗೇನು ಮಾಡೋಣ? ಇದೆಲ್ಲ ದೇವರಾಟ, ನನ್ನ ತಪ್ಪಲ್ಲ. ದೇವರಾಟ ನನ್ನ ಬುದ್ಧಿಗೆ ತಿಳಿಯೋದೂ ಇಲ್ಲ. ದೇವರು ಇಂಥ ಚಿಕ್ಕ ಮಕ್ಕಳ ತಾಯಿಯನ್ನು ಕಸಿದುಕೊಂಡು ಇವರನ್ಯಾಕೆ ಅನಾಥರನ್ನಾಗಿ ಮಾಡಬೇಕು? ಇಂಥ ಸಮಸ್ಯೆಗಳೆಲ್ಲ ನನಗೆ ತಿಳಿಯೋದೆ ಇಲ್ಲ. ಇವನ್ನೆಲ್ಲ ತಿಳಿದುಕೊಳ್ಳಬೇಕಾದರೆ ನಾವು ದೊಡ್ಡ ಪಂಡಿತರಾಗಬೇಕಾಗುತ್ತದೆ. ಪಾಪ, ಎಷ್ಟು ಚಿಕ್ಕ ಮಕ್ಕಳು! ಪ್ರಿಯೆ, ನೀನು ಹೋಗಿ ಆ ಕೂಸುಗಳನ್ನಿಲ್ಲಿ ತೆಗೆದುಕೊಂಡು ಬಾ. ಅವು

ಎಚ್ಚರಗೊಂಡಿದ್ದರೆ ಸತ್ತ ತಾಯಿಯನ್ನು ನೋಡಿ ಹೆದರಿ ಅಳಬಹುದು. ನಾವು ಅವುಗಳನ್ನು ಜೋಪಾನ ಮಾಡೋಣ. ಅವು ನಮ್ಮ ಐವರಿಗೆ ತಂಗಿ ತಮ್ಮನಾಗಿರಲಿ. ಈ ಎರಡು ಕೂಸುಗಳಿಗೆ ನಾವು ಊಟ ಹಾಕಬೇಕು ಅಂತ ದೇವರಿಗೆ ಗೊತ್ತಾದಾಗ ಅವನು ನಮಗೆ ಸಾಕಷ್ಟು ಮೀನುಗಳು ಸಿಗೋ ಹಾಗೆ ಮಾಡಿದರೂ ಮಾಡಬಹುದು. ನಾನಾದರೋ ಕೇವಲ ನೀರು ಕುಡಿದು ಜೀವಿಸ್ತೇನೆ. ಈಗ ದುಡಿಯೋದರ ಎರಡು ಪಟ್ಟು ದುಡೀತೇನೆ. ಅಷ್ಟೆ. ಬೇಗ ಹೋಗಿ ಅವುಗಳನ್ನು ಎತ್ತಿಕೊಂಡು ಬಾ! ಆದರೆ ನಿನಗೇನಾಗಿದೆ? ಇದರಿಂದ ನಿನಗೆ ಕಿರಿಕಿರಿಯಾಗ್ತದೆಯೆ? ಸಾಮಾನ್ಯವಾಗಿ ನೀನು ತ್ವರಿತವಾಗಿ ಕೆಲಸ ಮಾಡೋ ಹೆಂಗಸು."

ಜೆನ್ನಿ ಪಲ್ಲಂಗದ ಮೇಲಿನ ಪರದೆಯನ್ನು ಸರಿಸಿ ಹೇಳಿದಳು :

"ಇಲ್ಲಿ ನೋಡಿ." ○

○ ಚಾರ್ಲ್ಸ್ ಬಾದ್‌ಲೇರ್

ಪಾಶ

ಮನುಷ್ಯ ಮನುಷ್ಯನ ನಡುವಿನ, ಇಲ್ಲವೆ ಮನುಷ್ಯನ ಮತ್ತು ವಸ್ತುಗಳ ನಡುವಿನ ಸಂಬಂಧಗಳು ಎಷ್ಟು ತರಹದವಿರುತ್ತವೆಯೊ ಅಷ್ಟು ತರಹದ ಭ್ರಾಂತಿಗಳಿರುತ್ತವೆ – ಎಂದು ನನ್ನ ಗೆಳೆಯನೊಮ್ಮೆ ನನಗೆ ಹೇಳಿದ್ದ. ಒಂದು ಭ್ರಾಂತಿ ಮಾಯವಾದಾಗ, ಅಂದರೆ, ಒಬ್ಬ ಮನುಷ್ಯನ ಅಥವಾ ಒಂದು ವಸ್ತುವಿನ ಸ್ವರೂಪ ನಮ್ಮ ಮಾನಸಿಕ ಪ್ರಪಂಚದಿಂದ ಹೊರಗೆ ನಿಜವಾಗಿ ಹೇಗಿರುತ್ತದೋ, ಹಾಗೆಯೆ ನಮ್ಮ ದೃಷ್ಟಿಗೂ ಗೋಚರಿಸಿದಾಗ ನಮಗೊಂದು ವಿಚಿತ್ರವಾದ ಅನುಭವವಾಗುತ್ತದೆ. ನಮಗೆ ನಮ್ಮ ಮನಸ್ಸಿನಲ್ಲಿದ್ದ ಭ್ರಾಂತಿ ಮಾಯವಾದುದಕ್ಕೆ ವಿಷಾದವೂ ವಾಸ್ತವಾಂಶದ ನವೀನ ಜ್ಞಾನದಿಂದಾಗುವ ಸಂತೋಷವೂ ಆಗುತ್ತದೆ. ಉದಾಹರಣೆಗೆ, ಯಾವ ಮನುಷ್ಯನೂ ಮೋಸಹೋಗದ ಅತ್ಯಂತ ಸಾಮಾನ್ಯವಾದ ವಿಷಯವೆಂದರೆ ತಾಯಿಯ ಪ್ರೀತಿ. ಮಾತೃಪ್ರೇಮವಿಲ್ಲದ ತಾಯಿಯನ್ನು ಕಲ್ಪಿಸುವುದು ಉಷ್ಣರಹಿತ ಬೆಂಕಿಯನ್ನು ಕಲ್ಪಿಸುವುದರಷ್ಟೇ ಕಷ್ಟವಾಗುತ್ತದೆ. ಆದುದರಿಂದ ತನ್ನ ಮಗುವಿಗೆ ಸಂಬಂಧಿಸಿದಂತೆ ಒಬ್ಬ ತಾಯಿಯ ನಡೆ ನುಡಿಗಳಿಗೆಲ್ಲ ಮಾತೃ ಪ್ರೇಮವೇ ಕಾರಣವೆಂದು ಭಾವಿಸುವುದು ಸಹಜವಲ್ಲವೆ? ಆದರೆ ಇದು ಕೂಡ ಒಂದು ಭ್ರಮೆಯಾಗಿರುವ ಸಾಧ್ಯತೆಯಿದೆ. ಉದಾಹರಣೆಗೆ, ಅತ್ಯಂತ ಸಹಜವಾದ ಇಂಥ ಭ್ರಮೆಯಿಂದ ನಾನೊಮ್ಮೆ ಹೇಗೆ ತಬ್ಬಿಬ್ಬಾದೆನೆಂಬ ಈ ಚಿಕ್ಕ ಕಥೆಯನ್ನು ಕೇಳಿ.

ನಾನೊಬ್ಬ ಚಿತ್ರಕಾರನಾಗಿದ್ದುದರಿಂದ ನಾನು ಬೀದಿಯಲ್ಲಿ ಅಡ್ಡಾಡುವಾಗ ಜನರ ಮುಖಗಳನ್ನು ಮತ್ತು ಅವಯವಗಳನ್ನು ಲಕ್ಷ್ಯಪೂರ್ವಕ ಅಭ್ಯಸಿಸುತ್ತೇನೆ. ಇಂಥ ನಿರೀಕ್ಷಣೆಯಿಂದ ನಮ್ಮಂಥ ಚಿತ್ರಕಾರರಿಗೆ ಎಷ್ಟು ಸಂತೋಷವಾಗುತ್ತದೆ ಗೊತ್ತೆ? ಈ ಸಾಮರ್ಥ್ಯದಿಂದಾಗಿ ನಮಗೆ ಉಳಿದವರಿಗಿಂತ ಜೀವನ ಎಷ್ಟು ಅರ್ಥಪೂರ್ಣವಾಗಿ ಕಾಣಿಸುತ್ತದೆ ಗೊತ್ತೆ? ನಾನು ವಾಸವಾಗಿರುವ ಊರಿನ ಮೂಲೆಯೊಂದರಲ್ಲಿ ಅನೇಕ ಕಟ್ಟಡಗಳ ನಡುವೆ ಹುಲ್ಲುಗಾವಲುಗಳಿವೆ. ಅಲ್ಲಿ ಆಟವಾಡುತ್ತಿದ್ದ ಅನೇಕ ಹುಡುಗರ ಪೈಕಿ ಒಬ್ಬ ಹುಡುಗ ತನ್ನ ಉತ್ಸಾಹಪೂರ್ಣ ಹಾಗೂ

ತುಂಟ ಮುಖಮುದ್ರೆಯಿಂದ ನನ್ನ ಲಕ್ಷ್ಯವನ್ನು ಸೆಳೆದ. ಆತನ ಕಿಡಿಗೇಡಿ ಮುಖಭಾವವನ್ನು ನೋಡಿ ನನಗೆ ಬಹಳ ಆನಂದವಾಯಿತು. ಆ ಹುಡುಗ ಅನೇಕ ಸಾರಿ ನನ್ನ ಚಿತ್ರಗಳಿಗೆ ಮಾದರಿಮೂರ್ತಿಯಾಗಿ ಕೂಡ್ರುತ್ತಿದ್ದ. ನಾನವನಿಗೆ ಬೇರೆ ಬೇರೆ ಪಾತ್ರಗಳನ್ನು ಕೊಟ್ಟು ಅವುಗಳ ಚಿತ್ರ ಬರೆಯುತ್ತಿದ್ದೆ. ಕೆಲವೊಮ್ಮೆ ಒಬ್ಬ ಜಿಪ್ಸಿಯನ್ನಾಗಿ, ಕೆಲವೊಮ್ಮೆ ಒಬ್ಬ ದೇವದೂತನನ್ನಾಗಿ, ಕೆಲವೊಮ್ಮೆ ಪೌರಾಣಿಕ ಪ್ರೀತಿದೇವತೆಯನ್ನಾಗಿ, ಇನ್ನು ಕೆಲವೊಮ್ಮೆ ಮುಳ್ಳಿನ ಕಿರೀಟ ತೊಡಿಸಲ್ಪಟ್ಟು ಮೊಳೆಗಳಿಂದ ಶಿಲುಬೆಗೆ ಜೋಡಿಸಲ್ಪಟ್ಟ ಕ್ರಿಸ್ತನನ್ನಾಗಿ, ದೀವಟಿಗೆ ಹಿಡಿದ ಇರಾಸ್ ಪ್ರೇಮದೇವತೆಯನ್ನಾಗಿ ಮತ್ತು ಕಿನ್ನರಿ ಬಾರಿಸುವ ಭಿಕ್ಷುಕನನ್ನಾಗಿ ಅವನನ್ನು ನಾನು ಚಿತ್ರಿಸಿದ್ದೇನೆ.

ಆ ಹುಡುಗನ ಬಾಲಲೀಲೆಯನ್ನು ನೋಡಿ ನನಗೆಷ್ಟು ಸಂತೋಷವಾಗಿತ್ತೆಂದರೆ ಆತನ ತಂದೆಯನ್ನೂ ತಾಯಿಯನ್ನೂ ಭೇಟಿಮಾಡಿ, ನಿಮ್ಮ ಮಗನನ್ನು ನಾನೇ ಸಾಕುತ್ತೇನೆ, ನನಗೆ ಅವನನ್ನು ಕೊಟ್ಟುಬಿಡಿರೆಂದು ನಾನು ಕೇಳಿದೆ. ಆತನಿಗೆ ಊಟ, ಬಟ್ಟೆ ಬರೆ ಎಲ್ಲವನ್ನು ಕೊಟ್ಟ ಮೇಲೆ ಸ್ವಲ್ಪ ಹಣವನ್ನೂ ಕೊಡುತ್ತೇನೆಂದು ಹೇಳಿದೆ. ನನ್ನ ಕುಂಚಗಳನ್ನು ತೊಳೆಯುವುದು, ಚಿಕ್ಕಪುಟ್ಟ ಕೆಲಸಗಳನ್ನು ಮಾಡುವುದನ್ನು ಬಿಟ್ಟರೆ ಮತ್ತೇನೂ ಹೆಚ್ಚಿನ ಕೆಲಸಗಳನ್ನು ಅವನಿಗೆ ಹಚ್ಚುವುದಿಲ್ಲವೆಂದು ತಿಳಿಸಿದೆ. ಆ ಬಾಲಕನ ಮುಖವನ್ನು ಚೆನ್ನಾಗಿ ತೊಳೆದಾಗ ಆತ ಅತ್ಯಂತ ಸುಂದರವಾಗಿ ಕಂಡ. ತನ್ನ ಹೊಲಸು ಗುಡಿಸಲಿನಲ್ಲಿ ಈವರೆಗೆ ಜೀವನ ಕಳೆದ ಆತನಿಗೆ ನನ್ನ ಚಿತ್ರ ಶಾಲೆಗೆ ಬಂದಾಗ ಸ್ವರ್ಗಕ್ಕೆ ಬಂದಂತೆ ಅನಿಸಿತ್ತು. ಆದರೆ ಈ ಬಾಲಕ ಆಗೊಮ್ಮೆ ಈಗೊಮ್ಮೆ ಮ್ಲಾನವದನನಾಗಿ ಕೂಡ್ರುವುದನ್ನು ನೋಡಿ ನನಗೆ ಆಶ್ಚರ್ಯವಾಗುತ್ತಿತ್ತು. ಅಲ್ಲದೆ ಸಕ್ಕರೆ ಮತ್ತು ಮಾದಕ ಪೇಯಗಳೆಂದರೆ ಅವನಿಗೆ ಬಹಳ ಇಷ್ಟವೆಂದೂ ಅವುಗಳನ್ನು ಆತ ಕದ್ದು ಸವಿಯುತ್ತಿದ್ದನೆಂದೂ ನನಗೆ ಬೇಗನೆ ಗೊತ್ತಾಯಿತು. ಈ ಕುರಿತು ನಾನು ಅನೇಕ ಸಲ ಆತನಿಗೆ ಎಚ್ಚರಿಕೆ ಕೊಟ್ಟಿದ್ದರೂ ಒಂದು ದಿನ ಆತ ಮತ್ತೆ ಇಂಥ ಕಳ್ಳತನ ಮಾಡಿದ. ಆಗ ನಾನು ಆತನನ್ನು ಮರಳಿ ಆತನ ತಂದೆತಾಯಿಗಳ ಹತ್ತಿರ ಕಳಿಸುತ್ತೇನೆಂದು ಹೇಳಿದೆ. ಆಮೇಲೆ ನಾನು ಯಾವುದೋ ಒಂದು ಕೆಲಸಕ್ಕಾಗಿ ಹೊರಗೆ ಹೋಗಬೇಕಾಗಿ ಬಂದಿತ್ತು. ಆ ಕೆಲಸಕ್ಕೆ ತುಂಬ ಸಮಯ ಹಿಡಿದುದರಿಂದ ನಾನು ಮರಳಿ ಬರುವಾಗ ಬಹಳ ತಡವಾಗಿತ್ತು.

ನಾನು ಮರಳಿ ಬಂದು ಮನೆಯೊಳಗೆ ಪ್ರವೇಶಿಸಿದಾಗ ಭಯಾನಕವಾದ ಆಶ್ಚರ್ಯದ ಸಂಗತಿಯೊಂದು ನನಗಾಗಿ ಕಾದು ನಿಂತಿತ್ತು. ನನ್ನ ಕಣ್ಣಿಗೆ ಬಿದ್ದ ಮೊದಲ ವಸ್ತುವೆಂದರೆ ನನ್ನ ತುಂಟ ಮಿತ್ರ ನನ್ನ ಬಟ್ಟೆ ಕಪಾಟಿನ ಹಲಗೆಯಿಂದ ನೇತಾಡುತ್ತಿದ್ದ. ಆತನ ಕಾಲುಗಳು ನೆಲಕ್ಕೆ ಮುಟ್ಟುವಂತಿದ್ದವು. ಆತ ಒದ್ದು ಹಾಕಿದ್ದ ಒಂದು ಕುರ್ಚಿ ಆತನ ಮಗ್ಗುಲಲ್ಲಿಯೆ ಬಿದ್ದಿತ್ತು. ಆತನ ತಲೆ ಅವನ ಭುಜದ ಮೇಲೆ ಬಾಗಿತ್ತು. ಆತನ ಮುಖ ಬಾತಿತ್ತಲ್ಲದೆ ಆತನ ಕಣ್ಣುಗಳು ತೆರೆದು ಭಯಾನಕವಾಗಿ ದಿಟ್ಟಿಸುವಂತೆ ಕಂಡವು. ಅದನ್ನು ನೋಡಿ ಆತನಿನ್ನೂ ಜೀವಂತವಿರಬೇಕೆಂಬ ಭ್ರಾಂತಿ ನನಗುಂಟಾಯಿತು. ಆತನ ದೇಹವನ್ನು ಕೆಳಗಿಳಿಸುವುದು ಅಷ್ಟೊಂದು ಸುಲಭವಾದ ಕೆಲಸವಾಗಿರಲಿಲ್ಲ. ಅದು ಸೆಟೆದಿದ್ದುದರಿಂದ ಒಮ್ಮೆಲೆ ಅದನ್ನು ನೆಲಕ್ಕೆ ಉರುಳಿಸುವುದು ನನಗೆ ಸೇರಲಿಲ್ಲ. ಒಂದು ಕೈಯಿಂದ ಅವನ ದೇಹವನ್ನು ಹಿಡಿದು ಇನ್ನೊಂದು ಕೈಯಿಂದ ಹಗ್ಗವನ್ನು ಕತ್ತರಿಸುವುದು ಅವಶ್ಯವಾಗಿತ್ತು. ಹೀಗೆ ಮಾಡಿದಾಗ ಕೆಲಸ ಮುಗಿದಂತಾಗಲಿಲ್ಲ. ಉರುಳು ಹಾಕಿಕೊಳ್ಳುವುದಕ್ಕಾಗಿ ಆ ಕಿಡಿಗೇಡಿ ಅತಿ ತೆಳುವಾದ ಹಗ್ಗವನ್ನು ಪ್ರಯೋಗಿಸಿದ್ದರಿಂದ ಅದು ಬಾತುಹೋಗಿದ್ದ ಆತನ ಕುತ್ತಿಗೆಯಲ್ಲಿ ಹುಗಿದು

ಹೋಗಿತ್ತು. ಅದನ್ನು ಅವನ ಕುತ್ತಿಗೆಯಿಂದ ಬೇರ್ಪಡಿಸುವುದರ ಸಲುವಾಗಿ ಅತ್ಯಂತ ಸೂಕ್ಷ್ಮವಾದ ಕತ್ತರಿಯನ್ನು ಪ್ರಯೋಗಿಸಬೇಕಾಗಿತ್ತು.

ಈ ದೃಶ್ಯವನ್ನು ನೋಡಿದ ಕೂಡಲೆ ನಾನು ಸಹಾಯಕ್ಕಾಗಿ ಕೂಗಿದ್ದೆನೆಂದು ನಿಮಗೆ ಹೇಳಲು ಮರೆತೆ. ಆದರೆ ನನ್ನ ನೆರೆಹೊರೆಯವರಾರೂ ನನ್ನ ಸಹಾಯಕ್ಕೆ ಬರಲಿಲ್ಲ. ಯಾಕೆಂದರೆ ನೇಣುಹಾಕಿಕೊಂಡ ಪ್ರಸಂಗ ಒಂದರ ಗೋಜಿಗೆ ಯಾವತ್ತೂ ಹೋಗಬಯಸದಿರುವುದು ನಾಗರಿಕ ಮನುಷ್ಯನ ಅಭ್ಯಾಸಗಳಲ್ಲೊಂದು. ಯಾಕೆ ಅಂತ ನನಗೆ ಗೊತ್ತಿಲ್ಲದಿದ್ದರೂ ನನ್ನ ನೆರೆಹೊರೆಯವರು ಮಾತ್ರ ಆ ಅಭ್ಯಾಸದ ಬಗ್ಗೆ ನಿಷ್ಠೆ ಉಳ್ಳವರಾಗಿದ್ದಿರಬೇಕು. ಕೊನೆಗೆ ವೈದ್ಯ ಬಂದು ಈ ಬಾಲಕ ಸತ್ತು ಅನೇಕ ಗಂಟೆಗಳಾಗಿವೆ ಎಂದು ತಿಳಿಸಿದ. ಅವನನ್ನು ಸಮಾಧಿಮಾಡುವ ಮುನ್ನ ಆತನ ಮೈ ಮೇಲಿನ ಬಟ್ಟೆಗಳನ್ನು ತೆಗೆಯಬೇಕಾಗಿತ್ತು. ಆದರೆ ಅವನ ದೇಹವೆಷ್ಟು ಸೆಟೆದು ಹೋಗಿತ್ತೆಂದರೆ, ಅವಯವಗಳನ್ನು ಬಗ್ಗಿಸಿ ಬಟ್ಟೆಗಳನ್ನು ಸರಳವಾಗಿ ತೆಗೆಯಲು ಬರಲೇ ಇಲ್ಲ. ಆದ್ದರಿಂದ ಅವುಗಳನ್ನು ಕತ್ತರಿಸಿ ತೆಗೆಯಬೇಕಾಯಿತು.

ನಾನು ಈ ಪ್ರಕರಣವನ್ನು ಸ್ವಾಭಾವಿಕವಾಗಿ ಪೋಲೀಸ್ ಅಧಿಕಾರಿಗೆ ತಿಳಿಸಿದಾಗ ಆತ ನನ್ನ ಮೇಲೆಯೆ ಸಂಶಯ ತೋರಿಸುತ್ತ "ಇದು ಬಹಳ ಸಂಶಯಾಸ್ಪದ ಪ್ರಕರಣ"ವೆಂದು ಹೇಳಿದ. ಯಾಕೆಂದರೆ ಅಪರಾಧಿಗಳಾಗಿರಲಿ ಇಲ್ಲವೆ ನಿರಪರಾಧಿಗಳಾಗಿರಲಿ, ಜನರನ್ನು ಹೆದರಿಸುವುದು ಅವರ ರಕ್ತ ಗುಣವಲ್ಲವೆ?

ನಾನು ಇನ್ನೂ ಒಂದು ಮಹತ್ವದ ಕೆಲಸವನ್ನು ಮಾಡಬೇಕಾಗಿತ್ತು. ಅದು ಏನೆಂದರೆ ಈ ವಿಷಯವನ್ನು ಆತನ ಹೆತ್ತವರಿಗೆ ತಿಳಿಸುವುದು. ಆದರೆ ಯಾಕೋ ಏನೋ ನನ್ನ ಕಾಲುಗಳೆ ಮುಂದೆ ಹೋಗಲಿಲ್ಲ. ಕೊನೆಗೆ ಧೈರ್ಯಮಾಡಿ ಹೊರಟೆ. ಈ ಸುದ್ದಿಯನ್ನು ಕೇಳಿ ಆತನ ತಾಯಿ ವ್ಯಥೆ ಪಡದಿದ್ದುದನ್ನು ನೋಡಿ ನನಗೆ ಅತ್ಯಾಶ್ಚರ್ಯವಾಯಿತು. ಅವಳ ಕಣ್ಣಲ್ಲಿ ಒಂದು ಹನಿಯೂ ಕಾಣಿಸಲಿಲ್ಲ. "ಎಲ್ಲ ದುಃಖಕ್ಕಿಂತಲೂ ಮೌನವಾದ ದುಃಖ ಅತಿ ಭಯಂಕರವಾದದ್ದು" – ಎಂಬ ನಾಣ್ನುಡಿಯನ್ನು ನಾನು ಕೇಳಿದ್ದೆ. ಈ ತಾಯಿಯ ದುಃಖವೂ ಆ ತರಹದ್ದೆ ಇರಬಹುದೆಂದು ಭಾವಿಸಿದೆ. ಆತನ ತಂದೆಯಂತೂ "ಆತನೆಂದಿದ್ದರೂ ಒಂದು ದಿನ ಹೀಗೆಯೆ ಸಾಯುವವನಿದ್ದ" ಎಂದು ಅರ್ಧ ಪಶುವಿನಂತೆ ಮತ್ತು ಅರ್ಧ ಕನಸು ಕಾಣುತ್ತಿರುವವನಂತೆ ಹೇಳಿದ.

ಆತನ ದೇಹವನ್ನು ನನ್ನ ಪಲ್ಲಂಗದ ಮೇಲೆ ಮಲಗಿಸಲಾಗಿತ್ತು. ಒಬ್ಬ ಹೆಣ್ಣಾಳಿನ ಸಹಾಯದಿಂದ ನಾನು ಮರಣ ವಿಧಿಗಳನ್ನೆಲ್ಲ ಮಾಡುತ್ತಿದ್ದಾಗ ಆತನ ತಾಯಿ ಚಿತ್ರಶಾಲೆಗೆ ಬಂದಳು. ಅವಳು ತನ್ನ ಮಗನ ಶವವನ್ನು ನೋಡಬಯಸಿದಳು. ಇಂಥ ದುಃಖದ ಸಂದರ್ಭದಲ್ಲಿ ನಾನವಳಿಗೆ ಅದನ್ನು ತೋರಿಸಲಿಕ್ಕೆ ಒಪ್ಪಿಕೊಂಡೆ. ತನ್ನ ಮಗ ಯಾವ ಜಾಗೆಯಲ್ಲಿ ಉರುಲು ಹಾಕಿಕೊಂಡಿದ್ದನೆಂಬುದನ್ನು ತೋರಿಸೆಂದು ಆಕೆ ನನ್ನನ್ನು ವಿನಂತಿಸಿಕೊಂಡಳು.

"ಅದೇನು ಬೇಡ ಅಮ್ಮಾವರೆ, ಅದನ್ನು ನೋಡಿದರೆ ನಿಮಗೆ ಬಹಳ ದುಃಖವಾಗಬಹುದು" ಎಂದು ನಾನು ಹೇಳಿದೆ. ಅದೇ ಹೊತ್ತಿಗೆ ನನಗೆ ಗೊತ್ತಿಲ್ಲದಂತೆಯೆ ಜಿಗುಪ್ಸೆ ಮತ್ತು ಸಿಟ್ಟಿನಿಂದ ಆ ಕಪಾಟಿನ ಕಡೆ ನೋಡಿದಾಗ ಹಗ್ಗದ ತುಂಡು ನೇತಾಡುತ್ತಿದ್ದ ಮೊಳೆ ಇನ್ನೂ ಹಲಿಗೆಯಲ್ಲಿಯೆ ಇದ್ದಿತು. ಈ ದುರ್ದೈವದ ಸಂಕೇತಗಳಾದ ಇವುಗಳನ್ನು ಬೇಗನೆ ಕಿತ್ತು ಕಿಟಕಿಯ ಹೊರಗೆ ಒಗೆಯಬೇಕೆಂದು ನಾನು ಹವಣಿಸುತ್ತಿದ್ದಾಗ ಆತನ ತಾಯಿ ನನ್ನ ಕೈಹಿಡಿದು ಕಂಪಿಸುವ ಧ್ವನಿಯಲ್ಲಿ ಹೇಳಿದಳು :

"ಅಯ್ಯೋ ಸ್ವಾಮಿ! ದಯವಿಟ್ಟು ಅವುಗಳನ್ನು ನನಗೆ ಕೊಡಿ! ನಿಮ್ಮಲ್ಲಿ ನಾನು ಬೇಡಿಕೊಳ್ಳೇನೆ! ನನ್ನ ಮೊರೆ ಕೇಳಿ ಸ್ವಾಮಿ!"

ಅವಳ ದುಃಖ ಪರಮಾವಧಿಯನ್ನು ಮುಟ್ಟಿದ್ದರಿಂದ ತನ್ನ ಮಗನ ಸಾವಿಗೆ ಕಾರಣ ವಾಗಿದ್ದ ಈ ಸಾಧನಗಳ ಮೇಲೆ ಅವಳಿಗೆ ಒಂದು ವಿಧದ ಭೀಕರ ಮಮತೆ ಉಂಟಾಗಿ ಅವುಗಳನ್ನು ಅವನ ಸ್ಮಾರಕದಂತೆ ಕಾಯ್ದಿರಿಸಿಕೊಳ್ಳಲು ಆಕೆ ಬಯಸುತ್ತಿರಬಹುದೆಂದು ನಾನು ಭಾವಿಸಿದೆ.

ಅವಳು ಮೊಳೆ ಮತ್ತು ಹಗ್ಗವನ್ನು ತೆಗೆದುಕೊಂಡು ಹೋದಳು. ಕೊನೆಗೆ ಎಲ್ಲವೂ ಮುಗಿಯಿತು. ನಾನು ಮೊದಲಿಗಿಂತ ಹೆಚ್ಚು ಪರಿಶ್ರಮಪಟ್ಟು ದುಡಿಯತೊಡಗಿದೆ. ಅಗಲವಾದ ಕಣ್ಣುಗಳಿಂದ ದಿಟ್ಟಿಸುತ್ತಿದ್ದ ಆ ಎಳೆಯ ಹೆಣದ ಆಕೃತಿಯನ್ನು ನನ್ನ ಮನೋಪಟಲದಿಂದ ಸ್ವಲ್ಪ ಸ್ವಲ್ಪವಾಗಿ ಅಳಿಸಿ ಹಾಕಲು ಪ್ರಯತ್ನಿಸಿದೆ. ಆದರೂ ಆ ಆಕೃತಿ ನನ್ನನ್ನು ಕಾಡುತ್ತಲೇ ಇತ್ತು. ಆದರೆ ಮರುದಿನ ನನಗೆ ಕೆಲವು ಪತ್ರಗಳು ಬಂದವು. ಕೆಲವು ಪತ್ರಗಳು ನನ್ನ ಬಾಡಿಗೆದಾರರಿಂದ ಬಂದರೆ ಇನ್ನೂ ಕೆಲವು ನನ್ನ ನೆರೆಹೊರೆಯವರಿಂದ ಬಂದವು. ಕೆಲವು ಒಂದನೆಯ ಅಂತಸ್ತಿನಿಂದ, ಇನ್ನು ಕೆಲವು ಎರಡನೆಯ ಅಂತಸ್ತಿನಿಂದ, ಮತ್ತೆ ಕೆಲವು ಮೂರನೆಯ ಅಂತಸ್ತಿಯಿಂದ ಬಂದವು. ಕೆಲವು ಪತ್ರಗಳ ಭಾಷೆ ಹಾಸ್ಯಮಯವಾಗಿದ್ದರೆ ಇನ್ನುಳಿದ ಪತ್ರಗಳ ಭಾಷೆ ಉದ್ಧಟವಾಗಿತ್ತು. ಒಟ್ಟಿನಲ್ಲಿ ಈ ಎಲ್ಲ ಪತ್ರಗಳ ಸಾರಾಂಶವೂ ಒಂದೆ ಆಗಿತ್ತು. ಅದೇನೆಂದರೆ ಎಲ್ಲರಿಗೂ ಆ ಮರಣಾಂತಿಕ ಹಾಗೂ ಸುದೈವಿ ಪಾಶದ ತುಂಡೊಂದು ಬೇಕಾಗಿತ್ತಂತೆ. ಈ ಪತ್ರಗಳನ್ನು ಬರೆದವರಲ್ಲಿ ಗಂಡಸರಿಗಿಂತ ಹೆಣ್ಣು ಮಕ್ಕಳೇ ಬಹಳ ಜನರಿದ್ದರು. ಆದರೆ ಅವರೆಲ್ಲರೂ ಕೆಳವರ್ಗದವರಾಗಿರಲಿಲ್ಲ. ನಾನು ಈ ಎಲ್ಲ ಪತ್ರಗಳನ್ನೂ ಕಾಯ್ದಿಟ್ಟಿದ್ದೇನೆ.

ಆಮೇಲೆ ಇದ್ದಕ್ಕಿದ್ದಂತೆ ನನ್ನ ಮನಸ್ಸಿನಲ್ಲಿ ಬೆಳಕು ಮೂಡಿತು. ಆ ತಾಯಿ ನನ್ನ ಕಡೆಯಿಂದ ಆ ಪಾಶವನ್ನು ಯಾಕೆ ಇಸಿದುಕೊಂಡು ಹೋದಳು ಮತ್ತು ಅದರ ಸಹಾಯದಿಂದ ಯಾವ ತರಹದ ವ್ಯಾಪಾರ ಮಾಡಿ ತನ್ನನ್ನು ಸಮಾಧಾನಪಡಿಸಿಕೊಳ್ಳಲು ಯೋಚಿಸಿದ್ದಳು ಎನ್ನುವುದು ನನಗೆ ಅರ್ಥವಾಯಿತು. ❍

○ ಅಲ್ಫಾನ್ಸ್ ದಾದೆ

ಕೊನೆಯ ಪಾಠ

ಅಂದು ಮುಂಜಾನೆ ನಾನು ಶಾಲೆಗೆ ಬಹಳ ತಡವಾಗಿ ಹೊರಟೆ. ಪರಿಣಾಮವಾಗಿ ಗುರುಗಳು ನನಗೆ ಛೀಮಾರಿ ಹಾಕಬಹುದೆಂಬ ಭೀತಿ ನನ್ನನ್ನು ಬಲವಾಗಿ ಕಾಡುತ್ತಿತ್ತು. ಅದರಲ್ಲೂ ಗುರುಗಳಾದ ಹ್ಯಾಮೆಲ್ ಅವರು ಕೃದಂತಗಳ ಬಗೆಗೆ ಪ್ರಶ್ನೆ ಕೇಳುತ್ತೇನೆಂದು ಹೇಳಿದ್ದರು. ನನಗಾದರೋ ಅದರ ವಿಷಯವಾಗಿ ಒಂದಕ್ಷರವೂ ಗೊತ್ತಿರಲಿಲ್ಲ. ಒಂದು ಕ್ಷಣ ನಾನು ಶಾಲೆಯಿಂದ ಎಲ್ಲಿಯಾದರೂ ದೂರ ಹೋಗಿ ಹೊತ್ತು ಕಳೆಯಬೇಕೆಂದು ಯೋಚಿಸಿದೆ. ಅಂದು ಹವೆ ಬೆಚ್ಚಗಿದ್ದು ಸೂರ್ಯನ ಪ್ರಕಾಶವೂ ಸ್ಪಷ್ಟವಾಗಿತ್ತು. ಕಾಡಿನಲ್ಲಿ ಪಕ್ಷಿಗಳು ಕೂಗುತ್ತಿದ್ದವು. ಮರ ಕೊರೆಯುವ ಮಿಲ್ಲಿನ ಹಿಂದಿನ ಬಯಲಿನಲ್ಲಿ ಪ್ರಷ್ಯನ್ ಸೈನಿಕರು ಕವಾಯತು ಮಾಡುತ್ತಿದ್ದರು. ಇವೆಲ್ಲ ಕೃದಂತಗಳಿಗಿಂತ ಹೆಚ್ಚು ಸ್ವಾರಸ್ಯಕರವಾಗಿದ್ದರೂ, ಈ ಪ್ರಲೋಭನೆಯನ್ನು ಯಶಸ್ವಿಯಾಗಿ ಎದುರಿಸಿ ನಾನು ಶಾಲೆಯತ್ತ ಬೇಗ ಬೇಗ ಹೆಜ್ಜೆ ಹಾಕಿದೆ.

ನಾನು ಪೌರಮಂದಿರದ ಹತ್ತಿರ ಹಾಯ್ದು ಹೋಗುತ್ತಿದ್ದಾಗ ಅಲ್ಲಿ ಸಾರ್ವಜನಿಕ ಸುದ್ದಿಯ ಫಲಕದ ಎದುರಿಗೆ ಜನರು ನೆರೆದಿದ್ದುದು ಕಾಣಿಸಿತು. ಕಳೆದ ಎರಡು ವರ್ಷಗಳಿಂದ ಎಲ್ಲ ಕೆಟ್ಟ ಸುದ್ದಿಗಳೂ – ಸೋತ ಯುದ್ಧಗಳು, ಸೇನೆಗೆ ಕಡ್ಡಾಯ ಜಮಾವಣೆ, ದಂಡನಾಯಕನ ಆಜ್ಞೆಗಳು – ಅಲ್ಲಿಂದಲೆ ಬಂದಿದ್ದವು.

"ಈಗ ಯಾವ ಸುದ್ದಿ ಇರಬಹುದು?" ಎಂದು ಅಲ್ಲಿ ನಿಲ್ಲದೆ ನನ್ನಷ್ಟಕ್ಕೆ ನಾನು ಕೇಳಿಕೊಂಡೆ.

ಅನಂತರ ನಾನು ಅವಸರದಿಂದ ಮುಂದೆ ಹೋಗುತ್ತಿದ್ದಾಗ ಅಲ್ಲಿ ತನ್ನ ಶಿಷ್ಯನೊಂದಿಗೆ ಸುದ್ದಿಯನ್ನೋದುತ್ತ ನಿಂತಿದ್ದ ಕಮ್ಮಾರ ವಾಚರ್ ನನ್ನನ್ನು ಕರೆದು ಹೇಳಿದ :

"ಅಷ್ಟೊಂದು ಅವಸರದಿಂದ ಯಾಕೆ ಹೋಗ್ತಿ ತಮ್ಮಾ? ನಿನಗೆ ಶಾಲೆಗೆ ಹೋಗಲು ಇನ್ನೂ ಸಾಕಷ್ಟು ವೇಳೆ ಇದೆ."

ಆತ ಚೇಷ್ಟೆ ಮಾಡುತ್ತಿದ್ದಾನೆಂದು ನಾನು ತಿಳಿದೆ. ನಾನು ಹ್ಯಾಮೆಲ್ ಗುರುಗಳ ಚಿಕ್ಕ ಹೂದೋಟವನ್ನು ಮುಟ್ಟಿದಾಗ ಒಂದೇ ಸಮನೆ ತೇಕುತ್ತಿದ್ದೆ.

ಶಾಲೆ ಶುರುವಾದಾಗ ಅದರ ಗದ್ದಲ ಯಾವಾಗಲೂ ಹೊರಗೆ ಬೀದಿಯಲ್ಲಿ ಸಹ ಕೇಳಿಸುತ್ತಿತ್ತು. ಡೆಸ್ಕುಗಳನ್ನು ಮಡಿಸುವುದು ಮತ್ತು ತೆರೆಯುವುದು, ಅರ್ಥವಾಗಲೆಂದು ಕಿವಿಯನ್ನು ಮುಚ್ಚಿಕೊಂಡು ಧ್ವನಿಯೆತ್ತರಿಸಿ ಸಾಮೂಹಿಕವಾಗಿ ಪಾಠಗಳನ್ನೋದುವುದು ಮತ್ತು ಗುರುಗಳು ತಮ್ಮ ದೊಡ್ಡ ಬೆತ್ತವನ್ನು ಮೇಜಿನ ಮೇಲೆ ಚಟ್‌ಚಟ್ ಎಂದು ಅಪ್ಪಳಿಸುವುದು – ಇವೆಲ್ಲವೂ ಬೀದಿಗೆ ಕೇಳಿಸುತ್ತಿದ್ದವು. ಆದರೆ ಈಗ ಎಲ್ಲ ಸ್ತಬ್ಧವಾಗಿತ್ತು! ಗದ್ದಲದಲ್ಲಿ ಯಾರಿಗೂ ಕಾಣಿಸದಂತೆ ನನ್ನ ಡೆಸ್ಕಿಗೆ ಹೋಗಿ ಕೂಡ್ರಬೇಕೆಂದು ನಾನು ಎಣಿಸಿದ್ದೆ. ಆದರೆ ಇಂದು ಎಲ್ಲವೂ ಭಾನುವಾರದ ಪ್ರಾತಃಕಾಲದಂತೆ ಶಾಂತವಾಗಿತ್ತು. ನನ್ನ ಸಹಪಾಠಿಗಳು ತಮ್ಮ ತಮ್ಮ ಸ್ಥಳಗಳಲ್ಲಿ ಕುಳಿತಿದ್ದು ಹ್ಯಾಮೆಲ್ ಗುರುಗಳು ತಮ್ಮ ಬೆತ್ತವನ್ನು ಹಿಡಿದುಕೊಂಡು ಅತ್ತಿತ್ತ ಅಡ್ಡಾಡುತ್ತಿದ್ದುದನ್ನು ಕಿಟಕಿಯಲ್ಲಿಯೆ ನೋಡಿದೆ. ನಾನು ಬಾಗಿಲನ್ನು ತೆರೆದು ಎಲ್ಲರ ಎದುರಿನಲ್ಲಿಯೆ ಹೋಗಬೇಕಾಗಿದ್ದಿತು. ನನಗೆ ಭಯ ಮತ್ತು ನಾಚಿಕೆಯಾಗಿತ್ತೆಂಬುದನ್ನು ನೀವು ಊಹಿಸಿಕೊಳ್ಳಬಹುದು.

ಆದರೆ ಅಲ್ಲಿ ಅಂಥದೇನೂ ನಡೆಯಲಿಲ್ಲ. ಹ್ಯಾಮೆಲ್ ಗುರುಗಳು ನನ್ನನ್ನು ಕಂಡ ಕೂಡಲೆ ಬಹಳ ಮೃದುವಾಗಿ ಹೇಳಿದರು:

"ನಿನ್ನ ಜಾಗೆಗೆ ಹೋಗು ಪುಟ್ಟ ಫ್ರಾಂಝ್. ನಾವು ನೀನಿಲ್ಲದೆ ಪಾಠ ಮಾಡಲು ಪ್ರಾರಂಭಿಸ್ತಿದ್ದೆವು."

ನಾನು ಬೆಂಚಿನ ಮೇಲೆ ಹಾಯ್ದು ನನ್ನ ಡೆಸ್ಕಿನ ಮೇಲೆ ಕುಳಿತುಕೊಂಡೆ. ನನ್ನ ಮನಸ್ಸಿನಲ್ಲಿದ್ದ ಭಯ ಕಡಿಮೆಯಾದ ಬಳಿಕ ನಾನು ಗುರುಗಳತ್ತ ನೋಡಿದಾಗ ಅವರು ಹಸಿರು ಕೋಟು, ಝುರಿಝುರಿಯ ಅಂಗಿ ಮತ್ತು ಕರಿಯ ರೇಶಿಮೆ ಟೊಪ್ಪಿಗೆಯನ್ನು ಧರಿಸಿದ್ದುದು ಕಂಡಿತು. ಅವುಗಳ ಮೇಲೆಲ್ಲ ಕಸೂತಿ ಹಾಕಲಾಗಿತ್ತು. ಅವರು ಇಂಥ ಬಟ್ಟೆಗಳನ್ನು ಪರೀಕ್ಷೆ ಮತ್ತು ಬಹುಮಾನ ವಿತರಣೆಯ ದಿನಗಳಂದು ಮಾತ್ರ ಧರಿಸುತ್ತಿದ್ದರು. ಅದಲ್ಲದೆ ಇಡೀ ಶಾಲೆಯೆ ಅತ್ಯಂತ ಗಂಭೀರವಾಗಿಯೂ ವಿಚಿತ್ರವಾಗಿಯೂ ಕಂಡಿತು. ಆದರೆ ನನಗೆ ಅತ್ಯಂತ ಆಶ್ಚರ್ಯವನ್ನುಂಟುಮಾಡಿದ ಸಂಗತಿಯೆಂದರೆ ಯಾವಾಗಲೂ ಖಾಲಿಯಾಗಿಯೆ ಇರುತ್ತಿದ್ದ ಬೆಂಚಿನ ಮೇಲೆ ಅಂದು ಕೆಲವು ಹಳ್ಳಿಯ ಜನ ನಮ್ಮ ಹಾಗೆಯೆ ಶಾಂತರಾಗಿ ಕುಳಿತಿದ್ದರು. ಅವರಲ್ಲಿ ನನಗೆ ಪರಿಚಯವಿದ್ದ, ಮೂರು ಮೂಲೆಯ ಹ್ಯಾಟು ಧರಿಸಿದ ಮುದಿ ಹೌಸರ್, ಹಿಂದಿನ ನಗರಾಧ್ಯಕ್ಷರು, ಹಿಂದಿನ ಪೋಸ್ಟ್‌ಮಾಸ್ಟರ್ ಮತ್ತೂ ಹಲವರು ಇದ್ದರು. ಪ್ರತಿಯೊಬ್ಬರೂ ದುಃಖಿಗಳಂತೆ ಕಂಡರು. ಮುದಿ ಹೌಸರ್ ಅವರು ಒಂದು ಹಳೆಯ ಪಾಠಮಾಲೆಯನ್ನು ತಂದು ತೊಡೆಯ ಮೇಲಿರಿಸಿಕೊಂಡು ಅದರ ತೆರೆದ ಪುಟಗಳ ಮೇಲೆ ತಮ್ಮ ದೊಡ್ಡ ಚಾಳೀಸನ್ನು ಇಟ್ಟುಕೊಂಡು ಕುಳಿತಿದ್ದರು.

ನಾನು ಇದನ್ನೆಲ್ಲ ನೋಡಿ ಆಶ್ಚರ್ಯಗೊಂಡಾಗ ಹ್ಯಾಮೆಲ್ ಗುರುಗಳು ಕುರ್ಚಿಯ ಮೇಲೆ ಕುಳಿತುಕೊಂಡು ನನಗೆ ಹೇಳಿದ ಹಾಗೆ ಗಂಭೀರವಾಗಿ ಆದರೂ ಮೆಲು ಧ್ವನಿಯಲ್ಲಿ ಹೇಳಿದರು:

"ಮಕ್ಕಳೆ ಇದು ನಾನು ನಿಮಗೆ ಕಲಿಸುವ ಕೊನೆಯ ಪಾಠ. ಅಲ್ಸೇಸ್ ಮತ್ತು ಲೊರೆನ್ ಪ್ರಾಂತದ ಶಾಲೆಗಳಲ್ಲಿ ಜರ್ಮನ್ ಭಾಷೆಯನ್ನು ಮಾತ್ರ ಕಲಿಸಬೇಕೆಂದು ಬರ್ಲಿನ್‌ನಿಂದ ಆಜ್ಞೆ ಬಂದಿದೆ. ಹೊಸ ಗುರುಗಳು ನಾಳೆ ಬರುತ್ತಾರೆ. ಇದು ನೀವು ಕಲಿಯುವ ಕೊನೆಯ ಫ್ರೆಂಚ್ ಪಾಠ. ಆದುದರಿಂದ ಎಲ್ಲರೂ ಲಕ್ಷ್ಯಗೊಟ್ಟು ಕೇಳಿ."

ಈ ಮಾತುಗಳನ್ನು ಕೇಳಿದಾಗ ನನಗೆ ಸಿಡಿಲು ಬಡಿದಂತಾಯಿತು!

ಆ ಬಡ್ಡಿ ಮಕ್ಕಳು ಪೌರಮಂದಿರದ ಹತ್ತಿರ ಬರೆದು ಹಚ್ಚಿದ್ದು ಇದೇ ಸುದ್ದಿ ಇರಬೇಕು!

ನನ್ನ ಕೊನೆಯ ಫ್ರೆಂಚ್ ಪಾಠ! ಯಾಕೆ, ನನಗೆ ಸರಿಯಾಗಿ ಬರೆಯಲಿಕ್ಕೇ ಬರುತ್ತಿರಲಿಲ್ಲ! ಆದರೂ ಇದಕ್ಕಿಂತ ಹೆಚ್ಚು ನಾನಿನ್ನು ಕಲಿಯುವ ಹಾಗಿಲ್ಲ! ನನ್ನ ಓದನ್ನು ಇಲ್ಲಿಗೇ ಕೊನೆಗಾಣಿಸಬೇಕು, ಹಾಗಾದರೆ! ನನ್ನ ಪಾಠಗಳನ್ನು ಕಲಿಯದೆ ಪಕ್ಷಿಗಳ ತತ್ತಿಗಳನ್ನು ಹುಡುಕುತ್ತ ಹೋಗಿದ್ದಕ್ಕಾಗಿ ಅಥವಾ ಸಾರ್‌ನ ಮೇಲೆ ಜಾರಲು ಹೋಗಿದ್ದಕ್ಕಾಗಿ ಈಗ ನಾನು ಪಶ್ಚಾತ್ತಾಪಪಟ್ಟೆ. ಕೆಲವೆ ದಿನಗಳ ಹಿಂದೆ ಹೊತ್ತುಕೊಂಡು ಹೋಗಲು ಭಾರವಾಗುತ್ತಿದ್ದ ವ್ಯಾಕರಣ ಮತ್ತು ಸಂತರ ಚರಿತ್ರೆಗಳಂಥ ಪುಸ್ತಕಗಳು ಈಗ ನನಗೆ ಬಹಳ ಆತ್ಮೀಯ ಸ್ನೇಹಿತರಂತೆ ಅನಿಸಿದವು. ಅದರಂತೆಯೆ ಹ್ಯಾಮೆಲ್ ಗುರುಗಳು ನಮ್ಮನ್ನು ಬಿಟ್ಟುಹೋಗುತ್ತಾರೆ, ಆದುದರಿಂದ ಇನ್ನು ಮೇಲೆ ನಾವು ಅವರನ್ನು ನೋಡಲಾರೆವೆಂಬುದು ತಿಳಿದ ಮೇಲಂತೂ ನಾನವರ ಬೆತ್ತವನ್ನೂ ಸಿಟ್ಟಿನ ಸ್ವಭಾವವನ್ನೂ ಮರೆತೇ ಬಿಟ್ಟೆ. ಅವರೂ ಅತ್ಯಂತ ಆತ್ಮೀಯರಾಗಿ ಕಂಡರು.

ಪಾಪ, ಬಡ ಮಾಸ್ತರು! ಆ ಕೊನೆಯ ಪಾಠವನ್ನು ಕಲಿಸುವುದಕ್ಕಾಗಿ ಅವರು ಅಂದು ಭಾನುವಾರದ ಅತ್ಯುತ್ತಮ ಬಟ್ಟೆಗಳನ್ನು ಧರಿಸಿಕೊಂಡು ಬಂದಿದ್ದರು. ಹಳ್ಳಿಯ ಹಿರಿಯರೆಲ್ಲ ಬಂದು ಕ್ಲಾಸಿನ ಹಿಂದಿನ ಬೆಂಚುಗಳ ಮೇಲೇಕೆ ಕುಳಿತಿದ್ದರೆಂಬುದು ನನಗೀಗ ತಿಳಿಯಿತು. ಅವರೂ ಬಹಳ ಶಾಲೆ ಕಲಿತಿರಲಿಲ್ಲವಾದ್ದರಿಂದ ಅವರ ಮನಸ್ಸಿಗೂ ಖೇದವಾಗಿತ್ತು. ನಲವತ್ತು ವರುಷಗಳ ಸತತ ಸೇವೆ ಸಲ್ಲಿಸಿದ ಗುರುಗಳಿಗೆ ಮತ್ತು ಈಗ ತಮ್ಮದಾಗಿರದಿದ್ದ ತಮ್ಮ ನಾಡಿಗೆ ಗೌರವ ಸೂಚಿಸುವ ಬಯಕೆಯಿಂದ ಅವರೆಲ್ಲ ಅಲ್ಲಿ ಬಂದಿದ್ದರು.

ನಾನು ಇದೆಲ್ಲದರ ಬಗೆಗೆ ವಿಚಾರ ಮಾಡುತ್ತಿದ್ದಾಗ ಗುರುಗಳು ನನ್ನ ಹೆಸರನ್ನು ಕೂಗಿದರು. ಪಾಠ ಒಪ್ಪಿಸಲು ಈಗ ನನ್ನ ಸರದಿ ಬಂದಿತ್ತು. ಕೃದಂತಗಳ ಆ ಭಯಂಕರ ಸೂತ್ರವನ್ನು ಮೊದಲಿಂದ ಕೊನೆಯವರೆಗೆ ಒಂದೂ ತಪ್ಪಿಲ್ಲದಂತೆ ಗಟ್ಟಿಯಾಗಿ ಉಚ್ಚರಿಸಲು ನಾನೀಗ ನನ್ನ ಜೀವವನ್ನು ಬೇಕಾದರೂ ಕೊಡುತ್ತಿದ್ದೆ. ಆದರೆ ನನ್ನ ಮನಸ್ಸಿನಲ್ಲಿ ಗೊಂದಲವುಂಟಾಗಿ, ಮೊದಲ ಶಬ್ದಗಳ ಬಳಿಕ ಏನೂ ಹೇಳಲಾರದೆ ನಾನು ಡೆಸ್ಕಿನ ಮೇಲೆ ಕೈಯೂರಿ ಸುಮ್ಮನೆ ನಿಂತುಬಿಟ್ಟೆ. ನನ್ನ ಹೃದಯ ವೇಗವಾಗಿ ಬಡಿದುಕೊಳ್ಳುತ್ತಿತ್ತು. ನನಗೆ ಹ್ಯಾಮೆಲ್ ಗುರುಗಳ ಕಡೆ ಕಣ್ಣೆತ್ತಿ ನೋಡುವ ಧೈರ್ಯವಾಗಲಿಲ್ಲ. ಆದರೆ ಗುರುಗಳ ಮಾತು ಕೇಳಿಸಿತು:

"ಪುಟ್ಟ ಫ್ರಾಂಝ್, ನಾನೇನು ನಿನ್ನನ್ನು ಬಯ್ಯೋದಿಲ್ಲ. ನಿನಗೆ ಸಾಕಷ್ಟು ಕೆಡುಕೆನಿಸಿರ ಬಹುದು. ಇದೆಲ್ಲ ನಡೆದಿರೋದು ಹೀಗೆ! ನಾವೆಲ್ಲ ಪ್ರತಿದಿನ 'ನಮಗೇನು ಸಾಕಷ್ಟು ವೇಳೆಯಿದೆ. ಅದನ್ನು ನಾಳೆ ಕಲಿತರಾಯಿತು,' ಅಂದುಕೊಳ್ತಿದ್ದೆವು. ಕೊನೆಗೆ ನಾವೆಲ್ಲಿಗೆ ಬಂದು ಮುಟ್ಟಿದ್ದೇವೆ ಅಂತ ನಿಮಗೀಗ ತಿಳಿದಿದೆ. ಹಾಂ, ಇದೇ ಅಲ್ಸೇಸ್ ಪ್ರಾಂತದ ದೊಡ್ಡ ದೋಷ. ಈ ಊರಲ್ಲಿ ಕಲಿಯೋದನ್ನು ಎಲ್ಲರೂ ಮುಂದೆ ಹಾಕುತ್ತ ಹೋಗ್ತಾರೆ. ಈಗ ನಮ್ಮನ್ನು ಆಳೋದಕ್ಕೆ ಬಂದಿರುವ ಈ ಹೊರಗಿನವರು ಏನನ್ನಬಹುದು ಗೊತ್ತೆ ? 'ಇದೇನಿದು? ನೀವು ಫ್ರೆಂಚ್ ಜನರೂಂತ ಹೇಳಿಕೊಳ್ತೀರಿ. ಆದರೆ ನಿಮಗೆ ಫ್ರೆಂಚ್ ಭಾಷೆ ಮಾತನಾಡಲೂ ಬರೋದಿಲ್ಲ, ಬರೆಯಲೂ ಬರೋದಿಲ್ಲ' ಅಂತ ಅವರು ಹೇಳಿದರೆ ತಪ್ಪಿಲ್ಲ. ಆದರೆ ಪಾಪ, ಪುಟ್ಟ ಫ್ರಾಂಝ್, ನೀನೊಬ್ಬನೆ ತಪ್ಪುಗಾರ ಅಂತ ತಿಳೀಬೇಡ. ನಾವೂ ಸಾಕಷ್ಟು ತಪ್ಪು ಮಾಡಿದ್ದೇವೆ.

"ನಿನ್ನ ತಂದೆತಾಯಿಗಳಿಗೆ ನೀನು ಕಲೀಬೇಕು ಅಂತ ಸಾಕಷ್ಟು ಕಳಕಳಿ ಇರ್ಲಿಲ್ಲ. ಬದಲಾಗಿ, ಸ್ವಲ್ಪ ಹೆಚ್ಚು ಹಣ ಸಂಪಾದಿಸುವ ಉದ್ದೇಶದಿಂದ ನಿನ್ನನ್ನು ಒಂದು ಹೊಲದಲ್ಲಿ ಅಥವಾ ಗಿರಣಿಯಲ್ಲಿ ಕೆಲಸಕ್ಕೆ ಹಚ್ಚಬೇಕು ಅನ್ನೋದು ಅವರ ಇಷ್ಟವಾಗಿತ್ತು. ಇನ್ನು ನಾನು? ನಾನು ಕೂಡ ತಪ್ಪು ಮಾಡಿದ್ದೇನೆ. ನಿನ್ನನ್ನು ನಾನು ಪಾಠಗಳಿಂದ ಬಿಡಿಸಿ ನನ್ನ ಹೂವಿನ ಗಿಡಗಳಿಗೆ ನೀರು ಹಣಿಸಲು ಕಳಿಸಲಿಲ್ಲವೆ? ಮೀನು ಹಿಡಿಯೋದಕ್ಕೆ ಹೋಗಬೇಕು ಅಂತ ನನಗೆ ಅನಿಸಿದಾಗ ನಾನು ನಿಮಗೆ ಸುಮ್ಮನೆ ರಜೆ ಕೊಟ್ಟಿರ್ಲಿಲ್ಲವೆ?"

ಅನಂತರ ಅವರು ಬೇರೆ ಬೇರೆ ವಿಷಯಗಳ ಬಗೆಗೆ ನುಡಿದು, ಕೊನೆಗೆ ಫ್ರೆಂಚ್ ಭಾಷೆಯ ಬಗೆಗೆ ಮಾತನಾಡತೊಡಗಿದರು. ಫ್ರೆಂಚ್ ಭಾಷೆ ಜಗತ್ತಿನಲ್ಲಿಯೆ ಅತಿ ಸುಂದರವಾದ ಭಾಷೆಯಾಗಿದ್ದು ಅತ್ಯಂತ ಸ್ಪಷ್ಟವೂ ತರ್ಕಬದ್ಧವೂ ಆದುದಾಗಿದೆ; ಅದನ್ನು ಯಾವತ್ತೂ ನಾವು ಮರೆಯದೆ ನಮ್ಮ ಮಧ್ಯೆ ಕಾಪಾಡಿಕೊಂಡು ಬರಬೇಕು; ಯಾಕೆಂದರೆ ಒಂದು ಜನ ಗುಲಾಮರಾದಾಗ ಅವರ ಭಾಷಾಭಿಮಾನವೆ ಅವರನ್ನು ಉಳಿಸುವ ಸಾಧನವಾಗುತ್ತದೆ ಎಂದೆಲ್ಲ ಅವರು ಹೇಳಿದರು. ಅನಂತರ ಅವರು ವ್ಯಾಕರಣ ಪುಸ್ತಕವೊಂದನ್ನು ತೆರೆದು ಒಂದು ಪಾಠವನ್ನೋದಿದರು. ನನಗದೆಷ್ಟು ಸ್ಪಷ್ಟವಾಗಿ ತಿಳಿಯಿತೆಂಬುದನ್ನು ನೋಡಿ ನನಗೆಯೆ ಆಶ್ಚರ್ಯವಾಯಿತು. ಅವರು ಹೇಳಿದುದೆಲ್ಲವೂ ಅಷ್ಟೊಂದು ಸರಳವಾಗಿತ್ತು! ನಾನು ಪಾಠಗಳನ್ನು ಅಷ್ಟೊಂದು ಲಕ್ಷ್ಯಪೂರ್ವಕವಾಗಿ ಎಂದೂ ಕೇಳಿರಲಿಲ್ಲ. ಹಾಗೆಯೆ ಅವರು ಅದನ್ನು ಅಷ್ಟೊಂದು ತಾಳ್ಮೆಯಿಂದ ಎಂದೂ ವಿವರಿಸಿರಲಿಲ್ಲ. ಅವರು ನಮ್ಮನ್ನಗಲಿ ಹೋಗುವುದಕ್ಕಿಂತ ಮೊದಲು ತಮಗೆ ತಿಳಿದುದನ್ನೆಲ್ಲ ನಮಗೆ ಒಂದೇ ಘಳಿಗೆಯಲ್ಲಿ ಕಲಿಸಿ ಹೋಗಬೇಕೆಂಬ ಲವಲವಿಕೆಯುಳ್ಳವರಾಗಿದ್ದಂತೆ ಕಂಡರು.

ವ್ಯಾಕರಣ ಮುಗಿದ ಬಳಿಕ ಅವರು ನಮಗೆ ಪಾಠವನ್ನು ಬರೆಯಲು ಆಜ್ಞಾಪಿಸಿದರು, ಅಂದು ಹ್ಯಾಮೆಲ್ ಗುರುಗಳು ನಮಗಾಗಿ ಹೊಸ ನಕಲು ಪುಸ್ತಕಗಳನ್ನು ತಂದಿದ್ದರು. ಅದರಲ್ಲಿ ದುಂಡಕ್ಷರಗಳಲ್ಲಿ ಫ್ರಾನ್ಸ್-ಅಲ್ಸೇಸ್, ಫ್ರಾನ್ಸ್-ಅಲ್ಸೇಸ್ ಎಂದು ಮುದ್ದಾಗಿ ಬರೆದಿದ್ದರು. ನಮ್ಮ ಡೆಸ್ಕ್‌ಗಳ ತುದಿಯಲ್ಲಿದ್ದ ಕಂಬಿಗಳಲ್ಲಿ ನೇತಾಡುತ್ತಿದ್ದ ಆ ನಕಲು ಪುಸ್ತಕಗಳು ಶಾಲಾಕೋಣೆಯಲ್ಲಿ ಹಾರಾಡುತ್ತಿದ್ದ ಪತಾಕೆಗಳಂತೆ ತೋರುತ್ತಿದ್ದವು. ಪ್ರತಿಯೊಬ್ಬರೂ ಎಷ್ಟು ಗಂಭೀರವಾಗಿ ಮತ್ತು ಎಷ್ಟು ಶಾಂತವಾಗಿ ಬರೆಯತೊಡಗಿದರೆಂಬುದನ್ನು ನಿಂತು ನೋಡುವಂತಿತ್ತು. ಹಾಳೆಯ ಮೇಲೆ ಪೆನ್ನಿನ ಕರಕರ ಸಪ್ಪಳ ಬಿಟ್ಟರೆ ಮತ್ತೇನೂ ಕೇಳುತ್ತಿರಲಿಲ್ಲ. ಒಮ್ಮೆ ಕೆಲವು ಜೀರುಂಡೆಗಳು ಕ್ಲಾಸಿನೊಳಗೆ ಹಾರಿಬಂದವು. ಆದರೆ ಯಾರೂ ಅವುಗಳತ್ತ ಲಕ್ಷ್ಯಗೊಡಲಿಲ್ಲ – ಅತಿ ಚಿಕ್ಕ ಹುಡುಗರು ಕೂಡ. ಅವರು ಕೈಬರಹದ ಅಕ್ಷರಗಳ ಡೊಂಕು ಗೆರೆಗಳನ್ನು ನಕಲು ತೆರೆಯುವುದರಲ್ಲಿ ತಲ್ಲೀನರಾಗಿದ್ದರು – ಅದು ಕೂಡ ಫ್ರೆಂಚ್ ಭಾಷೆಯೋ ಎನ್ನುವಂತೆ. ಮಾಳಿಗೆಯ ಮೇಲೆ ಪಾರಿವಾಳಗಳು ಬಹಳ ಮೆಲುದನಿಯಲ್ಲಿ ಕೂಗುತ್ತಿದ್ದವು.

"ಈ ಪಾರಿವಾಳಗಳೂ ಜರ್ಮನ್ ಭಾಷೆಯಲ್ಲಿಯೆ ಕೂಗಬೇಕೆಂದು ಅವರು ವಿಧಿಸುತ್ತಾರೆಯೆ?" ಎಂದು ನನ್ನಷ್ಟಕ್ಕೆ ನಾನು ಕೇಳಿಕೊಂಡೆ.

ಬರೆಯುತ್ತಿದ್ದಾಗ ನಾನು ಮಧ್ಯೆ ಮಧ್ಯೆ ತಲೆಯೆತ್ತಿ ನೋಡುತ್ತಿದ್ದೆ. ಹ್ಯಾಮೆಲ್ ಗುರುಗಳು ಕುರ್ಚಿಯಲ್ಲಿ ಅಲುಗಾಡದೆ ಕುಳಿತು ಕ್ಲಾಸಿನಲ್ಲಿಯ ವಸ್ತುಗಳನ್ನು ನೆಟ್ಟ ದೃಷ್ಟಿಯಿಂದ ದಿಟ್ಟಿಸುತ್ತಿದ್ದರು. ಈ ಗುರುಗಳು ಇದೇ ಕ್ಲಾಸಿನಲ್ಲಿ ನಲವತ್ತು ವರುಷಗಳನ್ನು ಕಳೆದಿದ್ದರು. ಕಿಟಕಿಯ ಮಗ್ಗುಲಲ್ಲಿ ಹೂದೋಟವಿತ್ತು. ನಲವತ್ತು ವರುಷಗಳಲ್ಲಿ ಕ್ಲಾಸಿನಲ್ಲಿದ್ದ ಬೆಂಚುಗಳು ಮತ್ತು

ಡೆಸ್ಕುಗಳು ಸವೆದುಹೋಗಿದ್ದವು. ಆದರೆ ಹೂದೋಟದಲ್ಲಿಯ ಅಕ್ರೋಟದ ಮರಗಳು ಮೊದಲಿಗಿಂತ ಎತ್ತರವಾಗಿ ಬೆಳೆದಿದ್ದವು. ಅಲ್ಲದೆ ಗುರುಗಳೇ ಹಚ್ಚಿ ಬೆಳೆಸಿದ ದ್ರಾಕ್ಷಿಯ ಬಳ್ಳಿಯೂ ಕಿಟಕಿಯಿಂದ ಮಾಳಿಗೆಯವರೆಗೆ ಹಬ್ಬಿಕೊಂಡಿತ್ತು. ಇವೆಲ್ಲ ಪ್ರೀತಿಯ ವಸ್ತುಗಳನ್ನು ಅಗಲಿ ಹೋಗಬೇಕೆಂದರೆ ಅವರ ಹೃದಯಕ್ಕೆಷ್ಟು ನೋವಾಗಿರಬೇಕು ನೋಡಿ. ಪಾಪ ಮೇಲಿನ ಕೋಣೆಯಲ್ಲಿ ಅವರ ಅಕ್ಕ ಅತ್ತಿತ್ತ ಓಡಾಡಿ ಮನೆಯ ಸಾಮಾನುಗಳನ್ನೆಲ್ಲ ಟ್ರಂಕುಗಳಲ್ಲಿ ತುಂಬುತ್ತಿದ್ದಳು. ಯಾಕೆಂದರೆ ಮರುದಿನವೆ ಅವರು ಈ ಪ್ರದೇಶವನ್ನು ಬಿಟ್ಟುಹೋಗಬೇಕಾಗಿತ್ತು.

ಆದರೆ ಅವರಿಗೆ ಪ್ರತಿಯೊಂದು ಪಾಠವನ್ನೂ ಕೊನೆಯತನಕ ನಮ್ಮಿಂದ ಓದಿಸಿ ಕೇಳುವಷ್ಟು ಚಿತ್ತಸ್ಥೈರ್ಯವಿತ್ತು. ಬರೆಯುವುದಾದನಂತರ ನಾವು ಇತಿಹಾಸದ ಪಾಠವನ್ನು ಓದಿದೆವು. ಆಮೇಲೆ ಪುಟ್ಟ ಮಕ್ಕಳು ತಮ್ಮ 'ಬಾ, ಬೆ, ಬಿ, ಬೊ, ಬು,'ಗಳನ್ನು ಒಟ್ಟಾಗಿ ಹಾಡಿದರು. ಕ್ಲಾಸಿನ ಹಿಂದಿನ ಬೆಂಚಿನ ಮೇಲೆ ಕುಳಿತ ವೃದ್ಧ ಹೌಸರ್ ತಮ್ಮ ಬಾಲಬೋಧೆಯನ್ನು ಎರಡೂ ಕೈಗಳಲ್ಲಿ ಹಿಡಿದುಕೊಂಡು ಅಕ್ಷರಗಳನ್ನು ಒಂದೊಂದಾಗಿ ಓದಿದರು. ಅವರು ಅಳುತ್ತಿದ್ದರು. ಅವರ ಧ್ವನಿ ನಡುಗುತ್ತಿದ್ದುದನ್ನು ನೋಡಿ ನಮಗೆ ಅಳುವಂತೆಯೂ ನಗುವಂತೆಯೂ ಆಯಿತು. ಆ ಕೊನೆಯ ಪಾಠವನ್ನು ನಾನೆಷ್ಟು ಸ್ಪಷ್ಟವಾಗಿ ನೆನಪಿನಲ್ಲಿಟ್ಟುಕೊಂಡಿದ್ದೇನೆ!

ಒಮ್ಮಿಂದೊಮ್ಮೆಲೆ ಇಗರ್ಜಿಯ ಗಡಿಯಾರ ಹನ್ನೆರಡು ಗಂಟೆ ಬಾರಿಸಿತು. ಅನಂತರ ಪ್ರಾರ್ಥನೆ ಕೇಳಿಸಿತು. ಅದೇ ವೇಳೆಗೆ ಪ್ರಷ್ಯನರು ಕವಾಯತು ಮುಗಿಸಿ ತುತ್ತೂರಿ ಊದುತ್ತ ನಮ್ಮ ಕಿಟಕಿಯ ಹತ್ತಿರ ಹಾಯ್ದುಹೋದರು. ಹ್ಯಾಮೆಲ್ ಗುರುಗಳು ಕುರ್ಚಿ ಬಿಟ್ಟು ಎದ್ದು ನಿಂತರು. ಅವರ ಮುಖ ನಿಸ್ತೇಜವಾಗಿತ್ತು. ಅವರು ನನಗೆ ಎಂದೂ ಇಷ್ಟು ಎತ್ತರವಾಗಿ ಕಂಡಿರಲಿಲ್ಲ.

"ಗೆಳೆಯರೆ, ನಾನು...ನಾನು..." ಎಂದು ಅವರು ಪ್ರಾರಂಭಿಸಿದರು. ಆದರೆ ಅಷ್ಟರಲ್ಲೆ ಕಂಠ ತುಂಬಿ ಬಂದು ಮುಂದೆ ಮಾತನಾಡಲು ಅವರಿಗೆ ಸಾಧ್ಯವಾಗಲಿಲ್ಲ.

ಆಮೇಲೆ ಅವರು ಸೀಮೆಸುಣ್ಣದ ತುಂಡೊಂದನ್ನು ತೆಗೆದುಕೊಂಡು ತಮ್ಮ ಮೈಯಲ್ಲಿದ್ದ ಶಕ್ತಿಯನ್ನೆಲ್ಲ ಉಪಯೋಗಿಸಿ ಕರಿಹಲಗೆಯ ಮೇಲೆ ತಮಗೆ ಸಾಧ್ಯವಾದಷ್ಟು ದೊಡ್ಡ ಅಕ್ಷರಗಳಲ್ಲಿ ಬರೆದರು:

"ಫ್ರಾನ್ಸ್ ದೇಶಕ್ಕೆ ಜಯವಾಗಲಿ!"

ಅನಂತರ ಅವರು ಗೋಡೆಗೆ ತಲೆಯನ್ನಾನಿಸಿ, ಮಾತು ಆಡದೆ ಕೈಸನ್ನೆಯಿಂದಲೆ ನಮಗೆ ಸೂಚಿಸಿದರು:

"ಇಂದಿನ ಪಾಠ ಮುಗಿಯಿತು. ನೀವು ಮನೆಗೆ ಹೋಗಿರಿ."

○ ಅನಾತೋಲ್ ಫ್ರಾನ್ಸ್

ಪೂತ್ವಾ

"ನಮ್ಮ ಬಾಲ್ಯದಲ್ಲಿ ಈ ಹೂದೋಟವನ್ನು ಹತ್ತಿಪ್ಪತ್ತು ಹೆಜ್ಜೆಗಳಲ್ಲಿ ಸುತ್ತಾಡಿಬಿಡುತ್ತಿದ್ದೆವು. ಇಷ್ಟು ಚಿಕ್ಕದಾದರೂ ಈ ಹೂದೋಟವೇ ನಮ್ಮ ಪಾಲಿಗೆ ಸಂತೋಷ ಮತ್ತು ಆಶ್ಚರ್ಯಗಳಿಂದ ತುಂಬಿದ ಜಗತ್ತಾಗಿತ್ತು,' ಎಂದ ಶ್ರೀಯುತ ಬರ್ಜರೆ.

"ಲೂಸಿಯನ್, ನಿನಗೆ ಪೂತ್ವಾನ ನೆನಪಿದೆಯೆ?" ಎಂದು ತುಟಿಗಳನ್ನು ಬಿಗಿಹಿಡಿದು ಮುಗುಳ್ನಗುತ್ತ ಕೇಳಿದಳು ಜೊ.

"ನನಗೆ ಪೂತ್ವಾನ ನೆನಪಿದೆಯೆ? ನನ್ನ ಬಾಲ್ಯದಲ್ಲಿ ನಾನು ನೋಡಿದ ಜನರಲ್ಲೆಲ್ಲ ಪೂತ್ವಾನ ಮುಖ ಅತ್ಯಂತ ಸ್ಪಷ್ಟವಾಗಿ ನೆನಪಿನಲ್ಲಿದೆ. ಆತನ ಮುಖಭಾವ ಮತ್ತು ಸ್ವಭಾವ ಇನ್ನೂ ನನ್ನ ಮನಸ್ಸಿನಲ್ಲಿ ಅಚ್ಚಳಿಯದೆ ಉಳಿದಿದೆ. ಆತನ ತಲೆಯ ಮುಂಭಾಗ ಚೂಪಾಗಿತ್ತು..."

"ಅವನ ಹಣೆ ಚಿಕ್ಕದಾಗಿತ್ತು." ಎಂದಳು ಕುಮಾರಿ ಜೊ. ಹೀಗೆ ಅಣ್ಣ ತಂಗಿ ಇಬ್ಬರೂ, ಒಬ್ಬರ ಬಳಿಕ ಇನ್ನೊಬ್ಬರಂತೆ ಒಂದು ಬಗೆಯ ವಿಚಿತ್ರ ಗಾಂಭೀರ್ಯದಿಂದ ಏಕತಾನತೆಯಿಂದ ಆತನನ್ನು ಬಣ್ಣಿಸತೊಡಗಿದರು :

"ಆತನ ಹಣೆ ಚಿಕ್ಕದಾಗಿತ್ತು..."

"ಆತನಿಗೆ ಮೆಳ್ಳೆಗಣ್ಣಿದ್ದವು."

"ಆತನ ದೃಷ್ಟಿ ಕಳ್ಳ ದೃಷ್ಟಿಯಾಗಿತ್ತು."

"ಆತನ ಕಡೆಗಣ್ಣಿನ ಬಳಿ ಕಾಗೆಯ ಕಾಲಿನಂಥ ಸುಕ್ಕುಗಳು ಇದ್ದವು."

"ಆತನ ಕೆನ್ನೆಲುಬುಗಳು ಚೂಪಾಗಿಯೂ, ಕೆಂಪಾಗಿಯೂ ಇದ್ದು ಮಿಂಚುತ್ತಿದ್ದವು."

"ಆತನ ಕಿವಿಗಳಿಗೆ ಅಂಚೇ ಇರಲಿಲ್ಲ."

"ಅವನ ಮುಖ ಸಂಪೂರ್ಣ ಭಾವಶೂನ್ಯವಾಗಿತ್ತು."

"ಯಾವತ್ತೂ ಕುಣಿಯುವ ಆತನ ಕೈಗಳು ಮಾತ್ರ ಜೀವಂತವಾಗಿದ್ದವು."

"ಆದರೆ ಅವು ತೆಳ್ಳಗಾಗಿಯೂ ಸ್ವಲ್ಪ ಡೊಂಕಾಗಿಯೂ ಇದ್ದು, ನಿಶ್ಶಕ್ತವಾಗಿದ್ದಂತೆ ತೋರುತ್ತಿದ್ದವು."

"ಹಾಗಿದ್ದರೂ ನಿಜವಾಗಿ ಆತ ಬಹಳ ಶಕ್ತಿಶಾಲಿಯಾಗಿದ್ದ."

“ಆತ ಕೇವಲ ತೋರುಬೆರಳು ಮತ್ತು ಹೆಬ್ಬೆರಳುಗಳಿಂದ ಐದು ಫ್ರಾಂಕಿನ ನಾಣ್ಯವನ್ನು ಬಗ್ಗಿಸುತ್ತಿದ್ದ.”

“ಆ ಹೆಬ್ಬೆರಳು ಮಾತ್ರ ಬಹಳ ದೊಡ್ಡದಾಗಿತ್ತು.”

“ಆತ ಎಳೆದೆಳೆದು ಮಾತನಾಡುತ್ತಿದ್ದ.”

“ಆತನ ಮಾತುಗಳು ಮೃದುವಾಗಿರುತ್ತಿದ್ದವು.”

ಇದ್ದಕ್ಕಿದ್ದಂತೆ ಬರ್ಜರೆ ಉದ್ಗರಿಸಿದ:

“ಜೊ ನಾವು ಆತನ ಹಳದಿ ಕೂದಲು ಮತ್ತು ವಿರಳವಾಗಿ ಬೆಳೆದ ಗಡ್ಡವನ್ನು ಮರತೇ ಬಿಟ್ಟೆವು. ಎಲ್ಲವನ್ನೂ ಇನ್ನೊಮ್ಮೆ ನೆನಪಿಸಿಕೊಳ್ಳೋಣ ಬಾ.”

ತನ್ನ ತಂದೆ ಮತ್ತು ಅತ್ತೆಯರ ನಡುವಣ ಈ ವಿಚಿತ್ರ ಸಂವಾದವನ್ನು ಕೇಳಿ ಪಾಲಿನಳಿಗೆ ಅತ್ಯಾಶ್ಚರ್ಯವಾಗಿತ್ತು. ಅವರಿಬ್ಬರೂ ಇದನ್ನು ಹೇಗೆ ಬಾಯಿಪಾಠ ಮಾಡಿದ್ದರು ಮತ್ತು ಮಂತ್ರ ಹೇಳಿದಂತೆ ಏಕೆ ಪಠಿಸುತ್ತಿದ್ದರೆಂದು ಆಕೆ ಅವರನ್ನು ಪ್ರಶ್ನಿಸಿದಳು.

ಆಗ ಬರ್ಜರೆ ಗಂಭೀರವಾಗಿ ಪಾಲಿನಳಿಗೆ ಹೇಳಿದ: “ನೀನು ಕೇಳಿದ್ದುದು ಒಂದು ಮಂತ್ರಪಠಣ ಪಾಲಿನ್. ಈ ಮಂತ್ರವನ್ನು ನಮ್ಮ ಮನೆತನದಲ್ಲಿ ಮೊದಲಿನಿಂದ ಉಪಯೋಗಿಸ್ತಾ ಬಂದಿದ್ದಾರೆ. ಈ ಮಂತ್ರ ನಮ್ಮೊಂದಿಗೆ ನಾಶವಾಗದೆ ಮುಂದಿನ ತಲೆಮಾರಿಗೂ ದೊರೀಬೇಕು. ಆದ್ದರಿಂದ ಅದನ್ನು ನಿನಗೆ ಹೇಳಿಕೊಡಬೇಕಾಗಿದೆ ಮಗಳೆ. ನಿಮ್ಮಜ್ಜ, ಅಂದರೆ ನಮ್ಮ ತಂದೆ ಇಲ್ವಾ ಬರ್ಜರೆ, ಬಹಳ ಗಂಭೀರ ಸ್ವಭಾವದವರಾಗಿದ್ದರು, ಅವರಿಗೆ ಹುಡುಗಾಟ ಅಂದರೆ ಸೇರ್ತಿರಲಿಲ್ಲ. ಅಂಥವರು ಕೂಡ ಈ ಮಂತ್ರದ ಉತ್ಪತ್ತಿಯನ್ನು ಬಲ್ಲವರಾಗಿದ್ದರಿಂದ ಇದರ ಬಗೆಗೆ ಬಹಳ ಗೌರವ ಇರಿಸಿಕೊಂಡಿದ್ದರು. ಅವರು ಇದನ್ನು ‘ಪೂತ್ವಾನ ಅಂಗ ರಚನೆ,’ ಅಂತ ಕರೀತಿದ್ದರು. ಅವರು ಕ್ವಾರಸ್ಮಪ್ರೆವಾನ ಅಂಗರಚನೆಗಿಂತ ಪೂತ್ವಾನ ಅಂಗರಚನೆಯೇ ಲೇಸೆಂದು ಹೇಳುತ್ತಿದ್ದರು. “‘ಝೆನೊಮೆನ್ ನೀಡಿರುವ ವಿವರಣೆ ಪಾಂಡಿತ್ಯಪೂರ್ಣವೂ ಶ್ರೀಮಂತವೂ ಆಗಿದ್ದರೆ ಪೂತ್ವಾನ ವರ್ಣನೆ ಅದಕ್ಕಿಂತ ಹೆಚ್ಚು ಸ್ಪಷ್ಟವೂ ಸರಳವೂ ಆಗಿದ್ದು ಉತ್ತಮತರವಾಗಿದೆ’ ಅಂತ ಅನ್ನುತ್ತಿದ್ದರು. ಅವರು ಈ ಅಭಿಪ್ರಾಯವನ್ನು ಹೊಂದಿರಲಿಕ್ಕೆ ಕಾರಣವೇನೆಂದರೆ ಡಾಕ್ಟರ್ ಲದೂಬ್ಲ ಅವರು ರಾಬೆಲಿಯಾನ ಹೊತ್ತಿಗೆಯ ಮೂವತ್ತು, ಮೂವತ್ತೊಂದು ಮತ್ತು ಮೂವತ್ತೆರಡನೆಯ ಅಧ್ಯಾಯಗಳನ್ನು ಇನ್ನೂ ವಿವರಿಸಿರಲಿಲ್ಲ.”

“ನನಗಿದೇನೂ ತಿಳೀತಾ ಇಲ್ಲ” ಎಂದು ಪಾಲಿನ್ ಹೇಳಿದಳು.

“ಯಾಕೆಂದರೆ ನಿನಗೆ ಪೂತ್ವಾನ ಬಗೆಗೇನೂ ಗೊತ್ತಿಲ್ಲ ಮಗಳೆ. ನನ್ನ ಮತ್ತು ನಿನ್ನ ಅತ್ತೆಯ ಬಾಲ್ಯದ ದಿನಗಳಲ್ಲಿ ಪೂತ್ವಾ ಅತ್ಯಂತ ಮಹತ್ವದ ವ್ಯಕ್ತಿಯಾಗಿದ್ದ. ನಿನ್ನಜ್ಜ ಬರ್ಜರೆನ ಕಾಲದಲ್ಲಿ ನಾವು ಆಗಿಂದಾಗ ಪೂತ್ವಾನ ಬಗೆಗೆ ಮಾತನಾಡುತ್ತಿದ್ದೆವು, ಪ್ರತಿಯೊಬ್ಬರೂ ಆತನನ್ನು ನೋಡಿದ್ದೇವೆಂದು ನಂಬಿದ್ದರು.”

“ಈ ಪೂತ್ವಾ ಅಂದರೆ ಯಾರು?” ಎಂದು ಕೇಳಿದಳು ಪಾಲಿನ್.

ಅದಕ್ಕೆ ಉತ್ತರಿಸದೆ ಬರ್ಜರೆಯೂ ಆತನ ತಂಗಿಯೂ ನಗಲಾರಂಭಿಸಿದರು. ಪಾಲಿನ್ ಇಬ್ಬರ ಕಡೆಗೂ ಆಶ್ಚರ್ಯದಿಂದ ನೋಡತೊಡಗಿದಳು. ತನ್ನ ಅತ್ತೆ ತನ್ನ ತಂದೆಯ ಜೊತೆಗೆ ಇಷ್ಟೊಂದು ಆತ್ಮೀಯವಾಗಿ ನಗುವುದನ್ನು ನೋಡಿ ಅವಳಿಗೆ ಆಶ್ಚರ್ಯವೆನಿಸಿತು. ಯಾಕೆಂದರೆ ಅಣ್ಣ ತಂಗಿಯರಿಬ್ಬರ ಸ್ವಭಾವಗಳು ಬೇರೆಬೇರೆಯಾಗಿದ್ದುದರಿಂದ ಇಬ್ಬರೂ ಕೂಡಿ ನಗುವ ಪ್ರಸಂಗ ಅದ್ವಿತೀಯವಾಗಿತ್ತು.

"ಅಪ್ಪಾ, ಪೂತ್ವಾ ಅಂದರೆ ಯಾರು ಅನ್ನೋದನ್ನು ನನಗೆ ಹೇಳು. ನನಗಿದು ಗೊತ್ತಿರಬೇಕು ಅಂತ ನೀನೇ ಹೇಳಲಿಲ್ಲವೆ?"

"ಮಗಳೆ, ಪೂತ್ವಾ ಒಬ್ಬ ತೋಟಗಾರನಾಗಿದ್ದ. ಪ್ರಾಮಾಣಿಕ ತರಕಾರಿ ತೋಟಗಾರರ ಮಗನಾಗಿದ್ದ, ಆತ ಸೇಂಟ್-ಓಮರ್‌ನಲ್ಲಿ ಮಾರಾಟಕ್ಕಾಗಿ ಸಸಿಗಳನ್ನು ಬೆಳೆಸುವ ಧಂಧೆ ಆರಂಭಿಸಿದ. ಆದರೆ ತನ್ನ ಗಿರಾಕಿಗಳನ್ನು ತೃಪ್ತಿಪಡಿಸಲು ಸಾಧ್ಯವಾಗದೆ ಆತ ಸಾಕಷ್ಟು ಕಷ್ಟಪಟ್ಟ. ಹೀಗಾಗಿ ಒಂದು ದಿನ ಆತ ತನ್ನ ಧಂಧೆಯನ್ನು ಬಿಟ್ಟುಕೊಟ್ಟು, ದಿನಗೂಲಿ ಮಾಡತೊಡಗಿದ. ಆದರೆ ಅವನಿಗೆ ಕೆಲಸ ಕೊಟ್ಟವರು ಮಾತ್ರ ತಮ್ಮನ್ನು ತಾವೆ ಹಳಿದುಕೊಳ್ಳಬೇಕಾದ ಪ್ರಸಂಗಗಳು ಬರುತ್ತಿದ್ದವು."

ಆಗ ಕುಮಾರಿ ಬರ್ಜರೆ ನಗುತ್ತ ಹೇಳಿದಳು:

"ಲೂಸಿಯನ್, ನಮ್ಮ ತಂದೆಗೆ ತನ್ನ ಮಸಿ, ಪೆನ್ನು, ಮೊಹರಿನ ಮೇಣ ಇಲ್ಲವೆ ಕತ್ತರಿ ಸಿಗದಿದ್ದಾಗ 'ಇಲ್ಲಿ ಪೂತ್ವಾ ಬಂದಿರಬಹುದು ಅನ್ನೋ ಶಂಕೆ ನನಗೆ ಬರ್ತದೆ' ಎನ್ನುತ್ತಿದ್ದರು. ನಿನಗೆ ನೆನಪಿದೆಯೆ?"

ಅದಕ್ಕೆ ಬರ್ಜರೆ ಹೇಳಿದ: "ಹೌದು, ಪೂತ್ವಾ ಹೆಸರು ಕೆಡಿಸಿಕೊಂಡಿದ್ದ."

"ಅಷ್ಟೆಯೆ?" ಪಾಲಿನ್ ಕೇಳಿದಳು.

"ಅಲ್ಲ ಮಗಳೆ, ಅಷ್ಟೇ ಅಲ್ಲ. ಪೂತ್ವಾನ ವೈಶಿಷ್ಟ್ಯ ಏನಿತ್ತು ಅಂದರೆ, ನಮಗೆ ಆತ ಯಾರು ಅಂತ ಗೊತ್ತಿದ್ದು ಅವನ ನಿಕಟ ಪರಿಚಯವಿದ್ದರೂ..."

"ಆತ ಇರಲೇ ಇಲ್ಲ", ಎಂದಳು ಕುಮಾರಿ ಜೊ.

ಬರ್ಜರೆ ಆಕ್ಷೇಪಿಸುವ ದೃಷ್ಟಿಯಿಂದ ತಂಗಿಯ ಕಡೆ ನೋಡಿ ಹೇಳಿದ :

"ಇದೆಂಥ ಮಾತು, ಜೊ! ಈ ಮೋಡಿಯನ್ನೇಕೆ ಕೆಡಿಸ್ತಿದ್ದಿ? ಹೀಗೆ ಹೇಳುವಷ್ಟು ಧೈರ್ಯವೆ ನಿನಗೆ? ಜೊ ನೀನದನ್ನು ಸಿದ್ಧ ಮಾಡಿ ತೋರಿಸಬಲ್ಲೆಯಾ? ಪೂತ್ವಾ ಜೀವಂತ ಇರಲೇ ಇಲ್ಲ ಅಂತ ಹೇಳುವುದಕ್ಕೆ ನಿನ್ನೆಡೆ ಸಾಕಷ್ಟು ಪುರಾವೆಗಳಿವೆಯೆ? ಜೀವಿಸೋದು ಅಂದರೆ ಏನು ಅಂತ ನಿನಗೆ ಗೊತ್ತಿದೆಯೆ? ಅಸ್ತಿತ್ವದ ಪ್ರಕಾರಗಳು ತಿಳಿದಿವೆಯೆ? ತಂಗಿ, ಪೂತ್ವಾ ಇದ್ದ. ಆದರೆ ಅವನದು ವಿಚಿತ್ರ ರೀತಿಯ ಅಸ್ತಿತ್ವವಾಗಿತ್ತು."

ಎದೆಗುಂದಿದ ಪಾಲಿನ್ "ನನಗೆ ಮತ್ತಷ್ಟು ಗೊಂದಲವಾಗ್ತಿದೆ" ಎಂದಳು.

"ಮಗಳೆ, ಎಲ್ಲವನ್ನೂ ಸ್ಪಷ್ಟವಾಗಿ ತಿಳಿಸಿಹೇಳ್ತೇನೆ, ಕೇಳು. ಪೂತ್ವಾ ಹುಟ್ಟಿದಾಗಲೆ ದೊಡ್ಡವನಾಗಿದ್ದ. ಆಗ ನಾನಿನ್ನೂ ಹುಡುಗ. ನಿಮ್ಮತ್ತೆ ಇನ್ನೂ ಪುಟ್ಟ ಹುಡುಗಿ. ನಾವು ಸೇಂಟ್-ಓಮರ್‌ನ ಉಪನಗರದಲ್ಲಿದ್ದ ಒಂದು ಚಿಕ್ಕ ಮನೆಯಲ್ಲಿದ್ದೆವು. ನನ್ನ ತಂದೆತಾಯಿಗಳು ಸದ್ದುಗದ್ದಲವಿಲ್ಲದ ನಿವೃತ್ತ ಜೀವನವನ್ನು ನಡೆಸುತ್ತಿದ್ದರು. ಒಂದು ದಿನ ಊರಿನಿಂದ ಹನ್ನೆರಡು ಮೈಲಿ ದೂರದ ಮಾಂಟ್‌ಪ್ಲಾಸಿರ್ ಜಹಗೀರಿನಲ್ಲಿದ್ದ ಶ್ರೀಮತಿ ಕಾರ್ನೂಯಿಲೆ ಎಂಬ ವೃದ್ಧ ಮಹಿಳೆಯೊಬ್ಬಳು ಅವರನ್ನು ಪತ್ತೆ ಹೆಚ್ಚಿದಳು. ಆಕೆ ದೂರದಲ್ಲಿ ನಮ್ಮ ತಾಯಿಗೆ ಅಜ್ಜಿಯಾಗಿದ್ದಳೆಂದು ಆಗ ತಿಳಿದುಬಂತು. ಈ ನೆಂಟಸ್ತನವನ್ನು ಆಕೆ ಗಟ್ಟಿಯಾಗಿ ಹಿಡಿದುಕೊಂಡು ಬಿಟ್ಟಳು. ನಮ್ಮ ತಂದೆತಾಯಿಯರನ್ನು ಪ್ರತಿ ಭಾನುವಾರವೂ ತನ್ನ ಮನೆಗೆ ಊಟಕ್ಕೆ ಬರುವಂತೆ ಒತ್ತಾಯಿಸಿದಳು. ಅವರಿಗಾದರೋ ಮಾಂಟ್‌ಪ್ಲಾಸಿರ್‌ನಲ್ಲಿ ತಡೆಯಲಾಗದ ಬೇಸರ ಬರುತ್ತಿತ್ತು. ಆದರೆ ಒಂದು ಕುಟುಂಬಕ್ಕೆ ಸೇರಿದವರೆಲ್ಲ ಭಾನುವಾರದ ದಿನ ಒಟ್ಟಿಗೆ ಭೋಜನ ಮಾಡಬೇಕೆಂಬ ಕಟ್ಟಲೆ ಇದೆಯೆಂದೂ, ಈ ಪ್ರಾಚೀನ ಕಟ್ಟಲೆಯನ್ನು ಆಚರಿಸದವರು

ಅಸಂಸ್ಕೃತರೆಂದೂ ಆಕೆ ಹೇಳುತ್ತಿದ್ದಳು. ಮಾಂಟ್‌ಪ್ಲಾಸಿರ್‌ನಲ್ಲಿ ನಮ್ಮ ತಂದೆಯವರಿಗೆ ಅಳಬೇಕೆನ್ನಿಸುವಷ್ಟು ಬೇಜಾರಾಗುತ್ತಿತ್ತು. ಅವರ ಅವಸ್ಥೆಯನ್ನು ನೋಡಲಾಗುತ್ತಿರಲಿಲ್ಲ. ಆದರೆ ಶ್ರೀಮತಿ ಕಾರ್ನೂಯಿಲೆಗೆ ಅದು ಅರಿಯುತ್ತಿರಲಿಲ್ಲ. ಅವಳಿಗೆ ಏನೂ ಕಾಣಿಸುತ್ತಿರಲಿಲ್ಲ. ನಮ್ಮ ತಾಯಿ ಮಾತ್ರ ಹೆಚ್ಚು ಧೈರ್ಯಶಾಲಿಯಾಗಿದ್ದಳು. ಅವಳೂ ತಂದೆಯವರಷ್ಟೇ ಅಥವಾ ಅದಕ್ಕಿಂತಲೂ ಹೆಚ್ಚು ಸಂಕಟಪಡುತ್ತಿದ್ದಳು. ಆದರೂ ನಗುಮುಖದಿಂದ ಇರುತ್ತಿದ್ದಳು."

"ಹೆಣ್ಣಿಗೆ ದುಃಖ ತಪ್ಪಿದ್ದಲ್ಲ" ಎಂದಳು ಕುಮಾರಿ ಜೊ.

"ಹಾಗೇನಿಲ್ಲ ಜೊ, ಎಲ್ಲ ಜೀವಿಗಳಿಗೂ ದುಃಖ ಅನ್ನೋದು ಇದ್ದೇ ಇದೆ. ನಮ್ಮ ತಂದೆತಾಯಿ ಆ ಆಮಂತ್ರಣಗಳನ್ನು ನಿರಾಕರಿಸಿದ್ದು ವ್ಯರ್ಥವಾಯಿತು. ಪ್ರತಿ ಭಾನುವಾರ ಮಧ್ಯಾಹ್ನ ಶ್ರೀಮತಿ ಕಾರ್ನೂಯಿಲೆಯ ಕುದುರೆಗಾಡಿ ಅವರನ್ನು ಕರೆದೊಯ್ಯಲು ಬರುತ್ತಿತ್ತು. ಅವರಿಗೆ ಈ ದಾಕ್ಷಿಣ್ಯದಿಂದ ಪಾರಾಗಲು ಉಪಾಯವಿಲ್ಲದೆ ಮಾಂಟ್‌ಪ್ಲಾಸಿರ್‌ಗೆ ಹೋಗಲೇ ಬೇಕಾಗುತ್ತಿತ್ತು. ಬಂಡೇಳದೆ ಈ ಪದ್ಧತಿಯನ್ನು ರದ್ದುಗೊಳಿಸಲಾಗುತ್ತಿರಲಿಲ್ಲ. ಕೊನೆಗೆ ನಮ್ಮ ತಂದೆಯವರು ಬಂಡೆದ್ದು ಈ ಆಮಂತ್ರಣಗಳನ್ನು ಸ್ವೀಕರಿಸಬಾರದು ಅಂತ ತೀರ್ಮಾನಿಸಿದರು. ಅಲ್ಲದೆ ನಮ್ಮ ತಾಯಿಗೂ ಯಾವುದಾದರೊಂದು ನೆಪದಿಂದ ಅವುಗಳನ್ನು ನಿರಾಕರಿಸಲು ಸೂಚಿಸಿದರು. ಆದರೆ ನಮ್ಮ ತಾಯಿಗೆ ಹೇಗೆ ನೆಪ ಹುಡುಕೋದು ಅಂತ ಗೊತ್ತಿರಲಿಲ್ಲ."

"ಲೂಸಿಯನ್, ಅವಳಿಗೆ ನೆಪಹೇಳುವ ಮನಸ್ಸಿರಲಿಲ್ಲ ಅಂತ ಹೇಳು. ಬೇಕೆಂದಿದ್ದರೆ ಅವಳಿಗೆ ಸುಳ್ಳು ಹೇಳಲಿಕ್ಕೆ ಬರ್ತಿತ್ತು."

"ಒಳ್ಳೆಯ ಕಾರಣಗಳಿದ್ದಾಗ ಅವಳು ಕುಂಟು ನೆಪಗಳನ್ನು ಸೃಷ್ಟಿಸುತ್ತಿರಲಿಲ್ಲ, ಬದಲಾಗಿ ಆ ಕಾರಣಗಳನ್ನೇ ಕೊಡುತ್ತಿದ್ದಳು ಅನ್ನೋದು ನಿಜ. ತಂಗಿ, ಒಂದು ದಿನ ಅವಳು 'ಸುದೈವದಿಂದ ನಮ್ಮ ಜೊಳಿಗೆ ಕೋಡಿಗೆಮ್ಮು ಬಂದಿದೆ. ಆದ್ದರಿಂದ ಕೆಲವು ದಿನಗಳವರೆಗಾದರೂ ಮಾಂಟ್‌ಪ್ಲಾಸಿರ್‌ಗೆ ನಾವು ಹೋಗಬೇಕಾಗಿಲ್ಲ,' ಅಂತ ಅಂದದ್ದು ನಿನಗೆ ನೆನಪಿದೆಯೆ?"

"ಅದು ನಿಜವೆ." ಎಂದಳು ಜೊ.

"ಆಮೇಲೆ ಜೊ, ನಿನ್ನ ಕೆಮ್ಮು ಗುಣವಾಯಿತು. ಅನಂತರ ಒಂದು ದಿನ ಶ್ರೀಮತಿ ಕಾರ್ನೂಯಿಲೆ ನಮ್ಮ ತಾಯಿಗೆ 'ನೀನು ನಿನ್ನ ಗಂಡನನ್ನು ಕರೆದುಕೊಂಡು ಭಾನುವಾರ ಭೋಜನಕ್ಕೆ ಮಾಂಟ್‌ಪ್ಲಾಸಿರ್‌ಗೆ ಬರಲೇಬೇಕು' ಎಂದಳು. ಆಗ, ಒಂದು ಒಳ್ಳೆಯ ಕಾರಣ ಕೊಟ್ಟು ಆಮಂತ್ರಣವನ್ನು ನಿರಾಕರಿಸಬೇಕು ಅಂತ ನಮ್ಮ ತಂದೆ ಹೇಳಿದುದು ತಾಯಿಗೆ ನೆನಪಾಗಿ, ಈ ಇಕ್ಕಟ್ಟಿನ ಪ್ರಸಂಗದಲ್ಲಿ ಆಕೆ ಸತ್ಯಕ್ಕೆ ದೂರವಾದ ಒಂದು ಕಾರಣವನ್ನು ಸೃಷ್ಟಿಸಿ ಹೇಳಿದಳು :

'ನನಗಾಗೋದಿಲ್ಲ. ಭಾನುವಾರ ನಮಗೆ ಬರಲಿಕ್ಕೆ ಅಸಾಧ್ಯ. ಯಾಕೆಂದರೆ ಅಂದು ನಮ್ಮ ಮನೆಗೆ ಒಬ್ಬ ಮಾಲಿ ಬರುವವನಿದ್ದಾನೆ.'

"ಇದನ್ನು ಕೇಳಿ ಶ್ರೀಮತಿ ಕಾರ್ನೂಯಿಲೆ ಕಿಟಕಿಯ ಗಾಜಿನ ಮೂಲಕ ಹಿತ್ತಲಿನ ಕಡೆ ನೋಡಿದಳು. ಅಲ್ಲಿ ಮುಳ್ಳಿನ ಕಂಟಿಗಳು ಮತ್ತು ಲಿಲಿ ಹೂವಿನ ಗಿಡಗಳು ಹೇಗೆ ಬೇಕೋ ಹಾಗೆ ಬೆಳೆದಿದ್ದವು. ಅವನ್ನೆಂದೂ ಕತ್ತರಿಯಿಂದ ಕತ್ತರಿಸಿದ ಲಕ್ಷಣಗಳು ಕಾಣಿಸಲಿಲ್ಲ. 'ಮಾಲಿಯನ್ನೇಕೆ ಕರೆಸುತ್ತಿ?' ಎಂದು ಕೇಳಿದಳು ಕಾರ್ನೂಯಿಲೆ.

"'ಹೂದೋಟದಲ್ಲಿ ಕೆಲಸ ಮಾಡಲಿಕ್ಕೆ' ಎಂದಳು ನಮ್ಮ ತಾಯಿ.

"ಹೀಗೆ ಹೇಳಿ ನಮ್ಮ ತಾಯಿ ಹುಲ್ಲು ಮುಳ್ಳುಗಳು ಬೆಳೆದಿದ್ದ ಆ ಹಿತ್ತಲ ಕಡೆ

ನೋಡಿದಾಗ ತಾನು ಹೇಳಿದುದು ಎಂಥ ಅಸಾಧ್ಯ ಸುಳ್ಳೆಂಬುದು ಅವಳಿಗೆ ಅರಿವಾಯಿತು.

"'ಈ ಮಾಲಿ ತೋಟದ ಕೆಲಸವನ್ನು ಸೋಮವಾರ ಅಥವಾ ಮಂಗಳವಾರವಾದರೂ ಮಾಡಬಹುದಲ್ಲ. ಹಾಗೆ ಮಾಡಿದರೆ ಕೆಲಸವಿನ್ನೂ ಚೆನ್ನಾಗಿ ಆಗ್ತದೆ. ಅಲ್ಲದೆ ಭಾನುವಾರ ಇಂಥ ಕೆಲಸಗಳನ್ನು ಮಾಡಬಾರದು.' ಎಂದಳು ಕಾರ್ನೂಯಿಲೆ.

"'ಆತ ವಾರದ ಏಳೂ ದಿನ ಕೆಲಸ ಮಾಡ್ತಾನೆ.'

"ಅತ್ಯಂತ ಹಾಸ್ಯಾಸ್ಪದವೂ ಅಸಂಗತವೂ ಆದ ಕಾರಣಗಳು ಅತ್ಯಂತ ಕಡಿಮೆ ವಿವಾದಾಸ್ಪದವೂ ಆಗಿರ್ತವೆ ಅನ್ನೋದನ್ನು ನಾನು ಅನೇಕ ಸಲ ಗಮನಿಸಿದ್ದೇನೆ. ಯಾಕೆಂದರೆ ಅವು ವಿರೋಧಿಗಳನ್ನು ವಿಚಲಿತಗೊಳಿಸಿಬಿಡ್ತವೆ. ಹಾಗೆಯೇ ಹಠಮಾರಿಯಾಗಿದ್ದ ಶ್ರೀಮತಿ ಕಾರ್ನೂಯಿಲೆ ಕೂಡ, ತಾಯಿ ಕೊಟ್ಟ ಕಾರಣವನ್ನು ಕೇಳಿದ ಬಳಿಕ ಅವಳಿಂದ ನಿರೀಕ್ಷಿಸಬಹುದಾಗಿದ್ದಷ್ಟು ಒತ್ತಾಯ ಮಾಡದೆ ತನ್ನ ಪೀಠದಿಂದೆದ್ದು ಪ್ರಶ್ನಿಸಿದಳು:

"ಮಾಲಿಯ ಹೆಸರೇನು?"

"ಅವನ ಹೆಸರು ಪೂತ್ವಾ" ಎಂದು ತಾಯಿ ತಟ್ಟನೆ ಹೇಳಿಬಿಟ್ಟಳು.

"ಹಾಗೆ ಪೂತ್ವಾನ ನಾಮಕರಣವಾಯಿತು, ಅಂದಿನಿಂದ ಪೂತ್ವಾ ಜೀವಿಸಲಾರಂಭಿಸಿದ. 'ಪೂತ್ವಾ, ಪೂತ್ವಾ,' ಎಂದು ಮೆಲ್ಲಗೆ ಹೇಳುತ್ತ ಕಾರ್ನೂಯಿಲೆ 'ನನಗೆ ಈ ಹೆಸರು ಪರಿಚಿತವಿದೆ. ಪೂತ್ವಾ, ಪೂತ್ವಾ, ಆತ ನನಗೆ ಗೊತ್ತಿರುವ ವ್ಯಕ್ತಿಯಾಗಿರ್ಬೇಕು. ಆದರೆ ನನಗೆ ಆತನ ಮುಖ ನೆನಪಾಗಲೊಲ್ಲದು. ಅವನೆಲ್ಲಿರ್‍ತಾನೆ?' ಎಂದು ಕೇಳಲಾರಂಭಿಸಿದಳು.

"ಆತ ಹಗಲಿನಲ್ಲಿ ದುಡೀತಾನೆ. ನಮಗೆ ಆತ ಬೇಕಾದಾಗ ಹೇಳಿ ಕಳಿಸ್ತೇವೆ."

"ಹೀಗೋ! ನನಗೂ ಹಾಗೆಯೆ ಅನಿಸಿತ್ತು. ಆತನೊಬ್ಬ ಪೋಲಿ ಮತ್ತು ನಿರುಪಯುಕ್ತ ಮನುಷ್ಯ, ಆತನನ್ನು ನಂಬಬೇಡ, ಮಗಳೆ."

"ಆ ಕ್ಷಣದಿಂದ ಪೂತ್ವಾನಿಗೆ ಒಂದು ನಿರ್ದಿಷ್ಟ ವ್ಯಕ್ತಿತ್ವವೂ ಬಂತು."

* * *

ಗೋಬಿ ಮತ್ತು ಮಾರ್ತೊ ಬಂದಾಗ ಬರ್ಜರೆ ಅವರೆದುರಿಗೆ ಯಾವ ವಿಷಯವನ್ನು ಕುರಿತು ಮಾತನಾಡುತ್ತಿದ್ದೆವೆಂಬುದನ್ನು ಹೇಳಿದ:

"ನಮ್ಮ ತಾಯಿ ಸೇಂಟ್-ಓಮರ್‌ನಲ್ಲಿ ಜೀವಕೊಟ್ಟು ನಾಮಕರಣ ಮಾಡಿದ ಮಾಲಿಯ ಬಗೆಗೆ, ನಾವು ಮಾತನಾಡ್ತಿದ್ದೆವು. ಅಂದಿನಿಂದ ಆತ ಅಸ್ತಿತ್ವಕ್ಕೆ ಬಂದ."

ಗೋಬಿ ತನ್ನ ಒಂಟಿ ಕನ್ನಡಕದ ಗಾಜನ್ನು ಒರೆಸುತ್ತ "ಯಜಮಾನರೆ ಅದನ್ನು ಇನ್ನೊಮ್ಮೆ ಹೇಳ್ತೀರಾ?" ಎಂದ.

ಅದಕ್ಕೆ ಬರ್ಜರೆ "ಓಹೋ ಅದಕ್ಕೇನಂತೆ?" ಎಂದು ಮುಂದುವರಿಸಿದ :

"ಆ ಮಾಲಿ ಒಬ್ಬ ಜೀವಂತ ವ್ಯಕ್ತಿಯಾಗಿರಲಿಲ್ಲ. ಅವನಿಗೆ ಅಸ್ತಿತ್ವವಿರಲಿಲ್ಲ. ನಮ್ಮ ತಾಯಿ 'ಮಾಲಿಯ ಸಲುವಾಗಿ ನಾನು ಕಾಯುತ್ತಿದ್ದೇನೆ' ಎಂದ ಕ್ಷಣದಿಂದ ಆತ ಅಸ್ತಿತ್ವಕ್ಕೆ ಬಂದ, ಜೀವ ತಳೆದ."

ಗೋಬಿ ಕೇಳಿದ : "ಅವನಿಗೆ ಅಸ್ತಿತ್ವವೇ ಇರದಿದ್ದರೆ ಆತ ಹೇಗೆ ಜೀವಿಸಿದ್ದ?"

"ಅವನಿಗೆ ಒಂದು ತರಹದ ಅಸ್ತಿತ್ವವಿತ್ತು" ಎಂದ ಬರ್ಜರೆ.

ಗೋಬಿ ತಿರಸ್ಕಾರದಿಂದ ಹೇಳಿದ: "ಅಂದರೆ ಆತನ ಅಸ್ತಿತ್ವ ಕಾಲ್ಪನಿಕವಾಗಿತ್ತು ಅಂತ ಅರ್ಥಮಾಡ್ಕೋಬಹುದಲ್ವೆ?"

ಬರ್ಜರೆ ಉತ್ತರಿಸಿದ:

"ಅದು ಕೇವಲ ಕಾಲ್ಪನಿಕ ಅಸ್ತಿತ್ವವಾಗಿತ್ತು ಅನ್ನುತ್ತೀರಾ? ಕಾಲ್ಪನಿಕ ಜೀವಿಗಳಿಗೆ ಮನುಷ್ಯನ ಮೇಲೆ ಪ್ರಭಾವ ಬೀರುವ ಶಕ್ತಿಯಿಲ್ಲವೆ? ಗೋಬಿ ನೀನು ಪುರಾಣಗಳ ವಿಷಯವನ್ನು ಕೇಳಿಲ್ಲವೆ? ಪೌರಾಣಿಕ ವ್ಯಕ್ತಿಗಳು ನಿಜವಾದ ವ್ಯಕ್ತಿಗಳಾಗಿರದೆ ಕಾಲ್ಪನಿಕ ವ್ಯಕ್ತಿಗಳಾಗಿದ್ದರೂ ಮಾನವನ ಮೇಲೆ ಎಷ್ಟೊಂದು ಆಗಾಧವಾದ ಪ್ರಭಾವವನ್ನು ಬೀರಿವೆ ಎಂಬುದು ಗೊತ್ತಿಲ್ಲವೆ? ಎಲ್ಲ ಕಡೆಗಳಲ್ಲಿಯೂ ಮತ್ತು ಎಲ್ಲ ಕಾಲಗಳಲ್ಲಿಯೂ ಪೂತ್ವಾನಿಗಿಂತ ಹೆಚ್ಚು ವಾಸ್ತವತೆ ಇರದ ಕಾಲ್ಪನಿಕ ಜೀವಿಗಳು ಜಗತ್ತಿನ ರಾಷ್ಟ್ರಗಳಲ್ಲಿ ಪ್ರೀತಿ ಮತ್ತು ದ್ವೇಷಗಳನ್ನು ಸ್ಫುರಿಸಿವೆ, ಭೀತಿ ಮತ್ತು ಆಶೆಗಳನ್ನು ಬಿತ್ತಿವೆ, ಪಾತಕಗಳನ್ನು ಪ್ರೇರಿಸಿವೆ, ಕಾಣಿಕೆಗಳನ್ನು ಸ್ವೀಕರಿಸಿವೆ ಹಾಗೂ ಕಾನೂನು ಕಟ್ಟಲೆಗಳನ್ನು ಮಾಡಿವೆ. ಗೋಬಿ, ಸಾರ್ವಕಾಲಿಕವಾದ ಈ ಪೌರಾಣಿಕ ಮಿಥ್ಯಗಳ ಬಗ್ಗೆ ಯೋಚಿಸು. ನಿಜ, ಪೂತ್ವಾ ಒಬ್ಬ ಕೆಳದರ್ಜೆಯ ಯಾರಿಗೂ ಗೊತ್ತಿರದ ಪೌರಾಣಿಕ ವ್ಯಕ್ತಿ. ಪ್ರಾಚೀನ ಕಾಲದಲ್ಲಿ ಉತ್ತರದ ನಮ್ಮ ರೈತರು ಪೂಜಿಸುತ್ತಿದ್ದ ಒರಟು ವನದೇವತೆಗಳು ಜೊರ್ಡಾನ್ಸನ ಚಿತ್ರಗಳಲ್ಲಿ ಮತ್ತು ಲಾ ಫೊಂತಾನ್‌ನ ದಂತಕಥೆಗಳಲ್ಲಿ ಕಾಣಿಸಿಕೊಂಡಿದ್ದಾನೆ. ಸೈಕೊರಾಕ್ಸ್ ರಾಕ್ಷಸಿಯ ಮಗನಾದ ಕಾಡುಮನುಷ್ಯ ಕ್ಯಾಲಿಬನ್ ಷೇಕ್ಸ್‌ಪಿಯರನ ಜಗತ್ತಿನಲ್ಲಿ ಕಾಣಿಸಿಕೊಂಡಿದ್ದಾನೆ. ಆದರೆ ಅವರಷ್ಟು ಅದೃಷ್ಟವಂತ ನಲ್ಲದ ಪೂತ್ವಾನನ್ನು ಕಲಾಕಾರರು ಮತ್ತು ಕವಿಗಳು ಸದಾ ನಿರ್ಲಕ್ಷಿಸುವುದರಲ್ಲಿ ಸಂದೇಹವಿಲ್ಲ. ಏಕೆಂದರೆ ಆತನಿಗೆ ಘನತೆ ಮತ್ತು ಆಡಂಬರಗಳಿಲ್ಲ. ಆತ ಓದು ಬರಹ ಬಲ್ಲವರ ಮಧ್ಯೆ, ಸಾಕಷ್ಟು ವಿವೇಚನೆ ಇದ್ದವರಿಂದ ಸೃಷ್ಟಿಸಲ್ಪಟ್ಟ. ದಂತಕಥೆಗಳಿಗೆ ಜನ್ಮ ನೀಡುವ ಮುಗ್ಧ ಕಲ್ಪನಾ ಶಕ್ತಿ ಅವರಲ್ಲಿರಲಿಲ್ಲ. ಪೂತ್ವಾನ ನಿಜವಾದ ಸ್ವಭಾವ ಈಗ ನಿಮಗಿಬ್ಬರಿಗೂ ಗೊತ್ತಾಗಿರಬಹುದಲ್ವೆ?

"ಈಗ ಗೊತ್ತಾಯಿತು" ಎಂದ ಗೋಬಿ.

ಬರ್ಜರೆ ಮತ್ತೆ ಮುಂದುವರಿಸಿದ: "ಪೂತ್ವಾ ಎಂಬಾತ ಇದ್ದ. ನಾನದನ್ನು ಸಾಧಿಸಬಲ್ಲೆ. ಆತ ಇದ್ದ. ಒಂದು ಸ್ವಲ್ಪ ವಿಚಾರಿಸಿದರೆ ನಿಮಗೆಲ್ಲವೂ ತಿಳಿಯುತ್ತದೆ. ಅಸ್ತಿತ್ವವೆಂದರೆ ಅದು ವಸ್ತುಯುಕ್ತವಾಗಿ ಇರಬೇಕೆಂದೇನೂ ಇಲ್ಲ. ಅದು ವಿಷಯವೊಂದಕ್ಕೆ ಆರೋಪಿಸಿದ ಗುಣ ಗಳಾಗಿದ್ದು, ಒಂದು ಸಂಬಂಧವನ್ನು ಸೂಚಿಸುತ್ತದೆ."

ಇದಕ್ಕೆ ಝಿಯಾ ಮಾರ್ತೊ ಎಂದ:

"ನಿಜ, ಅದರಲ್ಲೇನೂ ಸಂಶಯವಿಲ್ಲ. ಯಾಕೆಂದರೆ ಗುಣರಹಿತ ಅಸ್ತಿತ್ವವೆನ್ನುವುದು ಶೂನ್ಯಕ್ಕಿಂತಲೂ ನಿರರ್ಥಕವಾದುದಲ್ಲವೆ? ಒಮ್ಮೆ ಯಾರೋ ಹೇಳಿದರಂತೆ, ಯಾರೆಂಬುದು ನನಗೆ ನೆನಪಿಲ್ಲ. ನನ್ನ ಮರೆವಿಗೆ ನನ್ನನ್ನು ಕ್ಷಮಿಸಿ, ಎಲ್ಲವನ್ನೂ ನೆನಪಿನಲ್ಲಿಡುವುದು ಅಸಾಧ್ಯವಲ್ಲವೆ? ಆ ವ್ಯಕ್ತಿ ಹೇಳಿದನಂತೆ, 'ನಾನು ಇದ್ದೇನೆ, ಆದ್ದರಿಂದ ಆತನೂ ಇದ್ದಾನೆ.' ಹೀಗೆ ಹೇಳಿದ ವ್ಯಕ್ತಿ ಅವಿವೇಕಿಯಾಗಿದ್ದನೆಂಬುದು ನಿಜ. ತಾನು ಗುಣರಹಿತ ಮತ್ತು ಸಂಬಂಧರಹಿತ ವ್ಯಕ್ತಿಯೆಂಬ ಅರ್ಥದ ಈ ವಿವೇಚನಾಶೂನ್ಯ ಮಾತಿನ ಮೂಲಕ ಆತ ತಾನು ಜೀವಿಸಿರಲಿಲ್ಲವೆಂದು ಸಾರಿಹೇಳಿ ತನ್ನತನವನ್ನೆ ಹತ್ತಿಕ್ಕಿಕೊಂಡ. ಅಂದಿನಿಂದ ಯಾರೂ ಅವನ ಸುದ್ದಿಯನ್ನೆ ಕೇಳಿಲ್ಲವೆಂದು ನಾನು ಬೇಕಾದರೆ ಪಣ ಕಟ್ಟಬಲ್ಲೆ."

ಬರ್ಜರೆ ಹೇಳಿದ: "ಹಾಗಾದರೆ ನೀನು ಸೋತೆ. ಆ ವ್ಯಕ್ತಿ ಸಾಕಷ್ಟು ವಿಶೇಷಣಗಳನ್ನು ಉಪಯೋಗಿಸಿ ತನ್ನ ಅಹಂನ ಈ ಅಭಿವ್ಯಕ್ತಿಗಳ ಕೆಟ್ಟ ಪರಿಣಾಮವನ್ನು ಸರಿಪಡಿಸಲು

ಪ್ರಯತ್ನಿಸಿದ. ಜನರು ಆತನ ಮೌಲ್ಯ ನಿರ್ಣಯ ಮಾಡದಿದ್ದರೂ ಆತನ ಬಗೆಗೆ ಮಾತನಾಡು ವುದನ್ನು ಬಿಟ್ಟಿಲ್ಲ."

"ಇದಾವುದೂ ನನಗೆ ಅರ್ಥವಾಗೋದಿಲ್ಲ," ಎಂದ ಗೋಬಿ.

"ಅರ್ಥಮಾಡಿಕೊಳ್ಳಬೇಕಾದ ಅವಶ್ಯವಿಲ್ಲ" ಎಂದು ನುಡಿದ ಝಿಯಾ ಮಾರ್ತೊ ಬರ್ಜರೆನಿಗೆ ಪೂತ್ವಾನ ಬಗೆಗೆ ಹೇಳೆಂದು ಕೇಳಿಕೊಂಡ.

ಬರ್ಜರೆ ಹೇಳಿದ: "ಹೇಳ್ತೇನೆ ಕೇಳು. ಪೂತ್ವಾ ಹತ್ತೊಂಭತ್ತನೆಯ ಶತಮಾನದ ದ್ವಿತೀಯಾರ್ಧದಲ್ಲಿ ಸೇಂಟ್-ಓಮರ್ ಎಂಬ ಸ್ಥಳದಲ್ಲಿ ಹುಟ್ಟಿದ. ಅದರ ಬದಲು ಆತ ಇನ್ನೂ ಕೆಲವು ಶತಮಾನಗಳ ಹಿಂದೆ ಆರ್ಡೆನ್ನಿನ ಅರಣ್ಯದಲ್ಲಿಯೊ ಅಥವಾ ಬ್ರೊಸೆಲಿಯಾದ ಕಾಡಿನಲ್ಲಿಯೋ ಹುಟ್ಟಿದ್ದರೆ ಚೆನ್ನಾಗಿರುತ್ತಿತ್ತು. ಆಗ ಆತನೊಬ್ಬ ಚಾಣಾಕ್ಷನಾದ ಅನಿಷ್ಟ ದೇವತೆಯಾಗಿರುತ್ತಿದ್ದ."

"ಗೋಬಿಯವರೆ ಒಂದು ಕಪ್ಪು ಚಹ ತೆಗೆದುಕೊಳ್ತೀರಾ?" ಎಂದು ಕೇಳಿದಳು ಪಾಲಿನ್.

"ಹಾಗಿದ್ದರೆ ಪೂತ್ವಾ ಒಬ್ಬ ಅನಿಷ್ಟ ದೇವತೆಯಾಗಿದ್ದನೆ?" ಎಂದ ಝಿಯಾ ಮಾರ್ತೊ.

ಅದಕ್ಕೆ ಬರ್ಜರೆ ಉತ್ತರಿಸಿದ :

"ಒಂದು ರೀತಿಯಿಂದ ನೋಡಿದರೆ ಆತ ಅನಿಷ್ಟ ದೇವತೆಯಾಗಿದ್ದ. ಆದರೆ ಸಂಪೂರ್ಣವಾಗಿ ಅಲ್ಲ. ಕೆಲವು ಭೂತಗಳನ್ನು ನಾವು ಕೆಟ್ಟ ಭೂತಗಳೆಂದು ಕರೆಯುತ್ತೇವೆ. ಆದರೆ ಅವುಗಳ ಸಹವಾಸ ಮಾಡಿದಾಗ, ಅವುಗಳಲ್ಲಿ ಕೆಲವು ಒಳ್ಳೆಯ ಗುಣಗಳೂ ಕಂಡುಬರುತ್ತವೆ. ಪೂತ್ವಾನ ವಿಷಯವೂ ಹಾಗೆಯೇ ಆಗಿತ್ತು. ನನ್ನ ಅಭಿಪ್ರಾಯದಲ್ಲಿ ಪೂತ್ವಾನಿಗೆ ಬಹಳ ಅನ್ಯಾಯ ವಾಗಿದೆ. ಶ್ರೀಮತಿ ಕಾರ್ನೂಯಿಲೆ ಆತನನ್ನು ನೋಡುವುದಕ್ಕಿಂತ ಮೊದಲೆಯೆ ಆತನೊಬ್ಬ ಕುಡುಕ, ಕಳ್ಳ ಮತ್ತು ಘಟಿಂಗನೆಂದು ನಿರ್ಣಯಿಸಿ ಬಿಟ್ಟಿದ್ದಳು. ಅಲ್ಲದೆ ಶ್ರೀಮಂತಳಾಗಿರದಿದ್ದ ನಮ್ಮ ತಾಯಿ ಆತನನ್ನು ಕೆಲಸಕ್ಕೆ ಹಚ್ಚಿಕೊಂಡಿದ್ದರಿಂದ ಆತ ಅಲ್ಪ ವೇತನದಿಂದ ತೃಪ್ತನಾಗುವ ವ್ಯಕ್ತಿಯೆಂದು ಊಹಿಸಿದ್ದಳು. ಪರಿಣಾಮವಾಗಿ ತನ್ನ ಮಾಲಿಗೆ ಒಳ್ಳೆಯ ಹೆಸರಿದ್ದರೂ ಆತ ಹೆಚ್ಚು ಹಣ ಕೇಳುತ್ತಿದ್ದುದರಿಂದ, ಅವನ ಬದಲು ತಾನು ಕೂಡ ಪೂತ್ವಾನನ್ನು ಕೆಲಸಕ್ಕೆ ಕರೆಯುವುದು ಹೆಚ್ಚು ಪ್ರಯೋಜನಕರವಾಗಲಾರದೇ ಎಂದು ಆಕೆ ತನಗೆ ತಾನೇ ಪ್ರಶ್ನಿಸಿ ಕೊಂಡಿದ್ದಳು. ಆಗ ಯ್ಯೂ ಗಿಡಗಳನ್ನು ಕತ್ತರಿಸುವ ಸಮಯ ಬಂದಿತ್ತು. ಬಡವಳಾಗಿದ್ದ ಶ್ರೀಮತಿ ಇಲ್ವಾ ಬರ್ಜರೆ, ಪೂತ್ವಾನಿಗೆ ಸ್ವಲ್ಪ ಪಗಾರ ಕೊಟ್ಟರೆ ಶ್ರೀಮಂತಳಾದ ತಾನು ಅದಕ್ಕಿಂತಲೂ ಕಡಿಮೆ ಕೊಟ್ಟರೆ ಸಾಕೆಂಬುದು ಶ್ರೀಮತಿ ಕಾರ್ನೂಯಿಲೆ ಅವಳ ಯೋಚನೆಯಾಗಿತ್ತು. ಏಕೆಂದರೆ ಶ್ರೀಮಂತರು ಬಡವರಿಗಿಂತ ಕಡಿಮೆ ಸಂಬಳ ಕೊಡುವುದು ಸಂಪ್ರದಾಯ. ಶ್ರೀಮತಿ ಕಾರ್ನೂಯಿಲೆ ಆಗಲೆ ತನ್ನ ಯ್ಯೂ ಗಿಡಗಳು ನೇರವಾದ ಬೇಲಿಗಳಾಗಿಯೂ ಗೋಲಾಕಾರವಾಗಿಯೂ ತ್ರಿಕೋನಾಕಾರವಾಗಿಯೂ ಕತ್ತರಿಸಲ್ಪಟ್ಟ ಚಿತ್ರವನ್ನು ಕಾಣತೊಡಗಿದಳು. ಅವಳು ತನಗೆ ತಾನೇ ಅಂದುಕೊಂಡಳು: 'ನಾನು ಆತನ ಮೇಲೆ ಕಣ್ಣಿಡ್ತೇನೆ. ಆದ್ದರಿಂದ ಆತ ನನಗೆ ಮೋಸ ಮಾಡಲಾರ. ಇದರಿಂದ ನನಗೇನೂ ಹಾನಿಯಿಲ್ಲ, ಎಲ್ಲ ಲಾಭವೇ. ಇಂಥ ಪೋಲಿಗಳು ಪ್ರಾಮಾಣಿಕ ಕೂಲಿಗಳಿಗಿಂತ ಉತ್ತಮವಾಗಿ ಕೆಲಸಮಾಡ್ತಾರೆ' ಹೀಗೆ ಯೋಚಿಸಿ ಅವಳು ಇದನು ಪರೀಕ್ಷೆ ಮಾಡಿಯೆ ತೀರಬೇಕೆಂದು ತೀರ್ಮಾನಿಸಿದಳು. ಬಳಿಕ ನನ್ನ ತಾಯಿಗೆ ಹೇಳಿದಳು : 'ಮಗಳೆ, ನೀನು ಪೂತ್ವಾನನ್ನು ನನ್ನ ಹತ್ತಿರ ಕಳಿಸು. ನಾನು ಆತನನ್ನು ಮಾಂಟ್‌ಪ್ಲಾಸಿರ್‌ನಲ್ಲಿ ಕೆಲಸಕ್ಕೆ

ಹಚ್ತೇನೆ.' ನಮ್ಮ ತಾಯಿ ಆತನನ್ನು ಕಳಿಸಲಿಕ್ಕೆ ತಯಾರಿದ್ದಳು. ಆದರೆ ಅದು ಅಸಾಧ್ಯವಾಗಿತ್ತು. ಶ್ರೀಮತಿ ಕಾರ್ನೂಯಿಲೆ ಮಾಂಟ್‌ಪ್ಲಾಸಿರ್‌ನಲ್ಲಿ ವ್ಯರ್ಥವಾಗಿ ಅವನ ದಾರಿ ಕಾಯುತ್ತ ಕುಳಿತಳು. ಆದರೂ ಅವಳು ತನ್ನ ವಿಚಾರವನ್ನು ಬಿಟ್ಟುಕೊಡಲಿಲ್ಲ. ಅವಳು ನಮ್ಮ ತಾಯಿಯನ್ನು ಮತ್ತೊಮ್ಮೆ ಭೇಟಿಯಾದಾಗ ಪೂತ್ವಾನ ಬಗೆಗೆ ವಿಚಾರಿಸಿದಳು:

"ನೀನು ಪೂತ್ವಾನಿಗೆ ಹೇಳಲಿಲ್ಲವೆ, ಮಗಳೆ? ನಾನು ಬಹಳ ಹೊತ್ತು ಅವನಿಗೋಸ್ಕರ ಕಾದೆ."

"ಹೌದು ಹೇಳಿದ್ದೆ, ಆದರೆ ಆತ ವಿಚಿತ್ರ ವ್ಯಕ್ತಿ."

"ಓ, ಅಂಥ ಜನರ ಬಗ್ಗೆ ನನಗೆ ಗೊತ್ತು. ನಿಮ್ಮ ಪೂತ್ವಾನ ಹೆಸರು ನನಗೆ ಬಾಯಿಪಾಠ ವಾಗಿದೆ. ಮಾಂಟ್‌ಪ್ಲಾಸಿರ್‌ಗೆ ಬರಲು ಯಾವ ಕೂಲಿಯವನೂ ನಿರಾಕರಿಸೋದಿಲ್ಲ. ನಮ್ಮ ಮನೆಯೆಂದರೆ ಎಲ್ಲರಿಗೂ ಗೊತ್ತು. ಪೂತ್ವಾ ನನ್ನಾಜ್ಞೆಯನ್ನು ಬೇಗ ಪಾಲಿಸಲೇಬೇಕು. ಮಗಳೆ. ಆತನೆಲ್ಲಿದ್ದಾನೆ ಅಂತ ಹೇಳು. ಅಲ್ಲಿ ನಾನೆ ಹೋಗಿ ಆತನನ್ನು ಕರೆದು ತರ್ತೇನೆ."

"ಆಗ ನಮ್ಮ ತಾಯಿ 'ಆತನೆಲ್ಲಿರ್ತಾನೆ ಅಂತ ನನಗೆ ಗೊತ್ತಿಲ್ಲ. ಆತನ ಮನೆ ಎಲ್ಲಿದೆ ಅಂತ ಯಾರಿಗೂ ತಿಳೀದು. ಅವನಿಗೆ ಮನೆ, ಮಠ ಅನ್ನೋದೇ ಇಲ್ಲ. ಅಲ್ಲದೆ ಕಳೆದ ಸಲ ಇಲ್ಲಿ ಬಂದ ಬಳಿಕ ಅವನನ್ನು ನಾನು ಪುನಃ ನೋಡಿಲ್ಲ. ಅವನೆಲ್ಲಿಯೋ ಅಡಗಿಕೊಂಡಿರ್ಬೇಕು' ಎಂದಳು.

"ಇದಕ್ಕಿಂತ ಹೆಚ್ಚಿಗೆ ಅವಳೇನು ಹೇಳಬೇಕು? ಶ್ರೀಮತಿ ಕಾರ್ನೂಯಿಲೆ ನಮ್ಮ ತಾಯಿ ಹೇಳಿದುದನ್ನು ನಂಬದೆ, ಪೂತ್ವಾನನ್ನು ಕಳೆದುಕೊಳ್ಳಬಹುದೆಂಬ ಹೆದರಿಕೆಯಿಂದ ಅಥವಾ ಆತ ಹೆಚ್ಚು ಹಣ ಕೇಳುವಂತೆ ಮಾಡುವ ಉದ್ದೇಶದಿಂದ ಆಕೆ ಹೀಗೆ ತಪ್ಪಿಸಿಕೊಳ್ಳು ತ್ತಿದ್ದಾಳೆಂದು ಮಾತ್ರವಲ್ಲದೆ ಅವಳು ಬಹಳ ಸ್ವಾರ್ಥಿಯೆಂದು ಭಾವಿಸಿದಳು. ಇತಿಹಾಸದಿಂದ ಮಾನ್ಯ ಮಾಡಲ್ಪಟ್ಟು ಜಗತ್ತಿನಿಂದ ಅಂಗೀಕೃತವಾಗಿರುವ ಅನೇಕ ತೀರ್ಮಾನಗಳು ಕೂಡ ಇದೇ ರೀತಿಯ ಆಧಾರದ ಮೇಲೆ ನಿಂತಿರುವಂಥವು.

"ಅದು ನಿಜ." ಎಂದಳು ಪಾಲಿನ್.

"ಯಾವುದು ನಿಜ?" ಎಂದು ಜೊ ತೂಕಡಿಸುತ್ತ ಕೇಳಿದಳು.

"ಇತಿಹಾಸದ ತೀರ್ಮಾನಗಳು ಅನೇಕ ವೇಳೆ ಸುಳ್ಳಾಗಿರ್ತವೆ ಅನ್ನೋದು. ಅಪ್ಪ, ಒಂದು ದಿನ ನೀನು ಹೇಳಿದ್ದುದು ನನಗಿನ್ನೂ ನೆನಪಿದೆ: 'ಶ್ರೀಮತಿ ರೊಲಾಂಡ್‌ಳಿಗೆ ತನ್ನ ಮುಂದಿನ ತಲೆಮಾರಿನವರ ನಿಷ್ಪಕ್ಷಪಾತದ ಬಗೆಗೆ ನಂಬುಗೆಯಿತ್ತು. ಆದರೆ ತನ್ನ ಸಮಕಾಲೀನರು ಕೆಟ್ಟ ಮಂಗಗಳಂತಿದ್ದರೆ ಅವರ ಮುಂದಿನ ಪೀಳಿಗೆಯವರೂ ಕೆಟ್ಟ ಮಂಗಗಳಾಗಿರುತ್ತಾರೆಂಬುದು ಆಕೆಗೆ ಹೊಳೆಯಲಿಲ್ಲ."

ಕುಮಾರಿ ಜೊ ಸಿಟ್ಟಿನಿಂದ ಕೇಳಿದಳು : "ಪಾಲಿನ್, ನೀನು ಹೇಳುತ್ತಿರುವ ಕಥೆಗೂ ಪೂತ್ವಾನಿಗೂ ಏನು ಸಂಬಂಧ?"

"ಬಹಳ ದೊಡ್ಡ ಸಂಬಂಧವಿದೆ, ಅತ್ತೆ."

"ಅದೇನು ಸಂಬಂಧ ಅಂತ ನನಗೆ ತಿಳಿಯೋದಿಲ್ಲ."

ಈ ವಿಷಯಾಂತರದಿಂದ ಸಿಟ್ಟಾಗದೆ ಬರ್ಜರೆ ತನ್ನ ಮಗಳಿಗೆ ವಿವರಿಸಿದ:

"ಎಲ್ಲ ಅನ್ಯಾಯಗಳನ್ನೂ ಈ ಜಗತ್ತಿನಲ್ಲೇ ಸರಿಪಡಿಸುವ ಹಾಗಿರುತ್ತಿದ್ದರೆ, ಅದಕ್ಕೋಸ್ಕರ ಇನ್ನೊಂದು ಜಗತ್ತನ್ನು ಕಲ್ಪಿಸುವ ಅವಶ್ಯಕತೆ ಇರಲಿಲ್ಲ. ಮುಂದೆ ಬರುವ ತಲೆಮಾರಿನವರು

ಸತ್ತವರ ಮೇಲೆ ಸರಿಯಾದ ನ್ಯಾಯ ನಿರ್ಣಯ ಕೊಡ್ತಾರೆ ಅಂತ ನೀವು ಹೇಗೆ ಹೇಳ್ತೀರಿ? ಸತ್ತು ನೆರಳುಗಳಾಗಿರುವ ಅವರನ್ನು ಹೇಗೆ ಪ್ರಶ್ನಿಸ್ತೀರಿ? ಅವರ ಬಗೆಗೆ ನ್ಯಾಯದೃಷ್ಟಿಯನ್ನು ತಳೆಯುವುದರೊಳಗಾಗಿ ನಾವು ಅವರನ್ನು ಮರೆತುಬಿಡ್ತೇವೆ. ಅಲ್ಲದೆ ಯಾರಾದರೂ ನ್ಯಾಯವಂತ ರಾಗಿರಲು ಎಂದಿಗಾದರೂ ಸಾಧ್ಯವೆ? ಮತ್ತು ನ್ಯಾಯವೆಂದರೇನು? ಈ ವಿಷಯಕ್ಕೆ ಸಂಬಂಧಿಸಿದಂತೆ ಶ್ರೀಮತಿ ಕಾರ್ನೂಯಿಲೆಯ ಬಗೆಗೆ ಕೊನೇ ಪಕ್ಷ ಇಷ್ಟವನ್ನಾದರೂ ಹೇಳಬಹುದು : ನಮ್ಮ ತಾಯಿ ಮೋಸಮಾಡಿಲ್ಲವೆಂದೂ, ಪೂತ್ವಾ ನಿಜವಾಗಿಯೂ ಕಾಣೆ ಯಾಗಿದ್ದಾನೆಂದೂ ಕೊನೆಗಾದರೂ ಆಕೆಗೆ ಮನದಟ್ಟಾಯಿತು. ಆದರೂ ಅವಳು ಆತನನ್ನು ಹುಡುಕುವ ಪ್ರಯತ್ನವನ್ನು ಬಿಡಲಿಲ್ಲ. ಅವಳು ತನ್ನ ನೆಂಟರನ್ನು, ಸ್ನೇಹಿತರನ್ನು, ವ್ಯಾಪಾರಿಗಳನ್ನು ಮತ್ತು ಆಳುಗಳನ್ನೆಲ್ಲ ಪೂತ್ವಾನ ಬಗೆಗೆ ಗೊತ್ತಿದೆಯೆ ಎಂದು ಕೇಳಿದಳು. ಅವರಲ್ಲಿ ಇಬ್ಬರೋ ಮೂವರೋ ಮಾತ್ರ ತಾವು ಆತನ ಹೆಸರನ್ನೆ ಕೇಳಿಲ್ಲವೆಂದರು. ಉಳಿದವರೆಲ್ಲ ಅವನನ್ನು ನೋಡಿದ್ದೇವೆಂದು ನಂಬಿದ್ದರು. 'ಅವನ ಹೆಸರನ್ನು ಕೇಳಿದ್ದೇನೆ; ಆದರೆ ಅವನ ಮುಖ ನೆನಪಿಗೆ ಬರೋದಿಲ್ಲ' ಎಂದು ಅಡಿಗೆಯವಳು ಹೇಳಿದಳು. 'ಪೂತ್ವಾನನ್ನು ನಾನು ಬಲ್ಲೆ, ಆದರೆ ಈಗ ಆತನನ್ನು ಗುರುತಿಸಲಾರೆ' ಎಂದು ಕಿವಿಯನ್ನು ಕೆರೆಯುತ್ತ ಬೀದಿಯ ಕಸಗುಡಿಸುವವ ಹೇಳಿದ. ಆದರೆ ಎಲ್ಲಕ್ಕಿಂತಲೂ ನಿರ್ದಿಷ್ಟವಾದ ಉತ್ತರ ಬಂದದ್ದೆಂದರೆ ತೆರಿಗೆಯ ಅಧಿಕಾರಿಯಾದ ಬ್ಲೇಸ್‌ನಿಂದ. ಆತ ಪೂತ್ವಾನನ್ನು ತನ್ನ ತೋಟದಲ್ಲಿ ಕೆಲಸ ಮಾಡಲಿಕ್ಕೆ ಹಚ್ಚಿದ್ದನಂತೆ. ಅದು ಯಾವಾಗ ಎಂದರೆ ಧೂಮಕೇತು ಕಾಣಿಸಿಕೊಂಡ ವರುಷದ ಅಕ್ಟೋಬರ್ ತಿಂಗಳು ಹತ್ತೊಂಭತ್ತನೆಯ ತಾರೀಖಿನಿಂದ ಇಪ್ಪತ್ಮೂರರವರೆಗೆ. ಒಂದು ದಿನ ಮುಂಜಾನೆ ಶ್ರೀಮತಿ ಕಾರ್ನೂಯಿಲೆ ನಮ್ಮ ತಂದೆಯ ಆಫೀಸಿಗೆ ತೇಕುತ್ತ ಓಡಿ ಬಂದು ಹೇಳಿದಳು :

"ನಾನು ಪೂತ್ವಾನನ್ನು ನೋಡಿದ್ದೇನೆ. ಹೌದು, ನಿಜವಾಗಿ ನೋಡಿದ್ದೇನೆ."

"ನೀವದನ್ನು ನಂಬ್ತೀರಾ?"

"ಅದರಲ್ಲಿ ಸಂಶಯವೇ ಇಲ್ಲ. ಆತ ಶ್ರೀಮಾನ್ ತ್ರೆಂಚಾನ ಗೋಡೆಯ ಹತ್ತಿರ ಹೋಗ್ತಿದ್ದ. ಅನಂತರ ಅಬೆಸ್ ಬೀದಿಯಲ್ಲಿ ಅವಸರದಿಂದ ಹೋಗಿ ಬಿಟ್ಟ. ಹೀಗಾಗಿ ಆತ ನನಗೆ ಸಿಕ್ಕಲಿಲ್ಲ"

"ಅದು ನಿಜವಾಗಿಯೂ ಪೂತ್ವಾ ಆಗಿದ್ದನೆ"?

"ಖಂಡಿತವಾಗಿಯೂ. ಅವನಿಗೆ ಐವತ್ತು ವರುಷವಾಗಿದ್ದು ತೆಳ್ಳಗಿದ್ದನಲ್ಲದೆ ಹೊಲಸಾದ ಅಂಗಿಯನ್ನು ತೊಟ್ಟಿದ್ದ, ಅಲ್ಲದೆ ಅವನ ಬೆನ್ನು ಸ್ವಲ್ಪ ಬಾಗಿದ್ದು, ಅಲೆಮಾರಿಯಂತೆ ತೋರ್ತಿದ್ದ."

"ಅದಕ್ಕೆ ನಮ್ಮ ತಂದೆ ಉತ್ತರಿಸಿದರು : 'ಹೌದು ನೀವು ಹೇಳಿದ ಮಾತು ಪೂತ್ವಾನಿಗೆ ಅನ್ವಯಿಸ್ತದೆ."

"ಅನಂತರ ಶ್ರೀಮತಿ ಕಾರ್ನೂಯಿಲೆ ಮುಂದುವರಿಸಿದಳು: 'ನಾನು ಆತನ ಹೆಸರು ಹಿಡಿದು ಕೂಗಿದೆ. ಪೂತ್ವಾ, ಪೂತ್ವಾ ಅಂತ. ಅದನ್ನು ಕೇಳಿ ಆತ ತಿರುಗಿ ನೋಡಿದ."

"ಅದಕ್ಕೆ ನಮ್ಮ ತಂದೆಯವರು 'ಹೌದು ದುಷ್ಟರನ್ನು ಬೆನ್ನಟ್ಟಿದಾಗ ಅವರು ಇದೇ ರೀತಿ ವರ್ತಿಸ್ತಾರೆ.' ಎಂದರು.

"'ಪೂತ್ವಾ ಆತನೆ ಅಂತ ನಾನು ನಿನಗೆ ಹೇಳಲಿಲ್ಲವೆ? ಪೂತ್ವಾನನ್ನು ಹೇಗೆ ಹುಡುಕಬೇಕು ಅಂತ ನನಗೆ ಗೊತ್ತು, ಅವನ ಮುಖ ಅಸಹ್ಯವಾಗಿತ್ತು. ನೀನು ಮತ್ತು ನಿನ್ನ ಹೆಂಡತಿ ಅವನನ್ನು ಕೆಲಸಕ್ಕೆ ಹಚ್ಚಿಕೊಂಡದ್ದು ನಿಮ್ಮ ಅಜಾಗರೂಕತೆಯನ್ನು ತೋರಿಸ್ತದೆ.

ನನಗೆ ಶರೀರಶಾಸ್ತ್ರ ಗೊತ್ತಿದೆ. ನಾನು ಆತನ ಬೆನ್ನನ್ನಷ್ಟೇ ನೋಡಿದೆ, ಅಷ್ಟರಿಂದಲೆ ಅವನೊಬ್ಬ ಕಳ್ಳ ಅಥವಾ ಕೊಲೆಗಾರ ಅಂತ ಖಂಡಿತವಾಗಿ ತಿಳಿಯಬಹುದು. ಆತನ ಕಿವಿಯ ಅಂಚುಗಳು ಸಪಾಟಾಗಿದ್ದವು. ಅದೊಂದು ಖಚಿತ ಲಕ್ಷಣ.

"ಆಹಾ ಅವನ ಕಿವಿಯ ಅಂಚುಗಳು ಸಪಾಟಾಗಿದ್ದವೆಂಬುದನ್ನು ನೀವು ಗಮನಿಸಿದಿರೇನು?"

"ನನ್ನ ಗಮನಕ್ಕೆ ಬೀಳದಿರೋದು ಯಾವುದೂ ಇಲ್ಲ. ಪ್ರಿಯ ಬರ್ಜರೆ, ನಿನ್ನ ಹೆಂಡತಿ ಮಕ್ಕಳ ಸಮೇತ ಕೊಲೆಗೆ ಈಡಾಗುವ ಬಯಕೆ ನಿನಗೆ ಇಲ್ಲ ಅಂತಾದರೆ ಪೂತ್ವಾನನ್ನು ಇನ್ನೊಮ್ಮೆ ನಿಮ್ಮ ಮನೆಯೊಳಗೆ ಕರೆದುಕೊಳ್ಳಬೇಡಿ. ನನ್ನ ಮಾತು ಕೇಳಿ. ನಿಮ್ಮ ಮನೆಯ ಬೀಗಗಳನ್ನೆಲ್ಲ ಬದಲಾಯಿಸಿಬಿಡಿ."

"ಕೆಲವು ದಿನಗಳು ಕಳೆದ ಅನಂತರ ಒಂದು ದಿವಸ ಶ್ರೀಮತಿ ಕಾರ್ನೂಯಿಲೆ ಅವಳ ತೋಟದಿಂದ ಮೂರು ಕಲ್ಲಂಗಡಿ ಹಣ್ಣುಗಳು ಕಳವಾದವು. ಕಳ್ಳ ಯಾರೆಂಬುದು ಪತ್ತೆ ಹತ್ತಲಿಲ್ಲವಾದ್ದರಿಂದ ಅವನ್ನು ಪೂತ್ವಾನೆ ಕದ್ದಿರಬೇಕೆಂದು ಎಲ್ಲರೂ ವಾದಿಸಿದರು. ಮಾಂಟ್‌ಪ್ಲಾಸಿರ್‌ಗೆ ಪೊಲೀಸರನ್ನು ಕರೆಸಲಾಯಿತು. ಅವರು ಬಂದು ಶ್ರೀಮತಿ ಕಾರ್ನೂಯಿಲೆ ಯವರ ಸಂಶಯವನ್ನೇ ಅನುಮೋದಿಸಿದರು. ಯಾಕೆಂದರೆ ಆಗ ಆ ಹಳ್ಳಿಗಾಡಿನಲ್ಲಿ ಕಳ್ಳರು ಗುಂಪುಗುಂಪಾಗಿ ತೋಟಗಳಿಗೆ ದಾಳಿ ಮಾಡುತ್ತಿದ್ದರು. ಆದರೆ ಈ ಸಾರಿ ಮಾತ್ರ ಒಬ್ಬನೇ ಕಳ್ಳ ಅತ್ಯಂತ ಚಾಣಾಕ್ಷತನದಿಂದ ಅವುಗಳನ್ನು ಕದ್ದಿದ್ದ. ತೋಟದಲ್ಲಿಯ ಯಾವ ಟೊಂಗೆಯೂ ಮುರಿದಿರಲಿಲ್ಲ. ಯಾವ ಬಳ್ಳಿಯೂ ಹರಿದಿರಲಿಲ್ಲ. ಅದರಂತೆಯೆ ಹಸಿಯಾದ ನೆಲದ ಮೇಲೆ ಹೆಜ್ಜೆಗಳ ಗುರುತೂ ಇದ್ದಿರಲಿಲ್ಲ. ಹಣ್ಣುಗಳನ್ನು ಕದ್ದವ ಪೂತ್ವಾನನ್ನು ಬಿಟ್ಟು ಮತ್ತಾರೂ ಆಗಿರಲು ಸಾಧ್ಯವಿರಲಿಲ್ಲ. ಪೂತ್ವಾನ ವಿಷಯವೆಲ್ಲ ಗೊತ್ತಿದ್ದು ಅವನನ್ನು ಬಂಧಿಸಲು ಸಾಕಷ್ಟು ಪ್ರಯತ್ನಿಸಿದ್ದ ಪೊಲೀಸ್ ಅಧಿಕಾರಿಯ ಅಭಿಪ್ರಾಯವೂ ಅದೇ ಆಗಿತ್ತು. ಸೇಂಟ್-ಓಮರ್‌ನ ದಿನ ಪತ್ರಿಕೆ ಶ್ರೀಮತಿ ಕಾರ್ನೂಯಿಲೆ ಅವರ ಕಲ್ಲಂಗಡಿ ಹಣ್ಣುಗಳನ್ನು ಕುರಿತು ಒಂದು ಲೇಖನವನ್ನೆ ಬರೆಯಿತು. ಊರಿನವರ ವರ್ಣನೆಯ ಆಧಾರದ ಮೇಲೆ ಪೂತ್ವಾನ ರೇಖಾಚಿತ್ರ ಒಂದನ್ನು ಪ್ರಕಟಿಸಿತು. ಆ ಪತ್ರಿಕೆ ಪೂತ್ವಾನನ್ನು ಹೀಗೆ ವರ್ಣಿಸಿತು: 'ಆತ ಚಿಕ್ಕದಾದ ಹಣೆಯುಳ್ಳ ಮೆಳ್ಳಗಣ್ಣುಗಳ, ಕಳ್ಳನೋಟದ ವ್ಯಕ್ತಿ. ಅವನ ಕಡೆಗಣ್ಣುಗಳ ಬಳಿ ಕಾಗೆಯ ಕಾಲಿನಂಥ ನಿರಿಗೆಗಳಿವೆ. ಆತನ ಕೆನ್ನೆಯ ಎಲುಬುಗಳು ಚೂಪಾಗಿದ್ದು, ಕೆಂಪಗೆ ಹೊಳೆಯುತ್ತಿವೆ. ಕಿವಿಗಳಿಗೆ ಅಂಚೇ ಇಲ್ಲ. ತೆಳ್ಳಗಿನ ಶರೀರ. ಕೊಂಚ ಬಾಗಿದ ಬೆನ್ನು. ಮೇಲುನೋಟಕ್ಕೆ ಅಶಕ್ತನಂತೆ ಕಂಡರೂ ಆತ ನಿಜವಾಗಿ ಬಹಳ ಶಕ್ತಿವಂತನಾಗಿದ್ದಾನೆ. ಆತ ತನ್ನ ಹೆಬ್ಬೆರಳು ಮತ್ತು ತೋರುಬೆರಳಿನಿಂದ ಐದು ಫ್ರಾಂಕಿನ ನಾಣ್ಯವನ್ನು ಸುಲಭವಾಗಿ ಮಣಿಸುತ್ತಾನೆ." ಹೀಗಾಗಿ ಅನೇಕ ಆಶ್ಚರ್ಯಕರವಾದ ಕಳವುಗಳನ್ನು ಅವನ ಮೇಲೆ ಹೊರಿಸಲು ಒಳ್ಳೆಯ ಕಾರಣಗಳಿದ್ದವು. ಇಡೀ ನಗರದಲ್ಲೆಲ್ಲ ಪೂತ್ವಾನ ಸುದ್ದಿಯೇ ಸುದ್ದಿ. ಒಂದು ದಿನ ಪೂತ್ವಾನನ್ನು ಸೆರೆಹಿಡಿದು ಕಾರಾಗೃಹದಲ್ಲಿ ಇರಿಸಿದ್ದಾರೆಂದು ತಿಳಿದುಬಂದಿತು. ಆದರೆ ಹೀಗೆ ಬಂಧಿಸಲಾಗಿದ್ದ ವ್ಯಕ್ತಿ ಪೂತ್ವಾ ಆಗಿರದೆ ಒಬ್ಬ ಪಂಚಾಂಗ ಮಾರುವವನೆಂದೂ ಆತನ ಹೆಸರು ರಿಗೊಬರ್ ಎಂದೂ ಆಮೇಲೆ ತಿಳಿಯಿತಂತೆ. ಅವನ ಮೇಲೆ ಯಾವ ಅಪರಾಧವನ್ನು ಹೊರಿಸಲೂ ಸಾಧ್ಯವಿಲ್ಲದಿದ್ದ ಕಾರಣ ಕೇವಲ ಸಂಶಯದ ಮೇಲೆ ಬಂಧಿಸಲ್ಪಟ್ಟಿದ್ದ ಆತನನ್ನು ಹದಿನಾಲ್ಕು ತಿಂಗಳುಗಳ ಬಳಿಕ ಬಿಡುಗಡೆ ಮಾಡಲಾಯಿತು. ಹೀಗಾಗಿ ಪೂತ್ವಾನ ಪತ್ತೆಯೆ ಹತ್ತಲಿಲ್ಲ. ಶ್ರೀಮತಿ ಕಾರ್ನೂಯಿಲೆ

ಅವಳ ಮನೆಯಲ್ಲಿ ಮೊದಲಾದುದಕ್ಕಿಂತ ದೊಡ್ಡ ಕಳವಾಯಿತು. ಈ ಸಾರಿ ಮೂರು ಬೆಳ್ಳಿಯ ಚಮಚಗಳು ಕಳವಾಗಿದ್ದವು. ಇದರಲ್ಲಿಯೂ ಪೂತ್ವಾನ ಕೈವಾಡವಿದೆಯೆಂದು ತಿಳಿದು ಶ್ರೀಮತಿ ಕಾರ್ನೂಯಿಲೆ ತನ್ನ ಮಲಗುವ ಕೋಣೆಯ ಬಾಗಿಲಿಗೆ ಸರಪಳಿಯನ್ನು ಹಾಕಿದಳಲ್ಲದೆ, ಸರಿಯಾಗಿ ನಿದ್ರೆ ಮಾಡಲಾರದಾದಳು..."

ರಾತ್ರಿ ಹತ್ತು ಗಂಟೆಗೆ ಪಾಲಿನ್ ತನ್ನ ಕೋಣೆಗೆ ಹೋದಾಗ ಕುಮಾರಿ ಜೊ ತನ್ನ ಅಣ್ಣನಿಗೆ ಹೇಳಿದಳು, "ಶ್ರೀಮತಿ ಕಾರ್ನೂಯಿಲೆಗೆ ಅವಳ ಅಡುಗೆಯವಳನ್ನು ಪೂತ್ವಾ ಹೇಗೆ ಮೋಸಗೊಳಿಸಿದ ಅನ್ನೋದನ್ನು ಹೇಳಲಿಕ್ಕೆ ಮರೀಬೇಡ."

ಅದಕ್ಕೆ ಬರ್ಜರೆ ಉತ್ತರಿಸಿದ:

"ನಾನು ಅದನ್ನೆ ಯೋಚಿಸ್ತಿದ್ದೆ ನೋಡು ತಂಗಿ. ಅದನ್ನು ಬಿಟ್ಟರೆ ಕಥೆಯ ಅತ್ಯಂತ ಮನೋರಂಜಕ ಭಾಗವನ್ನೆ ಬಿಟ್ಟಂತಾಗ್ತದೆ. ಆದರೆ ಎಲ್ಲವನ್ನೂ ಕ್ರಮಬದ್ಧವಾಗಿ ಮಾಡಬೇಕಲ್ಲವೆ? ಪೊಲೀಸರು ಪೂತ್ವಾನನ್ನು ಎಲ್ಲ ಕಡೆಗೂ ಹುಡುಕಿದರು. ಆದರೆ ಆತ ಮಾತ್ರ ಅವರ ಕೈಗೆ ಸಿಗಲಿಲ್ಲ, ಆತ ಸಿಗಲಾರನೆಂದು ಎಲ್ಲ ಕಡೆಗೂ ಸುದ್ದಿಯಾದಾಗ ಪ್ರತಿಯೊಬ್ಬರೂ ಹುಡುಕುವುದು ತಮ್ಮ ಕರ್ತವ್ಯವೆಂದು ತೀರ್ಮಾನಿಸಿದರು. ಅದರಲ್ಲಿ ಜಾಣರಾದ ಕೆಲವರು ವಿಜಯಿಗಳೂ ಆದರು. ಸೇಂಟ್-ಓಮರ್‌ನಲ್ಲಿ ಮತ್ತು ಅದರ ಉಪನಗರದಲ್ಲಿ ಜಾಣರು ಅನೇಕ ಜನರಿದ್ದುದರಿಂದ ಅವರೆಲ್ಲ ಪೂತ್ವಾನನ್ನು ಬೀದಿಗಳಲ್ಲಿ, ಹೊಲಗಳಲ್ಲಿ ಮತ್ತು ಕಾಡಿನಲ್ಲಿ ಏಕಕಾಲಕ್ಕೆ ಕಂಡರು. ಹೀಗೆ ಪೂತ್ವಾನ ವ್ಯಕ್ತಿತ್ವಕ್ಕೆ ಇನ್ನೊಂದು ಗುಣವನ್ನು ಸೇರಿಸಲಾಯಿತು : ಅನೇಕ ಜನಪ್ರಿಯ ನಾಯಕರ ವಿಶಿಷ್ಟ ಗುಣವಾದ ಸರ್ವ ವ್ಯಾಪಕತ್ವವನ್ನೂ ಅವನಿಗೆ ಆರೋಪಿಸಲಾಯಿತು. ಕ್ಷಣದಲ್ಲಿ ಒಂದು ಸ್ಥಳದಿಂದ ಮತ್ತೊಂದು ಸ್ಥಳಕ್ಕೆ ಹಾರಿ ಅತ್ಯಂತ ಅನಿರೀಕ್ಷಿತ ಸ್ಥಳದಲ್ಲಿ ಕಾಣಿಸಿಕೊಳ್ಳುವ ವ್ಯಕ್ತಿ ಪೂತ್ವಾ ಎಂದು ಎಲ್ಲರೂ ಭಯಭೀತರಾದರು. ಪೂತ್ವಾ ಎಂದರೆ ಸೇಂಟ್-ಓಮರ್‌ನಲ್ಲಿ ಒಬ್ಬ ಅತ್ಯಂತ ಭಯಾನಕ ವ್ಯಕ್ತಿಯಾಗಿಬಿಟ್ಟಿದ್ದ. ತನ್ನ ಕಲ್ಲಂಗಡಿ ಹಣ್ಣುಗಳನ್ನೂ ಬೆಳ್ಳಿಯ ಚಮಚಗಳನ್ನೂ ಕಳವು ಮಾಡಿಕೊಂಡು ಹೋದವ ಪೂತ್ವಾನೆ ಎಂದು ನಂಬಿದ್ದ ಶ್ರೀಮತಿ ಕಾರ್ನೂಯಿಲೆ ಭಯದಿಂದ ಮಾಂಟ್‌ಪ್ಲಾಸಿರ್‌ನಲ್ಲಿಯೆ ಇರಹತ್ತಿದಳು. ಚಿಲಕಗಳು, ಅಗಳಿಗಳು ಮತ್ತು ಕೀಲಿಗಳಾದವೂ ಅವಳಿಗೆ ಸಾಕಷ್ಟು ಧೈರ್ಯ ನೀಡಲಿಲ್ಲ. ಅವಳ ಅಭಿಪ್ರಾಯದಲ್ಲಿ ಪೂತ್ವಾ ಮುಚ್ಚಿದ ಬಾಗಿಲುಗಳ ಮೂಲಕವೂ ಹಾಯ್ದುಹೋಗುವ ಸೂಕ್ಷ್ಮ ಜೀವಿಯಾಗಿದ್ದ. ತನ್ನ ಕೆಲಸದವರಿಗೆ ಒದಗಿದ ತೊಂದರೆಗಳು ಅವಳ ಭಯವನ್ನು ದ್ವಿಗುಣಿತಗೊಳಿಸಿದವು. ಅವಳ ಅಡುಗೆಯವಳು ಯಾರೋ ಒಬ್ಬನಿಂದ ಮೋಸಗೊಳಿಸಲ್ಪಟ್ಟಿದ್ದು ಅನೇಕ ದಿನ ಅದನ್ನು ಗುಪ್ತವಾಗಿಟ್ಟಿದ್ದರೂ ಆ ದುರ್ದೈವದ ಸಂಗತಿಯನ್ನು ಹೊರಗೆಡವಬೇಕಾದ ಸಮಯ ಬಂದೇ ಬಿಟ್ಟಿತು. ಅವಳು ಉಳಿದೆಲ್ಲ ವಿಷಯವನ್ನು ಹೇಳಿದರೂ ಆ ಮೋಸಗಾರನ ಹೆಸರನ್ನು ಮಾತ್ರ ಬಹಿರಂಗಪಡಿಸಲಿಲ್ಲ."

"ಆ ಅಡುಗೆಯವಳ ಹೆಸರು ಗ್ಯುದೂಲ್ ಅಂತಿತ್ತಲ್ಲವೆ?" ಎಂದಳು ಕುಮಾರಿ ಜೊ.

"ಹೌದು, ಅವಳ ಹೆಸರು ಗ್ಯುದೂಲ್ ಎಂದಿತ್ತು. ಅವಳು ಚೂಪಾದ ಗಡ್ಡವೊಂದನ್ನು ಧರಿಸುತ್ತಿದ್ದು ಅದು ತನ್ನನ್ನು ಅಪಾಯದಿಂದ ರಕ್ಷಿಸಬಹುದೆಂದು ತಿಳಿದಿದ್ದಳು. ಹೀಗೆ ಗಡ್ಡವನ್ನು ಧರಿಸಿಕೊಂಡು ತಮ್ಮ ಪರಿಶುದ್ಧತೆಯನ್ನು ರಕ್ಷಿಸಿಕೊಳ್ಳುವ ಪವಿತ್ರ ಹೆಣ್ಣುಮಕ್ಕಳಿಗೆ ಪ್ರಾಗ್‌ನಲ್ಲಿ ಬಹಳ ಗೌರವವಿತ್ತು. ಆದರೆ ಇಂಥ ಗಡ್ಡವು ಗ್ಯುದೂಲಳ ಪರಿಶುದ್ಧತೆಯನ್ನು ರಕ್ಷಿಸದೆ ಹೋಯಿತು. ಗ್ಯುದೂಲಳಿಗೆ ಮೋಸ ಮಾಡಿದ ವ್ಯಕ್ತಿಯ ಹೆಸರೇನೆಂದು

ಶ್ರೀಮತಿ ಕಾರ್ನೂಯಿಲೆ ಸಾಕಷ್ಟು ಸಾರಿ ಒತ್ತಾಯಿಸಿದಳು. ಆದರೆ ಗ್ಯುದೂಲ್ ಬಿಕ್ಕಿ ಬಿಕ್ಕಿ ಅತ್ತು ಶಾಂತಳಾಗುತ್ತಿದ್ದಳೆ ಹೊರತು ಹೆಸರನ್ನು ಉಸುರುತ್ತಿರಲಿಲ್ಲ, ಅವಳನ್ನು ಯಜಮಾನಿ ಹೆದರಿಸಿ ನೋಡಿದಳು ವಿನಂತಿಸಿ ನೋಡಿದಳು. ಆದರೂ ಅವಳು ಬಾಯಿ ಬಿಡಲಿಲ್ಲ. ಶ್ರೀಮತಿ ಕಾರ್ನೂಯಿಲೆ ಈ ಕುರಿತು ಸುದೀರ್ಘವಾದ ವಿಚಾರಣೆ ನಡೆಸಿದಳು. ಅವಳು ನೆರೆಹೊರೆಯಲ್ಲಿದ್ದ ವ್ಯಾಪಾರಿಗಳನ್ನು, ತೋಟಿಗರನ್ನು, ಕಸಗುಡಿಸುವವರನ್ನು ಮತ್ತು ಪೊಲೀಸರನ್ನೆಲ್ಲ ವಿಚಾರಿಸಿ ನೋಡಿದಳು, ಆದರೂ ಅವಳಿಗೆ ಅಪರಾಧಿಯ ಸುಳಿವು ಹತ್ತಲಿಲ್ಲ. ಅವಳು ಮತ್ತೊಮ್ಮೆ ಗ್ಯುದೂಲ್‌ಳನ್ನು ಕೇಳಿದಳು 'ಅವ್ವಾ, ನಿನ್ನ ಒಳ್ಳೆಯದಕ್ಕೆ ನಾವೆಲ್ಲ ಕೇಳೋದು, ಆ ಮೋಸಗಾರನ ಹೆಸರೇನು ಹೇಳು, ನಾವು ಆತನನ್ನು ಹುಡುಕ್ತೇವೆ.' ಗ್ಯುದೂಲ್ ಯಥಾಪ್ರಕಾರ ಮೌನವಾಗಿಯೆ ಉಳಿದಳು. ಆಮೇಲೆ ಶ್ರೀಮತಿ ಕಾರ್ನೂಯಿಲೆಯ ತಲೆಯಲ್ಲಿ ಒಂದು ವಿಚಾರ ಹೊಳೆಯಿತು. 'ಓ ಆ ಮೋಸಗಾರ ಪೂತ್ವಾನೆ ಇರಬೇಕು.' ಎಂದು ಅವಳು ಉದ್ಗರಿಸಿದಳು. ಅಡುಗೆಯವಳು ಬಿಕ್ಕಿ ಬಿಕ್ಕಿ ಅತ್ತಳೆ ಹೊರತು ಬಾಯಿ ಬಿಡಲಿಲ್ಲ, 'ಓ ಆ ಮೋಸಗಾರ ಪೂತ್ವಾನೆ ಇರಬೇಕು, ಈ ವಿಷಯ ಮೊದಲೆ ನನ್ನ ಮಂಕುಬುದ್ಧಿಗೆ ಯಾಕೆ ಹೊಳೆಯಲಿಲ್ಲವೊ ತಿಳಿಯದು. ಅಯ್ಯೋ ದೇವರೆ! ಹೀಗೆ ಶ್ರೀಮತಿ ಕಾರ್ನೂಯಿಲೆ ಪೂತ್ವಾನೆ ಮೋಸಗಾರನೆಂದು ನಂಬಿದಳು. ಸೇಂಟ್ ಓಮರ್‌ನಲ್ಲಿ ನ್ಯಾಯಾಧೀಶರಿಂದ ಹಿಡಿದು ಬೀದಿಯ ದೀಪ ಹಚ್ಚುವವನ ನಾಯಿಯವರೆಗೂ ಎಲ್ಲರಿಗೂ ಗ್ಯುದೂಲ್ ಮತ್ತು ಅವಳ ಬುಟ್ಟಿ ಚಿರಪರಿಚಿತವಾಗಿದ್ದವು. ಪೂತ್ವಾನೆ ಗ್ಯುದೂಲಳನ್ನು ಮೋಸಗೊಳಿಸಿದ್ದನೆಂದು ಸುದ್ದಿ ಪೇಟೆಯಲ್ಲಿ ಹರಡಿದಾಗ ಜನರಿಗೆ ಆಶ್ಚರ್ಯವೂ ವಿನೋದವೂ ಕೂಡಿಯೆ ಆದವು... ಪೇಟೆಯಲ್ಲಿ ಮತ್ತು ಅದರ ಸುತ್ತ ಮುತ್ತ ಹೀಗೆ ಹೆಸರು ಗಳಿಸಿದ ಪೂತ್ವಾ ನೂರಾರು ರೀತಿಯ ಸೂಕ್ಷ್ಮ ಸಂಬಂಧಗಳಿಂದ ನಮ್ಮ ಮನೆಯೊಂದಿಗೆ ಬೆಸೆಯಲ್ಪಟ್ಟಿದ್ದ. ಆತ ನಮ್ಮ ಮನೆಯ ಮುಂದೆ ಹಾದು ಹೋಗುತ್ತಿದ್ದ. ಕೆಲವೊಮ್ಮೆ ಆತ ನಮ್ಮ ಹಿತ್ತಿಲಿನ ಗೋಡೆಯನ್ನು ಹತ್ತಿದ್ದನೆಂಬುದನ್ನು ಕೇಳಿದ್ದೆವು. ಆದರೆ ಅವನನ್ನು ಯಾರೂ ಮುಖಾಮುಖಿಯಾಗಿ ನೋಡಿರಲಿಲ್ಲ. ಆದರೂ ನಾವು ಯಾವ ಕ್ಷಣ ಬೇಕಾದರೂ ಆತನ ನೆರಳನ್ನು, ಧ್ವನಿಯನ್ನು ಇಲ್ಲವೆ ಹೆಜ್ಜೆಗಳನ್ನು ಗುರುತು ಹಿಡಿಯುತ್ತಿದ್ದೆವು. ಒಂದೆರಡು ಸಾರಿಯಂತೂ ಮುಸ್ಸಂಜೆಯ ವೇಳೆಯಲ್ಲಿ ನಾವು ಆತನ ಬೆನ್ನನ್ನು ನೋಡಿದ್ದೇವೆಂದು ತಿಳಿದುಕೊಂಡೆವು. ನನಗೆ ಮತ್ತು ನನ್ನ ತಂಗಿಗೆ ಆತನ ಸ್ವಭಾವ ನಿಧಾನವಾಗಿ ಬದಲಾದಂತೆ ತೋರಿತು. ಆತ ಮೊದಲಿನಂತೆ ಕುಚೇಷ್ಟೆಗಾರನೂ ಕೇಡಿಗನೂ ಆಗಿದ್ದರೂ ಈಗ ಹೆಚ್ಚು ಹೆಚ್ಚು ಬಾಲಿಶನಾಗಿ ಬಹಳ ಮುಗ್ಧನಾಗಿ ತೋರಹತ್ತಿದ. ಆತ ಬರ ಬರುತ್ತ ತನ್ನ ವಾಸ್ತವಿಕತೆಯನ್ನು ಕಳೆದುಕೊಂಡು ಹೆಚ್ಚು ಹೆಚ್ಚು ಕಾವ್ಯಮಯ ವ್ಯಕ್ತಿಯಾಗತೊಡಗಿದ. ಆತ ಬಾಲಿಶ ಪರಂಪರೆಯ ಸರಳ ಕಥೆಗಳ ಮಾಲಿಕೆಯನ್ನು ಪ್ರವೇಶಿಸಿದ. ಕೊನೆಗೆ ಆತ ಮಕ್ಕಳನ್ನು ಹೆದರಿಸುವ ಗುಮ್ಮನಾಗಿಬಿಟ್ಟ. ರಾತ್ರಿಯಲ್ಲಿ ಲಾಯದಲ್ಲಿದ್ದ ಕುದುರೆ ಮರಿಗಳ ಬಾಲವನ್ನು ಗೂಟಕ್ಕೆ ಕಟ್ಟಿಹಾಕುವ ಅದೃಶ್ಯಕಾಯನಾದ. ಇಂಥ ಮುಗ್ಧ ಹಾಗೂ ಗ್ರಾಮ್ಯಜೀವಿಯಾಗಿ ಅಲ್ಲದಿದ್ದರೂ ಇಷ್ಟೇ ಪೋಲಿಯಾಗಿ ಆತ ನನ್ನ ತಂಗಿಯ ಗೊಂಬೆಗಳ ಮುಖಗಳ ಮೇಲೆಲ್ಲ ಮಸಿಯಿಂದ ಮೀಸೆಯನ್ನು ಬರೆಯುವವನಾದ. ನಾವು ರಾತ್ರಿ ಮಲಗುವುದಕ್ಕಿಂತ ಮೊದಲು ಪೂತ್ವಾನ ದನಿಯನ್ನು ಕೇಳುತ್ತಿದ್ದೆವು. ಆತ ಮಾಳಿಗೆಯ ಮೇಲೆ ಕುಳಿತು ಬೆಕ್ಕಿನ ಜತೆ ಮ್ಯಾಂವ್‌ಗುಡುತ್ತಿದ್ದ, ನಾಯಿಗಳೊಂದಿಗೆ ಬೊಗಳುತ್ತಿದ್ದ. ಗಿರಣಿಗೆ ಕಾಳು ತೂರುವ ಕಡಾಯಿಯೊಂದಿಗೆ

ನರಳುತ್ತಿದ್ದನಲ್ಲದೆ ಬೀದಿಯಲ್ಲಿ ಬರುತ್ತಿದ್ದ ಕುಡುಕರೊಂದಿಗೆ ದನಿಗೂಡಿಸಿ ಹಾಡುತ್ತಿದ್ದ. ನಮ್ಮ ಪ್ರತಿಯೊಂದು ವಸ್ತುವಿನೊಂದಿಗೂ ಪೂತ್ವಾನ ಹೆಸರು ಅಂಟಿಕೊಂಡಿತ್ತು. ಜೊ ಅವಳ ಬೊಂಬೆಗಳ ಮೇಲೆ ಆತ ಮೀಸೆ ಬರೆದಿದ್ದ. ನನ್ನ ಶಾಲೆಯ ಪುಸ್ತಕಗಳಲ್ಲಿ ಮಸಿ ಚೆಲ್ಲಿ ಹಾಳೆಗಳನ್ನು ಮುದುಡಿ ಹಾಕಿದ್ದ. ಕತ್ತಲಲ್ಲಿ ನಮ್ಮ ಹಿತ್ತಲ ಗೋಡೆಯ ಮೇಲೆ ಅವನ ಕೆಂಪು ಕಣ್ಣುಗಳು ಹೊಳೆಯುತ್ತಿದ್ದುದನ್ನು ನಾವು ಕಂಡಿದ್ದೆವು. ಒಂದು ಚಳಿಗಾಲದ ರಾತ್ರಿಯಲ್ಲಿ ಆತ ಹೂಜಿಯೊಂದನ್ನು ಒಡೆದಿದ್ದ, ಮರಗಳು, ರಸ್ತೆಗಳು, ಬೆಂಚುಗಳು, ಹೀಗೆ ಪ್ರತಿಯೊಂದು ವಸ್ತುವೂ ನಮಗೆ ಪೂತ್ವಾನನ್ನು, ಸ್ಥಳೀಯ ಪೌರಾಣಿಕ ವ್ಯಕ್ತಿಯಾಗಿ ಪರಿಣಮಿಸಿದ್ದ ಬಾಲಕರ ಪೂತ್ವಾನನ್ನು ನೆನಪಿಗೆ ತರುತ್ತಿದ್ದವು. ಸೌಂದರ್ಯದಲ್ಲಿ ಮತ್ತು ಕಾವ್ಯಮಯತೆಯಲ್ಲಿ ಆತ ಇಟಲಿಯ ಅಥವಾ ಥೆಸಲಿಯ ಅತ್ಯಂತ ಕ್ಷುದ್ರ ವನದೇವತೆಗೆ ಕೂಡ ಸರಿಸಾಟಿಯಾಗಿರಲಿಲ್ಲ. ಆದರೂ ಅರೆ ದೇವತೆಯಾಗಿಬಿಟ್ಟಿದ್ದ. ಆತ ನಮ್ಮ ತಂದೆಗೆ ಬೇರೆ ತೆರನಾದ ವ್ಯಕ್ತಿಯಾಗಿದ್ದ, ಅವರಿಗೆ ಆತನೊಬ್ಬ ಸಾಂಕೇತಿಕ ಮತ್ತು ತಾತ್ವಿಕ ವ್ಯಕ್ತಿಯಾಗಿದ್ದ. ನಮ್ಮ ತಂದೆಯವರಿಗೆ ಜನರ ಮೇಲೆ ಬಹಳ ಅನುಕಂಪ. ಮನುಷ್ಯರು ಬುದ್ಧಿವಂತ ಜೀವಿಗಳೆಂಬುದನ್ನು ಅವರು ಸಂಪೂರ್ಣ ನಂಬಿರಲಿಲ್ಲ. ಜನರ ತಪ್ಪುಗಳು ಕ್ರೌರ್ಯದಿಂದ ಕೂಡಿರದಿದ್ದಾಗ, ಅವುಗಳನ್ನು ನೋಡಿ ಅವರು ಸಿಟ್ಟಿಗೇಳದೆ ನಕ್ಕುಬಿಡುತ್ತಿದ್ದರು. ಪೂತ್ವಾನ ಮೇಲಣ ನಂಬಿಕೆ ಮಾನವ ಕುಲದ ಎಲ್ಲ ನಂಬಿಕೆಗಳ ಸಾರ ಸ್ವರೂಪವಾಗಿದೆಯೆಂದು ಅವರು ತಿಳಿದಿದ್ದರು. ಅವರು ವ್ಯಂಗ್ಯವನ್ನೂ ಹಾಸ್ಯವನ್ನೂ ಉಪಯೋಗಿಸುವುದರಲ್ಲಿ ವಿಶಾರದರಾಗಿದ್ದು ಪೂತ್ವಾನೊಬ್ಬ ನಿಜವಾದ ವ್ಯಕ್ತಿಯೆನ್ನುವಂತೆಯೆ ಮಾತಾಡುತ್ತಿದ್ದರು. ಅವರು ಪೂತ್ವಾನ ಬಗೆಗೆ ಎಷ್ಟು ಶ್ರದ್ಧೆಯಿಂದ ಮತ್ತು ಎಷ್ಟು ವಿಶದವಾಗಿ ಮಾತನಾಡುತ್ತಿದ್ದರೆಂದರೆ ಸ್ವತಃ ನಮ್ಮ ತಾಯಿಯೆ ಅದನ್ನು ಕೇಳಿ ಆಶ್ಚರ್ಯಗೊಂಡು ಒಮ್ಮೆ ಪ್ರಶ್ನಿಸಿದಳು : 'ನಮ್ಮ ಮಾಲಿ ಒಬ್ಬ ನಿಜವಾದ ವ್ಯಕ್ತಿ ಅನ್ನೋ ಹಾಗೆ ನೀವೆಷ್ಟು ಗಂಭೀರವಾಗಿ ಮಾತನಾಡುತ್ತೀರಲ್ಲ? ಆದರೆ ನಿಮಗೆ ಚೆನ್ನಾಗಿ ಗೊತ್ತು, ಆತ...' ಅದಕ್ಕೆ ನಮ್ಮ ತಂದೆಯವರು ಉತ್ತರಿಸಿದರು : 'ಇಡೀ ಸೇಂಟ್-ಓಮರ್ ಊರೇ ಪೂತ್ವಾ ಜೀವಿಸಿದ್ದಾನೆ ಅಂತ ನಂಬಿದಾಗ ಅದನ್ನು ನಾನೊಬ್ಬನೆ ಹೇಗೆ ನಿರಾಕರಿಸಲಿಕ್ಕೆ ಬರ್ತದೆ? ಎಲ್ಲರೂ ನಂಬಿದ್ದನ್ನು ತಿರಸ್ಕರಿಸೋದು ಬಹಳ ಕಠಿಣವಾಗ್ತದೆ.' ನಮ್ಮ ತಂದೆಯವರಂಥ ಅತ್ಯಂತ ಪ್ರಾಮಾಣಿಕ ಜನರಿಗೆ ಮಾತ್ರ ಇಂಥ ನೈತಿಕ ಶಂಕೆಗಳಿರುತ್ತವೆ. ನಮ್ಮ ತಂದೆಯವರು ಅಂತರಂಗದಲ್ಲಿ ಎಪಿಕ್ಯೂರಸನ ತತ್ವ ಪ್ರತಿಪಾದಕನಾದ ಗ್ಯಾಸೆಂದಿಯ ಶಿಷ್ಯರಾಗಿದ್ದರು. ಅವರು ತಮ್ಮ ವೈಯಕ್ತಿಕ ಭಾವನೆಗಳನ್ನು ಸಾರ್ವಜನಿಕ ಭಾವನೆಗಳೊಂದಿಗೆ ಮೇಳವಿಸಿಕೊಂಡಿದ್ದರು. ಆದ್ದರಿಂದಲೆ ಅವರು ಕಲ್ಲಂಗಡಿ ಹಣ್ಣುಗಳ ಕಳವಿನ ಹೊಣೆಯನ್ನು ಮತ್ತು ಅಡುಗೆಯವಳಿಗಾದ ಅನ್ಯಾಯದ ಹೊಣೆಯನ್ನು ನೇರವಾಗಿ ಪೂತ್ವಾನ ಮೇಲೆ ಹೊರಿಸಲು ಒಪ್ಪದಿದ್ದರೂ ಪೂತ್ವಾ ಜೀವಿಸಿದ್ದನೆಂದು ಮಾತ್ರ ನಂಬಿದ್ದರು. ಹೀಗೆ ಅವರು ಒಬ್ಬ ಒಳ್ಳೆಯ ನಾಗರಿಕನಾಗಿದ್ದ ಕಾರಣ ಪೂತ್ವಾನ ಅಸ್ತಿತ್ವವನ್ನು ನಂಬಿದ್ದರೂ ಊರಲ್ಲಿ ನಡೆದ ಘಟನೆಗಳನ್ನು ತಾವು ವಿವರಿಸುವಾಗ ಮಾತ್ರ ಅವನ ಹೆಸರನ್ನು ತರುತ್ತಿರಲಿಲ್ಲ. ಪ್ರತಿಯೊಂದು ವಿಷಯದಲ್ಲಿ ನಡೆದುಕೊಳ್ಳುತ್ತಿದ್ದಂತೆ ಈ ವಿಷಯದಲ್ಲಿಯೂ ಅವರು ಒಬ್ಬ ಸಭ್ಯ ಗೃಹಸ್ಥನಂತೆ ನಡೆದುಕೊಂಡರು.

ಆದರೆ ನಮ್ಮ ತಾಯಿ ಮಾತ್ರ ಪೂತ್ವಾನಿಗೆ ಜನ್ಮಕೊಟ್ಟುದಕ್ಕಾಗಿ ತನ್ನನ್ನು ತಾನೆ ಶಪಿಸಿ ಕೊಳ್ಳುತ್ತಿದ್ದಳು. ಏಕೆಂದರೆ ಕ್ಯಾಲಿಬನನೆಂಬ ರಾಕ್ಷಸ ಷೇಕ್ಸ್‌ಪಿಯರ್‌ನ ಸೃಷ್ಟಿಯಾಗಿದ್ದಂತೆ

ಪೂತ್ವಾನೂ ನಮ್ಮ ತಾಯಿಯ ಕಲ್ಪನೆಯಿಂದ ಹುಟ್ಟಿದ ವ್ಯಕ್ತಿಯಾಗಿದ್ದ. ಆದರೆ ನಮ್ಮ ತಾಯಿ ಮಾತ್ರ ಷೇಕ್ಸ್‌ಪಿಯರ್‌ನಿಗಿಂತ ಹೆಚ್ಚು ಮುಗ್ಧಳಾಗಿದ್ದಳು. ಅವಳಿಗೆ ತಾನು ಹುಟ್ಟಿಸಿದ ಸುಳ್ಳು ಇಷ್ಟು ದೊಡ್ಡದಾಗಿ ಯಶಸ್ವಿಯಾಗಿ ಬೆಳೆದುದನ್ನು ಕಂಡು ಭಯ ಉಂಟಾಯಿತು. ಅದು ಅವಿರತವಾಗಿ ಬೆಳೆದು ಆ ಊರಿನುದ್ದಕ್ಕಷ್ಟೆ ಅಲ್ಲ ಜಗತ್ತಿನುದ್ದಕ್ಕೂ ಪಸರಿಸುವಂತೆ ತೋರಿತು. ಒಂದು ದಿನ ತಾನು ಹುಟ್ಟಿಸಿದ ಸುಳ್ಳೇ ತನ್ನೆದುರಿಗೆ ಬಂದು ನಿಲ್ಲಲಿದೆ ಎಂಬ ಭಯವುಂಟಾಗಿ ಅವಳ ಮುಖ ವಿವರ್ಣವಾಯಿತು. ಆ ದಿನ ನಮ್ಮ ಮನೆಯಲ್ಲಿ ಹೊಸತಾಗಿ ನೇಮಕಗೊಂಡಿದ್ದ ಹಾಗೂ ಊರಿಗೂ ಹೊಸಬನಾಗಿದ್ದ ಒಬ್ಬ ಸೇವಕ ಬಂದು ಯಾರೋ ಒಬ್ಬ ವ್ಯಕ್ತಿ ಅವಳ ಭೇಟಿಗಾಗಿ ಬಂದಿದ್ದಾನೆಂದು ತಿಳಿಸಿದ.

"ಆ ಮನುಷ್ಯ ಯಾರು?"

"ಆತ ಸಡಿಲವಾದ ಅಂಗಿಯನ್ನು ಧರಿಸಿದ್ದು ಕೂಲಿಕಾರನ ಹಾಗೆ ಕಾಣಿಸ್ತಾನೆ."

"ಆತ ತನ್ನ ಹೆಸರು ಹೇಳಿದನೆ?"

"ಹೌದು ಅವ್ವಾವರೆ."

"ಹೆಸರು ಏನಂತೆ?"

"ಪೂತ್ವಾ ಅಂತ ಹೇಳಿದ ಅವ್ವಾವರೆ."

"ಆತ ಇಲ್ಲಿ ಬಂದಿದ್ದಾನೆಯೆ?"

"ಹೌದು ಬಂದಿದ್ದಾನೆ. ಒಳಗೆ ಅಡುಗೆ ಮನೆಯಲ್ಲಿ ಕಾಯುತ್ತಿದ್ದಾನೆ."

"ನೀನು ಆತನನ್ನು ನೋಡಿದೆಯಾ?"

"ಹೌದು, ಅವ್ವಾವರೆ."

"ಅವನಿಗೇನು ಬೇಕಂತೆ?"

"ಅವನೇನೂ ಹೇಳಲಿಲ್ಲ. ಆತ ನಿಮಗೆಯೆ ಹೇಳ್ತಾನಂತೆ."

"ಹೋಗಿ ಏನೆಂದು ಕೇಳಿ ಬಾ."

ಆ ಸೇವಕ ಮರಳಿ ಅಡುಗೆ ಮನೆಗೆ ಹೋದಾಗ ಪೂತ್ವಾ ಅಲ್ಲಿಂದ ಹೋಗಿಬಿಟ್ಟಿದ್ದ. ಹೀಗೆ ಈ ಹೊಸ ಸೇವಕ ಮತ್ತು ಪೂತ್ವಾನ ನಡುವಿನ ಭೇಟಿ ಬಗೆಹರಿಯದ ಒಂದು ಒಗಟಾಗಿಯೇ ಉಳಿಯಿತು. ಆದರೆ ಅಂದಿನಿಂದ ಪೂತ್ವಾ ನಿಜವಾದ ಒಬ್ಬ ವ್ಯಕ್ತಿಯಾಗಿರ ಬಹುದೆಂದೂ ತಾನು ಹೇಳಿದುದು ಸುಳ್ಳಲ್ಲವೆಂದೂ ನಮ್ಮ ತಾಯಿ ನಂಬತೊಡಗಿದಳು. ○

○ ಗಾಯ್ ದ ಮೊಪಾಸಾ

ಕೈದಿಗಳು

ಹಿಮದ ತುಣುಕುಗಳು ಮರಗಳ ಮೇಲೆ ಬೀಳುವ ಸದ್ದನ್ನು ಬಿಟ್ಟರೆ ಆ ಕಾಡಿನಲ್ಲಿ ಮತ್ತಾವ ಶಬ್ದವೂ ಕೇಳಿಸುತ್ತಿರಲಿಲ್ಲ. ಮಧ್ಯಾಹ್ನದಿಂದ ಹಿಮ ಬೀಳಲಾರಂಭಿಸಿತ್ತು. ಟೊಂಗೆಗಳ ಮೇಲೆಲ್ಲ ಅದು ಹಿಟ್ಟಿನಂತೆ ಮುತ್ತಿದ್ದು, ಹಣ್ಣೆಲೆಗಳ ಮೇಲೆ ಶೇಖರವಾಗಿ ಬೆಳ್ಳಿಯ ಪರದೆಯಂತೆ ಕಾಣಿಸುತ್ತಿತ್ತು. ಕಾಡಿನಲ್ಲಿದ್ದ ದಾರಿಗಳ ಮೇಲೆಲ್ಲ ಈ ಹಿಮ ದೊಡ್ಡ, ಮೃದುವಾದ ಬಿಳಿಯ ಜಮಖಾನೆಯಂತೆ ಹರಡಿ ಅಲ್ಲಿದ್ದ ನೀರವತೆಯನ್ನು ಮತ್ತಷ್ಟು ಆಳವಾಗಿಸಿತ್ತು.

ಕಾಡಿನ ಕಾವಲುಗಾರನ ಬಿಡಾರದ ಮುಂದೆ ಒಬ್ಬ ಬೆತ್ತಲೆ ತೋಳಿನ ತರುಣಿ ಕಲ್ಲಿನ ಮೇಲೆ ಕಟ್ಟಿಗೆಯನ್ನಿಟ್ಟು ಕೊಡಲಿಯಿಂದ ಅವುಗಳನ್ನು ಕಡಿಯುತ್ತಿದ್ದಳು. ಅವಳು ಎತ್ತರವಾಗಿ ತೆಳ್ಳಗಾಗಿ ಶಕ್ತಿಯುತಳಾಗಿದ್ದಳು. ಒಬ್ಬ ಬೇಟೆ ಕಾವಲುಗಾರನ ಮಗಳೂ ಅದೇ ವೃತ್ತಿಯ ಇನ್ನೊಬ್ಬನ ಮಡದಿಯೂ ಆಗಿದ್ದ ಆಕೆ ನಿಜವಾಗಿಯೂ ಕಾಡಿನ ಶಿಶುವಾಗಿದ್ದಳು.

ಮನೆಯೊಳಗಿನಿಂದ ಆಕೆಯನ್ನು ಕರೆದ ಧ್ವನಿ ಕೇಳಿಸಿತು:

"ಒಳಗೆ ಬಾ ಬರ್ಥಿನ್. ಇವತ್ತು ಮನೆಯಲ್ಲಿ ನಾವಿಬ್ಬರೆ ಇದ್ದೇವೆ. ಅಲ್ಲದೆ ಕತ್ತಲೂ ಆಗಿದೆ. ಹೊರಗೆ ಪ್ರಷ್ಯನರು ಅಥವಾ ತೋಳಗಳು ಅಲೆದಾಡ್ತಿರಬಹುದು."

ಕಟ್ಟಿಗೆ ಕಡಿಯುತ್ತಿದ್ದಾಕೆ ಮತ್ತೊಂದು ತುಂಡನ್ನು ಸೀಳಿದಳು. ಅವಳು ಕೈಯೆತ್ತಿ ಬಲವಾಗಿ ಹೊಡೆದಾಗ ಅವಳೆದೆಯ ಏರಿಳಿತ ಕಾಣಿಸುತ್ತಿತ್ತು. ಅನಂತರ ಅವಳೆಂದಳು:

"ಅವ್ವ ನನ್ನ ಕೆಲಸ ಆಗಿ ಹೋಯ್ತು. ನಾನಿಲ್ಲೇ ಇದ್ದೇನೆ. ಇನ್ನೂ ಕತ್ತಲಾಗಿಲ್ಲ. ನೀನೇನೂ ಹೆದರಬೇಡ." ಅನಂತರ ಸೀಳಿದ ಕಟ್ಟಿಗೆಯ ಹೊರೆಗಳನ್ನು ಮತ್ತು ಬೊಡ್ಡೆಗಳನ್ನು ಅವಳು ಒಳಗೆ ತಂದು ಹೊಗೆ ಕಿಂಡಿಯ ಹತ್ತಿರ ಹೊಂದಿಸಿದಳು. ಮತ್ತೆ ಓಕ್ ಮರದ ದೊಡ್ಡ ಬಾಗಿಲುಗಳನ್ನು ಮುಚ್ಚಲು ಹೊರಗೆ ಹೋದಳು. ಅನಂತರ ಒಳಗೆ ಬಂದು ಬಾಗಿಲಿನ ಚಿಲಕ ಹಾಕಿದಳು.

ಅವಳ ಮುದಿತಾಯಿ ಒಲೆಯ ಹತ್ತಿರ ನೂಲುತ್ತ ಕುಳಿತಿದ್ದಳು.

ಅವಳ ದೇಹವೆಲ್ಲ ಸುಕ್ಕುಗಟ್ಟಿತ್ತು. ವಯಸ್ಸಾದಂತೆ ಅವಳಿಗೆ ಹೆದರಿಕೆಯೂ ಜಾಸ್ತಿಯಾಗಿತ್ತು. ಮಗಳನ್ನು ನೋಡಿ ಅವಳು ಹೇಳಿದಳು :

"ನಿಮ್ಮಪ್ಪ ಹೊರಗೆ ಹೋಗೋದು ನನಗೆ ಸೇರೋದಿಲ್ಲ. ನಾವಿಬ್ಬರೆ ಹೆಂಗಸರು ಇಲ್ಲಿ ಹೇಗಿರಬೇಕು?"

ಅದಕ್ಕೆ ಮಗಳು ಹೇಳಿದಳು, "ನಾನು ತೋಳವನ್ನು ಕೊಲ್ಲಬಲ್ಲೆ, ಪ್ರಷ್ಯನರನ್ನೂ ಕೊಲ್ಲಬಲ್ಲೆ. ನೋಡು ಬೇಕಾದರೆ." ಅವಳು ಅಗ್ಗಿಷ್ಟಿಕೆಯ ಹತ್ತಿರ ಗೋಡೆಗೆ ತೂಗುಹಾಕಿದ್ದ ದೊಡ್ಡ ರಿವಾಲ್ವರನ್ನು ನೋಡಿದಳು. ಅವಳ ಗಂಡ ಪ್ರಷ್ಯನರ ಆಕ್ರಮಣ ಪ್ರಾರಂಭವಾದಾಗಲೆ ಸೈನ್ಯಕ್ಕೆ ಜಮಾಯಿಸಲ್ಪಟ್ಟಿದ್ದ. ಆವಾಗಿನಿಂದ ಈ ಇಬ್ಬರು ಹೆಣ್ಣು ಮಕ್ಕಳೂ ಹುಡುಗಿಯ ತಂದೆಯಾಗಿದ್ದ ಮುದಿ ಬೇಟೆ ಕಾವಲುಗಾರ ನಿಕೊಲಾ ಪಿಶೂನೊಂದಿಗೆ ಬೇರೆ ಯಾರ ಸಹವಾಸವೂ ಇಲ್ಲದೆ ಜೀವಿಸುತ್ತಿದ್ದರು. ನಿಕೊಲಾ ಪಿಶೂ ಮನೆ ಬಿಟ್ಟು ನಗರಕ್ಕೆ ಹೋಗಲು ಒಲ್ಲೆನೆಂದು ಅಲ್ಲಿಯೆ ಉಳಿದಿದ್ದ.

ಆ ಕಾಡಿಗೆ ಅತಿ ಸಮೀಪವಿದ್ದ ನಗರವೆಂದರೆ ರೆಥೆಲ್. ಅಲ್ಲಿ ಗುಡ್ಡದ ಮೇಲೆ ಹಳೆಯ ಕೋಟೆಯೊಂದು ಇದ್ದಿತು. ಅಲ್ಲಿಯ ಜನ ದೇಶಾಭಿಮಾನಿಗಳಾಗಿದ್ದುದರಿಂದ ಆಕ್ರಮಣಕಾರರನ್ನು ಒಳಗೆ ಬರಗೊಡಬಾರದೆಂದು ತೀರ್ಮಾನಿಸಿದ್ದರು. ಕೋಟೆಯ ಬಾಗಿಲುಗಳನ್ನು ಭದ್ರವಾಗಿ ಮುಚ್ಚಿ ವೈರಿಗಳ ಮುತ್ತಿಗೆಯನ್ನು ಎದುರಿಸಲು ಅವರು ಸಿದ್ಧರಾಗಿದ್ದರು. ಅದು ಅವರ ಸಂಪ್ರದಾಯವಾಗಿತ್ತು. ಇದಕ್ಕಿಂತ ಮೊದಲು ಎರಡು ಸಲ ನಾಲ್ಕನೆಯ ಹೆನ್ರಿ ಮತ್ತು ಹದಿನಾಲ್ಕನೆಯ ಲೂಯಿಯ ಆಡಳಿತದಲ್ಲಿ ರೆಥೆಲ್ ಪಟ್ಟಣದ ಪ್ರಜೆಗಳು ಶೌರ್ಯಸಾಹಸ ಗಳಿಂದ ತಮ್ಮ ನಗರವನ್ನು ರಕ್ಷಿಸಿ ಕೀರ್ತಿ ಗಳಿಸಿದ್ದರು. ಈ ಸಾರಿಯೂ ಹಾಗೆಯೆ ಮಾಡಬೇಕೆಂದೂ ಇಲ್ಲವೆ ಕೋಟೆಯೊಳಗೆ ಮಡಿಯಬೇಕೆಂದೂ ಅವರು ತೀರ್ಮಾನಿಸಿದ್ದರು.

ಆದ್ದರಿಂದ ಅವರು ತೋಫುಗಳನ್ನೂ ಬಂದೂಕುಗಳನ್ನೂ ಸಂಗ್ರಹಿಸಿ ಒಂದು ಸೈನ್ಯವನ್ನು ಸಜ್ಜುಗೊಳಿಸಿ ಇಡೀ ದಿನ ಸೈನ್ಯಶಾಲೆಯೆದುರು ಕವಾಯತು ಮಾಡುತ್ತಿದ್ದರು. ಬ್ರೆಡ್ ತಯಾರಕರು, ಕಿರಾಣಿ ವ್ಯಾಪಾರಿಗಳು, ಕಟುಕರು, ವಕೀಲರು, ಬಡಗಿಗಳು, ಪುಸ್ತಕ ವ್ಯಾಪಾರಿಗಳು ಮತ್ತು ವೈದ್ಯರೂ ಮೊದಲುಗೊಂಡು ನಗರದ ಎಲ್ಲ ಜನರೂ ಸರದಿ ಪ್ರಕಾರ ಸೈನ್ಯದ ತರಬೇತಿಯನ್ನು ಪಡೆಯುತ್ತಿದ್ದರು. ಅವರಿಗೆಲ್ಲ ತರಬೇತು ನೀಡುತ್ತಿದ್ದ ಶ್ರೀಯುತ ಲೆವಿನ್ ಹಿಂದೆ ಫ್ರೆಂಚ್ ಸೇನೆಯ ಅಶ್ವದಳದಲ್ಲಿ ಒಬ್ಬ ಚಿಕ್ಕ ಅಧಿಕಾರಿಯಾಗಿದ್ದ. ಮುದಿ ಎಂ. ರಾವೊದಾನ ಮಗಳನ್ನು ಮದುವೆಯಾಗಿದ್ದ ಅವನಿಗೆ ಮಾವನ ಜವಳಿ ಅಂಗಡಿ ಸಿಕ್ಕಿದುದರಿಂದ ಆತ ಅದೇ ವ್ಯಾಪಾರವನ್ನು ಮುಂದುವರಿಸಿದ್ದ.

ಅವನೀಗ ರೆಥೆಲ್‌ನ ಮುಖ್ಯ ದಂಡನಾಯಕನಾಗಿ ಮೇಜರ್ ಎಂಬ ಬಿರುದು ಧರಿಸಿದ್ದ. ತರುಣರು ಸೇನೆಯನ್ನು ಸೇರಲು ಹೋಗಿದ್ದ ಕಾರಣ, ವೈರಿಗಳನ್ನು ಪ್ರತಿಭಟಿಸಲು ಉತ್ಸುಕರಾಗಿದ್ದ ಇತರರನ್ನೆಲ್ಲ ಆತ ತನ್ನ ಪಡೆಗೆ ಸೇರಿಸಿಕೊಂಡ. ದಪ್ಪಗಿನ ಜನರೆಲ್ಲ ತಮ್ಮ ಕೊಬ್ಬನ್ನು ಕರಗಿಸಲು ಇತರ ಪಾದಚಾರಿಗಳಂತೆ ಬೀದಿಗಳಲ್ಲಿ ಅಲೆದಾಡಲಾರಂಭಿಸಿದರು. ಅಶಕ್ತರಾದವರು ತಮ್ಮ ಸ್ನಾಯುಗಳನ್ನು ಬಲಪಡಿಸಿಕೊಳ್ಳಲು ಭಾರವಾದ ವಸ್ತುಗಳನ್ನು ಹೊತ್ತು ಅಡ್ಡಾಡತೊಡಗಿದರು.

ಹೀಗೆ ಯುದ್ಧಕ್ಕೆ ಸಜ್ಜಾಗಿ ಪ್ರಷ್ಯನರ ದಾಳಿಯನ್ನು ರೆಥೆಲ್ ನಿರೀಕ್ಷಿಸುತ್ತಿತ್ತು. ಆದರೆ ಪ್ರಷ್ಯನರು ಬರಲಿಲ್ಲ. ಆದರೂ ಅವರು ದೂರವೇನೂ ಇರಲಿಲ್ಲ. ಅವರ ಗೂಢಚಾರರು

ಕಾಡನ್ನು ದಾಟಿ ನಿಕೊಲಾ ಪಿಶೂನ ಬಿಡಾರದವರೆಗೆ ಎರಡು ಸಲ ಬಂದಿದ್ದರು. ಆಗ ಆ ಮುದಿ ಕಾವಲುಗಾರ ತನಗೆ ವಯಸ್ಸಾಗಿದ್ದರೂ ನರಿಯಂತೆ ಓಡಿಹೋಗಿ ನಗರಕ್ಕೆ ವೈರಿಗಳ ಆಗಮನದ ಸುದ್ದಿ ಮುಟ್ಟಿಸಿ ಬಂದಿದ್ದ. ಆದರೆ ವೈರಿಗಳು ಮಾತ್ರ ಇನ್ನೂ ಕಾಣಿಸಿಕೊಂಡಿರಲಿಲ್ಲ.

ನಿಕೊಲಾ ಪಿಶೂನ ಬಿಡಾರ ಆವೆಲಿನ್ ಅರಣ್ಯದಲ್ಲಿ ಒಂದು ಗಡಿ ಕಾವಲು ಇದ್ದಂತಿತ್ತು. ಆತ ವಾರಕ್ಕೆರಡು ಸಲ ಪಟ್ಟಣಕ್ಕೆ ಹೋಗಿ ಮನೆಗೆ ಬೇಕಾದ ಸಾಮಗ್ರಿಗಳನ್ನೆಲ್ಲ ಕೊಂಡುಕೊಂಡು ಬರುತ್ತಿದ್ದನಲ್ಲದೆ ಊರಿನವರಿಗೆ ಹೊರ ಪ್ರದೇಶದ ಸುದ್ದಿಯನ್ನೆಲ್ಲ ತಿಳಿಸಿ ಬರುತ್ತಿದ್ದ. ಜರ್ಮನ್ ಸೈನ್ಯದ ತುಕಡಿಯೊಂದು ಹಿಂದಿನ ದಿನ ಮಧ್ಯಾಹ್ನ ಎರಡು ಗಂಟೆಗೆ ತನ್ನ ಮನೆಯೆದುರು ಸ್ವಲ್ಪ ಹೊತ್ತು ನಿಂತು ಅನಂತರ ಹಾಗೆಯೇ ಮರಳಿ ಹೋಗಿತ್ತು ; ಮತ್ತು ಆ ತುಕಡಿಯ ಮುಖಂಡ ಫ್ರೆಂಚ್ ಮಾತನಾಡುತ್ತಿದ್ದ ಎಂದು ತಿಳಿಸಿ ಬರುವ ಸಲುವಾಗಿ ಈ ದಿನ ಆತ ಪಟ್ಟಣಕ್ಕೆ ಹೊರಟ.

ಹೀಗೆ ಆ ಮುದುಕ ಪಟ್ಟಣಕ್ಕೆ ಹೋಗುವಾಗ ತನ್ನೊಂದಿಗೆ ಸಿಂಹದ ಹಲ್ಲುಗಳಂಥ ಹಲ್ಲುಗಳಿದ್ದ ಎರಡು ದೊಡ್ಡ ನಾಯಿಗಳನ್ನು ಕರೆದೊಯ್ಯುತ್ತಿದ್ದ. ಯಾಕೆಂದರೆ ಸುತ್ತಮುತ್ತಲೆಲ್ಲ ತೋಳಗಳ ಹಾವಳಿ ಬಹಳವಾಗಿತ್ತು. ಮನೆಯಲ್ಲಿದ್ದ ಹೆಂಡತಿ ಮತ್ತು ಮಗಳಿಗೆ ಕತ್ತಲಾದ ಕೂಡಲೆ ಬಾಗಿಲನ್ನು ಭದ್ರವಾಗಿ ಹಾಕಿಕೊಳ್ಳಿರೆಂದು ಹೇಳಿ ಹೊರಡುತ್ತಿದ್ದ.

ಮಗಳು ಯಾವುದಕ್ಕೂ ಹೆದರುತ್ತಿರಲಿಲ್ಲ. ಆದರೆ ತಾಯಿ ಮಾತ್ರ ನಡುಗುತ್ತ "ಇದರಿಂದೆಲ್ಲ ಕೆಡುಕಾಗ್ತದೆ. ನೀನೇ ನೋಡುವೆಯಂತೆ, ಎಲ್ಲ ಕೆಡುಕಾಗ್ತದೆ" ಎನ್ನುತ್ತಿದ್ದಳು.

ಅಂದು ಸಂಜೆ ಎಂದಿಗಿಂತ ಹೆಚ್ಚು ವ್ಯಾಕುಲಗೊಂಡಿದ್ದ ಅವಳು ಮಗಳೊಡನೆ ಕೇಳಿದಳು:

"ನಿಮ್ಮಪ್ಪ ಯಾವಾಗ ಬರ್ತಾನೆ ಗೊತ್ತೆ?"

"ಹನ್ನೊಂದರ ಒಳಗೇನೂ ಬರೋದಿಲ್ಲ. ಮೇಜರ್‌ನೊಂದಿಗೆ ಊಟ ಮಾಡೋದಿದ್ದರೆ ಅವನು ಬರೋದು ತಡವಾಗ್ತದೆ."

ಮಗಳು ಮಾಂಸದ ಸಾರನ್ನು ಮಾಡುವುದಕ್ಕಾಗಿ ಬೋಗುಣಿಯನ್ನು ಒಲೆಯ ಮೇಲಿಡುತ್ತಿದ್ದಾಗ ಅವಳಿಗೆ ಹೊಗೆಕಿಂಡಿಯಿಂದ ಒಂದು ಅಸ್ಪಷ್ಟ ಧ್ವನಿ ಕೇಳಿಸಿತು. ಅವಳು ತನ್ನಲ್ಲೆ ಗುನುಗುನಿಸಿಕೊಂಡಳು:

"ಕಾಡಿನಲ್ಲಿ ಯಾರೊ ಬರ್ತಿದ್ದಾರೆ. ಏನಿಲ್ಲೆಂದರೂ ಏಳೆಂಟು ಜನರಿರಬೇಕು."

ಅದನ್ನು ಕೇಳಿ ಅವಳ ತಾಯಿ ನೂಲುವುದನ್ನು ನಿಲ್ಲಿಸಿ "ಅಯ್ಯೊ ದೇವರೆ, ನಿಮ್ಮ ತಂದೆ ಮನೆಯಲ್ಲಿಲ್ಲವಲ್ಲ," ಎಂದು ಉದ್ಗರಿಸಿದಳು.

ಅವಳು ಮಾತು ಮುಗಿಸುವುದರೊಳಗಾಗಿಯೆ ಹೊರಗಿನಿಂದ ಬಾಗಿಲ ಮೇಲೆ ಬಲವಾಗಿ ಬಡಿದ ಸದ್ದಾಯಿತು. ಅವರಿಬ್ಬರು ಹೆಣ್ಣು ಮಕ್ಕಳೂ ಉತ್ತರಿಸದಿದ್ದಾಗ, ಹೊರಗಿನಿಂದ ಗಡುಸಾದ ಧ್ವನಿಯೊಂದು "ಬಾಗಿಲು ತೆರೆಯಿರಿ" ಎಂದು ಕೂಗಿತು.

ಸ್ವಲ್ಪ ಸಮಯದ ತರುವಾಯ ಅದೇ ಸ್ವರ ಮತ್ತೊಮ್ಮೆ ಕೂಗಿತು : "ಬಾಗಿಲು ತೆರೆಯಿರಿ. ಇಲ್ಲದಿದ್ದರೆ ಅದನ್ನು ಮುರೀತೇವೆ."

ಆಗ ಬರ್ಥಿನ್ ಗೋಡೆಗೆ ತೂಗುಹಾಕಿದ್ದ ರಿವಾಲ್ವರನ್ನು ತೆಗೆದುಕೊಂಡು ಕಿಸೆಯೊಳಗಿಟ್ಟು ಕೊಂಡಳು. ಅನಂತರ ಕಿವಿಯನ್ನು ಬಾಗಿಲಿನ ಕಿಂಡಿಗೆ ಹಚ್ಚಿ "ನೀವು ಯಾರು?" ಎಂದು ಕೇಳಿದಳು.

"ನಾನು ಮೊನ್ನೆ ಬಂದ ಸೈನ್ಯದ ತುಕಡಿಯಲ್ಲಿದ್ದವ," ಎಂದಿತು ಆ ಧ್ವನಿ.

"ನಿನಗೇನು ಬೇಕು?" ಎಂದಾಕೆ ಕೇಳಿದಳು.

"ನಾನು ಮುಂಜಾನೆಯಿಂದ ನನ್ನ ತುಕಡಿಯೊಂದಿಗೆ ಕಾಡಿನಲ್ಲಿ ದಿಕ್ಕು ತಪ್ಪಿ ಅಲೆದಾಡ್ತಿದ್ದೇನೆ. ಬಾಗಿಲು ತೆರೆಯಿರಿ. ಇಲ್ಲದಿದ್ದರೆ ಮುರೀತೇನೆ."

ಇದನ್ನು ಕೇಳಿದ ಆ ತರುಣಿಗೆ ಬೇರೆ ಹಾದಿಯೆ ಇರಲಿಲ್ಲ. ಅವಳೆದ್ದು ಚಿಲಕ ಸರಿಸಿ ಬಾಗಿಲು ತೆರೆದಳು. ಆಗ ಎದುರಿಗೆ ಆರು ಜನರು ನಿಂತಿದ್ದುದು ಕಂಡಿತು. ಅವರೆಲ್ಲ ಈ ಹಿಂದೆ ಬಂದಿದ್ದ ಪ್ರಷ್ಯನರೆ ಆಗಿದ್ದರು. ಆದರೂ ಅವಳು ಬಿಗುವಿನಿಂದಲೆ "ಇಂಥ ರಾತ್ರಿಯಲ್ಲಿ ನಿಮಗೇನು ಬೇಕು?" ಎಂದು ಕೇಳಿದಳು.

ಆ ಅಧಿಕಾರಿ ಹೇಳಿದ : "ನನಗೆ ಹಾದಿ ತಪ್ಪಿ ಹೋಗಿತ್ತು. ಸಂಪೂರ್ಣ ತಪ್ಪಿ ಹೋಗಿತ್ತು. ಆಗ ಈ ಮನೆಯ ಗುರುತು ಹತ್ತಿತು. ಮುಂಜಾನೆಯಿಂದ ನಮಗೆಲ್ಲ ತಿನ್ನಲಿಕ್ಕೆ ಏನೂ ಸಿಕ್ತಿಲ್ಲ."

ಆಗ ಬರ್ಥಿನ್ "ಈ ಸಂಜೆ ನಾವು ತಾಯಿಮಕ್ಕಳಿಬ್ಬರೆ ಇದ್ದೇವೆ. ಏನು ಮಾಡೋದು?" ಎಂದಳು.

ಅದಕ್ಕೆ ಆ ಸೈನಿಕ ಹೇಳಿದ: "ಅದರಿಂದೇನೂ ತೊಂದರೆಯಿಲ್ಲ. ನಾವು ನಿಮಗೇನೂ ಅಪಾಯ ಮಾಡೋದಿಲ್ಲ. ಆದರೆ ನೀವು ನಮಗೆ ತಿನ್ನಲಿಕ್ಕೆ ಏನನ್ನಾದರೂ ಕೊಡಲೇಬೇಕು. ಯಾಕೆಂದರೆ ನಾವು ದಣಿದು ಕಂಗಾಲಾಗಿದ್ದೇವೆ."

ತರುಣಿ ಹಿಂದಕ್ಕೆ ಸರಿದು "ಒಳಗೆ ಬನ್ನಿರಿ" ಎಂದು ಕರೆದಳು.

ಅವರೆಲ್ಲ ಒಳಗೆ ಪ್ರವೇಶಿಸಿದರು. ಅವರ ಶಿರಸ್ತ್ರಾಣಗಳ ಮೇಲೆ ಮಂಜಿನ ಕಣಗಳು ಕೆನೆಯಂತೆ ಕೂತಿದ್ದರಿಂದ ಅವು ತತ್ತಿಯ ಬಿಳಿ ಲೋಳೆಯಿಂದ ಮಾಡಿದ ಒಂದು ಬಗೆಯ ಸಿಹಿ ತಿಂಡಿಗಳಂತೆ ಕಾಣಿಸಿದವು. ಅವರೆಲ್ಲ ದಣಿದು ಕಂಗಾಲಾಗಿದ್ದರು.

ಮಗಳು ಅವರಿಗೆಲ್ಲ ಮೇಜಿನ ಎದುರುಬದುರಿಗಿದ್ದ ಕುರ್ಚಿಗಳತ್ತ ಕೈಮಾಡಿ "ಕೂತುಕೊಳ್ಳಿ, ನಾನು ಸಾರು ತಯಾರಿಸ್ತೇನೆ. ನೀವು ಬಹಳ ದಣಿದಂತೆ ಕಾಣಿಸ್ತದೆ" ಎಂದಳು.

ಆಮೇಲೆ ಅವಳು ಮತ್ತೆ ಬಾಗಿಲನ್ನು ಹಾಕಿದಳು.

ಅವಳು ಬೋಗುಣಿಯಲ್ಲಿ ಮತ್ತಷ್ಟು ನೀರನ್ನೂ, ಬಟಾಟೆಯನ್ನೂ ಬೆಣ್ಣೆಯನ್ನೂ ಹಾಕಿದಳು. ಅನಂತರ ಹೊಗೆಕಿಂಡಿಯ ಹತ್ತಿರ ದಾರಕ್ಕೆ ತೂಗಹಾಕಿದ ಒಣಗಿದ ಹಂದಿಯ ಮಾಂಸದ ತುಂಡನ್ನು ಅರ್ಧ ಕತ್ತರಿಸಿ ಅದರಲ್ಲಿ ಹಾಕಿ ಅಲುಗಾಡಿಸಿದಳು. ಹಸಿವೆಯಿಂದ ಬಳಲಿದ್ದ ಆ ಸೈನಿಕರೆಲ್ಲ ಅವಳ ಚಲನವಲನಗಳನ್ನು ಅತ್ಯಂತ ಲಕ್ಷ್ಯಪೂರ್ವಕ ನಿರೀಕ್ಷಿಸುತ್ತಿದ್ದರು. ಅವರೆಲ್ಲ ತಮ್ಮ ಬಂದೂಕುಗಳನ್ನೂ, ಶಿರಸ್ತ್ರಾಣಗಳನ್ನೂ ಮೂಲೆಯಲ್ಲಿಟ್ಟು ಜಾಣ ಶಾಲಾಮಕ್ಕಳಂತೆ ಬೆಂಚಿನ ಮೇಲೆ ಕುಳಿತು ಕಾಯುತ್ತಿದ್ದರು. ತಾಯಿ ಮತ್ತೆ ನೂಲುವುದಕ್ಕೆ ಆರಂಭಿಸಿ, ಆಗಾಗ ಭಯದಿಂದ ಆ ಸೈನಿಕರ ಮೇಲೆ ಕಣ್ಣು ಹಾಯಿಸುತ್ತಿದ್ದಳು. ಅವಳ ರಾಟೆಯ ಗುರುಗುರು ಸದ್ದು, ಒಲೆಯ ಬೆಂಕಿಯ ಚಟಚಟ ಸದ್ದು ಮತ್ತು ಭುಸ್ಸೆಂದು ಕುದಿಯುವ ಸಾರಿನ ಸದ್ದು ಬಿಟ್ಟರೆ ಮತ್ತಾವ ಸಪ್ಪಳವೂ ಅಲ್ಲಿ ಕೇಳಿಸುತ್ತಿರಲಿಲ್ಲ. ಎಲ್ಲವೂ ನೀರವವಾಗಿತ್ತು.

ಆದರೆ ಒಮ್ಮಿಂದೊಮ್ಮೆಲೆ ಬಾಗಿಲ ಹೊರಗೆ ಏನೊ ಮುಸುಗುಡುತ್ತಿರುವ ಸದ್ದು ಕೇಳಿಸಿತು. ಯಾವುದೋ ಪ್ರಾಣಿ ಭಯಾನಕವಾಗಿ ತೇಕುತ್ತಿರುವುದು ಕೇಳಿಸಿತು. ಆ ಜರ್ಮನ್ ಸೈನಿಕರ ಪೈಕಿ ಒಬ್ಬ ಚಂಗನೆ ಜಿಗಿದು ಬಂದೂಕಿನೆಡೆಗೆ ಧಾವಿಸಿದ.

ಆಗ ತರುಣಿ ಮುಗುಳ್ನಕ್ಕು "ಅವು ತೋಳಗಳು. ಅವೂ ನಿಮ್ಮಂತೆ ಹಸಿದು ತಿರುಗಾಡ್ತವೆ" ಎಂದಳು.

ಆ ಸೈನಿಕನಿಗೆ ನಂಬಿಕೆಯಾಗಲಿಲ್ಲ. ಅವುಗಳನ್ನು ಸ್ವತಃ ನೋಡಬೇಕೆಂದು ಬಯಸಿದ ಆತ ಹೋಗಿ ಬಾಗಿಲು ತೆರೆದೊಡನೆ ಎರಡು ಬೂದು ಬಣ್ಣದ ಪ್ರಾಣಿಗಳು ಜೋರಾಗಿ ಓಡುತ್ತಿದ್ದುದು ಕಂಡಿತು. ಆತ ಮರಳಿ ಬಂದು "ನೋಡಿರದಿದ್ದರೆ ನನಗೆ ನಂಬಿಕೆಯಾಗು ತ್ತಿರಲಿಲ್ಲ" ಎಂದ. ಆತ ಊಟಕ್ಕಾಗಿ ಕಾಯತೊಡಗಿದ.

ಅವರೆಲ್ಲರೂ ಗಬಗಬ ತಿನ್ನತೊಡಗಿದರು. ಬಾಯಿಯನ್ನು ಅಗಲವಾಗಿ ತೆಗೆದು ದೊಡ್ಡ ದೊಡ್ಡ ತುತ್ತುಗಳನ್ನು ತುಂಬಿಕೊಳ್ಳುತ್ತಿದ್ದರು. ಅವರ ಕಣ್ಣುಗಳು ದುಂಡಗಾಗಿ ಕಾಣಿಸುತ್ತಿದ್ದವು. ಅವರು ತಿನ್ನುವಾಗ ಕೊಳವೆಯೊಂದರಲ್ಲಿ ಮಳೆಯ ನೀರು ಧುಮುಕಿದಾಗ ಆಗುವ ಸದ್ದು ಉಂಟಾಗುತ್ತಿತ್ತು. ಆ ಇಬ್ಬರು ಹೆಣ್ಣುಮಕ್ಕಳೂ ಅವರ ಗಡ್ಡಗಳು ತ್ವರಿತವಾಗಿ ಅಲುಗಾಡುವುದನ್ನೆ ನೆಟ್ಟದೃಷ್ಟಿಯಿಂದ ನೋಡುತ್ತಿದ್ದರು. ಬಟಾಟೆಗಳೆಲ್ಲ ಅವರ ಬಾಯಲ್ಲಿ ಕರಗುತ್ತಿದ್ದಂತೆ ಕಂಡಿತು.

ಅನಂತರ ಅವರಿಗೆ ಕುಡಿಯುವುದಕೋಸ್ಕರ ಹುಳಿ ಮದ್ಯವನ್ನು ತರಲು ಬರ್ಥಿನ್ ನೆಲಮನೆಗೆ ಇಳಿದಳು. ಅವಳು ಬಹಳ ಹೊತ್ತು ಅಲ್ಲಿದ್ದಳು. ಅದು ಸಣ್ಣ ನೆಲಮನೆ ಯಾಗಿದ್ದರಿಂದ ಅದನ್ನು ಕ್ರಾಂತಿಯ ದಿನಗಳಲ್ಲಿ ಸೆರೆಮನೆಯಾಗಿಯೂ, ಅವಿತುಕೊಳ್ಳುವು ದಕ್ಕಾಗಿ ಗುಪ್ತ ಸ್ಥಳವಾಗಿಯೂ ಉಪಯೋಗಿಸುತ್ತಿದ್ದರು. ಅದರಲ್ಲಿ ಹೋಗಬೇಕಾದರೆ ಸುತ್ತುಸುತ್ತಿನ ಮೆಟ್ಟಿಲುಗಳನ್ನು ಇಳಿದು ಹೋಗಬೇಕಾಗುತ್ತಿತ್ತು. ಅಡುಗೆಯ ಮನೆಯ ಮೂಲೆಯಲ್ಲಿಯೆ ಅದರ ಚಿಕ್ಕ ಬಾಗಿಲಿತ್ತು.

ಬರ್ಥಿನ್ ಮರಳಿ ಬಂದಾಗ ತನ್ನಷ್ಟಕ್ಕೆ ತಾನೆ ನಗುತ್ತಿದ್ದಳು. ಅವಳು ಆ ಜರ್ಮನ್ ಸೈನಿಕರಿಗೆ ಹುಳಿಮದ್ಯದ ಬಿಂದಿಗೆಯನ್ನು ಕೊಟ್ಟಳು. ಅನಂತರ ತಾನೂ ತನ್ನ ತಾಯಿಯೊಂದಿಗೆ ಅಡುಗೆಯ ಮನೆಯ ಇನ್ನೊಂದು ಮೂಲೆಯಲ್ಲಿ ಕುಳಿತು ಊಟವನ್ನು ಮುಗಿಸಿದಳು. ಸೈನಿಕರೂ ತಮ್ಮ ಊಟವನ್ನು ಮುಗಿಸಿ ಮೇಜಿನ ಸುತ್ತಲೂ ಕುಳಿತು ತೂಕಡಿಸುತ್ತಿದ್ದರು. ತೂಕಡಿಸುತ್ತ ತಲೆ ಮೇಜಿಗೆ ಬಡಿದಾಗ ತಟ್ಟನೆ ಎಚ್ಚರಾಗಿ ಎದ್ದು ಕುಳಿತುಕೊಳ್ಳುತ್ತಿದ್ದರು.

ಬರ್ಥಿನ್ ಅವರಿಗೆ ಹೇಳಿದಳು: "ನೀವು ಇಲ್ಲಿಯೆ ಒಲೆಯ ಹತ್ತಿರ ಮಲಗಿಕೊಳ್ಳ ಬಹುದು. ಇಲ್ಲಿ ಆರು ಜನರಿಗೆ ಧಾರಾಳ ಸಾಕಾಗುವಷ್ಟು ಜಾಗೆಯಿದೆ. ನಾನು ನಮ್ಮ ತಾಯಿಯೊಂದಿಗೆ ಮೇಲಿನ ನನ್ನ ಕೋಣೆಗೆ ಹೋಗ್ತೇನೆ."

ಇಬ್ಬರು ಹೆಣ್ಣುಮಕ್ಕಳೂ ಮೇಲಟ್ಟಕ್ಕೆ ಹೋದರು. ಅವರು ಬಾಗಿಲು ಭದ್ರಪಡಿಸಿಕೊಂಡು ಸ್ವಲ್ಪ ಹೊತ್ತು ಅತ್ತಿತ್ತ ಅಡ್ಡಾಡಿದ ಸದ್ದು ಕೇಳಿಸಿತು. ಆಮೇಲೆ ಯಾವ ಸದ್ದೂ ಕೇಳಿಸಲಿಲ್ಲ.

ಪ್ರಷ್ಯನ್ ಸೈನಿಕರು ತಮ್ಮ ಬಟ್ಟೆಗಳನ್ನು ಸುತ್ತಿ ದಿಂಬಿನಂತೆ ಇಟ್ಟುಕೊಂಡು ಒಲೆಯ ಕಡೆ ಕಾಲು ಮಾಡಿ ಮಲಗಿಕೊಂಡರು. ಎಲ್ಲರೂ ಬೇರೆ ಬೇರೆ ಸಪ್ತಕಗಳಲ್ಲಿ ಗೊರಕೆ ಹೊಡೆಯುತ್ತಿದ್ದು, ಅದನ್ನು ಕೇಳಿದವರಿಗೆ ಭಯವಾಗುತ್ತಿದ್ದಿತು.

ಅವರು ಸ್ವಲ್ಪ ಹೊತ್ತು ನಿದ್ರಿಸಿದ ಅನಂತರ ಹೊರಗೆ ಒಂದು ಗುಂಡು ಹಾರಿಸಿದ ಸದ್ದು ಕೇಳಿಸಿತು. ಅದು ಮನೆಗೆ ತೀರಾ ಸಮೀಪವಾಗಿಯೆ ಬಿದ್ದಿತ್ತು. ಅದನ್ನು ಕೇಳಿ ಮಲಗಿದ್ದ ಸೈನಿಕರೆಲ್ಲ ತಟ್ಟನೆ ಎದ್ದು ಕುಳಿತರು. ಆಮೇಲೆ ಮತ್ತೆ ಎರಡು, ಅದಾದ ಬಳಿಕ ಪುನಃ ಮೂರು ಗುಂಡು ಹಾರಿಸಿದ ಸದ್ದು ಕೇಳಿಸಿತು.

ಮೇಲಟ್ಟದ ಬಾಗಿಲನ್ನು ಅವಸರದಿಂದ ತೆರೆದು ಬರ್ಥಿನ್ ಬರಿಗಾಲಿನಿಂದಲೆ ಇಳಿದು

ಬಂದಳು. ಅವಳು ರಾತ್ರಿಯ ಬಟ್ಟೆಯ ಮೇಲೆಯೆ ಪೆಟಿಕೋಟನ್ನು ಧರಿಸಿದ್ದಳು. ಕೈಯಲ್ಲಿ ಮೋಂಬತ್ತಿಯೊಂದನ್ನು ಹಿಡಿದು ಭಯಭೀತಳಾದಂತೆ ಕಾಣುತ್ತಿದ್ದಳು. ಅವಳು ಪಿಸುದನಿಯಲ್ಲಿ ಜರ್ಮನ್ ಸೈನಿಕರಿಗೆ ಹೇಳಿದಳು :

"ಇಲ್ಲಿ ಸುಮಾರು ಎರಡು ನೂರು ಫ್ರೆಂಚ್ ಸೈನಿಕರು ಬಂದಿದ್ದಾರೆ. ನೀವು ಅವರ ಕಣ್ಣಿಗೆ ಬಿದ್ದರೆ ಮುಗೀತು, ನಮ್ಮ ಮನೆಯನ್ನೆ ಸುಟ್ಟು ಬಿಡ್ತಾರೆ. ನೀವು ಒಂದೀಟೂ ಸದ್ದು ಮಾಡದೆ ಕೆಳಗೆ ನೆಲಮನೆಗೆ ಹೋಗಿ. ಸದ್ದುಮಾಡಿದರೆ ನಮ್ಮೆಲ್ಲರ ಕತೆ ಮುಗಿದಂತೆಯೆ."

ಇದನ್ನು ಕೇಳಿ ತುಕಡಿಯ ನಾಯಕ ಗಾಬರಿಯಿಂದ "ಹೋಗ್ತೇವೆ, ಹೋಗ್ತೇವೆ, ನೆಲಮನೆಗೆ ದಾರಿಯೆಲ್ಲಿದೆ?" ಎಂದು ಮೆಲುದನಿಯಲ್ಲಿ ಕೇಳಿದ.

ಆ ತರುಣಿ ಅವಸರದಿಂದ ನೆಲಮನೆಯ ಬಾಗಿಲನ್ನು ತೆರೆದಳು. ಜರ್ಮನ್ ಸೈನಿಕರೆಲ್ಲ ಸುತ್ತುಸುತ್ತಿನ ಮೆಟ್ಟಿಲುಗಳ ಮೇಲೆ ಹಿಮ್ಮೊಗವಾಗಿ ಮೆಲ್ಲಗೆ ಇಳಿಯುತ್ತ ಹೋದರು. ಕೊನೆಯ ಸೈನಿಕರ ಶಿರಸ್ತ್ರಾಣ ಮಾಯವಾಗುತ್ತಲೆ ಬರ್ಥಿನ್ ಬಾಗಿಲು ಮುಚ್ಚಲು ಮುಂದಾದಳು. ಅದು ಒಂದು ಗೋಡೆಯಷ್ಟು ದಪ್ಪಗಾಗಿಯೂ ಉಕ್ಕಿನಷ್ಟು ಗಟ್ಟಿಯಾಗಿಯೂ ಇದ್ದ ಭಾರವಾದ ಓಕ್ ಮರದ ಬಾಗಿಲು. ಆಕೆ ಅದನ್ನು ಭದ್ರವಾಗಿ ಮುಚ್ಚಿ, ಎರಡು ಸಲ ಅದರ ಕೀಲಿಕೈಯನ್ನು ನಿಧಾನವಾಗಿ ತಿರುಗಿಸಿದಳು. ಬಳಿಕ ತನ್ನಷ್ಟಕ್ಕೆ ತಾನೆ ಮುಸಿಮುಸಿ ನಗುತ್ತ ತನ್ನ ಕೈದಿಗಳ ಮೇಲೆ ಕುಣಿಯಬಯಸಿದಳು.

ನೆಲಮನೆಯಲ್ಲಿದ್ದ ಆ ಸೈನಿಕರಿಗೆ ಒಂದು ಕಿಂಡಿಯೊಳಗಿಂದ ಮಾತ್ರ ಹವೆ ಬರುತ್ತಿತ್ತು. ಅದೊಂದನ್ನು ಬಿಟ್ಟರೆ ಅವರು ಕಲ್ಲಿನ ಸಂದೂಕದಲ್ಲಿದ್ದಂತೆಯೆ ಆಗಿತ್ತು. ಅವರು ಅದರೊಳಗಿನಿಂದ ಏನೂ ಸದ್ದು ಮಾಡಲಿಲ್ಲ.

ಬರ್ಥಿನ್ ಮತ್ತೆ ಒಲೆಹೊತ್ತಿಸಿ ಬೋಗುಣಿಯನ್ನು ಅದರ ಮೇಲಿಟ್ಟು ಮತ್ತೆ ಸಾರು ತಯಾರಿಸಲಾರಂಭಿಸಿದಳು. ಏಕೆಂದರೆ ತಂದೆ ಅಂದು ಬರುವಾಗ ದಣಿದಿರುತ್ತಾನೆಂದು ಅವಳಿಗೆ ಗೊತ್ತಿತ್ತು. ಅವಳು ಹಾಗೆಯೆ ಕೂತುಕೂತು ದಾರಿ ಕಾಯ್ದಳು. ಅಲ್ಲಿ ಆವರಿಸಿದ್ದ ನೀರವತೆಯಲ್ಲಿ ಗಡಿಯಾರದ ಪೆಂಡ್ಯುಲಮ್ ಟಿಕ್‌ಟಿಕ್ ಎಂಬ ತಾಳದೊಂದಿಗೆ ಅತ್ತಿಂದಿತ್ತ ಇತ್ತಿಂದತ್ತ ಚಲಿಸುತ್ತಿತ್ತು. ಆಗಿಂದಾಗ ಆ ತರುಣಿ ವ್ಯಾಕುಲಗೊಂಡು ಗಡಿಯಾರವನ್ನು ನೋಡಿ "ವೇಳೆಯೆ ಹೋಗಲೊಲ್ಲದು" ಎಂದು ಅಂದುಕೊಳ್ಳುತ್ತಿದ್ದಳು.

ಈಗ ಅವಳಿಗೆ ನೆಲಮನೆಯಿಂದ ಗುಸುಗುಸು ಮಾತನಾಡುವ ಸದ್ದು ಕೇಳಿಸಿತು. ಸೈನಿಕರ ಅಸ್ಪಷ್ಟ ಮಾತುಗಳು ಬಾಗಿಲ ಸಂದಿಯಿಂದ ಕೇಳಿಸುತ್ತಿದ್ದವು. ಅವರಿಗೆ ತರುಣಿಯ ಹೊಂಚು ಈಗ ಗೊತ್ತಾಗತೊಡಗಿತ್ತು. ಅವರ ಅಧಿಕಾರಿ ಮೆಟ್ಟಲೇರಿ ಬಂದು ಮುಷ್ಟಿಯಿಂದ ನೆಲಮನೆಯ ಬಾಗಿಲನ್ನು ಗುದ್ದಿದ. "ಬಾಗಿಲು ತೆರೆಯಿರಿ" ಎಂದು ಮತ್ತೊಮ್ಮೆ ಕೂಗಿದ.

ಅವಳೆದ್ದು ನೆಲಮನೆಯ ಬಾಗಿಲ ಹತ್ತಿರ ಹೋಗಿ ಆತನ ಧ್ವನಿಯನ್ನೆ ಅಣಕಿಸುತ್ತ "ನಿಮಗೇನು ಬೇಕು?" ಎಂದು ಕೇಳಿದಳು.

"ಬಾಗಿಲು ತೆರೆ"

"ತೆರೆಯೋದಿಲ್ಲ."

ಆತ ಸಿಟ್ಟಿಗೆದ್ದು "ಬಾಗಿಲು ತೆರೆ. ಇಲ್ಲದಿದ್ದರೆ ನಾನಿದನ್ನು ಮುರಿದುಹಾಕ್ತೇನೆ" ಎಂದ.

ಅವಳು ಅದನ್ನು ಕೇಳಿ ನಗತೊಡಗಿದಳು. "ಮುರಿ. ಮುರಿದು ಹೊರಗೆ ಬಾ ನೋಡೋಣ" ಎಂದಳು.

ಆಮೇಲೆ ಆತ ತನ್ನ ಬಂದೂಕಿನ ಹಿಂಬದಿಯಿಂದ ನೆಲಮನೆಯ ಬಾಗಿಲನ್ನು ಬಡಿಯತೊಡಗಿದ.

ತರುಣಿಗೆ ಸೈನಿಕ ಅಧಿಕಾರಿ ಮತ್ತೆ ಮೆಟ್ಟಿಲಿಳಿದು ಕೆಳಗೆ ಹೋಗುವುದು ಕೇಳಿಸಿತು. ಆಮೇಲೆ ಪ್ರತಿಯೊಬ್ಬ ಸೈನಿಕನೂ ಬಂದು ಬಾಗಿಲು ಬಡಿದು ಪ್ರಯತ್ನಿಸಿಹೋದರು. ತಮ್ಮ ಪ್ರಯತ್ನಗಳೆಲ್ಲ ನಿಷ್ಫಲವಾಗಲು ಅವರೆಲ್ಲ ಮರಳಿಹೋಗಿ ಮಾತನಾಡತೊಡಗಿದರು.

ತರುಣಿ ಅವರ ಮಾತುಗಳನ್ನು ತುಸುಹೊತ್ತು ಕೇಳಿದ ಬಳಿಕ ಮೇಲಟ್ಟದ ಬಾಗಿಲನ್ನು ತೆರೆದು ಯಾವುದೊ ಸದ್ದಿಗಾಗಿ ಕಿವಿಗೊಟ್ಟು ಕಾಯುತ್ತ ನಿಂತಳು. ದೂರದಲ್ಲಿ ನಾಯಿಗಳು ಬೊಗಳುತ್ತಿರುವುದು ಕೇಳಿಸಿತು. ಕೂಡಲೆ ಆಕೆ ಬೇಟೆಗಾರರಂತೆ ಸಿಳ್ಳು ಹಾಕಲಾರಂಭಿಸಿದಳು. ಎರಡು ದೊಡ್ಡ ನಾಯಿಗಳು ಕತ್ತಲೊಳಗಿಂದ ಓಡಿಬಂದು ಸಂತೋಷದಿಂದ ಅವಳ ಮೇಲೆ ಜಿಗಿದವು. ಅವಳು ಅವುಗಳ ಕುತ್ತಿಗೆಯನ್ನು ಬಳಸಿ "ಅಪ್ಪಾ" ಎಂದು ಮೈಯಲ್ಲಿದ್ದ ಶಕ್ತಿಯನ್ನೆಲ್ಲ ಉಪಯೋಗಿಸಿ ಕೂಗಿದಳು.

ಅದಕ್ಕುತ್ತರವಾಗಿ ದೂರದಲ್ಲಿ "ಬಂದೆ, ಬರ್ಥಿನ್" ಎಂದ ಧ್ವನಿ ಕೇಳಿಸಿತು.

ಕೆಲವು ಕ್ಷಣಗಳ ತರುವಾಯ ಅವಳು ಮತ್ತೆ "ಅಪ್ಪಾ" ಎಂದು ಕೂಗಿದಳು.

ಈಗ ಸಮೀಪದಲ್ಲಿ "ಬಂದೆ ಬರ್ಥಿನ್" ಎಂಬ ಧ್ವನಿ ಕೇಳಿಸಿತು.

ಅದಕ್ಕೆ ಉತ್ತರವಾಗಿ ಆ ತರುಣಿ "ಅಪ್ಪಾ ನೆಲಮನೆಯ ಬೆಳಕಿಂಡಿಯ ಹತ್ತಿರ ಹಾಯಬೇಡ. ಯಾಕೆಂದರೆ ಅದರೊಳಗೆ ಪ್ರಷ್ಯನರಿದ್ದಾರೆ," ಎಂದು ಕೂಗಿ ಹೇಳಿದಳು. ಕೂಡಲೆ ಅವಳ ತಂದೆಯ ಕರಿಯ ಆಕೃತಿ ಎಡಗಡೆಯ ಎರಡು ಮರಗಳ ಮಧ್ಯದಲ್ಲಿ ಕಾಣಿಸಿಕೊಂಡಿತು. ಆತ ಸ್ವಲ್ಪ ಗಾಬರಿಯಿಂದ ಕೇಳಿದ :

"ಪ್ರಷ್ಯನರು ಒಳಗೆ? ಅಲ್ಲಿ ಅವರೇನು ಮಾಡ್ತಿದ್ದಾರೆ?"

ಅದಕ್ಕೆ ಆ ತರುಣಿ ನಗಲಾರಂಭಿಸಿದಳು. ಆಮೇಲೆ ಹೇಳಿದಳು :

"ಅವರು ನಿನ್ನೆ ಬಂದವರೇ ಅಪ್ಪ. ಮುಂಜಾನೆಯಿಂದ ಅವರು ದಾರಿ ತಪ್ಪಿ ಕಾಡಿನಲ್ಲಿ ಅಲೆದಾಡ್ತಿದ್ದರಂತೆ. ಅವರು ನೆಲಮನೆಯಲ್ಲಿ ತಣ್ಣಗಾಗಿರಲೆಂದು ಅಲ್ಲಿಟ್ಟಿದ್ದೇನೆ."

ಅನಂತರ ಅವಳು ಉಳಿದ ಸಾಹಸ ಕತೆಯನ್ನೆಲ್ಲ ಹೇಳಿದಳು. ತಾನು ರಿವಾಲ್ವರನ್ನು ಹಾರಿಸಿ ಅವರನ್ನು ಹೆದರಿಸಿ ನೆಲಮನೆಯೊಳಗೆ ಕಳಿಸಿದುದನ್ನೆಲ್ಲ ವಿವರಿಸಿದಳು.

ಅವಳ ತಂದೆ ಈಗಲೂ ಸ್ವಲ್ಪ ಆತಂಕದಿಂದಲೇ ಕೇಳಿದ :

"ಇಂಥ ರಾತ್ರಿಯಲ್ಲಿ ಈಗ ನಾನವರ ಬಗೆಗೆ ಏನು ಮಾಡಬೇಕು?"

ಅದಕ್ಕೆ ಅವಳು "ನೀನು ಹೋಗಿ ಮೇಜರ್ ಲೆವಿನ್ ಮತ್ತು ಆತನ ಸಂಗಡಿಗರನ್ನು ಕರೆದುಕೊಂಡು ಬಾ. ಅಂದರೆ ಅವನು ಬಂದು ಈ ಸೈನಿಕರನ್ನೆಲ್ಲ ಸೆರೆಹಿಡೀತಾನೆ. ಅವನಿಗೆ ಬಹಳ ಖುಷಿಯಾಗಲಿದೆ!" ಎಂದಳು.

ಪಿಶೂ ಮುಗುಳ್ನಕ್ಕು "ಹೌದು ಆತನಿಗೆ ಸಂತೋಷವಾಗಲಿದೆ" ಎಂದ.

ಮಗಳು "ನಿನಗೆ ಮಾಂಸದ ಸಾರು ತೆಗೆದಿಟ್ಟಿದ್ದೇನೆ. ಮೊದಲು ಅದನ್ನು ಸೇವಿಸಿ ಅಲ್ಲಿಗೆ ಹೋಗು" ಎಂದು ಸೂಚಿಸಿದಳು.

ಅವಳ ತಂದೆ ಎರಡೂ ನಾಯಿಗಳಿಗೆ ತಿನ್ನಲಿಕ್ಕೆ ಹಾಕಿ ತಾನೂ ಕುಳಿತು ಊಟ ಮುಗಿಸಿದ.

ಮೇಲಿನಿಂದ ಧ್ವನಿಗಳನ್ನು ಕೇಳಿ ನೆಲಮನೆಯಲ್ಲಿದ್ದ ಪ್ರಷ್ಯನರು ಮೌನವಾಗಿದ್ದರು.

ಕಾಲುಗಂಟೆ ಕಳೆದ ತರುವಾಯ ಪಿಶೂ ಹೊರಗೆ ಹೋದ. ಬರ್ಥಿನ್ ಕೈಗಳಲ್ಲಿ

ತಲೆಯಿಟ್ಟು ಕುಳಿತು ಕಾಯ್ದಳು. ನೆಲಮನೆಯಲ್ಲಿದ್ದ ಕೈದಿಗಳು ಅತ್ತಿತ್ತ ಅಡ್ಡಾಡಲಾರಂಭಿಸಿದರು. ಅವರು ಆಗಾಗ ಕೂಗುತ್ತಲೂ ಒದರಾಡುತ್ತಲೂ ಇದ್ದರಲ್ಲದೆ ಬಂದೂಕಿನ ಹಿಂಬದಿಯಿಂದ ನೆಲಮನೆಯ ಬಾಗಿಲನ್ನು ಬಲವಾಗಿ ಕುಟ್ಟುತ್ತಿದ್ದರು. ಅನಂತರ ಅವರು ಬೆಳಕಿಂಡಿ ಯೊಳಗಿಂದ ಗುಂಡು ಹಾರಿಸಹತ್ತಿದರು. ಯಾಕೆಂದರೆ ಅವರಿಗೆ ಅಲ್ಲಿ ಸನಿಹದಲ್ಲಿ ಜರ್ಮನ್ ಸೈನ್ಯದ ಯಾವುದಾದರೂ ತುಕಡಿ ಹಾಯ್ದು ಹೋಗುತ್ತಿದ್ದರೆ ಈ ಸದ್ದು ಕೇಳಿ ಅವರು ತಮ್ಮ ಸಹಾಯಕ್ಕೆ ಬರಬಹುದೆಂಬ ಆಶೆಯಿತ್ತು.

ಆ ತರುಣಿ ಎಳ್ಳಷ್ಟೂ ಅಲುಗಾಡಲಿಲ್ಲ. ಆದರೆ ಅವರ ಈ ಗದ್ದಲವನ್ನೆಲ್ಲ ಕೇಳಿ ಅವಳಿಗೆ ಸಿಟ್ಟು ಬಂದಿತ್ತು. ಅವರನ್ನು ಶಾಂತರಾಗಿರಿಸುವುದಕ್ಕಾಗಿ ಅವರನ್ನು ಕೊಲ್ಲಬೇಕೆನ್ನುವಷ್ಟು ಸಿಟ್ಟು ಬಂದಿತ್ತು. ಅವಳು ತಾಳ್ಮೆಗೆಟ್ಟು ಗಡಿಯಾರದ ಕಡೆ ನೋಡಿ ನಿಮಿಷಗಳನ್ನೆಣಿಸಲಾರಂಭಿ ಸಿದಳು. ಕೊನೆಗೆ ಅವಳ ತಂದೆ ಫ್ರೆಂಚ್ ದಳದೊಂದಿಗೆ ಮರಳಿ ಬರುವ ಸಮಯವಾಯಿತು. ಅವಳು ಬಾಗಿಲು ತೆರೆದು ಅವರ ಧ್ವನಿಗಾಗಿ ಆಲಿಸುತ್ತಿರುವಾಗ ಒಂದು ನೆರಳು ಎಚ್ಚರದಿಂದ ಚಲಿಸುತ್ತಿರುವುದು ಕಾಣಿಸಿತು. ಅವಳು ಭಯದಿಂದ ಚೀರಿದಳು. ಆದರೆ ಆತ ಬೇರಾರೂ ಆಗಿರದೆ ಅವಳ ತಂದೆಯಾಗಿದ್ದ. ಅವನೆಂದ :

"ಏನಾದರೂ ಬದಲಾವಣೆಯಾಗಿದೆಯೋ ಹೇಗೆ ಅನ್ನೋದನ್ನು ನೋಡೋದಕ್ಕೆ ನನ್ನನ್ನು ಕಳಿಸಿದ್ದಾರೆ."

ಅದಕ್ಕೆ ಅವಳು "ಏನೂ ಇಲ್ಲ" ಎಂದಳು.

ಅನಂತರ ಆತ ಒಂದು ಸುದೀರ್ಘವಾದ ಸಿಳ್ಳು ಹಾಕಿದ. ಕೂಡಲೇ ಒಂದು ಕಂದು ಬಣ್ಣದ ಗುಂಪು ಕಾಣಿಸಿಕೊಂಡಿತು. ಅದು ಸೈನ್ಯದ ಮುಂಚೂಣಿಯಾಗಿತ್ತು. ಅದರಲ್ಲಿ ಹತ್ತು ಸೈನಿಕರಿದ್ದರು.

"ಆ ಬೆಳಕಿಂಡಿಯ ಹತ್ತಿರ ಯಾರೂ ಹಾಯಬೇಡಿ" ಎಂದು ಪಿಶೂ ಅವರಿಗೆ ಕೂಗಿ ಹೇಳಿದ. ಮುಂದೆ ಬಂದವರು ಹಿಂದಿನವರಿಗೆ ಅದನ್ನು ತೋರಿಸಿ ಎಚ್ಚರಿಸುತ್ತಿದ್ದರು. ಕೊನೆಗೆ ಎರಡು ನೂರು ಸೈನಿಕರನ್ನೊಳಗೊಂಡ ಮುಖ್ಯ ಭಾಗ ಬಂದಿತು. ಅದರಲ್ಲಿ ಪ್ರತಿಯೊಬ್ಬ ನೊಂದಿಗೂ ಇನ್ನೂರು ತೋಟಾಗಳಿದ್ದುವು.

ಮೇಜರ್ ಲೆವಿನ್ ಉದ್ರೇಕಿತನಾಗಿ ನಡುಗುತ್ತ ಬೆಳಕಿಂಡಿಯ ಎದುರು ಭಾಗವನ್ನು ಬಿಟ್ಟು ಆ ಮನೆಯ ಸುತ್ತಲೆಲ್ಲ ತನ್ನ ಸೈನಿಕರನ್ನು ನಿಲ್ಲಿಸಿದ. ಅನಂತರ ಅವನು ಮನೆಯೊಳಗೆ ಪ್ರವೇಶಿಸಿ ವೈರಿಗಳ ಬಲಾಬಲ ಮತ್ತು ಸ್ಥಿತಿಗತಿಗಳ ಬಗ್ಗೆ ವಿಚಾರಿಸಿದ. ಅವರು ಸತ್ತವರಂತೆ ಇಲ್ಲವೆ ಮಾಯವಾಗಿ ಹೋಗಿದ್ದವರಂತೆ ಶಾಂತರಾಗಿದ್ದರು. ಲೆವಿನ್ ನೆಲಮನೆಯ ಬಾಗಿಲಿನ ಮೇಲೆ ಕಾಲಿನಿಂದ ಕುಟ್ಟಿ "ಪ್ರಷ್ಯನ್ ಅಧಿಕಾರೀ"... ಎಂದು ಕೂಗಿದ. ಅದಕ್ಕೆ ಆತ ಉತ್ತರಿಸಲಿಲ್ಲ. ಮೇಜರ್ ಲೆವಿನ್ ಮತ್ತೆ 'ಪ್ರಷ್ಯನ್ ಅಧಿಕಾರೀ' ಎಂದು ಕೂಗಿದ. ಹೀಗೆ ಒಂದೇ ಸಮನೆ ಇಪ್ಪತ್ತು ನಿಮಿಷಗಳವರೆಗೆ ಕೂಗಿಕೊಂಡರೂ ಕೆಳಗಿನಿಂದ ಉತ್ತರ ಬರಲಿಲ್ಲ. ಆ ಪ್ರಷ್ಯನ್ ಅಧಿಕಾರಿಗೆ ಮತ್ತು ಅವನ ಸಂಗಡಿಗರಿಗೆ ಜೀವದಾನ ಹಾಗೂ ಸೈನಿಕ ಮಾನಮರ್ಯಾದೆ ಗಳನ್ನು ಕೊಡುವುದಾಗಿ ಮಾತು ಕೊಟ್ಟರೂ ಯಾವ ತರಹದ ಉತ್ತರವೂ ಬರಲಿಲ್ಲ. ಹೀಗೆ ಪರಿಸ್ಥಿತಿ ಕಠಿಣವಾಗುತ್ತ ಹೋಯಿತು.

ಅಲ್ಲಿ ನೆರದಿದ್ದ ಸೈನಿಕರೆಲ್ಲ ನೆಲಕ್ಕೆ ಕಾಲುಗಳನ್ನು ಕುಟ್ಟುತ್ತ, ಎದೆಯ ಮೇಲೆ ಬಲವಾಗಿ ಹೊಡೆದುಕೊಳ್ಳುತ್ತ ಮೈಬಿಸಿ ಮಾಡಿಕೊಳ್ಳುತ್ತಿದ್ದರು. ಅಲ್ಲದೆ ಅವರೆಲ್ಲರಿಗೂ ಆ ಬೆಳಕಿಂಡಿಯ

ಎದುರಿಗೆ ಹೋಗಬೇಕೆಂಬ ಬಾಲಿಶ ಆಶೆಯಾಗಿತ್ತು. ಕೊನೆಗೆ ಚುರುಕು ನಡಿಗೆಯ ಒಬ್ಬ – ಪೊದೇವಿ ಎಂಬಾತ – ಧೈರ್ಯಮಾಡಿ ಗಂಡುಜಿಂಕೆಯಂತೆ ಬೆಳಕಿಂಡಿಯ ಎದುರಿಗೆ ಓಡಿದ. ಆತನ ಪ್ರಯತ್ನ ಯಶಸ್ವಿಯಾಯಿತು. ನೆಲಮನೆಯಲ್ಲಿದ್ದ ಕೈದಿಗಳು ನಿಷ್ಕ್ರಿಯ ರಾಗಿದ್ದಂತೆ ಕಂಡಿತು.

"ಅದರೊಳಗೆ ಯಾರೂ ಇಲ್ಲ" ಎಂದಿತು ಒಂದು ಧ್ವನಿ.

ಇನ್ನೊಬ್ಬ ಸೈನಿಕ ಅಪಾಯಕರವಾದ ಆ ಬೆಳಕಿಂಡಿಯೆದುರು ಹಾಯ್ದುಹೋದ. ಅನಂತರ ಅದು ಎಲ್ಲರಿಗೂ ಒಂದು ಆಟವಾದಂತಾಯಿತು. ಪ್ರತಿ ನಿಮಿಷಕ್ಕೆ ಸೈನಿಕರು ಬಾಲಕರಂತೆ ಬೆಳಕಿಂಡಿಯ ಎದುರು ಓಡಾಡುತ್ತಿದ್ದರು. ಅವರ ಕಾಲ್ತುಳಿತಕ್ಕೆ ಹಿಮ ಸಿಡಿಯುತ್ತಿತ್ತು. ಚಳಿಯಿಂದ ರಕ್ಷಿಸಿಕೊಳ್ಳಲು ಅವರೆಲ್ಲ ಒಣಗಿದ ಟೊಂಗೆಗಳನ್ನು ಕೂಡಿಸಿ ಉರಿ ಹಚ್ಚಿದರು. ಅವರು ಅದರ ಎದುರಿಗೆ ನಡೆಯುವಾಗ ಅವರ ಸಮವಸ್ತ್ರದ ಮೇಲಿದ್ದ ಹಿತ್ತಾಳೆಯ ಬಿಲ್ಲೆಗಳು ಥಳಥಳ ಹೊಳೆಯುತ್ತಿದ್ದವು.

"ಮಾಲ್ವಾಜೊ ಈಗ ನಿನ್ನ ಸರತಿ" ಎಂದರು ಯಾರೊ ಒಬ್ಬರು. ಬ್ರೆಡ್ ತಯಾರಕ ನಾಗಿದ್ದ ಮಾಲ್ವಾಜೊನ ಕೊಬ್ಬಿದ ದೇಹವನ್ನು ನೋಡಿ ಆತನ ಗೆಳೆಯರೆಲ್ಲ ಯಾವಾಗಲೂ ನಗುತ್ತಿದ್ದರು.

ಈಗ ಆತ ಹಿಂದೆ ಮುಂದೆ ನೋಡಿದ. ಉಳಿದವರು ಅವನನ್ನು ತಮಾಷೆ ಮಾಡಿದರು. ಅನಂತರ ಆತ ಗಟ್ಟಿ ಮನಸ್ಸು ಮಾಡಿ ತನ್ನ ದೇಹವನ್ನಲುಗಾಡಿಸುತ್ತಲೂ ತೇಕುತ್ತಲೂ ಬೆಳಕಿಂಡಿಯ ಎದುರಿಗೆ ಸರಸರನೆ ನಡೆದ. ಸೈನಿಕರೆಲ್ಲರೂ ಆತನನ್ನು ನೋಡಿ ನಗುತ್ತ "ವಾಹವಾ, ಮಾಲ್ವಾಜೊ" ಎಂದು ಹುರಿದುಂಬಿಸಿದರು.

ಆತ ಅರ್ಧ ದಾರಿ ನಡೆದಾಗ ಬೆಳಕಿಂಡಿಯಿಂದ ಒಮ್ಮೆಲೆ ಒಂದು ಉದ್ದವಾದ ಬೆಂಕಿಯ ಕೋಲು ಆತನೆಡೆಗೆ ವೇಗವಾಗಿ ಧಾವಿಸಿಬಂದಿತು. ಅದರ ಹಿಂದಿನಿಂದಲೆ ಗುಂಡಿನ ಶಬ್ದ ಕೇಳಿಸಿತು. ಮಾಲ್ವಾಜೊ ಭಯದಿಂದ ಚೀರುತ್ತ ಮುಖವಡಿಯಾಗಿ ನೆಲದ ಮೇಲೆ ಬಿದ್ದ.

ಆದರೆ ಆತನ ಸಹಾಯಕ್ಕೆ ಯಾರೂ ಹೋಗಲಿಲ್ಲ. ಬಳಿಕ ಆತ ಅಂಬೆಗಾಲಿಡುತ್ತ ಮತ್ತು ನರಳುತ್ತ ಆ ಭಯಾನಕವಾದ ಬೆಳಕಿಂಡಿಯ ಎದುರಿಗಿದ್ದ ಜಾಗವನ್ನು ದಾಟಿ ಪಾರಾದ. ಅಲ್ಲಿ ಮೂರ್ಛೆ ಬಂದು ಬಿದ್ದು ಬಿಟ್ಟ. ಆತನ ತೊಡೆಯಲ್ಲಿ ಗುಂಡು ಸೇರಿಕೊಂಡಿತ್ತು. ಈ ಆಶ್ಚರ್ಯಕರವೂ ಭಯಾನಕವೂ ಆದ ಘಟನೆ ಮುಗಿದ ತರುವಾಯ ಸೈನಿಕರು ಮತ್ತೆ ನಗಲಾರಂಭಿಸಿದರು.

ಮೇಜರ್ ಲೆವಿನ್ ಮನೆಯ ಬಾಗಿಲಲ್ಲಿ ಮತ್ತೆ ಬಂದು ನಿಂತ. ಆತ ವೈರಿಗಳನ್ನು ಹೇಗೆ ಮುತ್ತಬೇಕೆಂದು ಹಂಚಿಕೆ ಹಾಕುತ್ತಿದ್ದ. ಗಂಟೆಯಂತೆ ಕೇಳಿಸುತ್ತಿದ್ದ ಸ್ಪಷ್ಟವಾದ ಧ್ವನಿಯಲ್ಲಿ "ಪ್ಲಂಬರ್ ಪ್ಲಾಂಶೆ ಮತ್ತು ಸಂಗಡಿಗರೇ!" ಎಂದು ಆತ ಕೂಗಿದ.

ಮೂರು ಜನ ಮುಂದೆ ಬಂದರು.

"ಈ ಮನೆಯ ಚರಂಡಿ ನಾಲೆಯನ್ನು ಬಿಚ್ಚಿಬಿಡಿರಿ."

ಕಾಲುಗಂಟೆಯಲ್ಲಿ ಅವರು ಇಪ್ಪತ್ತಡಿ ಉದ್ದದ ಚರಂಡಿ ಕೊಳವೆಯನ್ನು ಬಿಚ್ಚಿಕೊಂಡು ಮೇಜರ್‌ನ ಹತ್ತಿರ ತಂದರು. ಅನಂತರ ಆ ಮೇಜರ್ ಸಾಕಷ್ಟು ಲಕ್ಷ್ಯಪೂರ್ವಕವಾಗಿ ವಿಚಾರಿಸಿ ಕೊನೆಗೆ ಒಂದು ನಿರ್ಧಾರಕ್ಕೆ ಬಂದ. ಆತ ನೆಲಮನೆಯ ಬಾಗಿಲಿನಲ್ಲಿ ಒಂದು

ತೂತು ಕೊರೆಯಿಸಿದ. ಅನಂತರ ಕೊಳವೆಯನ್ನು ಆ ತೂತಿಗೆ ಜೋಡಿಸಿ ಅದರ ಇನ್ನೊಂದು ತುದಿಯನ್ನು ಕಬ್ಬಿಣದ ಚರಂಡಿನಾಲೆಗೆ ಕೂಡಿಸಿದ. ಆಮೇಲೆ ಸಂತೋಷದಿಂದ "ನಾವು ಈ ಜರ್ಮನ್ ಕೈದಿಗಳಿಗೆ ಕುಡಿಯಲಿಕ್ಕೆ ಪಾನೀಯವೊಂದನ್ನು ಕೊಡುವವರಿದ್ದೇವೆ" ಎಂದ. ಸೈನಿಕರೆಲ್ಲ ಸಂತೋಷದಿಂದ ಕೂಗಾಡಿ ಕುಣಿದಾಡತೊಡಗಿದರು. ಮೇಜರ್ ಲೆವಿನ್ ತನ್ನ ಜನರನ್ನು ಕೆಲವು ಗುಂಪುಗಳಾಗಿ ವಿಭಾಗಿಸಿ, ಅವರು ಪಾಳಿಯ ಪ್ರಕಾರ ನೀರನ್ನು ಹಾಯಿಸುವಂತೆ ವ್ಯವಸ್ಥೆ ಮಾಡಿ "ಈಗ ಪ್ರಾರಂಭಿಸಿ" ಎಂದು ಆಜ್ಞೆಯಿತ್ತ.

ಸೈನಿಕರು ಕಬ್ಬಿಣದ ಚಕ್ರದ ಹಿಡಿಕೆಯನ್ನು ತಿರುವುತ್ತಿದ್ದಂತೆ ಕಬ್ಬಿಣದ ನಾಲೆಯಲ್ಲಿ ನೀರು ಕೊಳಕೊಳ ಎಂಬ ಸದ್ದು ಮಾಡುತ್ತ ನೆಲಮನೆಯೊಳಗೆ ಬೀಳಲಾರಂಭಿಸಿತು.

ಅವರೆಲ್ಲ ಉತ್ತರಕ್ಕಾಗಿ ಕಾಯ್ದರು.

ಒಂದು ಗಂಟೆ ಕಳೆಯಿತು, ಅನಂತರ ಎರಡು ಗಂಟೆ, ಮತ್ತೆ ಮೂರು ಗಂಟೆ.

ಮೇಜರ್ ಲೆವಿನ್ ಅಡುಗೆ ಮನೆಯಲ್ಲಿ ಅತ್ತಿಂದಿತ್ತ ಇತ್ತಿಂದತ್ತ ಅಡ್ಡಾಡತೊಡಗಿದ. ಆಗಾಗ ನೆಲಮನೆಯ ಬಾಗಿಲಿಗೆ ಕಿವಿಹಚ್ಚಿ ಕೇಳುತ್ತ ಕೈದಿಗಳು ಒಳಗೆ ಏನು ಮಾಡುತ್ತಿದ್ದಿರಬಹುದೆಂದು ಊಹಿಸುತ್ತಿದ್ದ.

ಈಗ ವೈರಿಗಳು ಒಳಗೆ ಚಲಿಸುವ ಸದ್ದು ಕೇಳಿಸುತ್ತಿತ್ತು. ಸರಸರ ಸರಿದಾಡುವುದು, ಮಾತನಾಡುವುದು, ನೀರು ಬೀಳುವುದು ಮುಂತಾದ ಸದ್ದುಗಳು ಕೇಳಿಬರುತ್ತಿದ್ದವು. ಆಮೇಲೆ ಮುಂಜಾನೆ ಎಂಟು ಗಂಟೆಯ ಹೊತ್ತಿಗೆ ಬೆಳಕಿಂಡಿಯಿಂದ 'ನಾನು ಫ್ರೆಂಚ್ ಅಧಿಕಾರಿಯ ಜೊತೆಗೆ ಮಾತನಾಡಬಯಸ್ತೇನೆ' ಎಂಬ ವೈರಿಯ ಮಾತು ಕೇಳಿಸಿತು.

ಮೇಜರ್ ಲೆವಿನ್ ಕಿಟಕಿಯ ಹತ್ತಿರ ನಿಂತು "ನೀನು ಶರಣಾಗ್ತೀಯಾ?" ಎಂದು ಕೇಳಿದ.

"ಹೌದು, ಶರಣಾಗ್ತೇನೆ."

"ಹಾಗಿದ್ದರೆ ನಿಮ್ಮ ಬಂದೂಕುಗಳನ್ನೆಲ್ಲ ನಮ್ಮ ವಶಕ್ಕೆ ಕೊಡಿ."

ಕೂಡಲೆ ಬೆಳಕಿಂಡಿಯೊಳಗಿಂದ ಒಂದು ಬಂದೂಕು ಹೊರಗೆ ಬಂದು ಕೆಳಗೆ ಹಿಮದ ಮೇಲೆ ಬಿದ್ದಿತು. ಆಮೇಲೆ ಎರಡನೆಯ ಬಂದೂಕು ಅನಂತರ ಮೂರನೆಯದು – ಹೀಗೆ ಎಲ್ಲವೂ ಹೊರಗೆ ಬಂದವು. ಕೊನೆಗೆ "ನಮ್ಮ ಹತ್ತಿರ ಈಗ ಯಾವ ಆಯುಧವೂ ಉಳಿದಿಲ್ಲ. ನಾವೆಲ್ಲ ನೀರಿನಲ್ಲಿ ಮುಳುಗಿದ್ದೇವೆ. ನಮ್ಮನ್ನು ಹೊರಗೆ ಬಿಡಿರಿ" ಎಂದು ಜರ್ಮನ್ ಅಧಿಕಾರಿ ಹೇಳಿದ್ದು ಕೇಳಿಸಿತು.

ಕೂಡಲೆ ಮೇಜರ್ ಲೆವಿನ್ 'ಬಂದ್ ಮಾಡಿ' ಎಂದು ನೀರು ಹಾಯಿಸುತ್ತಿದ್ದವರಿಗೆ ಆಜ್ಞಾಪಿಸಿದ.

ಚಕ್ರದ ಹಿಡಿಕೆ ಕೂಡಲೆ ನಿಶ್ಚಲವಾಗಿ ನಿಂತಿತು. ಆಮೇಲೆ ಅಡುಗೆಯ ಮನೆಯಲ್ಲಿ ಎಲ್ಲ ದಿಕ್ಕಿಗೂ ಸಶಸ್ತ್ರ ಸೈನಿಕರನ್ನು ನಿಲ್ಲಿಸಿ ಮೇಜರ್ ಲೆವಿನ್ ನೆಲಮನೆಯ ಬಾಗಿಲನ್ನು ಸಾವಕಾಶವಾಗಿ ಎತ್ತಿದ.

ಆಗ ಆರು ಜರ್ಮನ್ ಸೈನಿಕರು ಒಬ್ಬೊಬ್ಬರಾಗಿ ಮೇಲೆ ಹತ್ತಿ ಬಂದರು. ನೀರಿನಲ್ಲಿ ಮುಳುಗಿದ್ದ ಅವರ ತಲೆಗಳು ತೊಯ್ದು ಕೂದಲುಗಳು ಅಂಟಿಕೊಂಡಿದ್ದವು. ಅವರೆಲ್ಲ ಚಳಿಯಿಂದ ನಡುಗುತ್ತಿದ್ದರಲ್ಲದೆ ಭಯಭೀತರಾಗಿದ್ದರು.

ಫ್ರೆಂಚ್ ಸೈನಿಕರು ಆ ಜರ್ಮನ್ ಸೈನಿಕರನ್ನೆಲ್ಲ ಹಿಡಿದು ಬಂಧಿಸಿದರು. ಅನಂತರ

ಮುಂಜಾಗರೂಕತೆಯ ಕ್ರಮವಾಗಿ ಫ್ರೆಂಚ್ ಸೈನಿಕರಲ್ಲಿ ಎರಡು ಭಾಗ ಮಾಡಿ ಒಂದು ಭಾಗದವರು ಜರ್ಮನ್ ಕೈದಿಗಳನ್ನು ಸುತ್ತುವರಿದು ನಡೆಸಿಕೊಂಡು ಹೋದರು. ಇನ್ನರ್ಧ ಸೈನಿಕರು ಒಂದು ತಾಡಪತ್ರಿಗೆ ಕೋಲುಗಳನ್ನು ಕಟ್ಟಿ ಅದರ ಮೇಲೆ ಮಾಲ್ವಾಜೊನನ್ನು ಹೊತ್ತುಕೊಂಡು ನಡೆದರು.

ಅವರೆಲ್ಲ ರೆಥೆಲ್ ಪಟ್ಟಣವನ್ನು ವಿಜಯೋತ್ಸಾಹದಿಂದ ಪ್ರವೇಶಿಸಿದರು.

ಮೇಜರ್ ಲೆವಿನ್ ಪ್ರಷ್ಯನ್ ಸೈನ್ಯದ ಮುಂಚೂಣಿಯೊಂದನ್ನು ಸೆರೆಹಿಡಿದು ಕೊಟ್ಟದ್ದಕಾಗಿ ಆತನಿಗೆ ಒಂದು ಪದಕವನ್ನು ಕೊಡಲಾಯಿತು. ಅದರಂತೆ, ವೈರಿಗಳ ಎದುರಿನಲ್ಲಿ ನಡೆದು ಗಾಯಗೊಂಡುದಕ್ಕಾಗಿ ಮಾಲ್ವಾಜೊಗೂ ಒಂದು ಪದಕವನ್ನು ನೀಡಲಾಯಿತು. ❍

○ ಹೆನ್ರಿ ಬಾರ್ಬೂಸ್

ಬೂತ್ವಾರ್

ಒಂದಡಿ ಅಗಲವೂ ಹತ್ತಡಿ ಉದ್ದವೂ ಇದ್ದ ಆ ಕಂದಕ ಒಂದು ಚಿಕ್ಕ ಮುಂಚೂಣಿ ಠಾಣೆಯಾಗಿತ್ತು. ಅದರ ಆಚೆಯ ತುದಿಯಲ್ಲಿ ಬೂತ್ವಾರ್ ತೂಕಡಿಸುತ್ತಿದ್ದ. ಉರುಟಾದ ತೂತಿ ನಂತಿರುವ ಬಾವಿಯ ಅಥವಾ ಪೀಪಾಯಿಯ ತಳದಲ್ಲಿ ಇಲಿಯೊಂದು ಮಲಗಿದಂತೆ ಆತ ಆ ಕಂದಕದಲ್ಲಿ ಮುದ್ದೆಯಾಗಿ ಬಿದ್ದುಕೊಂಡಿದ್ದ. ಆತ ಆಗಾಗ ಆಕಳಿಸುತ್ತ ಎದ್ದು ಕುಳಿತು ಮತ್ತೆ ತನ್ನ ಮುಖವನ್ನು ನೆರಳಿನಲ್ಲಿ ಮರೆಮಾಡಿಕೊಂಡು, ತೂಕಡಿಸು ವುದನ್ನು ಮುಂದುವರಿಸುತ್ತಿದ್ದ.

ಅದೇ ಕಂದಕದಲ್ಲಿ ಇತರ ಸೈನಿಕರು ಒಬ್ಬರಿಗೊಬ್ಬರು ಹತ್ತಿಕೊಂಡು ಕುಳಿತು ತಮ್ಮ ತಮ್ಮಲ್ಲಿಯೆ ಮಾತನಾಡಿಕೊಳ್ಳುತ್ತಿದ್ದರು. ಅವರ ತಲೆಯ ಮೇಲೆ ಫ್ರೆಂಚರ ಮತ್ತು ಜರ್ಮನ್‌ರ ಗುಂಡುಗಳು ಒಂದೇ ಸಮನೆ ಹಾರುತ್ತಿದ್ದವು. ಕೆಲವು ಗುಂಡುಗಳು ದಕ್ಷಿಣಕ್ಕಿದ್ದ ಸ್ವ್ಯಾಸಾ ಕ್ಯಾಥಿಡ್ರಲ್‌ದ ಕಡೆ ಧಾವಿಸುತ್ತಿದ್ದರೆ ಇನ್ನು ಕೆಲವು ಉತ್ತರಕ್ಕಿದ್ದ ಪ್ಯಾಸ್ಲಿ ಕಲ್ಲು ಗಣಿಗಳತ್ತ ಧಾವಿಸುತ್ತಿದ್ದವು. ಈ ಗುಂಡುಗಳು ಪರಸ್ಪರ ವಿರುದ್ಧ ದಿಕ್ಕಿನಲ್ಲಿ ಸಾವಿನಂತೆ ಅವಿರತ ವಾಗಿಯೂ ಅದೃಶ್ಯವಾಗಿಯೂ ಬೀಸುವ ಬಿರುಗಾಳಿಗಳಾಗಿದ್ದವು.

ಮಾತನಾಡುತ್ತಿದ್ದ ಸೈನಿಕರಲ್ಲಿ ಒಬ್ಬ ಪೊಸ್ತೇರ್, ತನ್ನ ಮತ್ತು ಒಬ್ಬ ಜಿಪುಣ ಹೋಟೆಲ್ ಮಾಲಿಕನ ನಡುವೆ ಉಂಟಾದ ಭಿನ್ನಾಭಿಪ್ರಾಯವನ್ನು ಕುರಿತು ಪೊಸ್ತೇರ್ ವಿವರಿಸುತ್ತಿದ್ದ :

“ಆತ ನನಗೆ ಒಂದು ತೊಟ್ಟು ಕೆಟ್ಟ ಸಾರಾಯಿಯನ್ನು ಬಡಿಸುತ್ತಿದ್ದ. ಆಗ ನಾನು ಆತನಿಗೆ ಹೇಳಿದೆ ‘ಆಗಲಿ, ಆ ಬಾಟಲಿಯನ್ನು ನನಗೆ ತೋರಿಸು. ನನಗೆ ಅದನ್ನು ನೋಡೋ ಹಕ್ಕಿದೆ.”

ಪಾನೊ ಒಂದು ಸುದೀರ್ಘವಾದ ಕತೆಯ ಎಳೆಯನ್ನು ಎತ್ತಿಕೊಂಡಿದ್ದ :

“ಬ್ರೆಡ್ಡಿನ ಒಂದು ತುಣುಕಿನ ಬಗೆಗೆ ಮಾತನಾಡು. ನಮ್ಮ ತಾಟಿನ ಇಬ್ಬದಿಗಳಲ್ಲಿ ಸಲಿಕೆ ಗುದ್ದಲಿಗಳಿದ್ದರೆ ಅವರಲ್ಲಿ ಪ್ರತಿಯೊಬ್ಬನ ತಾಟಿನ ಮುಂದೆಯೂ ಒಂದೆರಡು ಬಾಟಲಿ ಗಳಿದ್ದವು. ಮತ್ತೂ...”

ಆತ ಮಾತು ಮುಗಿಸುವ ಮೊದಲೆ ಅಮೊಶೆ ತನ್ನ ಕತೆಯನ್ನು ಪ್ರಾರಂಭಿಸಿದ : "ಅಂದು ನಾನೊಂದು ಗ್ಲಾಸನ್ನಿಟ್ಟುಕೊಂಡು ಕುಳಿತಿದ್ದೆ. ನನ್ನ ಸ್ವಂತ ವಿಷವನ್ನೇ ಒಂದು ತೊಟ್ಟು ಕುಡಿಯೋಣ ಅಂತಿದ್ದೆ. ಯಾಕೆಂದರೆ ನನಗೆ ಆಮಂತ್ರಣ ಕೊಟ್ಟು ಕುಡಿಸುವವರು ಯಾರೂ ಇಲ್ಲ. ಆದ್ದರಿಂದ ನನಗೆ ನಾನೇ ಆಮಂತ್ರಣ ಕೊಟ್ಟುಕೊಂಡಿದ್ದೆ."

ಅಷ್ಟರಲ್ಲಿ ಪ್ಲುಮೆತಿ ಇಸ್ಪೀಟಿನ ಎಲೆಗಳಲ್ಲಿ ಕೈಚಳಕದ ಚಮತ್ಕಾರಗಳನ್ನು ಪ್ರದರ್ಶಿಸುತ್ತಿದ್ದ. "ಇಲ್ಲಿ ನೋಡಿ, ಇದು ಆಟೀನ್ ರಾಜ ಮತ್ತು ಇದು ಇಸ್ಪೀಟಿನ ಏಳು." ಹೀಗೆನ್ನುವಾಗಲೇ ಆತ ತನ್ನ ಗೆಳೆಯರ ಆಶ್ಚರ್ಯೋದ್ಗಾರಗಳ ನಡುವೆ ಅದೇ ಎಲೆಗಳನ್ನು ತೆಗೆದು ತೋರಿಸಿ ಅವರನ್ನು ಬೆರಗುಗೊಳಿಸುತ್ತಿದ್ದ.

ಆಮೇಲೆ ಅವರ ಹರಟೆ ಇನ್ನೂ ಲೌಕಿಕವಾದ ವಿಷಯಗಳತ್ತ ತಿರುಗಿತು. ಪಾನೊ "ಅಂದು ನಾವು ಏನು ತಿಂದೆವು ಗೊತ್ತಿದೆಯೇ? ಅದನ್ನು ನುಂಗಬೇಕಾದರೆ ಸಾಕುಸಾಕಾಗಿ ಹೋಯಿತು," ಎಂದ ಎಲ್ಲರನ್ನು ಉದ್ದೇಶಿಸಿ.

ಆದರೆ ಮಾರುತ್ತರ ನೀಡುವ ತನ್ನ ಸಾಮರ್ಥ್ಯದ ಬಗ್ಗೆ ಹೆಮ್ಮೆ ಪಡುತ್ತಿದ್ದ ಪೊಸ್ತೇರ್ ತನ್ನ ಚತುರ ಪ್ರತ್ಯುಕ್ತಿಯನ್ನು ಪುನರುಚ್ಚರಿಸತೊಡಗಿದ :

"ನೀನು ನನಗಿಷ್ಟೆ ಸಾರಾಯಿ ಕೊಡೋದಾದರೆ ಸರಿ, ಹಾಗೆಯೇ ಆಗಲಿ. ಆದರೆ ನಿನ್ನ ಬಾಟಲಿಯನ್ನು ನೋಡೋ ಹಕ್ಕು ನನಗಿದೆ. ಹೌದೋ, ಅಲ್ಲೋ?" ಎಂದು ಅವನಿಗೆ ನಾನೆಂದೆ.

ಮೊದಲು ಇವರೆಲ್ಲರ ಹರಟೆಯನ್ನು ಬೂತ್ವಾರ್ ಒಂದೇ ಕಿವಿಯಿಂದ ಕೇಳುತ್ತಿದ್ದ. ಅನಂತರ ಇನ್ನೊಂದು ಕಿವಿಯನ್ನೂ ನಿಮಿರಿಸಿದ. ಆತ ತನ್ನ ಕೆದರಿದ ಕೂದಲುಗಳಿಂದ ಆವೃತವಾದ ಮುಖವನ್ನು ಅವರ ಕಡೆ ತಿರುಗಿಸಿ ಅವರ ಮಾತುಗಳನ್ನು ಲಕ್ಷ್ಯಗೊಟ್ಟು ಕೇಳತೊಡಗಿದ. ಈ ವಿಷಯಗಳಲ್ಲಿ ಅವನಿಗೆ ಬಹಳ ಆಸಕ್ತಿಯಿತ್ತು. ಆತನೊಬ್ಬ ಒಳ್ಳೆಯ ಸೈನಿಕನೂ, ಒಳ್ಳೆಯ ಮನುಷ್ಯನೂ ಆಗಿದ್ದ. ಆದರೆ ಅವನಲ್ಲಿ ಎರಡು ದೌರ್ಬಲ್ಯಗಳಿದ್ದವು. ಮೊದಲನೆಯದಾಗಿ, ತಿನ್ನುವುದೆಂದರೆ ಆತನಿಗೆ ಬಹಳ ಪ್ರೀತಿ. ಕುಡಿಯುವುದೆಂದರೆ ಅದಕ್ಕಿಂತ ಇನ್ನೂ ಹೆಚ್ಚು ಪ್ರೀತಿ. ಆತ ದಿನ ರಾತ್ರಿಯೆಲ್ಲ ತಾಸಿಗೊಮ್ಮೆ ಸಾರಾಯಿ ಕುಡಿಯುತ್ತಿದ್ದ. ಆತನಿಗೆ ತಾನೊಬ್ಬ ಮೂರ್ಖ ಎನ್ನುವುದು ಗೊತ್ತಿತ್ತು. ಯಾಕೆಂದರೆ ಆತನ ಸಾರಾಯಿಯ ಬಿಂದಿಗೆ ಖಾಲಿಯಾದಂತೆ ಆತನ ಕಿಸೆಯೂ ಖಾಲಿಯಾಗುತ್ತಿದ್ದಿತೆಂಬ ಸರಳ ತರ್ಕ ಆತನಿಗೆ ತಿಳಿದಿತ್ತು. ಆತನು ಕುಡಿದ ಸಲಕ್ಕೊಮ್ಮೆ ಮುಖ ಗಂಟು ಹಾಕಿಕೊಂಡು 'ನಾನು ಕುಡಿಯಬಾರದಿತ್ತು', 'ಕುಡಿಯುವುದು ಸರಿಯಲ್ಲ' ಅಥವಾ 'ದೇವರು ನನ್ನನ್ನು ಕ್ಷಮಿಸಲಿ' ಎಂದು ಮುಂತಾಗಿ ಪಶ್ಚಾತ್ತಾಪ ಪಡುತ್ತಿದ್ದ. ಆತ ಅಷ್ಟು ಕುಡಿದು ಅಮಲೇರಿ ದಾಗಲೂ ತನ್ನ ಹೆಂಡತಿ ಅದೆಲ್‌ಳನ್ನು ಮತ್ತು ಡೇಝಿ ಹೂಗಳಿಂದಲಂಕೃತವಾದ ತನ್ನ ತೋಟವನ್ನೂ ನೆನೆಸದೆ ನಿದ್ರಿಸುತ್ತಿರಲಿಲ್ಲ.

ಅಷ್ಟರಲ್ಲಿ ಉದ್ದವಾಗಿಯೂ ತಗ್ಗಾಗಿಯೂ ಇದ್ದ ಒಂದು ಚಿಕ್ಕ ಕುಳಿಮನೆಯೊಳಗಿನಿಂದ – ಅದರ ಬಾಗಿಲನ್ನು ಒಂದು ಕರವಸ್ತ್ರದಿಂದ ಮುಚ್ಚಬಹುದಿತ್ತು – ಒಬ್ಬ ವ್ಯಕ್ತಿಯ ಕಾಲುಗಳು ಹೊರಬರುವುದು ಕಾಣಿಸಿತು. ಅನಂತರ ಇಡೀ ದೇಹ ಹೊರಬಂದಿತು. ಆತ ಠಾಣೆಯ ಸಾರ್ಜಂಟನಾಗಿದ್ದ ಮೆತ್ರ್ಯೂರ್. ಆತ ತೆವಳುತ್ತ ಬೂತ್ವಾರ್ ಇದ್ದಲ್ಲಿ ಬಂದು ಕೇಳಿದ :

"ಹುಡುಗರಿರಾ, ಏನು ಯೋಚನೆ ಮಾಡಿದ್ದೀರಿ? ಇಂದು ರಾತ್ರಿ ನನ್ನೊಡನೆ ಗಸ್ತಿ ತಿರುಗೋದಕ್ಕೆ ಯಾರು ಬರ್ತೀರಿ?"

ಅದಕ್ಕೆ ಬೂತ್ವಾರ್ 'ನಾನು ಬರ್ತೇನೆ' ಎಂದ. ಅದರಂತೆ ಉಳಿದವರೂ ಅದೇ ಉತ್ತರವನ್ನು ಕೊಟ್ಟರು.

ರಾತ್ರಿಯಾದ ಕೂಡಲೆ ಬೂತ್ವಾರ್ ಕಂದಕದ ತುದಿಯಲ್ಲಿ ಕುಳಿತು ಸಿದ್ಧನಾದ. ತನ್ನ ಬಂದೂಕನ್ನು ಕೆಳಗಿಟ್ಟು ಬೂಟಿನ ದಾರಗಳನ್ನು ಸರಿಯಾಗಿ ಕಟ್ಟಿದೆಯೊ ಹೇಗೆಂಬುದನ್ನು ನೋಡಿಕೊಂಡ. ಆಕಾಶವಿನ್ನೂ ನರೆಬಣ್ಣದ್ದಾಗಿತ್ತು. ಅಲ್ಲಲ್ಲಿ ನಕ್ಷತ್ರಗಳು ಕಾಣಿಸಿಕೊಂಡವು. ಗುಂಡುಗಳಂತೂ ಒಂದೇ ಸಮನೆ ಹಾರಾಡುತ್ತಿದ್ದವು.

ಆಗ, ಸಮತಟ್ಟಾದ ಈ ನಿರ್ಜನ ಪ್ರದೇಶದಲ್ಲಿ ಭಾರವಾದ ಹೊರೆಗಳನ್ನು ಬೆನ್ನ ಮೇಲೆ ಹೊತ್ತುಕೊಂಡಿದ್ದ ಕೆಲವು ಅಸ್ಪಷ್ಟ ಆಕೃತಿಗಳು ಒಮ್ಮೆಲೆ ಕಾಣಿಸಿಕೊಂಡವು. ಅದು ಆಹಾರ ಸರಬರಾಜುಗಾರರ ಒಂದು ತಂಡ. ಅವರು ಸಾರಿನ ಡಬ್ಬಗಳ ಕಟಕಟ ಸದ್ದಿನೊಂದಿಗೆ ಕಂದಕದೊಳಗೆ ಧುಮುಕಿದರು.

ಈ ಕಂದಕ ಸಾಂತ್ ಕ್ರಿಸ್ತೊಫೆದ ಹತ್ತಿರವಿದ್ದ ಫ್ರೆಂಚ್ ಸೈನ್ಯದಿಂದ ಆರುನೂರು ಗಜ ದೂರದಲ್ಲಿದ್ದಿತು. ಇಲ್ಲಿಂದ ಒಂದುನೂರು ಗಜದ ಅಂತರದಲ್ಲಿಯೆ ಐನ್ ನದಿ ಹರಿಯುತ್ತಿದ್ದು ಅದರಾಚೆಗಿನ ಪ್ರದೇಶವೆಲ್ಲ ಜರ್ಮನರ ವಶದಲ್ಲಿತ್ತು. ಈ ಕಂದಕಕ್ಕೆ ಯಾವ ಗುಪ್ತ ಮಾರ್ಗವಾಗಲಿ ಅಥವಾ ಇನ್ನಿತರ ಸಂಪರ್ಕವಾಗಲಿ ಇರಲಿಲ್ಲ. ಅದು ಎಲ್ಲ ಕಡೆಗಳಲ್ಲಿಯೂ ತೆರೆದ ಬಯಲಿನಿಂದ ಸುತ್ತುವರಿಯಲ್ಪಟ್ಟು, ಸಮುದ್ರದ ನಡುವಣ ದ್ವೀಪದಂತೆ ಎದ್ದು ಕಾಣುತ್ತಿತ್ತು. ಹೀಗಾಗಿ ಯಾರಾದರೂ ಈ ಕಂದಕಕ್ಕೆ ಬರಬೇಕಾದರೆ ಕತ್ತಲಲ್ಲಿಯೆ ಬರಬೇಕಾಗುತ್ತಿತ್ತು. ಈ ಕಂದಕದ ಸುತ್ತ ಮುತ್ತಣ ಭೂಮಿಯ ಮೇಲಿದ್ದ ಕೆಲವೇ ಕೆಲವು ಜನರು ಸತ್ತಿದ್ದು ದಿನದಿಂದ ದಿನಕ್ಕೆ ನೆಲದೊಳಗೆ ಕುಸಿಯುತ್ತಿದ್ದರು.

* * *

ಭೋಜನ ವಿಭಾಗದವರು ಅವರೆಕಾಳುಗಳನ್ನೂ ಸಾರಾಯಿಯನ್ನೂ ತಂದಿದ್ದರು. ಬೂತ್ವಾರ್ ಸಾರಾಯಿಗಾಗಿ ದುಡ್ಡು ಕೊಟ್ಟಿದ್ದರಿಂದ ಅದನ್ನು ತನ್ನ ಬಿಂದಿಗೆಯಲ್ಲಿ ಹಾಕಿಸಿಕೊಂಡ. ಅವನಿಗೆ ಅವರೆಕಾಳುಗಳ ಮೇಲೆ ಮನಸ್ಸಿರಲಿಲ್ಲ. ಬಾಯಿ ತೆಗೆದಿದ್ದ ಸಾರಾಯಿಯ ಬಿಂದಿಗೆ ಆತನನ್ನು ವಿನಂತಿಸಿಕೊಳ್ಳುತ್ತಿರುವಂತೆ ನೋಡಿತು. ಬೂತ್ವಾರ್‌ನಿಗೆ ತಡೆಯಲಾಗಲಿಲ್ಲ. ಮೊಟ್ಟಮೊದಲು ಅದರಿಂದ ಒಂದು ಹನಿಯನ್ನು ಮಾತ್ರ ಬಾಯಲ್ಲಿ ಹಾಕಿಕೊಂಡು ಆತ ಚಪ್ಪರಿಸಿದ.

ಆ ಸಾರಾಯಿಯ ಬಿಂದಿಗೆ ಪ್ರಥಮ ದರ್ಜೆಯದಾಗಿತ್ತು. ಅದರಲ್ಲಿ ಎರಡು ಕ್ವಾರ್ಟ್‌ಗಳಷ್ಟು ಸಾರಾಯಿ ಹಿಡಿಯುತ್ತಿತ್ತು. ಆ ಸೈನ್ಯದಲ್ಲಿ ಇಂಥ ಪಾತ್ರೆಗಳು ಅತಿ ವಿರಳವಾಗಿದ್ದವು. ಅದು ಮೊದಲು ಒಬ್ಬ ಮೊರಾಕ್ಕೊ ದೇಶದವನದಾಗಿತ್ತು. ಅದರಲ್ಲಿ ಒಂದು ಬರಿದಾದ ತೋಟಾವನ್ನು ಕೂಡ್ರಿಸಿದ್ದರಿಂದ ಅದು ಇತರ ಪಾತ್ರೆಗಳಿಗಿಂತ ಅರ್ಧ ಪೈಂಟ್ ಹೆಚ್ಚು ಸಾರಾಯಿಯನ್ನು ಹಿಡಿಯುತ್ತಿತ್ತು. ಬೂತ್ವಾರ್‌ನ ಗೆಳೆಯರಿಗೆಲ್ಲ ಈ ರಹಸ್ಯ ಗೊತ್ತಿತ್ತು. ಆದರೆ ಸಾರಾಯಿ ಅಂಗಡಿಯವರಿಗೆ ಅದು ಗೊತ್ತಿರಲಿಲ್ಲ. ಹೀಗಾಗಿ ಅವರು ಸಾರಾಯಿ ಮಾರುವಾಗ ಬೂತ್ವಾರ್‌ನಿಗೆ ಉಳಿದ ಗಿರಾಕಿಗಳಿಗಾಗುವಷ್ಟು ಮೋಸವಾಗುತ್ತಿರಲಿಲ್ಲ.

ಸಾರ್ಜಂಟ್ ಮೆತ್ರೂರ್ ತನ್ನ ನಾಲ್ಕು ಸಂಗಾತಿಗಳನ್ನು ಪಹರೆಯಾಗಿ ಕರೆದೊಯ್ಯಲು ಬಂದಾಗ ಬೂತ್ವಾರ್ ಮೈಸೆಟೆಸಿ ಕಂದಕದ ಗೋಡೆಯ ಮೇಲೆ ಭಾರ ಹಾಕಿ ಸರಿಯಾದ ಸೈನಿಕ ರೀತಿಯಲ್ಲಿ ಎದ್ದು ನಿಂತ. ಆದರೆ ಅವರೆಲ್ಲ ತೆವಳುತ್ತ ತೆವಳುತ್ತ ಕಂದಕದ ಒಡ್ಡು

ದಾಟಿ ಬಯಲಿನ ಕಡೆ ಹೋದಾಗ ಬೂತ್ವಾರ್‌ನ ಮನಸ್ಸು ಅಸ್ಪಷ್ಟ ವಿಚಾರಗಳಿಂದ ತುಂಬಿತ್ತು. ಆತ ನೀರಿನಲ್ಲಿ ಮುಗ್ಗರಿಸುವವನಂತೆ ಕತ್ತಲಿನಲ್ಲಿ ತಡಕಾಡುತ್ತ ಮುಂದೆ ಸಾಗಿದ. ಅವನು ತಲೆಕೆಳಗಾಗಿ ಬೀಳದೆ ಇದ್ದದ್ದು ಅವನ ಮನೋಬಲದಿಂದಾಗಿ ಮಾತ್ರ.

ನಿಶ್ಶಬ್ದವಾಗಿ ಆ ಕತ್ತಲು ಬಯಲನ್ನು ದಾಟಿ ಹೋಗುವ ಕಾರ್ಯಕ್ಕೆ ಆತ ತನ್ನ ಮನಃಶಕ್ತಿಯನ್ನೆಲ್ಲ ಪ್ರಯೋಗಿಸಿದ. ತನ್ನ ಬಂದೂಕನ್ನು ಬಲಗೈಯಲ್ಲಿ ಹಿಡಿದುಕೊಂಡು, ಅದರ ಸನೀನಿನ ಒರೆ ಟಣ್‌ಟಣ್ ಎಂದು ಸದ್ದು ಮಾಡದಂತೆ ಅದನ್ನು ಎಡಗೈಯಲ್ಲಿ ಹಿಡಿದುಕೊಂಡು ತೆವಳುತ್ತ ಮುಂದೆ ಸಾಗಿದ. ಆತ ತನ್ನ ಮುಂದೆ ಹೋಗುತ್ತಿದ್ದ ಮನುಷ್ಯನ ವಿಕೃತವಾದ, ಮುದ್ದೆಯಾದ, ಒಮ್ಮೊಮ್ಮೆ ಎರಡು ಮೂರಾಗಿ ಕಾಣುವ ಅದ್ಭುತವಾದ ಬೆನ್ನನ್ನೆ ದಿಟ್ಟಿಸುತ್ತ ನಡೆದ.

ಅಮಲೇರಿದ್ದುದರಿಂದ ಚಳಿಯಿಂದ ಆಚ್ಛಾದಿತವಾದ ಆ ರಾತ್ರಿಯಲ್ಲಿ ಆತನ ಮನಸ್ಸೆಲ್ಲ ಮೋಡ ಮುಸುಕಿದ ಆಕಾಶದಂತಿತ್ತು. ಆತ ತನ್ನ ಭಾರವಾದ ಕಾಲುಗಳನ್ನೆಳೆಯುತ್ತ ಸಾಗಿದ್ದ. ಆತನ ಮುಂದಿನವರೆಲ್ಲ ಹೊಳೆಯ ಸಮೀಪದಲ್ಲಿದ್ದ ಇಳಿಜಾರಾದ ಬಯಲಿನಲ್ಲಿ ಸಾಗಿದ್ದಾಗ ಬೂತ್ವಾರ್‌ನಿಗೆ ಎಷ್ಟು ಪ್ರಯತ್ನಿಸಿದರೂ ಅವರನ್ನು ಹಿಂಬಾಲಿಸುವುದಾಗಲಿಲ್ಲ. ಆತ ಹಿಂದುಳಿಯ ತೊಡಗಿದನಷ್ಟೇ ಅಲ್ಲ, ತಾನು ಸಾಗುತ್ತಿದ್ದಂತೆ ದಾರಿಯಲ್ಲಿಯೆ ನಿದ್ರೆ ಹತ್ತಿ ಬೀಳುವ ಪ್ರಸಂಗ ಬರಬಹುದೆಂಬ ಅರಿವು ಅವನಿಗುಂಟಾಯಿತು.

ಆದರೂ ಕರ್ತವ್ಯ ಪ್ರಜ್ಞೆ ಮತ್ತು ಶಿಕ್ಷೆಯನ್ನನುಭವಿಸಬೇಕಾಗಬಹುದೆಂಬ ಅಸ್ಪಷ್ಟ ಭಯ, ಇವೆರಡೂ ಆತನನ್ನು ಮುಂದೆ ಸಾಗುವಂತೆ ಪ್ರೇರೇಪಿಸುತ್ತಿದ್ದವು. ತನಗೆ ತಾನೆ ಸವಾಲು ಹಾಕಿಕೊಂಡು ಆತ ಮತ್ತೆ ಕೆಲವು ಹೆಜ್ಜೆ ಮುಂದೆ ನಡೆದ. ಕೊನೆಗೆ ಕಂಗೆಟ್ಟು ಗೆಳೆಯರನ್ನು ಕೂಗಿ ಕರೆಯುವುದರಲ್ಲಿದ್ದ. ಆದರೆ ತಕ್ಷಣ ಬಾಯಿಯನ್ನು ಬಿಗಿಹಿಡಿದ. ಯಾಕೆಂದರೆ ಬಾಯಿ ಪಿಟಕ್ಕೆಂದರೆ ಸಾವು ಅವರನ್ನು ಎಲ್ಲೆಡೆಯಿಂದಲೂ ಮುತ್ತುವಂತಿತ್ತು.

ಆದುದರಿಂದ ಆತ ಸದ್ದು ಮಾಡಲಿಲ್ಲ. ಆದರೆ ಅಲ್ಲಿಯೆ ನಿಂತುಬಿಟ್ಟ. ನಿದ್ದೆಯನ್ನು ತಡೆಹಿಡಿಯಲು ಇನ್ನು ಅವನಿಂದ ಸಾಧ್ಯವಿರಲಿಲ್ಲ. ಅನಂತರ ಒಂದು ದಿನ್ನೆಯ ಮೇಲೆ ಹೋಗಿ ಆತ ಕುಳಿತ. ಬಳಿಕ ತನ್ನ ಬಂದೂಕಿನೊಂದಿಗೆ ಮುದ್ದು ಮುದ್ದಾಗಿ ಮಾತನಾಡಿದ ನಲ್ಲದೆ, ತನ್ನ ಪ್ರೀತಿಯ ಹೆಂಡತಿಯನ್ನು ಕುರಿತು ವಿಚಾರಿಸಹತ್ತಿದ. ತಮ್ಮ ಹಳ್ಳಿಗೆ ಹೋಗುವ ದಾರಿಯನ್ನೂ ಬಿಸಿಲನ್ನೂ ಹಣ್ಣಿನ ಗಿಡಗಳನ್ನೂ ಕಲ್ಪಿಸಿಕೊಂಡ. ಚಳಿಗಾಲದಲ್ಲಿ ತನ್ನ ಹಳ್ಳಿಯ ಹೊಲಗಳನ್ನೂ ದಿಬ್ಬಗಳನ್ನೂ ಹಿಮದಿಂದ ಆಚ್ಛಾದಿತವಾದ ಹೊಂಡಗಳನ್ನೂ ಮತ್ತು ಕಾಗದದ ಹಾಳೆಗಳನ್ನು ಧರಿಸಿದಂತೆ ಕಾಣುವ ಗಂಡುಹೆಣ್ಣುಗಳ ಚಿತ್ರಗಳನ್ನೂ ಮನಸ್ಸಿನಲ್ಲೇ ನೋಡಿದ.

ಆಲಸ್ಯ ಆತನ ಅಂಗಾಂಗಗಳನ್ನೆಲ್ಲ ಮುತ್ತಿ ಆತನ ಇಚ್ಛಾಶಕ್ತಿಯನ್ನು ನಿರ್ವಿಣ್ಣಗೊಳಿಸಿ ಬಿಟ್ಟಿತು. ಹೀಗಾಗಿ ಆತನ ಕಣ್ಣು ರೆಪ್ಪೆಗಳು ಮುಚ್ಚಿಕೊಂಡು ಆತ ಗಾಢವಾಗಿ ನಿದ್ರಿಸತೊಡಗಿದ.

ಕೆಲ ಸಮಯದ ತರುವಾಯ ಆತ ಒಂದು ದುಃಸ್ವಪ್ನವನ್ನು ಕಂಡು ತಟ್ಟನೆ ಎಚ್ಚರಗೊಂಡ. ಆತನ ತಲೆ ಸಿಡಿಯುವಂತೆ ಹೊಡೆಯುತ್ತಿತ್ತು. ಆತನ ಹೊಟ್ಟೆಯೂ ಗರಗರ ಎನ್ನುತ್ತಿದ್ದು ಆತನಿಗೆ ತಾನು ಯಾರು ಮತ್ತು ಎಲ್ಲಿದ್ದೇನೆಂಬುದೇ ತಿಳಿಯದಾಗಿತ್ತು.

ಆದರೂ ಆ ಭಯಾನಕ ರಾತ್ರಿಯಲ್ಲಿ ಆತನಿಗೊಂದು ಸದ್ದು ಕೇಳಿಸಿತು. ನಿದ್ರೆಯ ಅಮಲಿ ನಲ್ಲಿದ್ದರೂ ಪಹರೆಯ ಪ್ರವೃತ್ತಿ ಬಲವಾಗಿದ್ದುದರಿಂದ ಆತ ಏನೋ ಒಂದು ಘಟನೆ ಕಾದಿದೆ

ಎಂದು ತಿಳಿದು ಎಚ್ಚರಾದ. ಮತ್ತೆ ನರಳುವುದನ್ನು ಹತ್ತಿಕ್ಕಿಕೊಂಡು ಆಯಾಸದಿಂದಲೂ ಅವಸರದಿಂದಲೂ ಹುಲ್ಲಿನ ಮೇಲೆ ತೆವಳತೊಡಗಿದ. ಆತನ ರೆಪ್ಪೆಗಳು ಅದುರುತ್ತಿದ್ದವು. ಐನ್ ನದಿಯ ಹತ್ತಿರವಿದ್ದ ಇಳಿಜಾರನ್ನು ನೋಡಿದಾಗ ಅವನ ತಲೆಯಲ್ಲಿ ಯಾವುದೊ ಒಂದು ಗೀತ ಕೇಳಿಬರುತ್ತಿತ್ತು. ಆ ಇಳಿಜಾರನ್ನು ಕಂಡಾಗ ಅವನಿಗೆ ಒಂದು ಮಹಾಕಂದಕವನ್ನು ಕಂಡಂತೆ ಅನಿಸಿತು.

ಆತ ಕೆಳಗೆ ಮುಖಮಾಡಿ ನೋಡಿದಾಗ ನದಿಯ ಕಡಿದಾದ ದಂಡೆ ಕಾಣಿಸಿತು. ಗಾಢವಾಗಿ ಬೆಳೆದ ಗಿಡಗಳ ನೆರಳಿನಿಂದ ಅಲ್ಲಿ ಕಗ್ಗತ್ತಲೆ ಆವರಿಸಿತ್ತು. ಅದರ ಕೆಳಗೆ ನೀರಿನ ಮಂದವಾದ ಪ್ರತಿಬಿಂಬ ಕಾಣಿಸುತ್ತಿತ್ತು. ಅದರ ಆಚೆ ಬದಿಯಲ್ಲಿದ್ದ ಕಾಲ್ದಾರಿ ನಿಸ್ತೇಜವಾದ ಒಂದು ಪಟ್ಟಿಯಂತೆ ಕಾಣಿಸಿತು. ಕೆಲವು ನೆರಳುಗಳು ಅದರಲ್ಲಿ ಚಲಿಸುತ್ತಿದ್ದಂತೆ ತೋರಿತು. ಸ್ವಾಭಾವಿಕವಾಗಿಯೆ ಆ ನೆರಳುಗಳೆಲ್ಲ ಜರ್ಮನ್ ಪಹರೆಯ ಸೈನಿಕರೆಂಬುದು ಆತನ ಗಮನಕ್ಕೆ ಬಂದಿತು.

ಆ ಪಹರೆಯವರ ಗುಂಪು ಕಪ್ಪು ನೀರಿನಲ್ಲಿ ಚಾಚಿಕೊಂಡ ಕತ್ತಲಿನ ಮೊತ್ತಗಳಲ್ಲಿ ಮಾಯ ವಾಯಿತು. ಅದು ಪ್ಯಾಸ್ಲಿ ಸೇತುವೆಯಾಗಿತ್ತು. ಬೂತ್ವಾರ್ ಆ ಸೇತುವೆಯನ್ನು ಕತ್ತಲಲ್ಲಿ ಸಹ ಗುರುತಿಸುತ್ತಿದ್ದ. ಇಂಥ ದುಃಸ್ವಪ್ನದಲ್ಲಿ ಕೂಡ ಅದರ ಭಾಗಗಳನ್ನು ಹೆಸರಿಸಬಲ್ಲವನಾಗಿದ್ದ.

ಆದರೆ ಒಮ್ಮಿಂದೊಮ್ಮೆಲೆ ಆತನಿಗೆ ತೀರ ಸಮೀಪದಲ್ಲಿಯೇ ಒಂದು ಸಪ್ಪಳ ಕೇಳಿಸಿತು. ಆತ ಕತ್ತಲಲ್ಲಿ ದಿಟ್ಟಿಸಿ ನೋಡಿದ. ಆತನ ಕೆಳಗೆಯೆ ನದಿಯ ದಂಡೆಯ ಮೇಲೆ ಒಬ್ಬ ಜರ್ಮನ್ ತೆವಳುತ್ತ ಬರುತ್ತಲಿದ್ದ. ಆ ವೈರಿ ಆ ಕತ್ತಲಲ್ಲಿಯೂ ಬೂತ್ವಾರ್‌ನ ಕಣ್ಣಲ್ಲಿ ಕಣ್ಣಿಟ್ಟು ನೋಡುತ್ತಿದ್ದ. ಕೂಡಲೆ ಬೂತ್ವಾರ್ ತನ್ನ ಬಂದೂಕನ್ನು ಸಜ್ಜುಗೊಳಿಸಿ ಲಕ್ಷ್ಯಪೂರ್ವಕ ಗುರಿಯಿಟ್ಟು ಗುಂಡುಹಾರಿಸಿದ. ಅಂಬೆಗಾಲನ್ನಿಟ್ಟು ಮುಂದುವರಿಯುತ್ತಿದ್ದ ಜರ್ಮನ್ ಸೈನಿಕ ನೆಲಕ್ಕೆ ಬಿದ್ದುಬಿಟ್ಟ.

ಆಗ ಹಾರಿಸಿದ ಗುಂಡಿನ ಸದ್ದು ಕತ್ತಲಲ್ಲಿ ಪ್ರತಿಧ್ವನಿಸಿತು. ಬೂತ್ವಾರ್‌ನಿಗೆ ತನ್ನ ನಿದ್ರೆ ಮತ್ತು ಸಾರಾಯಿಯ ಅಮಲು ಇಳಿದು ಮನಸ್ಸು ಸ್ತಿಮಿತಕ್ಕೆ ಬರತೊಡಗಿದ್ದುದು ಅರಿವಾಯಿತು. ಆತ ಅತ್ಯಂತ ಎಚ್ಚರಿಕೆಯಿಂದ ಕಾದು ನೋಡಿದ. ದಿಗಂತದಲ್ಲಿ ಅಲ್ಲೊಮ್ಮೆ ಇಲ್ಲೊಮ್ಮೆ ಕೆಲವು ಗುಂಡುಗಳು ಒಂದರ ಬಳಿಕ ಇನ್ನೊಂದರಂತೆ ಹಾರಿದವು. ಗುಂಡು ಹಾರಿದಾಗ ಒಮ್ಮೆಲೆ ಮಿಂಚಿದಂತಾಗಿ ಮತ್ತೆ ಕತ್ತಲಾಗುತ್ತಿತ್ತು. ಅನಂತರ ನೀರವತೆ.

ಹೀಗೆಯೆ ಕಾಲುಗಂಟೆ ಕಳೆಯಿತು. ಆಘಾತದಿಂದ ಉದ್ರೇಕಗೊಂಡ ಬೂತ್ವಾರ್‌ನ ಮನಸ್ಸು ಸ್ಪಷ್ಟವಾಗಿ ಯೋಚಿಸಲು ಶಕ್ತವಾಗಿತ್ತು. ಕಪ್ಪು ಮತ್ತು ನರೆಬಣ್ಣದ ಮೋಡಗಳ ಜಾಲದಲ್ಲಿ ಚಂದ್ರ ತನ್ನ ಶೀತಲ ಕಿರಣಗಳನ್ನು ಪಸರಿಸಿದ್ದ. ಮಂದವಾದ ಚಂದ್ರಿಕೆ ಬಯಲಿನ ಮೇಲೆ ಹರಡಿತ್ತು. ರಾತ್ರಿಯ ಒಣ ಚಳಿ ಆತನ ಮನಸ್ಸನ್ನು ಸಾಂತ್ವನಗೊಳಿಸಿತ್ತು. ಆದರೂ ಆಲಸ್ಯ ತೊಲಗಿರಲಿಲ್ಲ.

ಆತ ತನ್ನ ವೈರಿಯನ್ನು ಮುಟ್ಟಬೇಕೆಂದು ಅವನನ್ನು ಶೋಧಿಸತೊಡಗಿದ. ಅನಂತರ ತನ್ನ ಕಂದಕಕ್ಕೆ ಹೋಗಬೇಕೆಂದು ನಿರ್ಧರಿಸಿದ. ಅದೇನೂ ಕಷ್ಟದ ಕೆಲಸವಾಗಿರಲಿಲ್ಲ. ಅಲ್ಲದೆ ಎಂತಹ ಪರಿಸ್ಥಿತಿಯಲ್ಲಿ ತಾನು ಮರಳಿ ಬಂದೆನೆಂಬುದು ಅರಿವಾದಾಗ, ಪಹರೆಯವರಿಂದ ಬೇರಾದುದಕ್ಕೆ ತನ್ನನ್ನು ಯಾರೂ ಬಯ್ಯಲಾರರೆಂದು ಆತ ತನ್ನನ್ನು ತಾನೇ ಅಭಿನಂದಿಸಿಕೊಂಡ.

ಹೀಗೆ ಯೋಚಿಸಿ, ಎಲ್ಲ ತರಹದ ಕಾಳಜಿ ವಹಿಸಿ ತನ್ನ ಬಂದೂಕನ್ನು ಮುಂದೆ ನೂಕುತ್ತ ಆತ ಅಂಬೆಗಾಲಿಟ್ಟು ನಡೆಯತೊಡಗಿದ. ದಿಬ್ಬದ ತುದಿಯನ್ನು ದಾಟಿ ವಿಸ್ತಾರವಾದ

ಬಯಲಿನಲ್ಲಿ ಇಳಿಯತೊಡಗಿದ. ಕೊನೆಗೆ ಆ ಸತ್ತ ಜರ್ಮನ್ ಸೈನಿಕನ ಹತ್ತಿರ ಹೋದ. ಶವದ ತಲೆಬುರುಡೆ ಒಡೆದ ತತ್ತಿಯಂತೆ ನಜ್ಜುಗುಜ್ಜಾಗಿತ್ತು. ಬೂತ್ವಾರ್ ಶವದ ಅರಿವೆ ಮತ್ತು ಶಸ್ತ್ರಗಳ ಮೇಲೆ ಕೈಯಾಡಿಸಿದ. ಆಮೇಲೆ ಒಮ್ಮೆಲೆ ಭಯಭೀತನಾಗಿ ಉಕ್ಕಿಬಂದ ಕೂಗನ್ನು ಹತ್ತಿಕ್ಕಿಕೊಂಡ. ಹುಚ್ಚು ಹಿಡಿದವನಂತೆ ಶಿರಸ್ತ್ರಾಣವೊಂದನ್ನು ಹಿಡಿದುಕೊಂಡು ಆ ಭಯಾನಕವಾದ ನೀರವತೆಯ ಹೊಂಡದಲ್ಲಿ ಹೇಗೋ ಮುಗ್ಗರಿಸಿ ಎದ್ದುನಿಂತ. ಇದಕ್ಕಿಂತ ತಾನು ಸಾಯುವುದೇ ಲೇಸು ಎಂದುಕೊಂಡು ಯಾವುದರ ಪರಿವೆಯಿಲ್ಲದೆ ದುಃಖದಿಂದ ನಿಡುಸುಯ್ದ.

ಆತ ಕೊಂದ ವ್ಯಕ್ತಿ ಫ್ರೆಂಚ್ ಸೈನಿಕನಾಗಿದ್ದ!

*　　　*　　　*

ಆ ಕ್ಷಣದಿಂದ ಸೂರ್ಯೋದಯದವರೆಗೆ ಬೂತ್ವಾರ್ ಆ ಇಳಿಜಾರಿನ ಮೇಲಿದ್ದ ಶವದ ಹತ್ತಿರವೆ ಕುಳಿತಿದ್ದ. ಆತ ಭಯದಿಂದ ತತ್ತರಿಸಿ ಹೋಗಿದ್ದ.

ಆತ ತಲೆಯನ್ನು ಕೈಯಲ್ಲಿಟ್ಟು ಬಿಕ್ಕಿದನಲ್ಲದೆ ಎದೆಯನ್ನು ಬಡಿದುಕೊಂಡ. ಆಕಾಶದ ಕಡೆ ಕೈಮಾಡಿ ಪುನಃ ಉದ್ಗರಿಸಿದ: "ನಾನು ಕುಡಿದುದರಿಂದ ಅವನನ್ನು ಕೊಂದೆ! ನಾನು ಕುಡಿದಿರದಿದ್ದರೆ ಆತನನ್ನು ಕೊಲ್ಲುತ್ತಿರಲಿಲ್ಲ!"

ಆ ಸೈನಿಕನನ್ನು ಜರ್ಮನನೆಂದು ಆತ ತಿಳಿಯಲು ಕಾರಣವೇನಿದ್ದಿರಬೇಕು? ಕಾರಣ ಮತ್ತೇನೂ ಇರಲಿಲ್ಲ. ಆ ಸೈನಿಕ ಐನ್ ನದಿಯ ಕಡೆಯಿಂದ ಬರುತ್ತಿದ್ದುದರಿಂದ ಆತ ಜರ್ಮನ್‌ನೆ ಇರಬೇಕೆಂದು ಈತ ಊಹಿಸಿದ. ಆದರೂ ಅವನ ಮೇಲೆ ತಾನು ಗುಂಡು ಹಾರಿಸಿದಾಗ ಆತ ಎಷ್ಟು ಸಮೀಪದಲ್ಲಿದ್ದನೆಂದರೆ ಎದುರಿಗಿದ್ದವರು ಯಾರೆಂಬುದನ್ನು ಆ ಕತ್ತಲಿನಲ್ಲಿಯೂ ಗುರುತಿಸಬಹುದಾಗಿತ್ತು. ಆದರೆ ಆತ ಕುಡಿದಿದ್ದರಿಂದ ಇಷ್ಟೆಲ್ಲ ಪ್ರಮಾದವಾಗಿತ್ತು.

ಅವನು ಕ್ಷಣಕ್ಷಣಕ್ಕೂ ಭಯದ ಸುಳಿಯಲ್ಲಿ ಮುಳುಗುತ್ತಿದ್ದ. ದುಃಖದಿಂದ ಹೊರಳಾಡುತ್ತಿದ್ದ. ಅವನ ಮೈ ಒಮ್ಮೆ ಬಿಸಿಯಾಗುತ್ತಿತ್ತು; ಮತ್ತೊಮ್ಮೆ ತಣ್ಣಗಾಗುತ್ತಿತ್ತು. ಅವನಿಗೇನು ಮಾಡಬೇಕೆಂಬುದು ತಿಳಿಯಲಿಲ್ಲ. ತಾನಿದ್ದ ಕಂದಕಕ್ಕೆ ಮರಳಬೇಕೆಂದು ಇಚ್ಛೆಯುಂಟಾಯಿತು. ಅವನು ಎದ್ದು ಕೆಲವು ಹೆಜ್ಜೆ ಹೋದ. "ಸಾರ್ಜಂಟ್, ನಾನೊಂದು ಕೆಟ್ಟ ಕೆಲಸ ಮಾಡಿದ್ದೇನೆ" ಎಂದು ಹೇಳಬೇಕೆಂದು ಅದನ್ನೆ ಬಾಯಲ್ಲಿ ಅಂದುಕೊಳ್ಳುತ್ತ ಹೋದ.

ಅನಂತರ ಅವನು ತಡೆದುಕೊಳ್ಳಲಾರದೆ ಆ ಶವದ ಹತ್ತಿರ ಮರಳಿ ಬಂದು ಅದರ ಮಗ್ಗುಲಿಗೆ ನಡೆದು, ಅದನ್ನು ಮುಟ್ಟಿ, ಅಲುಗಾಡಿಸಿ ಎತ್ತಿ ಆಲಿಂಗಿಸಿದ. ಆ ಹುಚ್ಚಿನಲ್ಲಿಯೆ ಅವನು ಆ ಶವವನ್ನು ತನ್ನ ಕೈಯಲ್ಲಿ ಹಿಡಿದು ಜೀವಂತವಾಗಿರಿಸಬಯಸಿದನಲ್ಲದೆ ಅದನ್ನು ಮೊಣಕಾಲೂರಿ ಕೂಡ್ರಿಸಲು ಪ್ರಯತ್ನಿಸಿದ. ಆದರೆ ಶವ ಮಾತ್ರ ಬೊಡ್ಡೆಯಂತೆ ಸೆಟೆದುಬಿಟ್ಟಿತ್ತು.

ಆಮೇಲೆ ಬೂತ್ವಾರ್ ತಾನಿನ್ನೆಂದೂ ನೋಡಲಾಗದ ಹೆಂಡತಿ ಅದೆಲ್‌ಳನ್ನು ನೆನೆಸಿಕೊಂಡು ಧ್ವನಿತೆಗೆದು ಅತ್ತ. ಆತ ತನ್ನ ಕಿಸೆಯೊಳಗಿದ್ದ ಹೆಂಡತಿಯ ಚಿತ್ರವನ್ನು ಹೊರತೆಗೆದು, ಹರಿದು ಚೂರುಚೂರು ಮಾಡಿ ದೂರ ಒಗೆದ. ಅನಂತರ ತನಗೆ ಸಾರಾಯಿ ಮಾರಿದ ವ್ಯಾಪಾರಿಯನ್ನು ಭಾವೋದ್ವೇಗದಿಂದ ಶಪಿಸಿದ. ಆಮೇಲೆ ಪುನಃ ಕಣ್ಣೀರು ಸುರಿಸಲಾರಂಭಿಸಿದ.

ಮರುಕ್ಷಣ ಅವನಿಗೊಂದು ವಿಚಾರ ಹೊಳೆಯಿತು. ಅವನ ಹುಚ್ಚು ನೆತ್ತಿಗೇರಿದಂತಾಯಿತು. ನಡುಪಟ್ಟಿಗೆ ಕಟ್ಟಿದ್ದ ಸಾರಾಯಿಯ ಪಾತ್ರೆಯನ್ನು ಬಿಚ್ಚಿ ನೆಲಕ್ಕೆ ಒಗೆದ. ಅನಂತರ ಅದನ್ನು ಬಂದೂಕಿನ ಸನೀನಿನಿಂದ ಚುಚ್ಚಿದ. ತರುವಾಯ ಅದು ತನ್ನ ಹೃದಯವೊ ಎಂಬಂತೆ ಕಾಲಿನಿಂದ ಕಚಪಚ ತುಳಿದಾಡಿದ. ಆ ಪಾತ್ರೆಯೊಳಗಿದ್ದ ಕೆಂಪುಬಣ್ಣದ ಸಾರಾಯಿ

ನೆಲದಮೇಲೆ ಮಡುವುಗಟ್ಟಿ ನಿಂತಿತು. ಹೀಗೆ ಬೂತ್ವಾರ್ ಮೇಲಿಂದಮೇಲೆ ಅದರ ಹತ್ತಿರ ಬರುವುದೂ ಹೋಗುವುದೂ ಮಾಡುತ್ತಿದ್ದ. ಅವನ ತಲೆಯಲ್ಲಿ ಹೊಸಹೊಸ ವಿಚಾರಗಳು ಬಂದಂತೆ ಮತ್ತಷ್ಟು ತತ್ತರಿಸುತ್ತಿದ್ದ. ಈ ಜಗತ್ತಿನಲ್ಲಿ ಯಾರೂ ಆತನನ್ನು ಉಳಿಸಿಕೊಳ್ಳುವಂತಿರಲಿಲ್ಲ

ಆಕಾಶದಲ್ಲಿದ್ದ ಕತ್ತಲೆ ಮಾಯವಾಗಿ ಬೆಳಕು ಪಸರಿಸಿತು. ಆ ಅರುಣೋದಯದ ಮಂದ ಬೆಳಕಿನಲ್ಲಿ ಆತನ ಎದೆಯ ಮೇಲಿದ್ದ ಹೆಸರಿನ ಬಿಲ್ಲೆಯ ಮೇಲೆ 'ಬೂತ್ವಾರ್ ಅಡೊಲ್ಫ್ 1905' ಎಂದು ಬರೆದ ಅಕ್ಷರಗಳು ಕಂಡವು. ಆ ಹೆಸರನ್ನು ನೋಡುತ್ತಲೆ ಆತನ ಮೈಯಲ್ಲೆಲ್ಲ ನಡುಕ ತಲೆದೋರಿ ತಾನೊಬ್ಬ ಕೊಲೆಗಾರನೆಂಬ ಭ್ರಾಂತಿಯುಂಟಾಯಿತು. ಮತ್ತೊಮ್ಮೆ, ಅಂದರೆ ಕೊನೆಯ ಬಾರಿ ಆತ ತನ್ನ ನಿರ್ಜನವಾದ ಮನೆಯನ್ನು ಕಲ್ಪಿಸಿಕೊಂಡ.

ಈಗ ಆಕಾಶದಲ್ಲಿ ಬೆಳಕು ಹೆಚ್ಚಾಗುತ್ತಿತ್ತು. ಅರುಣೋದಯದ ಕಿರಣಗಳು ಉದ್ದುದ್ದವಾಗಿ ಚಾಚಿಕೊಂಡಿದ್ದವು. ಅನಂತರ, ತನ್ನನ್ನು ನಿರ್ದಯವಾಗಿ ಆರೋಪಿಸುವಂತಿದ್ದ ಆ ನಿಚ್ಚಳ ಬೆಳಕಿನಲ್ಲಿ ಆತ ಎಲ್ಲ ಕಡೆಗಳಿಗೂ ಎದ್ದು ಕಾಣಿಸುತ್ತಿದ್ದ ಆ ದಿಣ್ಣೆಯ ತುದಿಯ ಮೇಲೆ ನೆಟ್ಟಗೆ ಸೆಟೆದು ನಿಶ್ಚಲವಾಗಿ ನಿಂತ. ಕೂಡಲೆ ಒಂದು ಗುಂಡು ಆತನ ಮೇಲಂಗಿಯ ಮೇಲೆ ಬಡಿಯಿತು. ಆತ ಈ ಪ್ರಪಂಚದಿಂದ ಮುಕ್ತನಾದವನಂತೆ ನರಳಿ ಮಂಡಿಯೂರಿ ನಂತರ ನೆಲಕ್ಕೆ ಕುಸಿದು ಅಂಗಾತವಾಗಿ ಬಿದ್ದುಬಿಟ್ಟ.

* * *

ಅವನು ಎಚ್ಚತ್ತಾಗ ತನ್ನ ಮೈಮೇಲೆಲ್ಲ ಬಿಳಿಯ ಬಟ್ಟೆಗಳನ್ನು ಹೊದಿಸಲಾಗಿದ್ದು, ಮೊದಲು ಶಾಲೆಯಾಗಿದ್ದು ಈಗ ಚಿಕಿತ್ಸಾಲಯವಾಗಿ ಮಾರ್ಪಡಿಸಲಾಗಿದ್ದ ಕಟ್ಟಡದೊಳಗೆ ತಾನಿದ್ದೇನೆಂಬ ಅರಿವು ಅವನಿಗೆ ಉಂಟಾಯಿತು.

ಅಲ್ಲಿದ್ದ ರೋಗಿಗಳ ಪೈಕಿ ಒಬ್ಬ ಇತರರಿಗಿಂತ ಚಟುವಟಿಕೆಯುಳ್ಳವನಾಗಿದ್ದರಿಂದ ಕೆಲವು ಊಟದ ತಾಟುಗಳನ್ನು ಅಡುಗೆ ಮನೆಗೆ ಒಯ್ಯುತ್ತಲಿದ್ದ. ಬೂತ್ವಾರ್‌ನ ಕಣ್ಣು ತೆರೆದಿದ್ದುದನ್ನು ನೋಡಿ ಆತ ಅವನ ಹತ್ತಿರ ಬಂದು ಕೇಳಿದ :

"ಓ, ನೀನು ಕಣ್ಣು ತೆರೆದಿದ್ದೀಯಾ? ಅಂದರೆ ನಿನಗೀಗ ಸ್ವಲ್ಪ ಆರಾಮಾಗಿರಬೇಕು. ನಿನ್ನ ಸೈನಿಕ ಪದಕವನ್ನು ನಿನ್ನ ಪಲ್ಲಂಗದ ಕಾಲಿಗೆ ತೂಗುಹಾಕಿದ್ದಾರೆ. ಅವರು ಸಾಯಂಕಾಲ ಐದು ಗಂಟೆಯ ಟ್ರೇನಿನಲ್ಲಿ ನಿನ್ನನ್ನು ಕರೆದುಕೊಂಡು ಇಲ್ಲಿಗೆ ಬಂದ ಕೂಡಲೆ ಅದನ್ನು ಬಹಳ ಅವಸರವಾಗಿ ನಿನಗೆ ತಗಲಿಸಿದರು. ಯಾಕೆಂದರೆ ಕೊನೇ ಪ್ರಯಾಣಕ್ಕೆ ನಿನ್ನ ಸರತಿ ಬಂದಿದೆ ಅಂತ ಅವರು ತಿಳಿದಿದ್ದರು. ನೀನು ಕೊಂದ ಜರ್ಮನ್ ಸೈನಿಕ ಫ್ರೆಂಚರಂತೆ ವೇಷ ಧರಿಸಿದ್ದ ಅಧಿಕಾರಿಯಂತೆ. ಆದರೆ ಈ ಸಾಮಾನುಗಳನ್ನೆಲ್ಲ ನಾನು ಅಡುಗೆ ಮನೆಗೆ ಒಯ್ಯಬೇಕು. ಯಾಕೆಂದರೆ ಇಲ್ಲಿ ಒಬ್ಬಳೇ ಒಬ್ಬ ದಾದಿ ಇರೋದರಿಂದ ನಾನು ಸ್ವಲ್ಪ ಸಹಾಯ ಮಾಡ್ತೇನೆ. ಆದರೆ ನಿನಗೆ ಗೊತ್ತಿರಬೇಕಲ್ಲವೆ, ಈ ಜೀವನದಲ್ಲಿ ನಾವು ಹೆಚ್ಚು ಕೆಲಸ ಮಾಡಿದಂತೆ ಜನರು ನಮ್ಮನ್ನು ಹೆಚ್ಚು ಉಪೇಕ್ಷಿಸ್ತಾರೆ ಅಂತ?"

ಬೂತ್ವಾರ್ 'ಆ' ಎಂದು ನರಳಿ ಮತ್ತೆ ನಿದ್ರೆ ಹೋದ. ಯಾಕೆಂದರೆ ಇವನ್ನೆಲ್ಲ ತಿಳಿದುಕೊಳ್ಳುವಷ್ಟು ಸಾಮರ್ಥ್ಯ ಅವನಲ್ಲಿ ಉಳಿದಿರಲಿಲ್ಲ. ಆತನ ಅಸ್ತವ್ಯಸ್ತ ಮನಸ್ಸಿನೊಳಗೆ ಈ ವಿಚಾರಗಳಾವುವೂ ಹೋಗುವಂತಿರಲಿಲ್ಲ.

ಅಂದು ರಾತ್ರಿ ಮತ್ತು ಮರುದಿನ ಬೆಳಿಗ್ಗೆ ಆತ ಸಾವಕಾಶವಾಗಿ ಎಚ್ಚರಗೊಂಡು ಪ್ರತಿಯೊಂದನ್ನೂ ಅರಿತ. ಎಲ್ಲವನ್ನೂ ಹೊಸ ದೃಷ್ಟಿಕೋನದಿಂದ ನೋಡತೊಡಗಿದ.

ಎಲ್ಲದರಲ್ಲಿಯೂ ಒಂದು ಹೊಸ ಸೌಂದರ್ಯವನ್ನು ಕಾಣಲಾರಂಭಿಸಿದ. ಜಗತ್ತಿನಲ್ಲಿ ಪ್ರತಿಯೊಂದು ವಸ್ತುವೂ ಭಾನುವಾರದ ಮೆರುಗನ್ನು ಪಡೆದಂತಿತ್ತು. ಇನ್ನು ಮೇಲಿಂದ ತಾನು ಸಂತೋಷದಿಂದಿರಬಲ್ಲೆನೆಂದು ಅವನಿಗೆ ಅನಿಸಹತ್ತಿತು.

ಆತ ತನ್ನ ತಂಗಿಯಂತೆ ದಯಾವಂತಳೂ ಸೌಮ್ಯಳೂ ಆದ ದಾದಿಗೆ ಕೂಡ ತನ್ನ ಸಾರಾಯಿಯ ಕತೆಯನ್ನು ಉಸುರಕೂಡದೆಂದು ನಿರ್ಧರಿಸಿಕೊಂಡ. ರಾತ್ರಿ ನದಿಯ ದಂಡೆಯ ಮೇಲೆ ದುಃಖತಪ್ತನಾಗಿ ಬಿದ್ದುಕೊಂಡಾಗ ತನ್ನ ಜೀವಮಾನದ ತುಂಬೆಲ್ಲ ತನ್ನನ್ನು ಕಾಡಿಸಿದ ಕುಡಿತದ ವಿಷಯವಾಗಿ ಆತ ಸಾಕಷ್ಟು ಪಶ್ಚಾತ್ತಾಪ ಪಟ್ಟಿದ್ದ.

ಈ ದಕ್ಷಿಣ ಪ್ರದೇಶದ ಚಿಕಿತ್ಸಾಲಯದಲ್ಲಿದ್ದು ತನ್ನ ಆರೋಗ್ಯವನ್ನು ಸುಧಾರಿಸಿಕೊಂಡ ಬಳಿಕ ಆತ ನೌಕರಿಗೆ ಹಾಜರಾದ ಮೇಲೆ ಒಂದು ದಿನ ಆತನ ಗೆಳೆಯರು ಆತನಿಗೆ ಸಾರಾಯಿಯನ್ನು ಕೊಡ ಬಂದರು. ಆದರೆ ಆತ ಅದನ್ನು ನಿರಾಕರಿಸಿದ :

"ಧನ್ಯವಾದಗಳು, ಗೆಳೆಯರೆ, ಆದರೆ ನನಗದು ಬೇಡ. ಇನ್ನು ಮೇಲೆ ಸಾರಾಯಿಯ ತೃಷೆ ನನ್ನನ್ನು ಬಾಧಿಸದು."

ಈ ಮಾತಿನಿಂದ ಅಸಮಾಧಾನಗೊಂಡ ಗೆಳೆಯರು ಅವನನ್ನು ಒತ್ತಾಯಿಸಿದರು :

"ಸ್ವಲ್ಪ ತೆಗೆದುಕೊ, ಒಂದು ಗುಟುಕು ಮಾತ್ರ! ಏನು?"

ಅದಕ್ಕೆ ಬೂತ್ವಾರ್ ಸಿಟ್ಟಿಗೆದ್ದವನಂತೆ ನಟಿಸಿ ಎಂದ :

"ಬೇಡ. ಬೇಡ, ಬೇಡ, ನಾನೆಂದರೆ ಏನು ಅಂತ ತಿಳಿದಿದ್ದೀರಿ?"

ಅಗ ಆತನ ಗೆಳೆಯರು ಸುಮ್ಮನಾಗಿಬಿಟ್ಟರು.

ಆತ ಮೊದಮೊದಲು ನಾಚುತ್ತ, ಅನಂತರ ಧೈರ್ಯವಾಗಿ ಊಟದೊಡನೆ ನೀರು ಕುಡಿಯ ತೊಡಗಿದ. ಅದು ಬಹಳ ಕಠಿಣವಾದ ಕೆಲಸವಾಗಿತ್ತು. ಸಾರಾಯಿಯ ತೃಷೆ ತನ್ನನ್ನು ಇನ್ನೆಂದೂ ಬಾಧಿಸದು ಎಂದು ಆತ ಹೇಳಿದಾಗ, ಆ ಮಾತು ಸುಳ್ಳಾಗಿತ್ತು. ಹೀಗೆ ಹೇಳಿದಾಗ ಅಂತರಂಗದಲ್ಲಿ ಅವನಿಗೆ ಒಂದು ತರಹದ ಸಮಾಧಾನವಾಗಿದ್ದರೂ ಅದು ಸುಳ್ಳು ಮಾತಾಗಿತ್ತು. ಆದರೆ ಬೀದಿಯಲ್ಲಿ ಜನರು ಆತನ ಎದೆಯ ಮೇಲಿನ ಪದಕವನ್ನು ನೋಡಿ "ಈ ಮನುಷ್ಯ ಅದಕ್ಕಾಗಿ ಬಹಳ ತ್ಯಾಗ ಮಾಡಿದ್ದಾನೆ" ಎಂದು ತಮ್ಮತಮ್ಮೊಳಗೆ ಹೇಳಿಕೊಳ್ಳುತ್ತಿದ್ದುದನ್ನು ಕೇಳಿದಾಗ, ಈಗ ಹಟ ಹಿಡಿದು ಪ್ರಯತ್ನಪೂರ್ವಕವಾಗಿ ಕುಡಿಯುವುದನ್ನು ಬಿಟ್ಟಿದ್ದ ಬೂತ್ವಾರ್ ಅವರ ಮಾತು ಸಂಪೂರ್ಣ ಸತ್ಯವೆಂದು ತನಗೆ ತಾನೇ ಅಂದುಕೊಂಡ. ❍

○ ಆಲ್ಬರ್ಟ್ ಕಾಮೂ

ವ್ಯಭಿಚಾರಿಣಿ

ಬಸ್ಸಿನಲ್ಲಿ ಕಿಟಕಿಗಳು ಮುಚ್ಚಿಕೊಂಡಿದ್ದರೂ ನೊಣವೊಂದು ಸುತ್ತುತ್ತಲೇ ಇತ್ತು. ಅದು ದಣಿದ ರೆಕ್ಕೆಗಳನ್ನು ಬಡಿಯುತ್ತ ಹಿಂದಕ್ಕೂ ಮುಂದಕ್ಕೂ ಹಾರುತ್ತಿದ್ದ ದೃಶ್ಯ ವಿಚಿತ್ರವಾಗಿತ್ತು. ಜಾನಿನ್ ನೋಡುತ್ತಿದ್ದಂತೆಯೇ ಆ ನೊಣ ಒಮ್ಮೆ ಮಾಯ ವಾದಂತಾಗಿ ಮತ್ತೆ ಅವಳ ಪತಿಯ ನಿಶ್ಚಲವಾದ ಕೈಯ ಮೇಲೆ ಕುಳಿತುಕೊಂಡಿತು. ಆಗ ಹವೆ ತಂಪಾಗಿತ್ತು. ಕಿಟಕಿಯ ಗಾಜುಗಳ ಮೇಲೆ ಹೊರಗಿನ ಉಸುಕುಮಿಶ್ರಿತ ಗಾಳಿ ಅಪ್ಪಳಿಸಿದಾಗ ಆ ನೊಣ ತತ್ತರಿಸುತ್ತಿತ್ತು. ಚಳಿಗಾಲದ ಮುಂಜಾವಿನ ಮಂದ ಬೆಳಕಿನಲ್ಲಿ ತನ್ನ ಲೋಹ ಕವಚದ ಹಾಗೂ ಗಾಲಿಯ ಅಚ್ಚುಗಳ ಗಡಗಡ ಸದ್ದಿನೊಂದಿಗೆ ತೊನೆಯುತ್ತ, ತೂರಾಡುತ್ತ ಆ ಬಸ್ಸು ಬಹಳ ಮಂದ ಗತಿಯಲ್ಲಿ ಚಲಿಸುತ್ತಿತ್ತು. ಜಾನಿನ್ ತನ್ನ ಪತಿಯ ಕಡೆ ನೋಡಿದಳು. ಚಿಕ್ಕ ಹಣೆಯ ಮೇಲೆ ನರೆಗೂದಲು ಬೆಳೆದಿದ್ದ, ಅಗಲವಾದ ಮೂಗಿನ ಹಾಗೂ ಮೆತ್ತಗಿನ ಬಾಯಿಯ ಮಾರ್ಸೆಲ್ ಒಬ್ಬ ಮೃಗ ದೇವತೆಯಂತೆ ಕಂಡ. ದಾರಿಯಲ್ಲಿ ತಗ್ಗುಗಳು ಬಂದಾಗಲೆಲ್ಲ, ಆತ ಅವಳ ಮೈ ಮೇಲೆ ಬೀಳುತ್ತಿದ್ದ. ಆತ ಮತ್ತೆ ತನ್ನ ಕಾಲುಗಳನ್ನಗಲಿಸಿ ಹಿಂದಕ್ಕೆ ಸರಿದು ಕುಳಿತು ಬಿಡುತ್ತಿದ್ದ. ಅನ್ಯಮನಸ್ಕನಾದ ಅವನ ದೃಷ್ಟಿ ಶೂನ್ಯವಾಗಿತ್ತು. ಅವನಲ್ಲಿ ಜೀವಂತಿಕೆ ಎಂಬುದೇ ಕಾಣಿಸುತ್ತಿರಲಿಲ್ಲ. ಆತನ ಕೈಗಳನ್ನು ಮುಚ್ಚಿದ್ದ ಉಣ್ಣೆಯ ಬಟ್ಟೆ ಅಂಗಿಯ ತೋಳಿನ ಹೊರಗೂ ಕಾಣುತ್ತಿದ್ದುದರಿಂದ ಆತನ ಕೂದಲಿಲ್ಲದ ಕೈಗಳು ಮತ್ತಷ್ಟು ಗಿಡ್ಡವಾಗಿ ತೋರುತ್ತಿದ್ದವು. ತನ್ನ ಕಾಲುಗಳ ನಡುವೆ ಇಟ್ಟಿದ್ದ ಸೂಟ್‌ಕೇಸಿನ ಹಿಡಿಕೆಯನ್ನು ಆ ಕೈಗಳಿಂದ ಆತ ಎಷ್ಟು ಬಿಗಿಯಾಗಿ ಹಿಡಿದಿದ್ದನೆಂದರೆ ಅವುಗಳಲ್ಲೊಂದರ ಮೇಲೆ ಕುಳಿತು ನಿಧಾನವಾಗಿ ಮುಂದೆ ಸರಿಯುತ್ತಿದ್ದ ನೊಣದ ಪರಿವೆಯೇ ಅವನಿಗೆ ಇರಲಿಲ್ಲ.

ಒಮ್ಮಿಂದೊಮ್ಮೆಲೆ ಹೊರಗೆ ಗಾಳಿ ಊಳಿಡುತ್ತ ಬೀಸತೊಡ ಗಿದ್ದರಿಂದ ಬಸ್ಸಿನ ಮೇಲೆಲ್ಲ ಮರಳು ಮಿಶ್ರಿತ ಮಂಜು ಮುಸುಕತೊಡಗಿತು. ಈಗ ಉಸುಕನ್ನು ಯಾವುದೊ ಅದೃಶ್ಯ ಕೈಗಳು ಹಿಡಿಹಿಡಿಯಾಗಿ ಕಿಟಕಿಯ ಗಾಜಿನ ಮೇಲೆ ಚೆಲ್ಲಿದಂತೆ

ಅನಿಸುತ್ತಿತ್ತು. ಜಾನಿನ್‌ಳ ಗಂಡನ ಕೈಯ ಮೇಲೆ ಕುಳಿತಿದ್ದ ನೊಣ ಚಳಿ ಹಿಡಿದ ತನ್ನ ರೆಕ್ಕೆಗಳನ್ನು ಬಡಿಯುತ್ತ ಕಾಲುಗಳನ್ನು ಝಾಡಿಸಿ ಹಾರಿಹೋಯಿತು. ಬಸ್ಸಿನ ವೇಗ ಕುಂಠಿತವಾಗಿ ಅದು ನಿಲ್ಲುವಂತೆ ಕಂಡಿತು. ಆದರೆ ಅಷ್ಟರಲ್ಲಿ ಗಾಳಿಯ ವೇಗ ಕಡಿಮೆಯಾಗಿ, ಮಂಜು ಸಹಿತ ತಿಳಿಯಾಯಿತು. ಆದ್ದರಿಂದ ಬಸ್ಸು ಮತ್ತೆ ವೇಗವಾಗಿ ಚಲಿಸತೊಡಗಿತು. ಧೂಳಿನಿಂದ ಮುಸುಕಿದ ಆ ಪ್ರದೇಶದಲ್ಲಿ ದೀಪಗಳು ಮಿನುಗತೊಡಗಿದವು. ಒಂದೆರಡು ಬಿಳುಪೇರಿದ ತಾಳೆಯ ಮರಗಳು ಕಿಟಕಿಯಲ್ಲಿ ಒಮ್ಮೆ ಗೋಚರಿಸಿ ಮರುಕ್ಷಣದಲ್ಲಿ ಮರೆಯಾದವು.

"ಇದೆಂಥ ದೇಶ!" ಎಂದು ಮಾರ್ಸೆಲ್ ಉದ್ಗರಿಸಿದ.

ನಿಲುವಂಗಿಗಳನ್ನು ಧರಿಸಿದ್ದ ಅರಬರೆಲ್ಲ ಬಸ್ಸಿನಲ್ಲಿ ನಿದ್ರಿಸುವವರಂತೆ ನಟಿಸುತ್ತಿದ್ದರು. ಕೆಲವರು ಸೀಟುಗಳ ಮೇಲೆ ಕಾಲುಗಳನ್ನು ಮಡಿಸಿಕೊಂಡು ಕೂತಿದ್ದರು. ಹೀಗಾಗಿ ಬಸ್ಸು ಚಲಿಸಿದಾಗ ಅವರು ಅತ್ತಿತ್ತ ಜೋಲಿ ಹೊಡೆಯುತ್ತಿದ್ದರು. ಅವರ ನಿರ್ಜೀವತೆ ಮತ್ತು ನೀರವತೆಯಿಂದ ಜಾನಿನ್‌ಳಿಗೆ ಬೇಜಾರಾಯಿತು. ಅವಳಿಗೆ ಈ ಮೂಕ ಜನರೊಂದಿಗೆ ಅನೇಕ ದಿನಗಳಿಂದ ಪ್ರವಾಸ ಮಾಡುತ್ತಿದ್ದೇನೆ ಅನಿಸಿತು. ಆದರೆ ಆ ಬಸ್ಸು ಅದೇ ದಿನ ಮುಂಜಾನೆಯ ಹೊತ್ತಿಗೆ ರೈಲುಮಾರ್ಗ ಅಂತ್ಯವಾಗುವಲ್ಲಿಂದ ಹೊರಟಿತ್ತಷ್ಟೆ. ಅನಂತರ ಎರಡು ಗಂಟೆ ಕಾಲ ಬೆಳಗ್ಗಿನ ಚಳಿಯಲ್ಲಿ ಕಲ್ಲುಗಳಿಂದ ತುಂಬಿದ ನಿರ್ಜನ ಪ್ರದೇಶದಲ್ಲಿ ಅದು ಮುಂದುವರಿದಿತ್ತು. ಮೊದಮೊದಲು ಆ ಸಮತಟ್ಟಾದ ಪ್ರದೇಶದ ಮೇಲಿರುವ ದಾರಿಗಳೆಲ್ಲ ದಿಗಂತವನ್ನೇ ಮುಟ್ಟುವಂತೆ ಸ್ಪಷ್ಟವಾಗಿ ಕಾಣಿಸುತ್ತಿದ್ದವು. ಆದರೆ ಅಷ್ಟರಲ್ಲಿಯೇ ಗಾಳಿಗಳೆದ್ದು ಬೀಸಲಾರಂಭಿಸಿದ್ದುದರಿಂದ ಆ ವಿಶಾಲವಾದ ಪ್ರದೇಶವೆಲ್ಲ ಮತ್ತೆ ಮಸಕಾಗಿ ಕಾಣಿಸಿತು. ಆ ಕ್ಷಣದಿಂದ ಪ್ರಯಾಣಿಕರಿಗೆ ಬಸ್ಸಿನ ಹೊರಗೆ ಏನೂ ಕಾಣಿಸುತ್ತಿರಲಿಲ್ಲ. ಒಬ್ಬೊಬ್ಬರೆ ಮಾತನಾಡುವುದನ್ನು ನಿಲ್ಲಿಸಿದ್ದರು. ಅವರ ಪಾಲಿಗೆ ಅದೊಂದು ನಿದ್ರೆಯಿಲ್ಲದ ರಾತ್ರಿಯಂತಾಗಿತ್ತು. ಆಗಾಗ ಕಿಟಕಿಯಿಂದ ಒಳನುಗ್ಗುವ ಉಸುಕು ಮುಖಕ್ಕೆ ಬಡಿದಾಗ ಅವರು ತಮ್ಮ ಕಣ್ಣುಗಳನ್ನೂ ತುಟಿಗಳನ್ನೂ ಒರೆಸಿಕೊಳ್ಳುತ್ತಿದ್ದರು.

'ಜಾನಿನ್' ಎಂದು ಅವಳ ಪತಿ ಕೂಗಿದಾಗ ಅವಳು ಒಮ್ಮೆಲೆ ಎಚ್ಚತ್ತವಳಂತೆ ಕೂತಳು. ತನ್ನಂಥ ಗಟ್ಟಿಮುಟ್ಟಾದ ಹಾಗೂ ಎತ್ತರದ ಹೆಣ್ಣಿಗೆ ಜಾನಿನ್ ಎಂಬ ಹೆಸರು ಎಷ್ಟು ಹಾಸ್ಯಾಸ್ಪದವೆಂದು ಅವಳಿಗೆ ಪುನಃ ತೋರಿತು. ಮಾರ್ಸೆಲ್‌ನಿಗೆ ತನ್ನ ಮಾದರಿ ಚೀಲ ಎಲ್ಲಿದೆ ಎಂಬುದನ್ನು ತಿಳಿಯಬೇಕಾಗಿತ್ತು. ಅವಳ ಕಾಲುಗಳು ಸೀಟಿನ ಕೆಳಗೆ ಶೋಧಿಸತೊಡಗಿ ಯಾವುದೋ ಒಂದು ಪದಾರ್ಥವನ್ನು ಮುಟ್ಟಿದಾಗ ಆತ ಕೇಳಿದ ವಸ್ತು ಇದೇ ಇರಬೇಕೆಂದು ಅವಳು ತೀರ್ಮಾನಿಸಿದಳು. ಬಾಗಿದರೆ ಅವಳಿಗೆ ತೇಕು ಹತ್ತುತ್ತಿತ್ತು. ಆದರೂ ಶಾಲೆಯಲ್ಲಿದ್ದಾಗ ಅವಳು ಆಟಪಾಟಗಳಲ್ಲಿ ಪ್ರಶಸ್ತಿಗಳನ್ನು ಗಿಟ್ಟಿಸಿದ್ದಳು. ಈ ತರಹ ತೇಕು ಹತ್ತುವುದರ ಅನುಭವ ಆಗ ಅವಳಿಗಿರಲಿಲ್ಲ. ಅದು ಬಹಳ ವರುಷ ಹಿಂದೆಯಲ್ಲವೆ? ಹೌದು, ಇಪ್ಪತ್ತೈದು ವರ್ಷ ಹಿಂದೆ. ಇಪ್ಪತ್ತೈದು ವರುಷ ಕಳೆದು ಹೋಗಿದ್ದರೂ ಅವೆಲ್ಲ ನಿನ್ನೆಯ ಘಟನೆಗಳಂತೆ ಅವಳ ಮನಸ್ಸಿನಲ್ಲಿ ಉಳಿದಿದ್ದವು. ಆ ಇಪ್ಪತ್ತೈದು ವರುಷಗಳ ಹಿಂದಿನ ಕಾಲದಲ್ಲಿ ಸ್ವತಂತ್ರವಾಗಿರಬೇಕೋ ಅಥವಾ ಮದುವೆಯಾಗಬೇಕೋ ಎಂದು ಅವಳು ಹಿಂದೆ ಮುಂದೆ ನೋಡುತ್ತಿದ್ದಳು. ಮದುವೆಯಾಗದೆ ಮುದುಕಿಯಾಗುವೆನೆಂದು ತಾಳ್ಮೆಗೆಟ್ಟು ಚಿಂತಿಸುತ್ತಲೂ ಇದ್ದಳು. ಆದರೂ ಅವಳು ಒಬ್ಬಂಟಿಗಳಾಗಿರಲಿಲ್ಲ. ಈಗ ಪತಿಯಾಗಿ ಮಗ್ಗುಲಲ್ಲಿ ಕುಳಿತಿದ್ದ ಕಾಯಿದೆಯ ವಿದ್ಯಾರ್ಥಿ ಆಗ ಅವಳೊಂದಿಗೆ ಇರಬಯಸುತ್ತಿದ್ದ. ಆತ ಅವಳಿಗಿಂತ ಕುಳ್ಳನಾಗಿದ್ದ.

ಅಲ್ಲದೆ ಹೊರಚಾಚಿಕೊಂಡಿದ್ದ ಅವನ ಕಪ್ಪಗಿನ ಕಣ್ಣುಗಳನ್ನಾಗಲೀ ಅವನ ಕರ್ಕಶ ನಗುವನ್ನಾಗಲೀ ಅವಳು ಅಷ್ಟೇನೂ ಮೆಚ್ಚಿಕೊಂಡಿರಲಿಲ್ಲ. ಆದರೂ ಅವನನ್ನು ಮದುವೆಯಾಗಲು ಅವಳು ಕೊನೆಗೆ ಒಪ್ಪಿಕೊಂಡಿದ್ದಳು. ಈ ಪ್ರದೇಶದ ಉಳಿದ ಫ್ರೆಂಚರಂತೆ ಆತ ಕಠಿಣ ಜೀವನವನ್ನು ಎದುರಿಸುವಲ್ಲಿ ತೋರಿಸುತ್ತಿದ್ದ ಧೈರ್ಯವನ್ನು ಆಕೆ ಮೆಚ್ಚಿಕೊಂಡಿದ್ದಳು. ಹಾಗೆಯೇ ವ್ಯಕ್ತಿಗಳಾಗಲಿ ಅಥವಾ ಘಟನೆಗಳಾಗಲಿ ಆತನ ನಿರೀಕ್ಷೆಯ ಮಟ್ಟಕ್ಕೆ ಬರದಿದ್ದಾಗ ಆತ ಜೋಲು ಮೋರೆ ಹಾಕುತ್ತಿದ್ದುದನ್ನೂ ಆಕೆ ಮೆಚ್ಚಿಕೊಂಡಿದ್ದಳು. ಎಲ್ಲದಕ್ಕಿಂತ ಹೆಚ್ಚಾಗಿ ಇನ್ನೊಬ್ಬರಿಂದ ಪ್ರೀತಿಸಲ್ಪಡುವುದೆಂದರೆ ಬಹಳ ಇಷ್ಟವಾಗಿದ್ದ ಆಕೆಯ ಮೇಲೆ ಆತ ಪ್ರೇಮದ ಮಳೆಯನ್ನೇ ಹರಿಸಿದ್ದ. ಆಕೆ ಅವನಿಗಾಗಿಯೇ ಬದುಕಿದ್ದಳೆಂಬ ಅರಿವನ್ನು ಆಕೆಯಲ್ಲಿ ಆಗಾಗ ಮೂಡಿಸುತ್ತಿದ್ದುದರಿಂದ ಆಕೆ ನಿಜವಾಗಿಯೂ ಜೀವಿಸುವಂತೆ ಆತ ಮಾಡಿದ್ದ. ಇಲ್ಲ, ಅವಳು ಒಂಟಿಯಾಗಿರಲಿಲ್ಲ...

ಬಸ್ಸು ಪೂಂ ಪೂಂ ಎಂಬ ಸದ್ದು ಮಾಡುತ್ತ ಅದೃಶ್ಯವಾದ ಆತಂಕಗಳನ್ನು ದಾಟುತ್ತ ಮುನ್ನಡೆಯುತ್ತಿತ್ತು. ಬಸ್ಸಿನೊಳಗಿದ್ದ ಯಾರೂ ಮಿಸುಕಾಡುತ್ತಿರಲಿಲ್ಲ. ಒಮ್ಮಿಂದೊಮ್ಮೆಲೆ ಜಾನಿನ್‌ಳಿಗೆ ಯಾರೋ ಒಬ್ಬರು ತನ್ನನ್ನು ದಿಟ್ಟಿಸಿ ನೋಡುತ್ತಿದ್ದಾರೆಂದು ಅನಿಸಿ ಅವಳು ಆಚೆ ಬದಿಯ ಸೀಟಿನತ್ತ ದೃಷ್ಟಿ ಹರಿಸಿದಳು. ಆತ ಅರಬನಾಗಿರಲಿಲ್ಲ. ಆದರೂ ಅಷ್ಟೊತ್ತಿನವರೆಗೆ ಆತನನ್ನು ತಾನು ಗಮನಿಸದೇ ಇದ್ದುದಕ್ಕೆ ಅವಳು ಆಶ್ಚರ್ಯಪಟ್ಟಳು. ಆತ ಸಹರಾ ಠಾಣೆಯ ಫ್ರೆಂಚ್ ಸೈನಿಕರ ಸಮವಸ್ತ್ರವನ್ನು ತೊಟ್ಟಿದ್ದ. ಅಲ್ಲದೆ ಒಂದು ನಾರಿನ ಟೊಪ್ಪಿಗೆಯನ್ನು ಧರಿಸಿದ್ದ. ಆತನ ಮುಖ ಎಣ್ಣೆಯಂತೆ ಮಿಂಚುತ್ತಿತ್ತು; ನರಿಯ ಮುಖದಂತೆ ಉದ್ದವಾಗಿಯೂ ಚೂಪಾಗಿಯೂ ಇತ್ತು. ಆತನ ಬೂದು ಬಣ್ಣದ ಕಣ್ಣುಗಳು ಆಕೆಯನ್ನೇ ನಿಟ್ಟಿಸಿ ನೋಡುತ್ತ ಒಂದು ಬಗೆಯ ತಿರಸ್ಕಾರದಿಂದ ಪರೀಕ್ಷಿಸುತ್ತಿದ್ದವು. ಅವಳು ಒಮ್ಮೆಲೆ ನಾಚಿ ತನ್ನ ಪತಿಯ ಕಡೆ ಹೊರಳಿದಳು. ಆತ ಇನ್ನೂ ಎದುರಿಗಿದ್ದ ಗಾಳಿಯನ್ನೂ ಮಂಜನ್ನೂ ನೋಡುತ್ತಿದ್ದ. ಅವಳು ತನ್ನ ಕೋಟನ್ನು ಸರಿಪಡಿಸಿಕೊಂಡು ಮುದ್ದೆಯಾಗಿ ಕುಳಿತಳು. ಆದರೂ ಅವಳಿಗೆ ಆ ಫ್ರೆಂಚ್ ಸೈನಿಕ ಕಾಣಿಸುತ್ತಿದ್ದ. ಆತ ತನ್ನ ಬಿಗಿಯಾದ ಸಮವಸ್ತ್ರದಲ್ಲಿ ಎಷ್ಟು ತೆಳುವಾಗಿ ತೋರುತ್ತಿದ್ದನೆಂದರೆ ಉಸುಕು ಮತ್ತು ಎಲುಬುಗಳಿಂದ ಮಾಡಿದ ಹಂದರದಂತೆ ಕಾಣಿಸುತ್ತಿದ್ದ. ಆಗಲೆ ಅವಳು ತನ್ನೆದುರಿಗಿದ್ದ ಅರಬರ ಸುಟ್ಟ ಮುಖಗಳನ್ನೂ ತೆಳ್ಳಗಿದ್ದ ಕೈಗಳನ್ನೂ ಗಮನಿಸಿದ್ದಲ್ಲದೆ ಅವರು ಅನೇಕ ಬಟ್ಟೆಗಳಿಂದ ಆಚ್ಛಾದಿತರಾಗಿದ್ದರೂ ಅವರು ಕುಳಿತ ಸೀಟುಗಳ ಮೇಲೆ ಸಾಕಷ್ಟು ಜಾಗೆಯಿತ್ತೆಂಬುದೂ ಅವಳ ಗಮನಕ್ಕೆ ಬಂದಿತು. ಆದರೆ ಅವಳು ಮತ್ತು ಅವಳ ಗಂಡ ಅಂಥದೇ ಸೀಟಿನಲ್ಲಿ ಕುಳಿತಿದ್ದರೂ ಅವರಿಬ್ಬರಿಗೆ ಅದು ಅಲ್ಲಿಂದಲ್ಲಿಗೆ ಸಾಕಾಗುತ್ತಿತ್ತಷ್ಟೆ. ಅವಳು ತನ್ನ ಕೋಟನ್ನು ಕೆಳಕ್ಕೆ ಜಗ್ಗಿ ಮೊಣಕಾಲುಗಳನ್ನು ಮುಚ್ಚಿಕೊಂಡಳು. ಅವಳು ನಿಜವಾಗಿಯೂ ಅಷ್ಟೊಂದು ದಪ್ಪವಾಗಿರಲಿಲ್ಲ – ಎತ್ತರವಾಗಿ ಮೈ ಕೈ ತುಂಬಿಕೊಂಡಿದ್ದಳು, ಅಷ್ಟೆ. ಹೊಳೆಯುವ ಕಣ್ಣುಗಳಿಂದಲೂ ಬಾಲಿಶ ಮುಖದಿಂದಲೂ ಕೂಡಿದ ತನ್ನ ದುಂಡಗಿನ ದೇಹ ನೋಡಿದವರನ್ನು ಆಮಂತ್ರಿಸುವಂತಿದ್ದು, ಗಂಡಸರು ತನ್ನನ್ನು ಬಯಸುತ್ತಿದ್ದರೆಂಬುದು ಅವರ ನೋಟದಿಂದ ಅವಳಿಗೆ ತಿಳಿಯುತ್ತಿತ್ತು.

ಇಲ್ಲ, ಅವಳು ನಿರೀಕ್ಷಿಸಿದಂತೆ ಯಾವುದೂ ಸಂಭವಿಸಿರಲಿಲ್ಲ. ಮಾರ್ಸೆಲ್ ಈ ಪ್ರಯಾಣದ ಪ್ರಸ್ತಾಪ ಮಾಡಿದಾಗ ಆಕೆ ಪ್ರತಿಭಟಿಸಿದ್ದಳು. ಯುದ್ಧ ಮುಗಿದು ವಾಣಿಜ್ಯ ವ್ಯವಹಾರಗಳು ಮತ್ತೆ ಯಥಾಸ್ಥಿತಿಗೆ ಬಂದಾಗಿನಿಂದ ಆತ ಈ ಪ್ರಯಾಣದ ಬಗೆಗೆ ಯೋಚಿಸುತ್ತಲೇ ಇದ್ದ.

ಯುದ್ಧಕ್ಕಿಂತ ಮೊದಲು ಆತ ಕಾಯಿದೆಯ ಅಭ್ಯಾಸವನ್ನು ಬಿಟ್ಟಾಗಿನಿಂದ ತನ್ನ ತಂದೆಯಿಂದ ಬಂದ ಒಣ-ವಸ್ತುಗಳ ವ್ಯಾಪಾರವನ್ನೇ ನಡೆಸುತ್ತಿದ್ದುದರಿಂದ ಆತನ ಜೀವನೋಪಾಯಕ್ಕೆ ತೊಂದರೆಯಿರಲಿಲ್ಲ. ಕರಾವಳಿ ಪ್ರದೇಶದಲ್ಲಿ ತಾರುಣ್ಯದ ದಿನಗಳನ್ನು ಕಳೆಯುವುದು ಬಹಳ ಸಂತೋಷದ ಅನುಭವ. ಆದರೆ ಆತನಿಗೆ ಬಹಳಷ್ಟು ದೈಹಿಕ ಪ್ರಯತ್ನ ಮಾಡಲು ಮನಸ್ಸಿರದ್ದರಿಂದ ಆಕೆಯನ್ನು ಸಮುದ್ರದ ದಂಡೆಗೆ ಕರೆದೊಯ್ಯುವ ಹವ್ಯಾಸವನ್ನು ಆತ ಬೇಗನೆ ಬಿಟ್ಟುಬಿಟ್ಟಿದ್ದ. ಆದರೆ ತಮ್ಮ ಸಣ್ಣ ಕಾರಿನಲ್ಲಿಯೆ ಭಾನುವಾರ ಮಧ್ಯಾಹ್ನದ ಮನೋರಂಜನೆಗಾಗಿ ಅವರು ಊರ ಹೊರಗೆ ಹೋಗಿ ಬರುತ್ತಿದ್ದರು. ಉಳಿದ ಸಮಯದಲ್ಲಿ ಬಣ್ಣಬಣ್ಣದ ವಸ್ತುಗಳಿಂದ ತುಂಬಿದ ತನ್ನ ಅಂಗಡಿಯಲ್ಲಿಯೆ ಆತ ಇರಬಯಸುತ್ತಿದ್ದ. ಅರ್ಧ ಅರಬ್ ಮತ್ತು ಅರ್ಧ ಐರೋಪ್ಯ ಜನರಿಂದ ಕೂಡಿದ ಈ ಪಟ್ಟಣದ ದಾರಿಕಮಾನುಗಳ ನೆರಳಿನಲ್ಲಿದ್ದ ಆ ಅಂಗಡಿಯಲ್ಲಿಯೆ ಆತನಿಗೆ ಬಹಳ ತೃಪ್ತಿ ದೊರೆಯುತ್ತಿತ್ತು. ಅಂಗಡಿಯ ಮೇಲಿದ್ದ ಮೂರು ಕೋಣೆಗಳಲ್ಲಿ ಅವರು ವಾಸವಾಗಿದ್ದರು. ಬಾರ್ಬಿಸ್ ಗ್ಯಾಲರಿಯಿಂದ ತಂದ ಕುರ್ಚಿ ಮೇಜುಗಳಿಂದಲೂ ಪರದೆಗಳಿಂದಲೂ ಆ ಕೋಣೆಗಳು ಅಲಂಕೃತವಾಗಿದ್ದವು. ಅವರಿಗೆ ಮಕ್ಕಳಾಗಿರಲಿಲ್ಲ. ಅರೆಮುಚ್ಚಿದ ಕಿಟಕಿ ಬಾಗಿಲುಗಳ ಅರೆಗತ್ತಲೆಯಲ್ಲಿಯೆ ಅವರು ಅನೇಕ ವರುಷಗಳನ್ನು ಕಳೆದಿದ್ದರು. ಹೀಗಾಗಿ ಬೇಸಿಗೆ, ಸಮುದ್ರದಂಡೆ, ಮೋಜಿನ ಯಾತ್ರೆ ಮತ್ತು ಆಕಾಶದ ದೃಶ್ಯ ಮುಂತಾದವೆಲ್ಲ ಗತಕಾಲದ ನೆನಪುಗಳಾಗಿ ಮಾತ್ರ ಉಳಿದಿದ್ದವು. ಮಾರ್ಸೆಲ್‌ನಿಗೆ ವ್ಯಾಪಾರವನ್ನು ಬಿಟ್ಟರೆ ಮತ್ತಾವುದೂ ಹಿಡಿಸುತ್ತಿರಲಿಲ್ಲ. ಆತ ಎಲ್ಲದಕ್ಕಿಂತ ಹೆಚ್ಚಾಗಿ ಹಣವನ್ನು ಪ್ರೀತಿಸುತ್ತಿದ್ದನೆಂದು ಅವಳಿಗೆ ಅನಿಸಿತ್ತು. ಇದು ಅವಳಿಗೆ ಇಷ್ಟವಾಗಿರಲಿಲ್ಲ. ಆದರೆ ಅದರ ಕಾರಣ ಮಾತ್ರ ಅವಳಿಗೇ ಗೊತ್ತಿರಲಿಲ್ಲ. ಯಾಕೆಂದರೆ ಅದರಿಂದ ಅವಳಿಗೆ ಪ್ರಯೋಜನವೇ ವಿನಾ ನಷ್ಟವಿರಲಿಲ್ಲ. ಒಂದು ವೇಳೆ ಆತ ಜಿಪುಣನಾಗಿರುತ್ತಿದ್ದರೆ ಅವಳ ಭಾವನೆ ಸಕಾರಣವಾಗುತ್ತಿತ್ತು. ಆದರೆ ಆತ ಜಿಪುಣನಾಗಿರದೆ ಹಣದ ವಿಷಯದಲ್ಲಿ, ಅದರಲ್ಲಿಯೂ ತನ್ನ ಹೆಂಡತಿಗೆ ಸಂಬಂಧಿಸಿದ ವಿಷಯದಲ್ಲಿ ಬಹಳ ಉದಾರಿಯಾಗಿರುತ್ತಿದ್ದ. "ಒಂದು ವೇಳೆ ನನಗೇನಾದರೂ ಅಪಾಯವಾದರೆ ನಿನ್ನ ಜೀವನೋಪಾಯಕ್ಕೆ ಸಾಕಷ್ಟು ಹಣ ಕೂಡಿಟ್ಟಿದ್ದೇನೆ" ಎಂದು ಆತ ಅವಳಿಗೆ ಆಗಾಗ ಹೇಳುತ್ತಿದ್ದ. ನಿಜ, ಮನುಷ್ಯನ ಪ್ರಾಥಮಿಕ ಅವಶ್ಯಕತೆಗಳನ್ನು ಪೂರೈಸಬೇಕಾದದ್ದು ಅತ್ಯಗತ್ಯ. ಆದರೆ ಅದನ್ನು ಬಿಟ್ಟು, ಅಷ್ಟು ಪ್ರಾಥಮಿಕ ವಲ್ಲದ ಉಳಿದ ಅವಶ್ಯಕತೆಗಳನ್ನು ಹೇಗೆ ದೊರಕಿಸುವುದು ಎಂದು ಅವಳು ಅನೇಕಸಾರಿ ಅಸ್ಪಷ್ಟವಾಗಿ ತನಗೆ ತಾನೆ ಕೇಳಿಕೊಂಡಿದ್ದಳು. ಈ ಮಧ್ಯೆ ಆಕೆ ಮಾರ್ಸೆಲ್‌ನ ಪುಸ್ತಕಗಳನ್ನು ಸರಿಯಾಗಿ ಹೊಂದಿಸಿ ಇಡುತ್ತಿದ್ದಳಲ್ಲದೆ ಅನೇಕ ಸಾರಿ ಅಂಗಡಿಯಲ್ಲಿ ಆತನಿಲ್ಲದಾಗ ಕುಳಿತು ವ್ಯಾಪಾರ ಮಾಡುತ್ತಿದ್ದಳು. ಆದರೆ ಬೇಸಿಗೆ ಕಾಲವನ್ನು ಕಳೆಯುವುದು ಎಲ್ಲಕ್ಕಿಂತ ಹೆಚ್ಚು ಕಠಿಣವಾಗಿತ್ತು. ಅದರ ವಿಪರೀತ ಬೇಗೆಗೆ ಬೇಸರದ ಮಾಧುರ್ಯ ಸಹ ಕಮರಿ ಹೋಗುತ್ತಿತ್ತು.

ಯುದ್ಧವು ಅನಿರೀಕ್ಷಿತವಾಗಿ ಬೇಸಿಗೆಯಲ್ಲಿ ಪ್ರಾರಂಭವಾಗಿತ್ತು. ಮಾರ್ಸೆಲ್‌ಗೆ ಸೈನ್ಯಕ್ಕೆ ಸೇರಲು ಕರೆಬಂದಿತ್ತು. ಆದರೆ ಅಸ್ವಾಸ್ಥ್ಯದ ಕಾರಣದಿಂದಾಗಿ ಆತ ಅಸ್ವೀಕೃತನಾದ. ಚಿಲ್ಲರೆ ಸಾಮಾನುಗಳ ಅಭಾವದಿಂದಾಗಿ ವ್ಯಾಪಾರವು ನಿಂತಂತೆಯೆ ಆಗಿತ್ತು. ಬೀದಿಗಳೆಲ್ಲ ನಿರ್ಜನ ವಾಗಿಯೂ ಹವೆಯು ಕಡುಬಿಸಿಯಾಗಿಯೂ ಇತ್ತು. ಇಂಥ ವೇಳೆಯಲ್ಲಿ ಮಾರ್ಸೆಲ್‌ನಿಗೆ ಏನಾದರೂ ಆಗಿದ್ದರೆ ಅವಳಿಗೆ ಏನೂ ಜೀವನೋಪಾಯದ ವ್ಯವಸ್ಥೆ ಮಾಡಲಾಗುತ್ತಿರಲಿಲ್ಲ. ಆದುದರಿಂದಲೇ ಪೇಟೆಯಲ್ಲಿ ಚಿಲ್ಲರೆ ಸಾಮಾನುಗಳು ಬಂದ ಕೂಡಲೇ ಮಾರ್ಸೆಲ್

ದಳ್ಳಾಳಿಗಳನ್ನುಪಯೋಗಿಸದೆ ತಾನೇ ಸ್ವತಃ ತಿರುಗಾಡಿ ಉತ್ತರ ಮತ್ತು ದಕ್ಷಿಣದ ಹಳ್ಳಿಗಳಲ್ಲಿ ಅರಬ್ ವರ್ತಕರೊಂದಿಗೆ ನೇರವಾಗಿ ವ್ಯಾಪಾರ ಮಾಡಬೇಕೆಂದು ನಿರ್ಧರಿಸಿದ. ತನ್ನೊಡನೆ ತನ್ನ ಹೆಂಡತಿಯನ್ನೂ ಕರೆದೊಯ್ಯಬಯಸಿದ. ಆದರೆ ಪ್ರಯಾಣ ಕಷ್ಟಕರವೆಂಬುದು ಅವಳಿಗೆ ಗೊತ್ತಿತ್ತು. ಅಲ್ಲದೆ ಅವಳಿಗೆ ಉಸಿರಾಟದ ತೊಂದರೆಯೂ ಇದ್ದಿತು. ಹೀಗಾಗಿ ಅವಳು ಮನೆಯಲ್ಲಿಯೇ ಇರಬಯಸಿದ್ದಳು. ಅವಳ ಗಂಡ ಅವಳು ಬರಲೇಬೇಕೆಂದು ಹಟ ಹಿಡಿದಿದ್ದರಿಂದ ಹಾಗೂ ಅವಳಿಗೆ ಅದನ್ನು ನಿರಾಕರಿಸುವಷ್ಟು ತಾಳ್ಮೆಯೂ ಇರದ್ದರಿಂದ ಆಕೆ ಒಪ್ಪಿಕೊಂಡಿದ್ದಳು. ಹೀಗಾಗಿ ಅವರಿಬ್ಬರೂ ಈಗ ಪ್ರಯಾಣದಲ್ಲಿ ತೊಡಗಿದ್ದರು. ಅವಳು ಊಹಿಸಿದಂತೆ ಯಾವುದೂ ಆಗಿರಲಿಲ್ಲ. ವಿಪರೀತ ಬಿಸಿಲು, ನೊಣಗಳ ಕಾಟ ಮತ್ತು ಬಡೆಸೋಪಿನ ವಾಸನೆಯಿಂದ ತುಂಬಿದ ಹೊಲಸಾದ ಹೋಟೆಲುಗಳ ಬಗೆಗೆ ಅವಳು ಹೆದರಿಕೊಂಡಿದ್ದಳು. ಈ ಚಳಿ, ಈ ಬೀಸುವ ಗಾಳಿ, ಈ ಹಿಮಾವೃತ ಕಲ್ಲುಗಳ ರಾಶಿ ಮುಂತಾದವುಗಳಿರಬಹುದೆಂದು ಆಕೆ ಊಹಿಸಿರಲೇ ಇಲ್ಲ. ಅಲ್ಲಿ ತಾಳೆಮರಗಳಿರಬಹುದೆಂದೂ ಜಿನುಗಾದ ಉಸುಕು ಇರಬಹುದೆಂದೂ ಅವಳು ಕನಸು ಕಂಡಿದ್ದಳು. ಈಗ ಅವಳಿಗೆ ಮರುಭೂಮಿ ಎಂದರೆ ಎಲ್ಲೆಡೆಯೂ ಕಲ್ಲುಗಳಿಂದ ತುಂಬಿದ ಪ್ರದೇಶ ಎಂಬುದು ಗಮನಕ್ಕೆ ಬಂದಿತು. ನೆಲದ ಮೇಲೆ ಎಲ್ಲೆಡೆಗೂ ಕಲ್ಲುಗಳು ತುಂಬಿದ್ದು ಅಲ್ಲಲ್ಲಿ ಒಣ ಹುಲ್ಲು ಕಂಡರೆ, ಆಕಾಶವೆಲ್ಲ ಧೂಳಿನಿಂದ ತುಂಬಿಕೊಂಡಿದ್ದು ತಣ್ಣಗೆ ಕೊರೆಯುತ್ತಿತ್ತು.

ಬಸ್ಸು ಒಮ್ಮೆಲೆ ನಿಂತಿತು. ಅವಳು ಜೀವನಪರ್ಯಂತ ಕೇಳಿದರೂ ತಿಳಿದುಕೊಳ್ಳಲಾರ ದಂಥ ಭಾಷೆಯಲ್ಲಿ ಬಸ್ಸಿನ ಚಾಲಕ ಏನನ್ನೋ ಒದರಿದ. "ಏನಾಯಿತು?" ಎಂದು ಮಾರ್ಸೆಲ್ ಕೇಳಿದ. ಆಗ ಬಸ್ಸಿನ ಚಾಲಕ ಕಾರ್ಬುರೆಟರ್‌ನಲ್ಲಿ ಉಸುಕು ಸೇರಿರಬಹುದೆಂದು ಫ್ರೆಂಚ್‌ನಲ್ಲಿ ಹೇಳಿದ. ಮತ್ತೆ ಮಾರ್ಸೆಲ್ ಈ ದೇಶವನ್ನು ಶಪಿಸಿದ. ಬಸ್ಸಿನ ಚಾಲಕ ಅತ್ಯುತ್ಸಾಹದಿಂದ ನಕ್ಕು ಅದೇನು ಅಂಥ ಮಹಾ ತೊಂದರೆಯಲ್ಲವೆಂದೂ ಕಾರ್ಬುರೆಟರನ್ನು ತಾನು ಸ್ವಚ್ಛಮಾಡುವೆನೆಂದೂ ಸ್ವಲ್ಪೇ ಸಮಯದಲ್ಲಿ ಮತ್ತೆ ಪ್ರಯಾಣ ಮುಂದುವರಿಯುವುದೆಂದೂ ಹೇಳಿದ. ಆತ ಬಾಗಿಲು ತೆಗೆದೊಡನೆ ತಂಪಾದ ಗಾಳಿ ಭುಸ್ಸೆಂದು ಬಸ್ಸಿನೊಳಗೆ ಬೀಸಿತು. ಎಲ್ಲರ ಮುಖಕ್ಕೆ ಉಸುಕಿನ ಕಣಗಳು ಅಪ್ಪಳಿಸಿದವು. ಅರಬರೆಲ್ಲ ಶಾಂತವಾಗಿ ತಮ್ಮ ಮೂಗುಗಳನ್ನು ತಮ್ಮ ನಿಲುವಂಗಿಗಳಲ್ಲಿ ಮುಚ್ಚಿಕೊಂಡು ಮತ್ತಷ್ಟು ಮುದ್ದೆಯಾಗಿ ಕುಳಿತರು. "ಬಾಗಿಲು ಹಾಕಿರಿ" ಎಂದು ಮಾರ್ಸೆಲ್ ಕೂಗಿದ. ಬಸ್ಸಿನ ಚಾಲಕ ಬಾಗಿಲಿಗೆ ಮರಳಿ ಬಂದಾಗ ನಕ್ಕ. ಅನಂತರ ಏನೂ ಅವಸರವಿಲ್ಲದೆ ಆತ ಡ್ಯಾಶ್‌ಬೋರ್ಡ್‌ನ ಕೆಳಗಿಟ್ಟಿದ್ದ ಕೆಲವು ಸಾಧನಗಳನ್ನು ತೆಗೆದುಕೊಂಡು ಮತ್ತೆ ಮಂಜಿನಲ್ಲಿ ಮಾಯವಾದ. ಬಾಗಿಲನ್ನು ಹಾಕಿರಲಿಲ್ಲ. "ಈ ಮನುಷ್ಯ ತನ್ನ ಜೀವಮಾನದಲ್ಲಿ ಒಂದು ಚಾಲಕ ಯಂತ್ರವನ್ನಾದರೂ ನೋಡಿಲ್ಲ ಅನ್ನೋದು ಖಂಡಿತ" ಎಂದು ಉಸುರ್ಗರೆದ ಮಾರ್ಸೆಲ್. "ಓ ಸುಮ್ಮನಿರಿ" ಎಂದಳು ಜಾನಿನ್, ಒಮ್ಮೆಲೆ ಆಕೆ ಆಶ್ಚರ್ಯದಿಂದ ಸರಕ್ಕೆಂದು ಹೊರಳಿ ಮತ್ತೆ ನೀಟಾಗಿ ಕುಳಿತಳು. ಹೊರಗೆ ದಾರಿಯಲ್ಲಿ ಬಸ್ಸಿನ ಬದಿಯಲ್ಲಿ ಬಟ್ಟೆಗಳನ್ನು ಧರಿಸಿದ ಆಕೃತಿಗಳು ನಿಶ್ಚಲವಾಗಿ ನಿಂತಿದ್ದವು. ನಿಲುವಂಗಿಗಳಿಂದ ತಲೆಯನ್ನು ಮುಚ್ಚಿಕೊಂಡಿದ್ದುದರಿಂದ ಅವರ ಕಣ್ಣುಗಳು ಮಾತ್ರ ಕಾಣಿಸುತ್ತಿದ್ದವು. ಎಲ್ಲಿಂದಲೋ ಬಂದಿದ್ದ ಅವರು ಮೂಕರಾಗಿ ಪ್ರಯಾಣಿಕರನ್ನೇ ದಿಟ್ಟಿಸುತ್ತ ನಿಂತಿದ್ದರು. "ಕುರಿಗಾಹಿಗಳು" ಎಂದ ಮಾರ್ಸೆಲ್.

ಬಸ್ಸಿನ ಒಳಗೆ ಎಲ್ಲರೂ ಶಾಂತರಾಗಿದ್ದರು. ಹೊರಗೆ ಬೀಸುತ್ತಿದ್ದ ಗಾಳಿಯ ಸದ್ದನ್ನು

ಬಸ್ಸಿನೊಳಗೆ ತಲೆಬಾಗಿಸಿ ಕುಳಿತಿದ್ದ ಪ್ರಯಾಣಿಕರೆಲ್ಲರೂ ಕೇಳುವಂತೆ ಅನಿಸಿತು. ಒಮ್ಮೆಲೆ ಜಾನಿನ್‌ಳಿಗೆ ತಮ್ಮ ಸಾಮಾನು ಮಗ್ಗುಲಲ್ಲಿ ಇಲ್ಲದುದು ಗಮನಕ್ಕೆ ಬಂದಿತು. ರೈಲು ಮಾರ್ಗದ ಕೊನೆಗೆ ಬಂದಾಗ ಬಸ್ಸಿನ ಚಾಲಕ ಅವರ ಟ್ರಂಕನ್ನೂ ಇತರ ಗಂಟನ್ನೂ ಬಸ್ಸಿನ ಮೇಲೆ ಇಟ್ಟುಬಿಟ್ಟಿದ್ದ. ಬಸ್ಸಿನ ಒಳಗಿದ್ದ ನಾಗೊಂದಿಗಳ ಮೇಲೆ ಕೇವಲ ಗಂಟುಗಂಟಾದ ಬೆತ್ತ ಮತ್ತು ತರಕಾರಿ ಬುಟ್ಟಿಗಳಿದ್ದವು. ಈ ದಕ್ಷಿಣ ಪ್ರದೇಶದ ಪ್ರಯಾಣಿಕರೆಲ್ಲರೂ ಬರಿಗೈಯಿಂದಲೇ ಪ್ರವಾಸ ಮಾಡುತ್ತಿದ್ದರು.

ಆದರೆ ಬಸ್ಸಿನ ಚಾಲಕ ಲಗುಬಗೆಯಿಂದ ಬರುತ್ತಿದ್ದ. ಅವನು ಮುಖವನ್ನು ಪರದೆಯಿಂದ ಮುಚ್ಚಿದ್ದರಿಂದ ಅವನ ಕಣ್ಣುಗಳೇ ನಗುತ್ತಿರುವಂತೆ ಕಂಡವು. ಬಸ್ಸು ಬೇಗ ಹೊರಡಲಿದೆ ಎಂದು ಎಲ್ಲರಿಗೂ ಕೂಗಿ ಹೇಳಿ ಆತ ಬಾಗಿಲನ್ನು ಮುಚ್ಚಿದ. ಗಾಳಿಯ ಸದ್ದು ಅಡಗಿದಂತೆ ತೋರಿತು. ಆದರೂ ಕಿಟಕಿಯ ಗಾಜುಗಳ ಮೇಲೆ ಉಸುಕು ಅಪ್ಪಳಿಸುವ ಶಬ್ದ ಹೆಚ್ಚು ಸ್ಪಷ್ಟವಾಗಿ ಕೇಳಿಸುತ್ತಿತ್ತು. ಬಸ್ಸಿನ ಯಂತ್ರ ಕೆಮ್ಮಿ, ಮತ್ತೆ ಬಂದಾಗಿ ಬಿಟ್ಟಿತು. ಸ್ಟಾರ್ಟರ್‌ನ್ನು ಬಹಳ ಹೊತ್ತು ತಿರುಗಿಸಿ ಪ್ರಯತ್ನಿಸಿದ ಬಳಿಕ ಕೊನೆಗೆ ಕಿಡಿಯೆದ್ದಿತು. ಅದಕ್ಕೆ ಗ್ಯಾಸಿನ ಪೂರೈಕೆಮಾಡಿ ಯಂತ್ರವನ್ನು ಪ್ರಾರಂಭಿಸಿದ, ಬಸ್ಸಿನ ಚಾಲಕ. ಜೋರಾಗಿ ಕೆಮ್ಮುತ್ತ ಬಸ್ಸು ಮುನ್ನಡೆಯಲಾರಂಭಿಸಿತು. ಬಸ್ಸಿನ ಮಗ್ಗುಲಿಗೆ ನಿಂತಿದ್ದ ಒರಟಾದ ಕುರುಬರು ಇನ್ನೂ ನಿಶ್ಚಲವಾಗಿಯೇ ನಿಂತಿದ್ದರೂ ಒಬ್ಬ ಕೈ ಮೇಲೆ ಮಾಡಿ ಅಲುಗಾಡಿಸಿದ. ಆ ಕೈ ಮಂಜಿನಲ್ಲಿ ಮಾಯವಾಯಿತು. ಒಮ್ಮಿಂದೊಮ್ಮೆಲೆ ಬಸ್ಸು ಪುಟಿಯುತ್ತ ನಡೆಯಿತು. ಹೀಗಾಗಿ ಬಸ್ಸಿನೊಳಗಿದ್ದ ಅರಬರೆಲ್ಲ ಅತ್ತಿಂದಿತ್ತ ಜೋಲಿ ಹೊಡೆಯುತ್ತಿದ್ದರು. ಆದರೂ ಜಾನಿನ್ ತೂಕಡಿಸಲಾರಂಭಿಸಿದ್ದಳು. ಅಷ್ಟರಲ್ಲಿ ಅವಳ ಎದುರಿಗೆ ಪೆಪ್ಪರಮೆಂಟಿನ ಹಳದಿ ಪೆಟ್ಟಿಗೆಯೊಂದನ್ನು ಯಾರೋ ಹಿಡಿದರು. ಆ ನರಿಯಂಥ ಸೈನಿಕ ಅವಳನ್ನು ನೋಡಿ ಮುಗುಳ್ನಗುತ್ತಿದ್ದ. ಅವಳು ಒಂದು ಕ್ಷಣ ಹಿಂಜರಿದು ಅನಂತರ ಒಂದು ಪೆಪ್ಪರಮೆಂಟನ್ನು ತೆಗೆದುಕೊಂಡು ಅವನಿಗೆ ಧನ್ಯವಾದ ಹೇಳಿದಳು. ಆ ನರಿ ಸೈನಿಕ ಕೂಡಲೇ ಆ ಪೆಟ್ಟಿಗೆಯನ್ನು ತನ್ನ ಕಿಸೆಯಲ್ಲಿಟ್ಟುಕೊಂಡ. ತಕ್ಷಣವೆ ಆತನ ಮುಗುಳುನಗೆಯೂ ಮಾಯವಾಯಿತು. ಈಗ ಆತ ತನ್ನೆದುರಿಗೆ ಕಾಣಿಸುತ್ತಿರುವ ದಾರಿಯನ್ನೆ ದಿಟ್ಟಿಸಿ ನೋಡುತ್ತಿದ್ದ. ಜಾನಿನ್ ಮಾರ್ಸೆಲ್‌ನ ಕಡೆ ಹೊರಳಿ ನೋಡಿದಳು. ಆತನ ಕುತ್ತಿಗೆಯ ಗಟ್ಟಿಮುಟ್ಟಾದ ಹಿಂಭಾಗ ಮಾತ್ರ ಕಾಣಿಸಿತು. ಕಿಟಕಿಯಲ್ಲಿ ಆತ ಹೊರಗೆ ಮುಸುಕುತ್ತಿದ್ದ ಮಂಜನ್ನು ವೀಕ್ಷಿಸುತ್ತಿದ್ದ.

ಹೀಗೆ ಗಂಟೆಗಟ್ಟಲೆ ಪ್ರಯಾಣ ಮಾಡಿ ದಣಿದು ನಿರ್ಜೀವರಂತಾದ ಅವರೆಲ್ಲ ತೆಪ್ಪಗೆ ಕುಳಿತಿದ್ದಾಗ ಬಸ್ಸಿನ ಹೊರಗೆ ಒಮ್ಮೆಲೆ ಸದ್ದು ಕೇಳಿಸಿತು. ನಿಲುವಂಗಿಗಳನ್ನು ಧರಿಸಿದ ಮಕ್ಕಳು ಕುಣಿಯುತ್ತ ಮತ್ತು ಚಪ್ಪಾಳೆ ತಟ್ಟುತ್ತ ಬಸ್ಸಿನ ಸುತ್ತಲೂ ಮುತ್ತಿದರು. ಈಗ ಬಸ್ಸು ಚಿಕ್ಕ ಚಿಕ್ಕ ಮನೆಗಳಿದ್ದ ಬೀದಿಯಲ್ಲಿ ಮೆಲ್ಲನೆ ಸಾಗಿತ್ತು. ಅವರು ಮರುಭೂಮಿಯ ಮಧ್ಯದ ಒಂದು ಹಸಿರು ಪ್ರದೇಶವನ್ನು ಪ್ರವೇಶಿಸಿದ್ದರು. ಗಾಳಿ ಇನ್ನೂ ಬೀಸುತ್ತಲೇ ಇತ್ತು. ಸುತ್ತಲೆಲ್ಲ ಮನೆಗಳಿದ್ದುದರಿಂದ ಉಸುಕು ಬಡಿಯುವುದು ಕಡಿಮೆಯಾಗಿತ್ತು. ಆದರೂ ಆಕಾಶದಲ್ಲಿ ಇನ್ನೂ ಮೋಡಗಳು ಮುಸುಕಿದ್ದವು. ಜನರ ಗದ್ದಲದ ನಡುವೆ ಬ್ರೇಕುಗಳ ಕಿರಿಚಾಟದೊಂದಿಗೆ ಬಸ್ಸು ಹೊಲಸಾದ ಕಿಟಕಿಗಳುಳ್ಳ ಒಂದು ಹೋಟೆಲಿನ ಇಟ್ಟಿಗೆಯ ಕಮಾನಿನೆದುರು ಕೊನೆಗೆ ನಿಂತಿತು. ಜಾನಿನ್ ಬಸ್ಸಿನಿಂದ ಕೆಳಗಿಳಿದಳು. ರಸ್ತೆಯ ಮೇಲೆ ಕಾಲಿಡುತ್ತಲೇ ಅವಳು ಮುಗ್ಗರಿಸಿದಳು. ಮನೆಗಳ ಮೇಲೆ ಸಣ್ಣ ಮಿನಾರುಗಳು ಕಂಡವು. ಅವಳ ಎಡಬದಿಗೆ

ತಾಳೆವೃಕ್ಷಗಳು ಕಾಣಿಸಿದವು. ಅವುಗಳ ಹತ್ತಿರ ಆಕೆ ಹೋಗಬಯಸಿದಳು. ಆದರೆ ಆಗ ಮಧ್ಯಾಹ್ನ ವಾಗಿದ್ದರೂ ಚಳಿ ಕೊರೆಯುತ್ತಿತ್ತು. ಅವಳು ಥರಥರ ನಡುಗುತ್ತಿದ್ದಳು. ಅವಳು ಮಾರ್ಸೆಲ್‌ನ ಕಡೆ ಹೊರಳಿದಳು. ಆಗ ಆ ಸೈನಿಕ ಅವಳ ಕಡೆಗೆ ಬರುತ್ತಿದ್ದುದು ಕಾಣಿಸಿತು. ಆತ ಒಮ್ಮೆ ಮುಗುಳ್ನಗಬಹುದು ಇಲ್ಲವೆ ನಮಸ್ಕರಿಸಬಹುದೆಂಬ ಆಕೆ ನಿರೀಕ್ಷಿಸಿದ್ದಳು. ಆದರೆ ಆತ ಅವಳ ಕಡೆಗೆ ನೋಡದೆ ಹೋಗಿಬಿಟ್ಟ. ಮಾರ್ಸೆಲ್‌ನಾದರೋ ಚಿಲ್ಲರೆ–ಸಾಮಾನುಗಳಿಂದ ತುಂಬಿದ ಕರಿಯ ಬಣ್ಣದ ತಮ್ಮ ಟ್ರಂಕನ್ನು ಬಸ್ಸಿನ ಮೇಲಿಂದ ಇಳಿಸುವುದರಲ್ಲಿ ನಿರತನಾಗಿದ್ದ. ಆ ಕೆಲಸ ಅಷ್ಟೊಂದು ಸರಳವಾಗಿರಲಿಲ್ಲ. ಲಗೇಜಿನ ಕಾಳಜಿ ವಹಿಸಬೇಕಾಗಿದ್ದ ಬಸ್ಸಿನ ಚಾಲಕ ಸುತ್ತಲೂ ನೆರೆದಿದ್ದ ಅರಬರೊಂದಿಗೆ ಮಾತನಾಡುತ್ತ ಬಸ್ಸಿನ ಛಾವಣಿಯ ಮೇಲೆ ಸುಮ್ಮನೆ ನಿಂತುಬಿಟ್ಟಿದ್ದ. ಅರಬರ ಗಡುಸಾದ ಧ್ವನಿಗಳನ್ನು ಕೇಳಿದಾಗ ಜಾನಿನ್‌ಳಿಗೆ ತಾನು ದಣಿದಿದ್ದೇನೆಂದು ತಟ್ಟನೆ ಅರಿವಾಯಿತು. "ನಾನು ಒಳಗೆ ಹೋಗ್ತೇನೆ" ಎಂದು ಮಾರ್ಸೆಲ್‌ನಿಗೆ ಹೇಳಿ ಅವಳು ಹೊರಟಳು. ಮಾರ್ಸೆಲ್ ಇನ್ನೂ ಬಸ್ಸು ಚಾಲಕನಿಗೆ ಕೂಗಿ ಹೇಳುತ್ತಲೇ ಇದ್ದ.

ಅವಳು ಹೋಟೆಲನ್ನು ಪ್ರವೇಶಿಸಿದಳು. ತೆಳುವಾದ ಮತ್ತು ಮಿತಭಾಷಿಯಾದ ಫ್ರೆಂಚ್ ಮ್ಯಾನೇಜರ್ ಅವಳನ್ನು ಎದುರ್ಗೊಂಡು ಎರಡನೆಯ ಅಂತಸ್ತಿನ ಬಾಲ್ಕನಿಗೆ ಕರೆದೊಯ್ದ. ಅಲ್ಲಿ ನಿಂತರೆ ಹೊರಗಿನ ಬೀದಿಯೆಲ್ಲ ಕಾಣಿಸುತ್ತಿತ್ತು. ಅನಂತರ ಕೋಣೆಯೊಳಗೆ ಕರೆದೊಯ್ದ. ಅಲ್ಲಿ ಒಂದು ಕಬ್ಬಿಣದ ಪಲ್ಲಂಗ, ಒಂದು ಬಿಳಿ ಬಣ್ಣದ ಕುರ್ಚಿ, ಪರದೆಯಿಲ್ಲದ ಒಂದು ಬಟ್ಟೆಕಪಾಟು ಮತ್ತು ಉತ್ತಮ ಉಸುಕಿನಿಂದ ಗಿಲಾಯಿ ಮಾಡಿದ ವಾಶ್ ಬೇಸಿನ್ ಇದ್ದವು. ಮ್ಯಾನೇಜರ್ ಬಾಗಿಲು ಮುಚ್ಚಿಕೊಂಡು ಹೋದಮೇಲೆ ಅವಳಿಗೆ ಆ ಬಿಳಿಯ ಗೋಡೆಗಳೊಳ ಗಿಂದಲೇ ಗಾಳಿ ಬೀಸಿದಂತಾಯಿತು. ಅವಳಿಗೆ ತಾನೆಲ್ಲಿ ಕೂಡ್ರಬೇಕು ಮತ್ತು ತನ್ನ ಚೀಲವನ್ನೆಲ್ಲಿ ಇಡಬೇಕು – ಎಂಬುದು ತಿಳಿಯಲಿಲ್ಲ. ಅವಳು ನಿಲ್ಲಬೇಕು ಇಲ್ಲವೆ ಮಲಗಬೇಕಾಗಿತ್ತು. ಹೇಗೆ ಮಾಡಿದರೂ ಚಳಿಯನ್ನು ತಪ್ಪಿಸಲಿಕ್ಕೆ ಆಗುತ್ತಿರಲಿಲ್ಲ. ಚೀಲವನ್ನು ಹಿಡಿದುಕೊಂಡು ಅವಳು ಹಾಗೆಯೇ ನಿಂತಿದ್ದಾಗ ಛಾವಣಿಯ ಹತ್ತಿರ ಒಂದು ಕಿಟಕಿಯ ಕಿಂಡಿಯಂಥದನ್ನು ಗಮನಿಸಿದಳು. ಅದು ಅಲ್ಲಿ ಏಕೆ ಇದೆ ಎಂಬುದು ಅವಳಿಗೆ ಗೊತ್ತಾಗಲಿಲ್ಲ. ತಾನು ಏಕಾಕಿಯಾಗಿದ್ದೇನೆ, ಚಳಿ ಕೊರೆಯುತ್ತಿದೆ, ಎಂಬುದು ಮಾತ್ರ ಅವಳ ಅರಿವಿಗೆ ಬಂದಿತ್ತು. ಅದರಂತೆಯೇ ತನ್ನ ಹೃದಯ ಭಾರವಾಗಿದೆ ಎಂಬುದೂ ಅವಳಿಗೆ ತಿಳಿದಿತ್ತು. ಹೊರಗೆ ಬೀದಿಯ ಜನರ ಸದ್ದು ಮತ್ತು ಮಾರ್ಸೆಲ್‌ನ ಕೂಗಾಟದ ಸದ್ದು ಕೇಳುತ್ತಿದ್ದರೂ ಅವಳು ಅದನ್ನು ಗಮನಿಸದೆ ಆ ಕಿಟಕಿಯಿಂದ ಬರುವ ನದಿಯ ನೀರಿನ ಸಪ್ಪಳ ಮತ್ತು ಅದರ ಮೇಲೆ ಬೀಸುವ ಗಾಳಿಯ ಸದ್ದನ್ನು ಲಕ್ಷ್ಯಗೊಟ್ಟು ಕೇಳುತ್ತಿದ್ದಳು. ಅನಂತರ ಗಾಳಿ ಹೆಚ್ಚಾಗಿ ನೀರಿನ ಅಲೆಗಳ ಸದ್ದು ಭುಸ್ಸೆಂದು ಜೋರಾಗಿ ಕೇಳತೊಡಗಿತು. ಹೋಟೆಲಿನ ಹೊರಗೆ ಸಾವಿರಾರು ನೀಟಾದ ಮತ್ತು ಮೃದುವಾದ ತಾಳೆಮರಗಳು ಬಿರುಗಾಳಿಯಲ್ಲಿ ತೊನೆಯುತ್ತಿರುವ ಚಿತ್ರವನ್ನು ಅವಳು ಕಲ್ಪಿಸಿಕೊಂಡಳು. ಅವಳು ಊಹಿಸಿದಂತೆ ಯಾವುದೂ ಇರಲಿಲ್ಲ. ಆದರೂ ಆ ಅದೃಶ್ಯ ಅಲೆಗಳು ಬಳಲಿದ ಅವಳ ಕಣ್ಣುಗಳನ್ನು ಸಾಂತ್ವನಗೊಳಿಸಿದವು. ಕೈಗಳನ್ನು ಜೋಲುಬಿಟ್ಟು, ಬೆನ್ನನ್ನು ತುಸು ಬಾಗಿಸಿ ಅವಳು ಭಾರವಾಗಿ ನಿಂತಿದ್ದಳು. ಅವಳ ದುಂಡಗಿನ ಕಾಲುಗಳ ಮೇಲೆ ಚಳಿ ಏರುತ್ತಿತ್ತು. ನೆಟ್ಟಗಾಗಿದ್ದರೂ ಗಾಳಿಗೆ ಬಳಕುವ ತಾಳೆಮರಗಳನ್ನೂ ಕಳೆದುಹೋದ ತನ್ನ ಕೌಮಾರ್ಯದ ದಿನಗಳನ್ನೂ ನೆನೆಸಿಕೊಂಡು ಅವಳು ಕನಸು ಕಾಣುತ್ತಿದ್ದಳು.

* * *

ಇಬ್ಬರೂ ಸ್ನಾನ ಮುಗಿಸಿ, ಕೆಳಗಿದ್ದ ಭೋಜನಶಾಲೆಗೆ ಹೋದರು. ಅಲ್ಲಿ ಗೋಡೆಗಳ ಮೇಲೆ ಗುಲಾಬಿ ಮತ್ತು ಲಾವೆಂಡರ್‌ಗಳ ಹಿನ್ನೆಲೆಯಲ್ಲಿ ಒಂಟೆಗಳನ್ನೂ ತಾಳೆಮರಗಳನ್ನೂ ಚಿತ್ರಿಸಿದ್ದರು. ಕಮಾನಿನ ಕಿಟಿಕಿಗಳು ಮಂದವಾದ ಬೆಳಕನ್ನು ಬೀರುತ್ತಿದ್ದವು. ಮಾರ್ಸೆಲ್ ವ್ಯಾಪಾರಿಗಳ ವಿಷಯವಾಗಿ ಹೋಟೆಲ್ ಮ್ಯಾನೇಜರ್‌ನನ್ನು ವಿಚಾರಿಸಿದ. ಅನಂತರ ಸೈನಿಕ ಸಮವಸ್ತ್ರ ಧರಿಸಿದ ಒಬ್ಬ ವಯಸ್ಸಾದ ಅರಬ ಬಂದು ಅವರಿಗೆ ಭೋಜನ ಬಡಿಸಿದ. ವಿಚಾರಮಗ್ನನಾದ ಮಾರ್ಸೆಲ್ ಬ್ರೆಡ್ಡನ್ನು ಸಣ್ಣ ಚೂರುಚೂರುಗಳನ್ನಾಗಿ ಕತ್ತರಿಸಿದ. ತನ್ನ ಹೆಂಡತಿಯನ್ನು ನೀರು ಕುಡಿಯಗೊಡಲಿಲ್ಲ. "ಈ ನೀರನ್ನು ಕಾಯಿಸಿಲ್ಲ, ಸುರೆ ತೆಗೆದುಕೊ" ಎಂದ. ಅವಳಿಗೆ ಅದು ಮೆಚ್ಚಿಗೆಯಾಗಲಿಲ್ಲ. ಯಾಕೆಂದರೆ ಸುರೆ ಕುಡಿದರೆ ಅವಳಿಗೆ ನಿದ್ರೆ ಬರುತ್ತಿತ್ತು. ಅಲ್ಲಿದ್ದ ಭೋಜನ ಯಾದಿಯಲ್ಲಿ ಹಂದಿಯ ಮಾಂಸವೂ ಸೇರಿತ್ತು. ಅದನ್ನು ನೋಡಿ ಜಾನಿನಳೊಡನೆ ಮಾರ್ಸೆಲ್ ಹೇಳಿದ :

"ಇವರು ಹಂದಿಮಾಂಸವನ್ನು ತಿನ್ನೋದಿಲ್ಲ, ಯಾಕೆಂದರೆ ಕುರಾನದಲ್ಲಿ ಅದನ್ನು ನಿಷೇಧಿಸ ಲಾಗಿದೆ. ಹಂದಿಯ ಮಾಂಸವನ್ನು ಚೆನ್ನಾಗಿ ಬೇಯಿಸಿ ತಯಾರಿಸಿದರೆ ಅದರಿಂದ ರೋಗ ಬರೋದಿಲ್ಲ ಅಂತ ಕುರಾನಿಗೆ ಏನು ಗೊತ್ತು? ಅದನ್ನು ಹೇಗೆ ತಯಾರಿಸಬೇಕು ಅನ್ನೋದನ್ನು ಫ್ರೆಂಚರಾದ ನಾವು ಬಲ್ಲೆವು. ನೀನೇನು ಯೋಚಿಸುತ್ತಿರುವೆ?"

ಜಾನಿನ್ ಏನನ್ನೂ ಯೋಚಿಸುತ್ತಿರಲಿಲ್ಲ. ಅಥವಾ ಬಾಣಸಿಗರು ಪ್ರವಾದಿಗಳ ಮೇಲೆ ವಿಜಯ ಸಾಧಿಸಿದ್ದನ್ನು ಕುರಿತು ಯೋಚಿಸುತ್ತಿದ್ದರೂ ಇರಬಹುದು. ಆದರೆ ಅವರಿಬ್ಬರೂ ಅವಸರ ದಲ್ಲಿದ್ದರು. ಮರುದಿನ ಬೆಳಿಗ್ಗೆ ಇನ್ನೂ ದಕ್ಷಿಣಕ್ಕೆ ಹೋಗಬೇಕಾಗಿತ್ತು. ಅದೇ ಮಧ್ಯಾಹ್ನ ಅವರು ಮುಖ್ಯ ಮುಖ್ಯ ವ್ಯಾಪಾರಿಗಳನ್ನೆಲ್ಲ ಭೆಟ್ಟಿಯಾಗಬೇಕಾಗಿತ್ತು. ಮಾರ್ಸೆಲ್ ಆ ವಯಸ್ಸಾದ ಅರಬನಿಗೆ ಬೇಗ ಕಾಫಿ ತರಲು ಹೇಳಿದ. ಆತ ತಲೆಯಲ್ಲಾಡಿಸಿ ಹೋದ. "ಮುಂಜಾನೆ ಸಾವಕಾಶವಾಗಿ ಕೆಲಸ ಮಾಡ್ತಾರೆ. ಮಧ್ಯಾಹ್ನದಲ್ಲಿಯೂ ತ್ವರಿತವಾಗಿರೋದಿಲ್ಲ" ಎಂದ ಮಾರ್ಸೆಲ್ ನಗುತ್ತ. ಅಷ್ಟೊತ್ತಿಗೆ ಕಾಫಿ ಬಂದಿತ್ತು. ಕೂಡಲೇ ಅದನ್ನವರು ಹೀರಿ ಧೂಳು ಮುಸುಕಿದ ಬೀದಿಗೆ ಬಂದರು. ಟ್ರಂಕನ್ನು ಹೊರಲು ಮಾರ್ಸೆಲ್ ಒಬ್ಬ ತರುಣ ಅರಬನನ್ನು ಕರೆದ. ಕೂಲಿಯ ದುಡ್ಡಿನ ಬಗೆಗೆ ಸ್ವಲ್ಪ ವಾದಿಸಿದ. ಆತ ಮತ್ತೆ ಜಾನಿನ್‌ಳಿಗೆ ಈ ಕೂಲಿಯವರ ಸ್ವಭಾವ ಹೇಗಿರುತ್ತದೆ ಎಂಬುದನ್ನು ವಿವರಿಸಿದ. ಇವರೆಲ್ಲ ಮೊದಲು ಎರಡುಪಟ್ಟು ಕೂಲಿ ಕೇಳಿ ಕೊನೆಗೆ ಅದರ ನಾಲ್ಕನೇ ಒಂದು ಭಾಗಕ್ಕೆ ಒಪ್ಪಿಕೊಳ್ಳುತ್ತಾರೆ ಎಂದು ಹೇಳಿದ. ವ್ಯಗ್ರಳಾದ ಜಾನಿನ್ ಟ್ರಂಕುಗಳನ್ನು ಹೊತ್ತುಕೊಂಡು ಹೋಗುತ್ತಿದ್ದ ಇಬ್ಬರೂ ಕೂಲಿಗಳನ್ನು ಹಿಂಬಾಲಿಸಿದಳು. ಅವಳು ದಪ್ಪವಾದ ಕೋಟಿನ ಒಳಗೆ ಉಣ್ಣೆಯ ಬಟ್ಟೆಗಳನ್ನು ಧರಿಸಿದ್ದಳು. ಹಂದಿಯ ಮಾಂಸ ತಿಂದು ಸ್ವಲ್ಪ ಸುರೆಯನ್ನು ಕುಡಿದಿದ್ದ ಕಾರಣ ಅವಳ ಹೊಟ್ಟೆಯೂ ಅವಳಿಗೆ ತುಸು ತೊಂದರೆ ಕೊಡುತ್ತಿತ್ತು.

ಧೂಳು ಮುಸುಕಿದ ಗಿಡಗಳಿಂದ ತುಂಬಿದ ಸಣ್ಣ ಸಾರ್ವಜನಿಕ ಉದ್ಯಾನದ ಬದಿಯಲ್ಲಿ ಅವರು ನಡೆಯುತ್ತಿದ್ದರು. ಅವರೆದುರಿಗೆ ಬರುತ್ತಿದ್ದ ನಿಲುವಂಗಿಗಳನ್ನು ಧರಿಸಿದ ಅರಬರು ಅವರನ್ನು ಗಮನಿಸಿದವರಂತೆ ಕಾಣಿಸುತ್ತಿರಲಿಲ್ಲ. ಆ ಅರಬರು ಹರಿದ ಬಟ್ಟೆಗಳನ್ನು ಧರಿಸಿದಾಗಲೂ ಅವರು ಅವಳಿಗೆ ತಮ್ಮೂರಿನ ಅರಬರಿಗಿಂತ ಹೆಚ್ಚು ಗಂಭೀರವಾಗಿ ಕಂಡರು. ಟ್ರಂಕನ್ನು ಹೊತ್ತ ಕೂಲಿಯ ಹಿಂದೆ ಅವಳು ನಡೆಯುತ್ತಿದ್ದುದರಿಂದ ಆ ಜನಸಂದಣಿಯಲ್ಲೂ ಅವಳಿಗೆ ದಾರಿ ಸಿಗುತ್ತಿತ್ತು. ಅವರು ಒಂದು ಮಣ್ಣಿನ ಗೋಡೆಯ ದ್ವಾರದಲ್ಲಿ ಹಾಯ್ದು

ಒಂದು ಚೌಕಟ್ಟಾದ ಬಯಲಿಗೆ ಬಂದರು. ಅಲ್ಲೆಲ್ಲ ತಾಳೆಯ ಮರಗಳು ಬೆಳೆದಿದ್ದವಲ್ಲದೆ, ಮತ್ತೊಂದು ಕಡೆ ಕಮಾನುಗಳು ಮತ್ತು ಅಂಗಡಿಗಳೂ ಇದ್ದವು. ಅವರು ಆ ಚೌಕಟ್ಟಾದ ಬಯಲಿನ ಮಧ್ಯದಲ್ಲಿ ಫಿರಂಗಿ ಗುಂಡಿನ ಆಕಾರದ ಕಟ್ಟಡವೊಂದನ್ನು ಕಂಡರು. ಅದಕ್ಕೆ ಬಿಳಿ ಮಿಶ್ರಿತ ನೀಲಿ ಬಣ್ಣವನ್ನು ಬಳಿಯಲಾಗಿತ್ತು. ಅದರ ಒಳಗಡೆ ಬಾಗಿಲಿನ ಬೆಳಕು ಮಾತ್ರ ಬೀಳುತ್ತಿತ್ತು. ಅಲ್ಲಿ ಒಬ್ಬ ಬಿಳಿಯ ಮೀಸೆಯ ಮುದಿ ಅರಬ ಹೊಳೆಯುತ್ತಿದ್ದ ಮರದ ಹಲಿಗೆಯೊಂದರ ಹಿಂದೆ ಕುಳಿತಿದ್ದ. ಆತ ಮೂರು ಚಿಕ್ಕ ಗ್ಲಾಸುಗಳಿಗೆ ಚಹದ ಪಾತ್ರೆಯನ್ನು ಎತ್ತಿ ಎತ್ತಿ ಬಾಗಿಸಿ ಚಹವನ್ನು ಸುರಿಯುತ್ತಿದ್ದ. ಅಲ್ಲಿದ್ದ ಕತ್ತಲೆಯಲ್ಲಿ ಏನಿದೆಯೆಂಬುದನ್ನು ನೋಡುತ್ತಿರುವಾಗಲೆ ಸುವಾಸಿತ ಚಹದ ತಂಪಾದ ವಾಸನೆ ಅವರ ಮೂಗಿಗೆ ಬಡಿಯಿತು. ಹೊಸ್ತಿಲನ್ನು ದಾಟಿ ಮಾರ್ಸೆಲ್ ಕೌಂಟರಿನ ಹತ್ತಿರ ಹೋದ. ಜಾನಿನ್ ಬಾಗಿಲಲ್ಲಿಯೆ ನಿಂತಳು. ಅವಳು ಒಳಗೆ ಕತ್ತಲಾಗಬಾರದೆಂದು ಬಾಗಿಲಿನ ಮಧ್ಯದಲ್ಲಿ ನಿಲ್ಲದೆ ಸ್ವಲ್ಪ ಬದಿಗೆ ಸರಿದಳು. ಆಗ ಆ ಮುದಿ ವ್ಯಾಪಾರಿಯ ಹಿಂದೆ ಕತ್ತಲಲ್ಲಿ ಇಬ್ಬರು ಅರಬರು ತುಂಬಿದ ಚೀಲಗಳ ಮೇಲೆ ಕುಳಿತಿದ್ದು ತಮ್ಮತ್ತ ನೋಡಿ ನಗುತ್ತಿದ್ದುದು ಅವಳಿಗೆ ಕಾಣಿಸಿತು. ಕೆಂಪು ಮತ್ತು ಕಪ್ಪು ರಗ್ಗುಗಳು, ಹಾಗೂ ಕಸೂತಿ ಹಾಕಿದ ಸ್ಕಾರ್ಫುಗಳು ಗೋಡೆಯ ಮೇಲೆ ನೇತಾಡುತ್ತಿದ್ದವು. ನೆಲದ ಮೇಲೆಲ್ಲ ಚೀಲಗಳು ಮತ್ತು ಸುವಾಸನೆಯ ಬೀಜಗಳಿಂದ ತುಂಬಿದ ಡಬ್ಬಿಗಳು ಹರಡಿದ್ದವು. ಕೌಂಟರಿನ ಮೇಲೆ ಒಂದು ಹೊಳೆಯುತ್ತಿರುವ ಹಿತ್ತಾಳೆಯ ತಕ್ಕಡಿಯಲ್ಲದೆ ಅಕ್ಷರಗಳು ಮಾಸಿದ ಒಂದು ಅಳತೆಗೋಲು ಮತ್ತು ಸಾಲಾಗಿ ಹೊಂದಿಸಿಟ್ಟ ಸಕ್ಕರೆಯ ತುಂಡುಗಳೂ ಇದ್ದವು. ಒಂದು ತುಂಡಿನ ಮೇಲಿನ ನೀಲಿ ಕಾಗದವನ್ನು ತೆಗೆದು ಮೇಲ್ಭಾಗವನ್ನು ಕತ್ತರಿಸಲಾಗಿತ್ತು. ಆ ಮುದಿವ್ಯಾಪಾರಿ ಚಹದ ಪಾತ್ರೆಯನ್ನು ಕೆಳಗಿಟ್ಟು ಇವರಿಗೆ ನಮಸ್ಕರಿಸಿದಾಗ ಅಲ್ಲಿದ್ದ ಉಣ್ಣೆಯ ಬಟ್ಟೆಯ ಮತ್ತು ಮಸಾಲೆಗಳ ವಾಸನೆ ಇವರ ಮೂಗಿಗೆ ಬಡಿಯಲಾರಂಭಿಸಿತು.

ಯಥಾಪ್ರಕಾರವಾಗಿ ಮಾರ್ಸೆಲ್ ಮೆಲುದನಿಯಲ್ಲಿ ವ್ಯಾಪಾರದ ವಿಷಯವನ್ನು ಮಾತನಾಡ ತೊಡಗಿದ. ಅನಂತರ ಆತ ತನ್ನ ಟ್ರಂಕನ್ನು ತೆಗೆದುಕೊಂಡು ಅದರಲ್ಲಿಯ ಉಣ್ಣೆಯ ಬಟ್ಟೆಗಳನ್ನೂ ರೇಶಿಮೆಯ ಬಟ್ಟೆಗಳನ್ನೂ ತೋರಿಸಿದ. ಬಳಿಕ ಕೌಂಟರಿನ ಮೇಲಿದ್ದ ತಕ್ಕಡಿಯನ್ನೂ ಅಳತೆಗೋಲನ್ನೂ ಬದಿಗೆ ಸರಿಸಿ ತನ್ನ ಜೀನಸುಗಳನ್ನೆಲ್ಲ ಆ ಮುದಿ ವ್ಯಾಪಾರಿಯೆದುರಿಗೆ ಹರವಿದ. ವ್ಯಾಪಾರದ ನಿರೀಕ್ಷೆಯಿಂದ ಉತ್ತೇಜಿತನಾದ ಮಾರ್ಸೆಲ್ ಆತ್ಮವಿಶ್ವಾಸವಿಲ್ಲದ ಹೆಂಗಸೊಬ್ಬಳು ಇತರರ ಮೇಲೆ ಪ್ರಭಾವ ಬೀರಲು ನಗುವಂತೆ ಆತಂಕದಿಂದ ನಗುತ್ತ ಧ್ವನಿ ಎತ್ತರಿಸಿ ಮಾತನಾಡತೊಡಗಿದ. ಈಗ ಆತ ಕೈಗಳನ್ನಗಲಮಾಡಿ, ಮಾರುವುದು – ಕೊಳ್ಳುವುದರ ಸಂಕೇತಗಳನ್ನು ತೋರಿಸುತ್ತಿದ್ದ. ಆ ಮುದಿವ್ಯಾಪಾರಿ ತಲೆಯಲ್ಲಾಡಿಸಿ ಚಹದ ಟ್ರೇಯನ್ನು ತನ್ನ ಹಿಂದೆ ಕುಳಿತ ಇಬ್ಬರು ಅರಬರ ಕೈಯಲ್ಲಿ ಕೊಟ್ಟು, ಮಾರ್ಸೆಲ್‌ನಿಗೆ ನಿರಾಶೆಯನ್ನುಂಟು ಮಾಡುವಂಥ ಉತ್ತರ ನೀಡಿದ. ಮಾರ್ಸೆಲ್ ತನ್ನ ಸಾಮಾನುಗಳನ್ನೆಲ್ಲ ಟ್ರಂಕಿನಲ್ಲಿ ತುಂಬಿಕೊಂಡು ತನ್ನ ಹಣೆಯ ಮೇಲಿದ್ದ ಕಾಲ್ಪನಿಕ ಬೆವರುಹನಿಗಳನ್ನು ಒರಸಿಕೊಂಡ. ಆತ ಕೂಲಿಯವನನ್ನು ಕರೆದ. ಅವರೆಲ್ಲ ಕಮಾನುಗಳ ಅಂಗಡಿಗಳ ಕಡೆ ನಡೆದರು. ಅವರು ಮೊದಲನೆಯ ಅಂಗಡಿಗೆ ಹೋದರು. ಅಲ್ಲಿಯ ವ್ಯಾಪಾರಿಯೂ ಅದೇ ತರಹದ ಉನ್ನತ ಧಿಮಾಕನ್ನು ತೋರಿಸಿದರೂ ಇಲ್ಲಿ ಅವರಿಗೆ ಸ್ವಲ್ಪ ವ್ಯಾಪಾರ ಕುದುರಿತು. "ತಾವೇ ಮಹಾನ್ ದೇವರೆಂದು ತಿಳಿದಿದ್ದಾರೆ ಈ ಬಡ್ಡಿ ಮಕ್ಕಳು. ಆದರೆ ತಾವೂ ವ್ಯಾಪಾರ ಮಾಡಲಿಕ್ಕೆ

ಕುಳಿತವರು ಅಂತ ಅವರಿಗೆ ಗೊತ್ತಿಲ್ಲ! ಜೀವನ ಪ್ರತಿಯೊಬ್ಬರಿಗೂ ಕಷ್ಟಕರವೇ" ಎಂದ ಮಾರ್ಸೆಲ್.

ಜಾನಿನ್ ಮರುಮಾತನಾಡದೆ ಆತನನ್ನು ಹಿಂಬಾಲಿಸಿದಳು. ಗಾಳಿ ಬೀಸುವುದು ನಿಂತಿತ್ತು. ಆಕಾಶದಲ್ಲಿ ಮೋಡಗಳು ಕರಗುತ್ತಲಿದ್ದವು. ಆ ಮೋಡಗಳ ಸಂದಿನಿಂದ ಕಣ್ಣು ಕುಕ್ಕುವ ಒಂದು ಬೆಳಕು ಎಲ್ಲೆಡೆಗೂ ಬಿದ್ದಿತ್ತು. ಅವರು ಈಗ ಆ ಚೌಕವನ್ನು ದಾಟಿ ಇಕ್ಕಟ್ಟಾದ ಬೀದಿಯಲ್ಲಿ ನಡೆಯುತ್ತಿದ್ದರು. ಎಡ ಬದಿಗಿದ್ದ ಮಣ್ಣಿನ ಮನೆಗಳ ಗೋಡೆಗಳ ಮೇಲೆ ಕೊಳೆತ ಡಿಸೆಂಬರ್ ಗುಲಾಬಿಗಳೂ ಒಣಗಿದ ಮತ್ತು ಹುಳುಹತ್ತಿದ ದಾಳಿಂಬೆಗಳೂ ನೇತಾಡುತ್ತಿದ್ದವು. ಈ ಬೀದಿಯಲ್ಲಿ ಧೂಳು, ಕಾಫಿ, ಉರಿಯುವ ಕಟ್ಟಿಗೆ ಕಲ್ಲು ಮತ್ತು ಕುರಿಗಳ ವಾಸನೆಗಳು ಹರಡಿದ್ದವು. ಗೋಡೆಗಳನ್ನು ಕೊರೆದು ಮಾಡಿದ ಅಂಗಡಿಗಳು ಒಂದಕ್ಕೊಂದು ದೂರದೂರ ವಾಗಿದ್ದವು. ಜಾನಿನ್‌ಳ ಕಾಲುಗಳು ಸೋಲಲಾರಂಭಿಸಿದವು, ಆದರೆ ಅವಳ ಪತಿ ಹೆಚ್ಚೆಚ್ಚು ಹಸನ್ಮುಖಿಯಾಗತೊಡಗಿದ್ದ. ಅವನ ಸಾಮಾನುಗಳ ಮಾರಾಟ ಸಾಗಿದ್ದುದರಿಂದ ಆತ ಹೆಚ್ಚು ಉದಾರಿಯಾಗಿದ್ದ. ಆತ ಜಾನಿನ್‌ಳನ್ನು "ಬೇಬಿ" ಎಂದು ಕರೆಯುತ್ತ ತಾವು ಅಲ್ಲಿಗೆ ಬಂದದ್ದು ವ್ಯರ್ಥವಾಗಲಿಲ್ಲ ಎಂದ. "ಹೌದು ಸಾಮಾನುಗಳನ್ನು ಜನರಿಗೆ ನೇರವಾಗಿ ಮಾರೋದೆ ಒಳ್ಳೆಯದು" ಎಂದು ಆಕೆ ಯಾಂತ್ರಿಕವಾಗಿ ಉತ್ತರಿಸಿದಳು.

ಅವರು ಮತ್ತೊಂದು ಬೀದಿಯಿಂದ ಬಜಾರಿನ ಮಧ್ಯಕ್ಕೆ ಬಂದರು. ಅಷ್ಟೊತ್ತಿಗಾಗಲೇ ಮಧ್ಯಾಹ್ನವಾಗಿತ್ತು. ಆಕಾಶ ಸಂಪೂರ್ಣವಾಗಿ ತಿಳಿಯಾಗಿತ್ತು. ಅವರು ಚೌಕದಲ್ಲಿ ನಿಂತರು. ಮಾರ್ಸೆಲ್ ತನ್ನ ಕೈಗಳನ್ನು ತಿಕ್ಕಿ ತನ್ನೆದುರಿಗಿದ್ದ ಟ್ರಂಕನ್ನು ಪ್ರೀತಿಯಿಂದ ನೋಡಿದ. "ಅಲ್ಲಿ ನೋಡಿ" ಎಂದಳು ಜಾನಿನ್. ಆ ಚೌಕದ ಮತ್ತೊಂದು ಮೂಲೆಯಿಂದ ಎತ್ತರದ ನಿಲುವಿನ, ತೆಳು ದೇಹದ, ಹುಮ್ಮಸ್ಸಿನಿಂದ ಕೂಡಿದ ಅರಬನೊಬ್ಬ ಆಕಾಶ ನೀಲಿ ಬಣ್ಣದ ನಿಲುವಂಗಿಯನ್ನು ಧರಿಸಿಕೊಂಡು ಅವರೆದುರಿಗೆ ಬರುತ್ತಲಿದ್ದ. ಆತ ಕಂದುಬಣ್ಣದ ಬೂಟುಗಳನ್ನು ಧರಿಸಿದ್ದ ನಲ್ಲದೆ ಕೈಗವಸುಗಳನ್ನು ಹಾಕಿಕೊಂಡಿದ್ದ. ಅವನು ಹದ್ದಿನಂಥ ತನ್ನ ಮುಖವನ್ನು ಮೇಲೆತ್ತಿ ನಡೆಯುತ್ತಿದ್ದ. ಉದ್ದನೆಯ ತನ್ನ ಟೋಪಿಯನ್ನು ರುಮಾಲಿನಂತೆ ತಲೆಯ ಮೇಲೆ ಸುತ್ತಿಕೊಂಡದ್ದರಿಂದ ಮಾತ್ರ ಆತ ಇತರ ಫ್ರೆಂಚ್ ಅಧಿಕಾರಿಗಳಿಗಿಂತ ಭಿನ್ನವಾಗಿ ಕಂಡ. ಅಂಥ ಫ್ರೆಂಚ್ ಅಧಿಕಾರಿಗಳೆಂದರೆ ಜಾನಿನ್‌ಳಿಗೆ ತುಂಬಾ ಮೆಚ್ಚುಗೆ. ಆತ ಸಾವಕಾಶವಾಗಿ ಇವರ ಎದುರಿಗೆಯೆ ಬರುತ್ತಲಿದ್ದ. ಆದರೆ ಅವನ ದೃಷ್ಟಿ ಅವರನ್ನು ದಾಟಿ ಮುಂದೆಲ್ಲೋ ನೋಡುತ್ತಿತ್ತು. ಆತ ಮೆಲ್ಲನೆ ತನ್ನ ಒಂದು ಕೈಯಿಂದ ಕೈಗವಸನ್ನು ತೆಗೆದ. "ನೋಡು, ತಾನು ಸೇನಾಪತಿಯೆಂದು ತಿಳಿದುಕೊಂಡವನೊಬ್ಬ ಇಲ್ಲಿದ್ದಾನೆ" ಎಂದು ಮಾರ್ಸೆಲ್ ಭುಜ ಮೇಲೇರಿಸಿ ಹೇಳಿದ. ಅಹುದು, ಅಲ್ಲಿದ್ದವರೆಲ್ಲ ಗರ್ವಿಗಳಂತೆ ಕಾಣುತ್ತಿದ್ದರೂ ಈತ ಮಾತ್ರ ಅತಿಗರ್ವಿಯಾಗಿ ಕಂಡ. ಅವರು ನಿಂತ ಜಾಗೆಯ ಸುತ್ತೆಲ್ಲ ಸಾಕಷ್ಟು ಖಾಲಿ ಸ್ಥಳವಿದ್ದರೂ ಆತ ಮಾತ್ರ ಅವರನ್ನು ನೋಡದೆ ಅವರ ಟ್ರಂಕಿನ ಹತ್ತಿರವೆ ಬರುತ್ತಿದ್ದ. ಆ ಅಧಿಕಾರಿ ಹತ್ತಿರಕ್ಕೆ ಬಂದಾಗ ಮಾರ್ಸೆಲ್ ತನ್ನ ಟ್ರಂಕನ್ನು ಬದಿಗೆ ಎಳೆದುಕೊಂಡ. ಆ ಅರಬ್ ಅಧಿಕಾರಿ ಯಾವುದನ್ನೂ ಗಮನಿಸದವನಂತೆ ತಾಳಬದ್ಧವಾಗಿ ಹೆಜ್ಜೆ ಹಾಕುತ್ತಾ ಕೋಟೆಯ ಪ್ರಾಕಾರದ ಕಡೆಗೆ ನಡೆದ. ಜಾನಿನ್ ತನ್ನ ಪತಿಯತ್ತ ನೋಡಿದಳು. ಆತನ ಮುಖದಲ್ಲಿ ಸೋಲಿನ ಭಾವನೆಯಿತ್ತು. "ಈ ಮಕ್ಕಳು ಏನು ಬೇಕಾದ್ದು ಮಾಡಿದರೂ ನಡೀತದೆ ಅಂತ ತಿಳಿದಿದ್ದಾರೆ" ಎಂದ ಆತ. ಜಾನಿನ್ ಏನೂ ಉತ್ತರಿಸಲಿಲ್ಲ. ಆ ಅರಬ್ ಅಧಿಕಾರಿಯ ಧಿಮಾಕು ನೋಡಿ ಅವಳಿಗೆ ಜಿಗುಪ್ಸೆಯಾಯಿತು. ಇದ್ದಕ್ಕಿದ್ದಂತೆ ಆಕೆ ಖಿನ್ನಳಾದಳು. ಆಕೆ

ಅಲ್ಲಿಂದ ಹೋಗಿ ತನ್ನ ಹೋಟೆಲಿನ ಕೋಣೆಯಲ್ಲಿರಬೇಕೆಂದು ಬಯಸಿದಳು. ಆದರೆ ಆ ಕೋಣೆಯಲ್ಲಿದ್ದ ಚಳಿಯನ್ನು ನೆನೆದಾಗ ಮತ್ತೆ ಎದೆಗುಂದಿದಳು. ಕೋಟೆಯ ಪ್ರಾಕಾರದ ಮಾಳಿಗೆಯ ಮೇಲೆ ನಿಂತು ಸುತ್ತಲೂ ಕಾಣಿಸುವ ಮರುಭೂಮಿಯನ್ನು ನೋಡೆಂದು ಹೋಟೆಲ್ ಮ್ಯಾನೇಜರ್ ಹೇಳಿದ್ದು ಆಕೆಗೆ ನೆನಪಾಯಿತು. ಈ ವಿಷಯವನ್ನು ಆಕೆ ಮಾರ್ಸೆಲ್‌ನಿಗೆ ಹೇಳಿದಳು. ಟ್ರಂಕನ್ನು ಹೋಟೆಲಿನಲ್ಲಿಟ್ಟು ಪ್ರಾಕಾರದ ಮಾಳಿಗೆಗೆ ಹೋಗೋಣವೆಂದಳು. ಆದರೆ ಆತ ದಣಿದಿದ್ದರಿಂದ ಊಟಕ್ಕೆ ಮೊದಲು ಒಂದು ಸ್ವಲ್ಪ ನಿದ್ರೆ ಮಾಡಬೇಕೆಂದು ಹೇಳಿದ. ಜಾನಿನ್ "ದಯವಿಟ್ಟು" ಎಂದು ಒತ್ತಾಯಿಸಿದಳು. ಮಾರ್ಸೆಲ್ ಅವಳೆಡೆಗೆ ಲಕ್ಷ್ಯಪೂರ್ವಕವಾಗಿ ನೋಡಿ, "ಹಾಗಿದ್ದರೆ ಹೋಗೋಣ; ನಡೆ ಪ್ರಿಯೆ" ಎಂದ.

ಅವಳು ಆತನಿಗಾಗಿ ಹೋಟೆಲಿನ ಎದುರಿಗೆ ಕಾಯ್ದಳು. ಬಿಳಿಯ ನಿಲುವಂಗಿಗಳನ್ನು ಧರಿಸಿದ ಜನರ ಗದ್ದಲ ಹೆಚ್ಚಾಗುತ್ತಿತ್ತು. ಆ ಜನಸಂದಣಿಯಲ್ಲಿ ಒಬ್ಬ ಹೆಣ್ಣು ಮಗಳೂ ಕಾಣಿಸಲಿಲ್ಲ. ಇಷ್ಟು ಜನ ಗಂಡಸರನ್ನು ಜಾನಿನ್ ತನ್ನ ಜೀವನದಲ್ಲಿ ಎಂದೂ ಕಂಡಿರಲಿಲ್ಲ. ಅವರಲ್ಲಿ ಒಬ್ಬರೂ ಆಕೆಯನ್ನು ಕಣ್ಣೆತ್ತಿ ನೋಡಲಿಲ್ಲ. ಕೆಲವರು ಅವಳ ಕಡೆ ಹೊರಳಿದರೂ ಅವಳನ್ನು ನೋಡದವರಂತೆಯೆ ಇದ್ದರು. ಅವರೆಲ್ಲರ ಮುಖಗಳು ಆಕೆ ಈ ಹಿಂದೆ ನೋಡಿದ ಫ್ರೆಂಚ್ ಸೈನಿಕ ಮತ್ತು ಕೈಗವಸುಗಳನ್ನು ತೊಟ್ಟಿದ್ದ ಅರಬ್ ಅಧಿಕಾರಿಯ ಮುಖಗಳಂತೆಯೆ ಉದ್ದವಾಗಿ ಕಂಡವು. ಪರದೇಶದ ಸ್ತ್ರೀಯರನ್ನು ಕಂಡಾಗಲೆಲ್ಲ ಅವರು ಹೀಗೆ ವರ್ತಿಸುತ್ತಿದ್ದರು. ಆದರೂ ಅವರೆಲ್ಲ ಶಾಂತರಾಗಿಯೆ ಚಟುವಟಿಕೆಯಿಂದ ಅವಳ ಸುತ್ತಲೂ ತಿರುಗಾಡುತ್ತಿದ್ದರು. ಅವಳ ಅಸಮಾಧಾನ ಹೆಚ್ಚಾಗತೊಡಗಿತು. ಅವಳಿಗೆ ತಾನೇಕೆ ಇಲ್ಲಿಗೆ ಬಂದೆನೋ ಎನ್ನಿಸಿಬಿಟ್ಟಿತು. ಅಷ್ಟರೊಳಗೆ ಮಾರ್ಸೆಲ್ ಹೋಟೆಲಿನೊಳಗಿಂದ ಹೊರಬಂದ.

ಅವರಿಬ್ಬರೂ ಕೋಟೆಯ ಮೆಟ್ಟಿಲುಗಳನ್ನು ಹತ್ತುತ್ತಿದ್ದರು. ಆಗ 5 ಗಂಟೆಯಾಗಿತ್ತು. ಈಗ ಗಾಳಿ ಬೀಸುತ್ತಿರಲಿಲ್ಲ. ಆಕಾಶವೆಲ್ಲ ಸ್ವಚ್ಛವಾಗಿ ನೀಲಿ ಬಣ್ಣಕ್ಕೆ ತಿರುಗಿತ್ತು. ಚಳಿಯು ಮತ್ತಷ್ಟು ಒಣವಾಗಿದ್ದರಿಂದ ಅವರ ಕೆನ್ನೆಗಳು ನೋಯುತ್ತಿದ್ದವು. ಅವರು ಅರ್ಧ ದಾರಿ ಬಂದಾಗ ಗೋಡೆಯ ಮಗ್ಗುಲಿಗೆ ಮಲಗಿದ ಅರಬನೊಬ್ಬ ಅವರಿಗೆ ಮಾರ್ಗದರ್ಶಕರು ಬೇಕೆ ಎಂದು ಕೇಳಿದ. ಅವರು ಬೇಡ ಎನ್ನುವರೆಂಬುದನ್ನು ಮೊದಲೇ ಅರಿತವನಂತೆ ಆತ ತನ್ನ ಜಾಗಬಿಟ್ಟು ಸ್ವಲ್ಪವೂ ಕದಲಲಿಲ್ಲ. ಮೆಟ್ಟಿಲುಗಳು ಅಗಲವಾಗಿಯೂ ಎತ್ತರವಾಗಿಯೂ ಇದ್ದವು. ಅವರು ಮೇಲೆ ಮೇಲೆ ಹತ್ತಿದಂತೆ ವಿಸ್ತಾರವಾದ ಆಕಾಶ ಕಾಣಿಸತೊಡಗಿತು. ಅದರಂತೆ ಬೆಳಕೂ ಹೆಚ್ಚಾಯಿತು. ಅಲ್ಲಿ ಮರುಭೂಮಿಯ ಮಧ್ಯದ ಈ ಹಸಿರು ಪ್ರದೇಶದ ಪ್ರತಿಯೊಂದು ಸದ್ದೂ ಅತ್ಯಂತ ಸ್ಪಷ್ಟವಾಗಿ ಕೇಳಿಸುತ್ತಿತ್ತು. ಅಲ್ಲಿಯ ಸ್ವಚ್ಛವಾದ ವಾತಾವರಣ ಅವರ ಸುತ್ತಲೂ ಸ್ಪಂದಿಸುತ್ತಿದ್ದಂತೆ ಕಂಡಿತು. ಅವರು ಮಾಳಿಗೆಯನ್ನು ಮುಟ್ಟುತ್ತಲೆ ತಾಳೆಮರಗಳನ್ನು ದಾಟಿ ಹರಡಿದ್ದ ವಿಸ್ತಾರವಾದ ದಿಗಂತ ಕಾಣತೊಡಗಿತು. ಅದನ್ನೆ ವೀಕ್ಷಿಸುತ್ತಿದ್ದ ಅವರು ತಮ್ಮನ್ನೆ ತಾವು ಮರೆತಂತೆ ನಿಂತುಬಿಟ್ಟರು. ಆ ಇಡೀ ಆಕಾಶದಲ್ಲಿ ಒಂದೇ ಒಂದು ಹೃದಯಸ್ಪರ್ಶಿ ಧ್ವನಿ ಮೊಳಗಿ ತಮ್ಮ ಸುತ್ತಲಿದ್ದ ವಾತಾವರಣದಲ್ಲಿ ಪ್ರತಿಧ್ವನಿಸಿ ಅನಂತರ ಒಮ್ಮೆಲೆ ಅಡಗಿ ಹೋದಂತೆ ಜಾನಿನ್‌ಳಿಗೆ ಅನಿಸಿತು. ಅವಳು ಮೌನವಾಗಿ ಆ ಮೇರೆಯಿಲ್ಲದ ದಿಗಂತವನ್ನೆ ದಿಟ್ಟಿಸುತ್ತಿದ್ದಳು.

ವರ್ತುಲಾಕಾರವಾದ ದಿಗಂತವನ್ನು ಅವಳು ಪೂರ್ವದಿಂದ ಪಶ್ಚಿಮದವರೆಗೆ ಸಾವಕಾಶವಾಗಿ ನೋಡಿದರೂ ಮಧ್ಯದಲ್ಲಿ ಯಾವ ಆತಂಕಗಳೂ ಕಾಣಿಸುತ್ತಿರಲಿಲ್ಲ. ಅವಳು ನಿಂತಲ್ಲಿಂದ

ಕೆಳಗೆ ನೋಡಿದರೆ ಆ ಅರಬ್ ನಗರದ ಬಿಳಿ ಮತ್ತು ನೀಲಿ ಬಣ್ಣದ ಮಾಳಿಗೆಗಳು ಒಂದರೊಳಗೊಂದು ಸೇರಿಕೊಂಡಂತೆ ಕಾಣಿಸುತ್ತಿದ್ದವು. ಅವುಗಳ ಮೇಲೆ ಕಪ್ಪು ಮತ್ತು ಕೆಂಪು ಬಣ್ಣದ ಮೆಣಸುಗಳನ್ನು ಅಲ್ಲಲ್ಲಿ ಒಣಹಾಕಿದುದು ತೋರಿಬರುತ್ತಿತ್ತು. ಅಲ್ಲಿಂದ ನಗುವ ಸದ್ದೂ ಹೆಜ್ಜೆಗಳ ಸದ್ದೂ ಕೇಳಿಸುತ್ತಿದ್ದವಲ್ಲದೆ ಕಾಫಿಯನ್ನು ಕುದಿಸುವ ಸುವಾಸನೆ ಬಂದು ಮೂಗಿಗೆ ಬಡಿಯುತ್ತಿತ್ತು. ಇನ್ನಷ್ಟು ದೂರದಲ್ಲಿ ಗೋಡೆಗಳಿಂದ ವಿಭಜಿಸಲ್ಪಟ್ಟ ತಾಳೆಮರಗಳು ಗಾಳಿ ಬೀಸಿದಾಗ ಅತ್ತಿತ್ತ ಹೊಯ್ದಾಡಿ ಸುಯ್ಯೆಂದು ಶಬ್ದ ಮಾಡುತ್ತಿದ್ದವು. ಅವುಗಳನ್ನು ದಾಟಿ ದಿಗಂತದವರೆಗೂ ಕಾಣಿಸುತ್ತಿದ್ದ ವಸ್ತುಗಳೆಂದರೆ ಕೆಂಪು ಮತ್ತು ನರೆ ಬಣ್ಣದ ಕಲ್ಲುಗಳು. ಅವೆಲ್ಲ ನಿರ್ಜೀವವಾಗಿ ಬಿದ್ದುಕೊಂಡಿದ್ದವು, ಆದರೆ ಈ ಹಸಿರು ಪ್ರದೇಶದಿಂದ ತುಸು ದೂರದಲ್ಲಿ ತಾಳೆ ತೋಪಿನ ಪಕ್ಕದಲ್ಲಿದ್ದ ಒಣಕಲು ತೊರೆಯ ಬಳಿ ಕೆಲವು ಅಗಲವಾದ ಕಪ್ಪು ಡೇರೆಗಳು ಕಾಣುತ್ತಿದ್ದವು. ಅವುಗಳ ಎದುರಿಗೆ ನರೆಬಣ್ಣದ ನೆಲ ಮತ್ತು ವಿಚಿತ್ರವಾದ ಭಾಷೆಯ ಕಪ್ಪಕ್ಷರಗಳು ಕಾಣಿಸುತ್ತಿದ್ದವು. ಆ ಭಾಷೆ ಅವರಿಗೆ ಅರ್ಥವಾಗುತ್ತಿರಲಿಲ್ಲ. ಮರುಭೂಮಿಯ ಮೇಲಿದ್ದ ನೀರವತೆ ಆಕಾಶದಷ್ಟೆ ವಿಸ್ತೀರ್ಣವಾಗಿತ್ತು.

ಜಾನಿನ್ ಅಡ್ಡಗೋಡೆಯ ಮೇಲೆ ಬಾಗಿನಿಂತು ಎವೆಯಿಕ್ಕದೆ ಮೂಕಳಾಗಿ ತನ್ನೆದುರಿಗಿದ್ದ ಆ ಶೂನ್ಯಾಕಾಶವನ್ನು ವೀಕ್ಷಿಸುತ್ತಿದ್ದಳು. ಅವಳ ಮಗ್ಗುಲಲ್ಲಿದ್ದ ಮಾರ್ಸೆಲ್ ತಾಳ್ಮೆಗೆಟ್ಟಂತಿದ್ದ. ಚಳಿಯಾಗುತ್ತಿದ್ದುದರಿಂದ ಆತ ಮರಳಿ ಹೋಗಬಯಸಿದ. ಅಲ್ಲಿ ನೋಡುವಂಥದ್ದೇನು ಮಹಾ ಇದೆ ಎಂಬುದು ಆತನ ಪ್ರಶ್ನೆ. ಆದರೆ ಆಕೆಗೆ ದಿಗಂತದಲ್ಲಿ ನೆಟ್ಟ ತನ್ನ ದೃಷ್ಟಿಯನ್ನು ಹಿಂತೆಗೆದುಕೊಳ್ಳಲಾಗಲಿಲ್ಲ. ದಕ್ಷಿಣಕ್ಕೆ ದಿಗಂತ ಮತ್ತು ಭೂಮಿಗಳೆರಡೂ ಕೂಡಿಕೊಂಡಲ್ಲಿ ತನಗೇನೋ ಕಾದಿದೆ ಎಂದು ಇದ್ದಕ್ಕಿದ್ದಂತೆ ಅವಳಿಗೆ ಅನಿಸಿತು. ಅದರ ಕೊರತೆ ಅವಳೊಂದಿಗೆ ಸದಾ ಇದ್ದಿದ್ದರೂ ಈವರೆಗೆ ಅದು ಅವಳ ಅರಿವಿಗೆ ಬಂದಿರಲಿಲ್ಲ. ಸಂಜೆ ಸಮೀಪಿಸಿದಂತೆ ಬೆಳಕಿನ ತೀಕ್ಷ್ಣತೆ ಕಡಿಮೆಯಾಯಿತು. ಸ್ಫಟಿಕದಂತಿದ್ದ ಬೆಳಕು ದ್ರವರೂಪಕ್ಕೆ ತಿರುಗತೊಡಗಿತು. ಅದೇ ಸಮಯದಲ್ಲಿ ಕೇವಲ ಆಕಸ್ಮಿಕವಾಗಿ ಅಲ್ಲಿಗೆ ಬಂದಿದ್ದ ಆ ಹೆಣ್ಣಿನ ಹೃದಯದಲ್ಲಿ ಕಾಲ, ಅಭ್ಯಾಸ ಮತ್ತು ಬೇಸರಗಳು ಗಟ್ಟಿಯಾಗಿ ಬಿಗಿದಿದ್ದ ಗಂಟೊಂದು ಮೆಲ್ಲಮೆಲ್ಲನೆ ಬಿಚ್ಚತೊಡಗಿತ್ತು. ಅವಳು ವಲಸೆಗಾರರ ಡೇರೆಗಳತ್ತ ನೋಡುತ್ತಿದ್ದಳು. ಅದರೊಳಗಿದ್ದ ಗಂಡಸರು ಕೂಡ ಅವಳಿಗೆ ಕಂಡುಬಂದಿರಲಿಲ್ಲ. ಆ ಕಪ್ಪು ಬಣ್ಣದ ಡೇರೆಗಳಲ್ಲಿ ಯಾರೂ ಚಲಿಸುತ್ತಿರುವುದು ಅವಳ ದೃಷ್ಟಿಗೆ ಬಿದ್ದಿರಲಿಲ್ಲ. ಅವಳು ಅವರೆಲ್ಲರ ಬಗೆಗೆ ಯೋಚಿಸುತ್ತಿದ್ದಳು. ಒಂದು ಹಿಡಿಯಷ್ಟಿದ್ದ ಈ ಜನರಿಗೆ ಶಾಶ್ವತ ನೆಲೆಯಿರಲಿಲ್ಲ. ಜಗತ್ತಿನಿಂದ ಸಂಪೂರ್ಣ ಪ್ರತ್ಯೇಕವಾಗಿದ್ದ ಅವರು ಅವಳ ಕಣ್ಣೆದುರಿಗೆ ಕಾಣುತ್ತಿದ್ದ ಈ ವಿಶಾಲ ಪ್ರದೇಶದಲ್ಲಿ ಅತ್ತಿಂದಿತ್ತ ಅಲೆದಾಡುತ್ತ ಜೀವನ ಸಾಗಿಸುತ್ತಿದ್ದರು. ಆದರೆ ದಕ್ಷಿಣದಲ್ಲಿ ಸಾವಿರಾರು ಮೈಲಿಗಳ ತನಕ ವ್ಯಾಪಿಸಿದ್ದ ಈ ಮರುಭೂಮಿಯ ಅನಂತ ವಿಸ್ತಾರದಲ್ಲಿ ಇದೊಂದು ಚಿಕ್ಕ ತುಣುಕು ಮಾತ್ರವಾಗಿತ್ತು. ಕಾಲದ ಆದಿಯಿಂದಲೂ ಮೇರೆಯಿಲ್ಲದ ಈ ಮರಳುಗಾಡಿನ ಒಣ ನೆಲವನ್ನು ಅಗೆಯುತ್ತ, ಅವಿರತವಾಗಿ ಅಲೆದಾಡುತ್ತ ಕೆಲವು ಜನ ಇಲ್ಲಿ ಬಾಳಿಕೊಂಡು ಬಂದಿದ್ದರು. ಅವರಲ್ಲಿ ಯಾವ ಸೊತ್ತೂ ಇರಲಿಲ್ಲ. ಆದರೆ ಅವರು ಯಾರ ಗುಲಾಮರೂ ಆಗಿರಲಿಲ್ಲ. ಬಡತನದಿಂದ ಬಳಲಿದರೂ ಇವರೆಲ್ಲ ಈ ವಿಚಿತ್ರ ರಾಜ್ಯದ ಸ್ವತಂತ್ರ ಪ್ರಭುಗಳಾಗಿದ್ದರು. ಈ ವಿಚಾರ ತಲೆಯಲ್ಲಿ ಸುಳಿದಂತೆ ಯಾವುದೊ ತರಹದ ಒಂದು ಮಧುರವಾದ ನೋವು ಜಾನಿನ್‌ಳ ಹೃದಯದಲ್ಲಿ ತುಂಬಿ ಅವಳು ಕಣ್ಣು ಮುಚ್ಚಿಕೊಂಡಳು. ಈ ರಾಜ್ಯ ತನಗೆ ಚಿರಂತನವಾಗಿ ಕೊಡಲ್ಪಟ್ಟಿದ್ದರೂ ಈ

ಒಂದು ಕ್ಷಣದ ಹೊರತು, ತಾನು ಕಣ್ಣು ತೆರೆಯುವಷ್ಟು ಕಾಲದ ಹೊರತು, ಮುಂದೆಂದೂ ಅದು ತನ್ನದಾಗಲಾರದೆಂಬುದು ಅವಳಿಗೆ ಗೊತ್ತಾಗಿತ್ತು. ಅವಳು ಕಣ್ಣು ತೆರೆದಾಗ ಆಕಾಶದಲ್ಲಿ ಬೆಳಕು ಮಂದವಾಗುತ್ತಿದ್ದುದು ಕಾಣಿಸಿತಲ್ಲದೆ ಅರಬ್ ನಗರದಿಂದ ಕೇಳಿಸುತ್ತಿದ್ದ ಜನರ ಧ್ವನಿಗಳು ಒಮ್ಮೆಲೆ ಮೌನವಾದವು. ಇಡೀ ಪ್ರಪಂಚದ ವ್ಯಾಪಾರವೆಲ್ಲವೂ ಸ್ಥಗಿತಗೊಂಡು, ಆ ಕ್ಷಣದಿಂದ ಜನರೆಲ್ಲ ಮುದುಕರಾಗುವುದು ಅಥವಾ ಸಾಯುವುದೆಲ್ಲ ಸ್ಥಗಿತವಾದಂತೆ ಅವಳಿಗೆ ಅನಿಸಿತು. ಆದರೆ ಹೊರಗೆಲ್ಲ ಜಗತ್ತಿನ ವ್ಯಾಪಾರ ಸ್ತಬ್ಧವಾದಂತೆ ಕಂಡರೂ ಅವಳ ಹೃದಯದಲ್ಲಿ ಮಾತ್ರ ಯಾರೊ ಒಬ್ಬರು ದುಃಖಾಶ್ಚರ್ಯಗಳಿಂದ ಮೊರೆಯಿಡುತ್ತಿದ್ದಂತೆ ತೋರಿತು.

ಆಕಾಶದಲ್ಲಿ ಬೆಳಕು ಚಲಿಸತೊಡಗಿತು. ಈಗ ತಾಪವಿಲ್ಲದ ನಿರ್ಮಲ ಸೂರ್ಯಬಿಂಬ ಗುಲಾಬಿ ವರ್ಣಕ್ಕೆ ತಿರುಗಿದ್ದ ಪಶ್ಚಿಮದತ್ತ ಇಳಿಯಿತು. ಅದೇ ಸಮಯಕ್ಕೆ ಪೂರ್ವದಿಗಂತದಲ್ಲಿ ಬೂದುಬಣ್ಣದ ಒಂದು ತೆರೆ ರೂಪುಗೊಂಡು ಸಾವಕಾಶವಾಗಿ ಆಕಾಶದ ತುಂಬೆಲ್ಲ ಹರಡತೊಡಗಿತು. ಅಷ್ಟು ಹೊತ್ತಿಗೆ ನಾಯಿಯ ಮೊದಲ ಬೊಗಳುವಿಕೆ ಕೇಳಿಸಿತು. ಅಲ್ಲಿದ್ದ ನೀರವತೆಯಲ್ಲಿ ಅದರ ಬೊಗಳುವಿಕೆಯು ಮತ್ತಷ್ಟು ಸ್ಪಷ್ಟವಾಗಿ ಕೇಳಿಸಿತು. ತನ್ನ ಹಲ್ಲುಗಳು ಕಟಕಟಿಸುತ್ತಿದ್ದವೆಂಬುದು ಜಾನಿನಳ ಗಮನಕ್ಕೆ ಬಂದಿತು. "ಈ ಚಳಿಗೆ ನಾವು ಸಾಯೋದು ಖಂಡಿತ. ನೀನೊಬ್ಬ ಹುಚ್ಚಿ. ಮರಳಿ ಹೋಗೋಣ ನಡೆ" ಎಂದ ಮಾರ್ಸೆಲ್. ಆತ ಅವಳ ಕೈಯನ್ನು ವಿಲಕ್ಷಣವಾಗಿ ಹಿಡಿದುಕೊಂಡ. ಅವಳೀಗ ವಿನಮ್ರಳಾಗಿ ಆ ಮೋಟು ಗೋಡೆಯನ್ನು ಬಿಟ್ಟು ಆತನನ್ನು ಹಿಂಬಾಲಿಸಿದಳು. ಅವರು ಪಾವಟಿಗೆಗಳನ್ನು ಇಳಿದು ಹೋಗುವುದನ್ನು ಎಳ್ಳಷ್ಟೂ ಅಲುಗಾಡದೆ ಮಲಗಿದ್ದ ಆ ಮುದಿ ಅರಬ್ ನೋಡುತ್ತಿದ್ದ. ಅವಳು ಯಾರನ್ನೂ ನೋಡದೆ ಆಯಾಸದಿಂದ ಭಾರವಾದ ದೇಹದಿಂದ ಮುಂದೆ ನಡೆಯುತ್ತಿದ್ದಳು. ಅವಳ ದೇಹದ ಭಾರ ಅವಳಿಗೆ ಅಸಹನೀಯವಾಗಿತ್ತು. ಅವಳ ಉತ್ಸಾಹವೆಲ್ಲ ಈಗ ಮಾಯವಾಗಿತ್ತು. ಈಗ ಜಗತ್ತಿನ ವ್ಯಾಪಾರದಲ್ಲಿ ಮರಳಿ ಪ್ರವೇಶಿಸಿದಾಗ ಅವಳಿಗೆ ತಾನು ಬಹಳ ಎತ್ತರವಾಗಿಯೂ ದಪ್ಪವಾಗಿಯೂ ಮತ್ತು ಬಿಳಿಯಾಗಿಯೂ ಇದ್ದಂತೆನಿಸಿತು. ಆ ಪ್ರದೇಶದಲ್ಲಿ ಮಕ್ಕಳು, ಹುಡುಗಿಯರು, ಶುಷ್ಕ ಮನುಷ್ಯರು ಮತ್ತು ಕಳ್ಳ ಹೆಜ್ಜೆಯ ನರಿಗಳು ಮಾತ್ರ ಸದ್ದಿಲ್ಲದೆ ಚಲಿಸುವುದು ಸಾಧ್ಯವಿತ್ತು. ಈಗ ಅವಳು ನಿದ್ರೆಯತ್ತ, ಸಾವಿನತ್ತ ತನ್ನ ದೇಹವನ್ನು ಎಳೆದುಕೊಂಡು ಹೋಗುವುದನ್ನು ಬಿಟ್ಟು ಮತ್ತೇನನ್ನು ಮಾಡಬಹುದಿತ್ತು?

ತಾನೆಷ್ಟು ದಣಿದಿದ್ದೇನೆಂದು ಹೇಳುವುದರ ಹೊರತಾಗಿ ಬೇರೆ ಯಾವ ಮಾತನ್ನೂ ಆಡದೆ ನಡೆಯುತ್ತಿದ್ದ ತನ್ನ ಪತಿಯೊಡನೆ ಅವಳು ಹೋಟೆಲಿನತ್ತ ತನ್ನ ದೇಹವನ್ನು ಎಳೆದುಕೊಂಡೇ ಹೋದಳು. ಹೊರಗೆ ಚಳಿಯೊಂದಿಗೆ ಸೆಣಸಾಡುತ್ತಿರುವಾಗ ಅವಳಂತರಂಗದಲ್ಲಿ ಜ್ವರದಂತೆ ಏನೋ ಒಂದು ಏರುತ್ತಿತ್ತು. ಅನಂತರ ಅವಳು ಆಯಾಸದಿಂದ ನಡೆದು ಹಾಸಿಗೆಯಲ್ಲಿ ಒರಗಿದಳು. ಮಾರ್ಸೆಲ್‌ನೂ ಅವಳ ಮಗ್ಗುಲಲ್ಲಿ ಬಂದ ಮಲಗಿ ದೀಪವನ್ನಾರಿಸಿದ. ಆದರೂ ಅವಳನ್ನು ಮಾತನಾಡಿಸಲಿಲ್ಲ. ಕೋಣೆಯೆಲ್ಲ ನೀರವವಾಗಿತ್ತು. ಜಾನಿನ್‌ಳ ಅಂತರಂಗದಲ್ಲಿ ಜ್ವರವೇರುತ್ತಿದ್ದಂತೆ ಬಹಿರಂಗದಲ್ಲಿ ಚಳಿಯೂ ಆವರಿಸಿತು. ಅವಳ ಶ್ವಾಸೋಚ್ಛ್ವಾಸವು ಕಠಿಣವಾಗ ತೊಡಗಿತು. ಅವಳ ಧಮನಿಗಳಲ್ಲಿ ರಕ್ತವು ಅವಿರತವಾಗಿ ಹರಿಯುತ್ತಿದ್ದರೂ ಅವಳ ದೇಹ ಬೆಚ್ಚಗಾಗಿರಲಿಲ್ಲ. ಅವಳ ಅಂತರಂಗದಲ್ಲಿ ಒಂದು ತರಹದ ಭಯವೂ ಬೆಳೆಯುತ್ತಿತ್ತು. ಅವಳು ಹೊರಳಾಡಿದಾಗ ಆ ಹಳೆಯ ಕಬ್ಬಿಣದ ಪಲ್ಲಂಗ ಜೀರೆಂದು ಸದ್ದು ಮಾಡಿತು. ಅವಳಿಗೆ ಅನಾರೋಗ್ಯದಿಂದ ಬಳಲುವುದು ಬೇಕಾಗಿರಲಿಲ್ಲ. ಅವಳ ಪತಿ ಆಗಲೇ ನಿದ್ರಿಸುತ್ತಿದ್ದ.

ಅವಳಿಗೂ ನಿದ್ರಿಸುವುದು ಅವಶ್ಯವಾಗಿತ್ತು. ಕಿಟಕಿಯ ಸಂದಿನಿಂದ ನಗರದ ಅಸ್ಪಷ್ಟ ಧ್ವನಿಗಳು ಕೇಳಿಸುತ್ತಿದ್ದವು. ಅರಬರ ಚಹದಂಗಡಿಗಳಿಂದ ಹಳೆಯ ಫೋನೋಗ್ರಾಫ್‌ಗಳ ಅನುನಾಸಿಕ ಧ್ವನಿ ಜನರ ಗದ್ದಲದೊಂದಿಗೆ ಕೇಳಿಸುತ್ತಿತ್ತು. ತಾನು ನಿದ್ರೆ ಮಾಡಲೇಬೇಕು ಎಂದುಕೊಂಡಳು ಅವಳು. ಆದರೆ ಅವಳು ಕಪ್ಪು ಡೇರೆಗನ್ನೆಣಿಸುತ್ತಿದ್ದಳು. ಅವಳ ಮುಚ್ಚಿದ ಕಣ್ಣುಗಳೆದುರು ಒಂಟೆಗಳು ಮೇಯುತ್ತಿರುವ ದೃಶ್ಯ ಕಂಡಿತು. ವಿಸ್ತಾರವಾದ ಏಕಾಕಿತನಗಳು ಅವಳ ಅಂತರಂಗದಲ್ಲಿ ಸುತ್ತುತ್ತಿದ್ದವು. ಹೌದು. ಅವಳಿಲ್ಲಿಗೇಕೆ ಬಂದಿದ್ದಳು? ಈ ಪ್ರಶ್ನೆಯನ್ನು ತನಗೆ ತಾನೆ ಕೇಳುತ್ತ ಆಕೆ ನಿದ್ರೆ ಹೋದಳು.

ಸ್ವಲ್ಪ ಸಮಯದ ಅನಂತರ ಅವಳಿಗೆ ಎಚ್ಚರವಾಯಿತು. ಅವಳ ಸುತ್ತಲಿದ್ದ ನೀರವತೆ ಅಗಾಧವಾಗಿತ್ತು. ಆದರೆ ನಗರದ ಹೊರಗಡೆ ನಾಯಿಗಳು ಬೊಗಳುತ್ತಿದ್ದುದರಿಂದ, ರಾತ್ರಿಯ ಶಾಂತತೆ ಕದಡುತ್ತಿತ್ತು. ಜಾನಿನ್ ಥರಥರ ನಡುಗಿದಳು. ಅವಳು ಹೊರಳಿದಳು. ಅವಳ ಹೆಗಲಿಗೆ ಅವಳ ಪತಿಯ ಹೆಗಲು ತಾಕಿತು. ಅರೆನಿದ್ರೆಯಲ್ಲಿದ್ದ ಆಕೆ ಒಮ್ಮೆಲೆ ಆತನ ಮಗ್ಗುಲಿಗೆ ಸರಿದು ಮುದ್ದೆಯಾಗಿ ಮಲಗಿದಳು. ಅವಳು ನಿದ್ರೆಯ ಆಳಕ್ಕಿಳಿಯದೇ ಅದರ ಮೇಲೆ ಮೇಲೆಯೇ ತೇಲುತ್ತಿದ್ದಳು. ಬಂದರದಂತೆ ಸುರಕ್ಷಿತವಾದ ಅವಳ ಪತಿಯ ಭುಜಕ್ಕೆ ತನ್ನ ಭುಜವನ್ನು ಹಚ್ಚಿಯೆ ಅವಳು ಮಲಗಿದ್ದಳು. ಅವಳು ಮಾತನಾಡುತ್ತಿದ್ದರೂ ಅವಳ ಮಾತು ಅವಳಿಗೇ ಕೇಳಿಸುತ್ತಿರಲಿಲ್ಲ. ಅವಳಿಗೆ ಆಗಾಗ ಅವಳ ಪತಿಯ ಬೆಚ್ಚಗಿನ ದೇಹದ ಸ್ಪರ್ಶವಾಗುತ್ತಿತ್ತು. ಇಪ್ಪತ್ತು ವರುಷಗಳಿಗಿಂತಲೂ ಹೆಚ್ಚು ಸಮಯ ಊರಲ್ಲಿದ್ದಾಗಲಾಗಲೀ, ಇಲ್ಲವೆ ಪ್ರವಾಸಕ್ಕೆ ಹೋದಾಗಲಾಗಲೀ, ಅನಾರೋಗ್ಯದಿಂದ ಬಳಲುತ್ತಿದ್ದಾಗಲಾಗಲೀ ಪ್ರತಿ ರಾತ್ರಿ ಅವನ ಬೆಚ್ಚಗಿನ ದೇಹದ ಆಶ್ರಯದಲ್ಲಿ ಅವಳು ಮಲಗಿದ್ದಳು. ಈಗಿನಂತೆಯೆ... ಅಲ್ಲದೆ ಮನೆಯಲ್ಲಿ ಒಬ್ಬಳೇ ಕುಳಿತು ಅವಳು ಮಾಡಬಹುದಾಗಿದ್ದುದಾದರೂ ಏನು? ಅವಳಿಗೆ ಮಕ್ಕಳಿರಲಿಲ್ಲ! ಅದಲ್ಲದೇ ಅವಳಿಗಿದ್ದ ಕೊರತೆ? ಅದೂ ಅವಳಿಗೆ ಗೊತ್ತಿರಲಿಲ್ಲ. ಮತ್ತೊಂದು ಜೀವಿಗೆ ತಾನು ಬೇಕಾಗಿದ್ದೇನೆಂದು ತಿಳಿದು ಆಕೆ ಯಾವಾಗಲೂ ಮಾರ್ಸೆಲ್‌ನನ್ನು ಹಿಂಬಾಲಿಸುತ್ತಿದ್ದಳು. ತನ್ನ ಪತಿಗೆ ತನ್ನ ಅವಶ್ಯಕತೆಯಿದೆ ಎಂಬುದೊಂದೇ ಅವಳಿಗೆ ಸಂತೋಷವನ್ನುಂಟು ಮಾಡುತ್ತಿತ್ತಲ್ಲದೆ ಮತ್ತಾವುದೂ ಇಲ್ಲ. ಬಹುಶಃ ಆತ ಆಕೆಯನ್ನು ಪ್ರೀತಿಸುತ್ತಿರಲಿಲ್ಲ. ದ್ವೇಷದಿಂದ ತುಂಬಿದಾಗಲೂ ಪ್ರೀತಿಗೆ ಅಂಥ ಸಿಡುಕು ಮುಖವಿರುವುದಿಲ್ಲ. ಆದರೆ ಆತನ ಮುಖ ಹೇಗಿತ್ತು? ಅವರು ಕತ್ತಲಲ್ಲಿ ಒಬ್ಬರನ್ನೊಬ್ಬರು ನೋಡದೆ ಕೇವಲ ಸ್ಪರ್ಶದ ಮೂಲಕ ಮಾತ್ರ ಪ್ರಣಯ ಮಾಡುತ್ತಿದ್ದರು. ಕತ್ತಲಿನ ಅನುರಾಗವನ್ನು ಬಿಟ್ಟು ಹಗಲಿನಲ್ಲಿಯೂ ಧ್ವನಿದೆಗೆಯುವ ಪ್ರೀತಿಯೆಂಬುದಿದೆಯೆ? ಅದೂ ಅವಳಿಗೆ ಗೊತ್ತಿರಲಿಲ್ಲ. ಆದರೆ ಅವಳಿಗೆ ಇಷ್ಟು ಮಾತ್ರ ಅರಿತಿತ್ತು: 'ಮಾರ್ಸೆಲ್‌ಗೆ ನಾನು ಬೇಕಾಗಿದ್ದೇನೆಂಬುದು ನನಗೆ ಬೇಕಾಗಿದೆ.' ಈ ಭಾವನೆಯಿಂದಲೇ ಅವಳು ಹಗಲು ರಾತ್ರಿ ದಿನಗಳನ್ನು ಕಳೆದಿದ್ದಳು. ಅದರಲ್ಲಿಯೂ ರಾತ್ರಿ – ಪ್ರತಿ ರಾತ್ರಿ, ಏಕಾಕಿಯಾಗಿರುವ, ಮುದುಕನಾಗುವ ಅಥವಾ ಸಾಯುವ ಭಯದಿಂದ ಒಂದು ವಿಶಿಷ್ಟ ಮುಖ ಮುದ್ರೆಯನ್ನು ಧರಿಸುತ್ತಿದ್ದ ತನ್ನ ಪತಿಯೊಂದಿಗೆ ದಿನಗಳೆದಿದ್ದಳು. ಅಂಥ ಮನೋಭಾವವನ್ನು ಇತರ ಗಂಡಸರ ಮುಖಗಳಲ್ಲಿಯೂ ಕೆಲವೊಮ್ಮೆ ಅವಳು ಗುರುತಿಸಿದ್ದಳು. ಜಾಣತನದ ತೋರಿಕೆಯ ಹಿಂದೆ ತಮ್ಮ ಮನೋವೈಕಲ್ಯವನ್ನು ಮರೆಮಾಚುವ ಎಲ್ಲ ಗಂಡಸರಿಗೂ ಸಮಾನವಾದ ಮುಖಮುದ್ರೆಯದು. ಆದರೆ ಆ ಮನೋವೈಕಲ್ಯ ಸ್ಫೋಟವಾದಾಗ ಅವರು ನಿಜವಾದ ಬಯಕೆ ಇಲ್ಲದೆ ಹೆಣ್ಣಿನ ದೇಹದೊಳಗೆ ಧುಮುಕಿ,

ಒಂಟಿತನ ಮತ್ತು ಕತ್ತಲು ತಮ್ಮಲ್ಲಿ ಮೂಡಿಸುವ ಭೀತಿಗಳನ್ನೆಲ್ಲ ಅದರೊಳಗೆ ಹುದುಗಿಸಲು ಯತ್ನಿಸುತ್ತಾರೆ.

ಮಾರ್ಸೆಲ್ ಅವಳಿಂದ ದೂರ ಸರಿಯಲು ಹೊರಳಿದ. ಇಲ್ಲ; ಆತನಿಗೆ ಅವಳ ಮೇಲೆ ಪ್ರೀತಿ ಇರಲಿಲ್ಲ. ಅವಳಿಲ್ಲದೆ ಇರುವುದಕ್ಕೆ ಮಾತ್ರ ಆತ ಹೆದರುತ್ತಿದ್ದ ಅಷ್ಟೆ. ಅನೇಕ ವರುಷಗಳ ಹಿಂದೆಯೆ ಅವರಿಬ್ಬರೂ ಪರಸ್ಪರ ದೂರವಾಗಿ ಕೊನೆಯತನಕ ಒಂಟಿಯಾಗಿ ಮಲಗಬೇಕಿತ್ತು. ಆದರೆ ಯಾವಾಗಲೂ ಒಂಟಿಯಾಗಿ ಮಲಗಲು ಯಾರಿಗೆ ತಾನೆ ಸಾಧ್ಯ? ಉದ್ಯೋಗ ಇಲ್ಲವೆ ದುರ್ದೈವ ಮುಂತಾದ ಕಾರಣಗಳಿಂದಾಗಿ ಕೆಲವು ಜನ ಸಾವಿನ ಹಾಸಿಗೆಯಲ್ಲಿ ಮಲಗಿದಂತೆ ಏಕಾಕಿಯಾಗಿ ಮಲಗುತ್ತಾರೆ. ಆದರೆ ಮಾರ್ಸೆಲ್‌ನಿಗೆ ಹೀಗೆ ಮಾಡುವುದು ಸಾಧ್ಯವಿರಲಿಲ್ಲ. ಯಾಕೆಂದರೆ ನಿಸ್ಸಹಾಯಕ ಮಗುವಿನಂತಿದ್ದ ಮಾರ್ಸೆಲ್ ದುಃಖವನ್ನು ಕಂಡರೆ ಭಯಭೀತ ನಾಗುತ್ತಿದ್ದ. ಮಾರ್ಸೆಲ್ ಅವಳ ಹೊಟ್ಟೆಯ ಮಗುವಿನಂತೆಯೆ ಇದ್ದುದರಿಂದ ಆತನಿಗೆ ಯಾವಾಗಲೂ ಅವಳ ಅವಶ್ಯಕತೆ ಇತ್ತು. ಆ ಕ್ಷಣದಲ್ಲಿ ಮಾರ್ಸೆಲ್‌ನ ಬಾಯಿಯಿಂದ ಮಗುವಿನ ಅಳುವಿನಂಥ ಒಂದು ರೀತಿಯ ಬಿಕ್ಕಳಿಕೆ ಹೊರಬಿತ್ತು. ಜಾನಿನ್ ಕೂಡಲೆ ಆತನ ಸನಿಹಕ್ಕೆ ಸರಿದು ಆತನ ಎದೆಯ ಮೇಲೆ ಕೈ ಇಟ್ಟಳು. ಈ ಮೊದಲೇ ತಾನು ಆತನನ್ನು ಪ್ರೀತಿಯಿಂದ ಕರೆಯುತ್ತಿದ್ದ ಹೆಸರಿನಿಂದ ಕರೆದಳು. ಅವರಿಬ್ಬರೂ ತಾವೇನು ಹೇಳುತ್ತಿದ್ದೇವೆಂಬುದರ ಅರಿವಿಲ್ಲದೆ ಆ ಪ್ರೀತಿಯ ಹೆಸರನ್ನು ಆಗಿಂದಾಗ್ಗೆ ಬಳಸುತ್ತ ಬಂದಿದ್ದರು.

ಅವಳು ತನ್ನ ಹೃದಯಾಂತರಾಳದಿಂದ ಆತನನ್ನು ಕೂಗಿದಳು. ಯಾಕೆಂದರೆ ಅವಳಿಗೂ ಅವನ, ಅವನ ಶಕ್ತಿಯ, ಅವನ ಚಿಕ್ಕಪುಟ್ಟ ವಿಲಕ್ಷಣತೆಗಳ ಅವಶ್ಯಕತೆಯಿತ್ತು. ಅವಳಿಗೂ ಸಾವಿನ ಭಯವಿತ್ತು. ಆ ಭಯವನ್ನು ಜಯಿಸಿದರೆ ನಾನು ಸಂತೋಷದಿಂದಿರುವೆ ಎಂದು ಅವಳು ಅಂದುಕೊಂಡಳು. ತಕ್ಷಣ ಅವಳಿಗೆ ಹೆಸರಿಸಲಾಗದ ಭಯವೊಂದುಂಟಾಯಿತು. ಅವಳು ಮಾರ್ಸೆಲ್‌ನಿಂದ ದೂರ ಸರಿದಳು. ಇಲ್ಲ ಅವಳು ಏನನ್ನೂ ಜಯಿಸಿದ್ದಿಲ್ಲ. ಅವಳು ಸಂತೋಷದಿಂದಿದ್ದಿಲ್ಲ. ನಿಜವಾದ ಸ್ವಾತಂತ್ರ್ಯವನ್ನನುಭವಿಸದೆ ತಾನು ಸಾಯುತ್ತಿದ್ದೇನೆಂದು ಅವಳಿಗೆ ಅನಿಸಿತು. ಅವಳ ಹೃದಯದಲ್ಲಿ ನೋವುಂಟಾಯಿತು. ಇಪ್ಪತ್ತು ವರ್ಷಗಳಿಂದ ತಾನು ಹೊತ್ತುಕೊಂಡು ಎಳೆಯುತ್ತಿದ್ದ ಭಾರದಿಂದ ತನ್ನ ಉಸಿರು ಕಟ್ಟಿಹೋಗುತ್ತಿದೆ ಎಂಬ ಅರಿವು ಅವಳಿಗೆ ತಟ್ಟನೆ ಉಂಟಾಯಿತು. ಮಾರ್ಸೆಲ್ ಅಥವಾ ಮತ್ತಿತರರು ಸ್ವತಂತ್ರವಾಗದಿದ್ದರೂ ತಾನು ಮಾತ್ರ ಸ್ವತಂತ್ರಳಾಗಬೇಕೆಂದು ಅವಳು ಬಯಸಿದಳು. ಸಂಪೂರ್ಣವಾಗಿ ಎಚ್ಚರಗೊಂಡು ಹಾಸುಗೆಯ ಮೇಲೆದ್ದು ಕುಳಿತ ಅವಳಿಗೆ ಹತ್ತಿರದಲ್ಲಿಯೆ ಇದ್ದಂತಿದ್ದ ಯಾವುದೊ ಒಂದು ಕರೆ ಕೇಳಿಸಿತು. ಅಲ್ಲದೆ ಊರ ಹೊರಗಿನ ದಣಿದ ಆದರೂ ಅವಿರತವಾದ ನಾಯಿಗಳ ಬೊಗಳಾಟ ಅವಳಿಗೆ ಕೇಳಿಸುತ್ತಲೇ ಇತ್ತು. ಮಂದವಾದ ಗಾಳಿಯೊಂದು ಬೀಸಿದಾಗ ತಾಳೆಮರಗಳ ತೋಪಿನಲ್ಲಿ ಅದರ ಅಲೆಗಳ ಮರ್ಮರ ಕೇಳಿಸಿತು. ಈ ಸದ್ದು ಮರುಭೂಮಿ ಮತ್ತು ಕತ್ತಲು ಮಿಲನವಾದ ದಕ್ಷಿಣ ದಿಕ್ಕಿನಿಂದ ಬರುತ್ತಿತ್ತು. ಬದುಕು ಸ್ಥಗಿತವಾಗಿದ್ದ ಅಲ್ಲಿ ಯಾರಿಗೂ ಮುಪ್ಪು ಸಾವುಗಳ ಭಯವಿರಲಿಲ್ಲ. ಈ ಸದ್ದು ಮಾಯವಾದ ಬಳಿಕ ಅದನ್ನು ತಾನು ಕೇಳಿದ್ದೆನೋ ಇಲ್ಲವೊ ಎಂಬುದು ಸಹ ಅವಳಿಗೆ ಖಚಿತವಾಗಿರಲಿಲ್ಲ. ಆದರೂ ಆ ನಿಶ್ಶಬ್ದವಾದ ಕರೆ ಅವಳಿಗೆ ಕೇಳಿಸಿತ್ತು. ಆ ಕರೆಗೆ ಕೂಡಲೇ ಸ್ಪಂದಿಸಿದರೆ ಮಾತ್ರ ತನಗೆ ಅದರರ್ಥವಾಗುವುದೆಂಬುದೂ ಅವಳಿಗೆ ಮನದಟ್ಟಾಯಿತು.

ಅವಳು ಮೆಲ್ಲನೆ ಹಾಸುಗೆಯಿಂದೆದ್ದು, ಅದರ ಬದಿಯಲ್ಲಿ ನಿಶ್ಚಲವಾಗಿ ನಿಂತು ತನ್ನ

ಪತಿಯ ಉಸಿರಾಟಕ್ಕೆ ಕಿವಿಗೊಟ್ಟಳು. ಮಾರ್ಸೆಲ್ ಗಾಢವಾಗಿ ನಿದ್ರಿಸುತ್ತಿದ್ದ. ಮರುಕ್ಷಣವೆ ಹಾಸುಗೆಯ ಬಿಸಿ ಮಾಯವಾಗಿ ಚಳಿ ಅವಳ ದೇಹವನ್ನು ಮುತ್ತಿತು. ಬೀದಿಯ ದೀಪಗಳಿಂದ ಬರುತ್ತಿದ್ದ ಮಂದ ಬೆಳಕಿನಲ್ಲಿಯೆ ಅವಳು ಸಾವಕಾಶವಾಗಿ ಬಟ್ಟೆಗಳನ್ನು ಧರಿಸಿದಳು. ಚಪ್ಪಲಿಗಳನ್ನು ಕೈಯಲ್ಲೇ ಹಿಡಿದುಕೊಂಡು ಬಾಗಿಲಿಗೆ ನಡೆದಳು. ಒಂದು ಕ್ಷಣ ಕತ್ತಲಲ್ಲಿಯೇ ಕಾದಳು. ಮತ್ತೆ ಮೆಲ್ಲನೆ ಬಾಗಿಲನ್ನು ತೆರೆಯಲು ಯತ್ನಿಸಿದಳು. ಬಾಗಿಲಿನ ಹಿಡಿಕೆ ಕಿರ್ರೆಂದಿತು. ಅವಳು ನಿಶ್ಚಲವಾಗಿ ನಿಂತಳು. ಅವಳ ಹೃದಯ ಹುಚ್ಚೆದ್ದು ಬಡಿದುಕೊಳ್ಳುತ್ತಿತ್ತು. ಅವಳು ಮೈಯೆಲ್ಲ ಕಿವಿಯಾಗಿ ಆಲಿಸಿದಳು. ಆದರೆ ಬೇರಾವ ಸದ್ದೂ ಕೇಳಿಸದ್ದರಿಂದ ಆಕೆ ಧೈರ್ಯಗೊಂಡು ಪುನಃ ಬಾಗಿಲಿನ ಹಿಡಿಕೆಯನ್ನು ತಿರುವಿದಳು. ಕೊನೆಗೆ ಬಾಗಿಲು ತೆರೆದು, ಹೊರಗೆ ನುಸುಳಿ, ಮತ್ತೆ ಬಾಗಿಲನ್ನು ಮುಚ್ಚಿದಳು. ಅನಂತರ ಬಾಗಿಲಿಗೆ ಕೆನ್ನೆಯನ್ನು ಹಚ್ಚಿಕೊಂಡು ನಿಂತು ಕಾಯ್ದಳು. ದೂರದಲ್ಲಿ ಮಾರ್ಸೆಲ್‌ನ ಉಸಿರಾಟ ಕೇಳಿಸುತ್ತಿತ್ತು. ಅನಂತರ ಅವಳು ಮುಖ ಮೇಲೆ ಮಾಡಿದಾಗ ಚಳಿ ಕೊರೆಯುವಂತಿತ್ತು. ಅವಳು ಬಾಲ್ಕನಿಯ ಕೊನೆಯ ತನಕ ಓಡಿದಳು. ಆದರೆ ಹೊರಗಿನ ಬಾಗಿಲು ಮುಚ್ಚಿತ್ತು. ಅವಳು ಚಿಲಕವನ್ನು ಮೆಲ್ಲನೆ ಸರಿಸುತ್ತಿದ್ದಾಗ ರಾತ್ರಿ ಪಹರೆಯವ ನಿದ್ದೆಗಣ್ಣಿನಲ್ಲಿಯೆ ಅರಬಿ ಭಾಷೆಯಲ್ಲಿ ಆಕೆಯನ್ನು ಮಾತನಾಡಿಸಿದ. ಅದಕ್ಕೆ "ಬಂದ್ಬಿಟ್ಟೆ" ಎಂದವಳೆ, ಜಾನಿನ್ ಕತ್ತಲಲ್ಲಿ ಹೋಗಿಬಿಟ್ಟಳು.

ಮನೆಗಳ ಮತ್ತು ತಾಳೆಮರಗಳ ಮೇಲೆ ಹರಡಿದ ಆಕಾಶದಲ್ಲಿ ನಕ್ಷತ್ರಗಳ ಮಾಲೆಗಳು ನೇತಾಡುತ್ತಿದ್ದವು. ನಿರ್ಜನವಾದ ಮತ್ತು ಇಕ್ಕಟ್ಟಾದ ಮಾರ್ಗದಲ್ಲಿ ಅವಳು ಕೋಟೆಯ ಕಡೆಗೆ ಹೊರಟಳು. ಸೂರ್ಯನೊಂದಿಗೆ ಸೆಣಸಾಡುವ ಅವಶ್ಯಕತೆಯಿಲ್ಲದುದರಿಂದ ಚಳಿ ಎಲ್ಲೆಡೆಯೂ ಆವರಿಸಿತ್ತು. ಹಿಮಶೀತಲ ಗಾಳಿ ಅವಳ ಪುಪ್ಪುಸಗಳನ್ನು ಕೊರೆಯುತ್ತಿತ್ತು. ಆದರೆ ಆ ಕತ್ತಲಲ್ಲಿಯೇ ಆಕೆ ಧಾವಿಸಿದಳು. ಆ ಮಾರ್ಗದ ಕೊನೆಗೆ ದೀಪಗಳು ಕಾಣಿಸಿದವು. ಅನಂತರ ಅವಳ ಬಳಿಗೆ ಚಿತ್ರಾಕಾರವಾಗಿ ನಡೆದು ಬಂದವು. ಅವಳು ನಿಂತಳು. ಸೈಕಲು ಗಾಲಿಗಳ ಭರಭರ ಶಬ್ದ ಕೇಳಿಸಿತು. ಅವುಗಳ ಕಣ್ಣು ಕುಕ್ಕುವ ದೀಪಗಳ ಹಿಂದೆ ದೊಡ್ಡ ದೊಡ್ಡ ನಿಲುವಂಗಿಧಾರಿಗಳು ಸವಾರಿ ಮಾಡುತ್ತಿರುವುದು ಕಂಡುಬಂದಿತು. ಆ ನಿಲುವಂಗಿಗಳು ಪಟಪಟನೆ ಅವಳಿಗೆ ಬಡಿಯುತ್ತ ಹೋದವು. ಅನಂತರ ಅವಳ ಹಿಂದಿನಿಂದ ಮೂರು ಕೆಂಪು ದೀಪಗಳು ಕಾಣಿಸಿಕೊಂಡು ಮತ್ತೆ ಮಾಯವಾದವು. ಅವಳು ಕೋಟೆಯ ಕಡೆಗೆ ಓಡುವುದನ್ನು ಮುಂದುವರಿಸಿದಳು. ಅರ್ಧ ಮೆಟ್ಟಿಲುಗಳನ್ನು ಏರಿದಾಗ ಚಳಿ ವಿಪರೀತವಾಗಿ ಅವಳ ಎದೆ ಕೊರೆದಂತಾಗಿ ಆಕೆ ನಿಲ್ಲಬಯಸಿದಳು. ಮತ್ತೆ ದೇಹದಲ್ಲಿ ನವಚೈತನ್ಯದ ಸಂಚಾರವಾದಂತಾಗಿ ಅವಳು ಮಾಳಿಗೆಗೆ ಮುನ್ನುಗ್ಗಿ ಗೋಡೆಗೆ ಆತು ನಿಂತುಕೊಂಡಳು. ಏದುಸಿರು ಬಿಡುತ್ತಿದ್ದ ಆಕೆಗೆ ಎಲ್ಲವೂ ಮಸಕು ಮಸಕಾಗಿ ಕಾಣಿಸುತ್ತಿದ್ದಿತು. ಅವಳು ಓಡುತ್ತ ಬಂದಿದ್ದರೂ ಅವಳ ದೇಹ ಬಿಸಿಯಾಗಿರದೆ ಚಳಿಯಿಂದ ನಡುಗುತ್ತಿತ್ತು. ಆದರೆ ಅವಳು ತೇಕುತ್ತ ಒಳಗೆಳೆದುಕೊಳ್ಳುತ್ತಿದ್ದ ಚಳಿಗಾಳಿ ಅವಳ ಅಂತರಂಗದಲ್ಲಿ, ಬೇಗನೆ ಒಂದೇ ಸಮನಾಗಿ ಪ್ರವಹಿಸಿ, ದೇಹದಲ್ಲಿ ಸಾವಕಾಶವಾಗಿ ಬಿಸಿ ಪಸರಿಸತೊಡಗಿತು. ಕೊನೆಗೆ ಅವಳು ಕಣ್ಣು ತೆರೆದಾಗ ವಿಸ್ತಾರವಾದ ಕತ್ತಲು ಎದುರಿಗೆ ನಿಂತಿತ್ತು.

ವಿಪರೀತ ಚಳಿಯಲ್ಲಿ ಕಲ್ಲುಗಳು ಸಿಡಿದು ಉಸುಕಾಗುತ್ತಿದ್ದ ಅಸ್ಪಷ್ಟ ಸದ್ದನ್ನು ಬಿಟ್ಟರೆ ಅಲ್ಲಿ ಮತ್ತಾವ ಶಬ್ದವೂ ಕೇಳಿಸುತ್ತಿರಲಿಲ್ಲ. ಎಲ್ಲವೂ ನೀರವ. ಒಂದು ಕ್ಷಣದ ಅನಂತರ ಜಾನಿನಳಿಗೆ ತನ್ನ ಮೇಲಿದ್ದ ಆಕಾಶ ಮೆಲ್ಲನೆ ತಿರುಗಿದಂತೆ ತೋರಿತು. ಆ ವಿಸ್ತಾರವಾದ ಆಕಾಶದಲ್ಲಿ

ಸಾವಿರಾರು ಚುಕ್ಕೆಗಳು ಹೊಳೆಯುತ್ತ ಮೂಡಿ ಅನಂತರ ಸಡಿಲು ಸಡಿಲಾಗಿ ದಿಗಂತದ ಕಡೆ ಜಾರುತ್ತಿದ್ದಂತೆ ಕಂಡವು. ಆ ಚಲಿಸುತ್ತಿರುವ ಬೆಳಕಿನ ಪುಂಜಗಳನ್ನೇ ಕುರಿತು ಆಕೆ ಯೋಚಿಸುತ್ತಿದ್ದಳು. ಆ ಚುಕ್ಕೆಗಳೊಂದಿಗೆ ಅವಳೂ ತಿರುಗುತ್ತಿದ್ದಂತೆ ಅನಿಸಿತು. ತನ್ನ ಅಂತರಾಳದಲ್ಲಿ ಚಳಿ ಮತ್ತು ಬಯಕೆಯ ನಡುವೆ ತಾಕಲಾಟ ಪ್ರಾರಂಭವಾಗಿತ್ತು. ಅವಳೆದುರಿಗಿಯೇ ನಕ್ಷತ್ರಗಳೆಲ್ಲ ಒಂದೊಂದೇ ಭೂಮಿಗೆ ಬಿದ್ದು ಮರುಭೂಮಿಯ ಕಲ್ಲುಗಳಲ್ಲಿ ಮಾಯವಾಗಿ ಹೋಗುತ್ತಿದ್ದವು. ಹೀಗೆ ಕ್ಷಣಕ್ಷಣಕ್ಕೂ ಜಾನಿನ್ ಆ ರಾತ್ರಿಗೆ ತನ್ನ ಹೃದಯವನ್ನು ತೆರೆಯುತ್ತಿದ್ದಳು. ಆಳವಾಗಿ ಉಸಿರಾಡುತ್ತ ಅವಳು ಚಳಿಯನ್ನು ಮರೆತಳು. ಅದರಂತೆ ಪರರ ಭಾರವನ್ನೂ, ಜೀವನದ ತೊಂದರೆಯನ್ನೂ ಮತ್ತು ಜೀವಿಸುವ ಹಾಗೂ ಸಾಯುವ ನೋವನ್ನೂ ಮರೆತಳು. ಅನೇಕ ವರುಷಗಳವರೆಗೆ ಭಯದಿಂದ ಓಡಿಹೋಗುತ್ತಿರುವ ಅನುಭವದ ಬಳಿಕ ಆಕೆ ಕೊನೆಗೊಂದು ನಿಲ್ದಾಣಕ್ಕೆ ಬಂದಿದ್ದಳು. ಅದೇ ವೇಳೆಗೆ ಅವಳು ತನ್ನ ಬೇರುಗಳನ್ನು ಮರಳಿ ಪಡೆದಂತಾಗಿ ಅವಳ ದೇಹದಲ್ಲಿ ಹೊಸ ಚೈತನ್ಯವೊಂದು ಸುಳಿದಾಡತೊಡಗಿತು. ಅವಳು ಆಕಾಶದೆಡೆಗೆ ಮುಖಮಾಡಿ ನೋಡುತ್ತಿದ್ದಾಗ ಅವಳ ಹೊಟ್ಟೆಯೆಲ್ಲ ಗೋಡೆಗೆ ಬಿಗಿಯಾಗಿ ಹತ್ತಿಕೊಂಡಿತು. ಅವಿರತವಾಗಿ ಬಡಿದುಕೊಳ್ಳುತ್ತಿದ್ದ ತನ್ನ ಹೃದಯ ಶಾಂತವಾಗುವುದನ್ನೆ ಅವಳು ನಿರೀಕ್ಷಿಸುತ್ತಿದ್ದಳು. ಅಷ್ಟು ಹೊತ್ತಿಗೆ ಆಕಾಶದಲ್ಲಿಯ ಕೊನೆಯ ನಕ್ಷತ್ರ ಪುಂಜಗಳು ದಿಗಂತದ ಸಮೀಪದಲ್ಲಿಯ ಮರುಭೂಮಿಯ ಮೇಲೆ ಬಿದ್ದು ಮಾಯವಾದವು. ಅನಂತರ ಸಹಿಸಲಾಗದ ಮಾರ್ದವತೆಯಿಂದ ಅವಳೊಳಗೆ ರಾತ್ರಿಯ ನೀರು ತುಂಬತೊಡಗಿತು. ಅವಳಲ್ಲಿದ್ದ ಚಳಿಯನ್ನು ಅದು ಮುಳುಗಿಸಿ ತೆರೆತೆರೆಯಾಗಿ ಉಕ್ಕತೊಡಗಿತಲ್ಲದೆ ಅವಳ ಬಾಯಿಯವರೆಗೆ ಏರಿತು. ಅವಳ ಬಾಯಿಯಿಂದ ನರಳುವಿಕೆ ಹೊರಡಲು ಪ್ರಾರಂಭವಾಗಿತ್ತು. ಮರುಕ್ಷಣ ಅವಳು ನೆಲದ ಮೇಲೆ ಅಂಗಾತವಾಗಿ ಮಲಗಿದಾಗ ಇಡೀ ಆಕಾಶ ಅವಳೆದುರಿಗೆ ವಿಶಾಲವಾಗಿ ಹರಡಿತ್ತು.

ಜಾನಿನ್ ಮರಳಿ ಕೋಣೆಗೆ ಬಂದಾಗ ಮಾರ್ಸೆಲ್ ಇನ್ನೂ ಎದ್ದಿರಲಿಲ್ಲ. ಅವಳು ಹಾಸುಗೆಯೊಳಗೆ ಹೊಕ್ಕಾಗ ಆತ ನಿದ್ರೆಯಲ್ಲಿ ಏನೊ ತಡವರಿಸಿದ. ಅನಂತರ ಒಮ್ಮೆಲೇ ಎದ್ದು ಕುಳಿತ. ಆತ ಏನನ್ನೋ ಮಾತನಾಡಿದ. ಆದರೆ ಅವಳಿಗೆ ಅದರ ಅರ್ಥವಾಗಲಿಲ್ಲ. ಆತ ಎದ್ದು ದೀಪವನ್ನು ಹಚ್ಚಿದಾಗ ಅವಳ ಕಣ್ಣು ಕುಕ್ಕಿತು. ಆತ ಮುಗ್ಗರಿಸುತ್ತ ವಾಶ್‌ಬೇಸಿನ್ನಿನ ಕಡೆ ನಡೆದು ಬಾಟಲಿಯಲ್ಲಿದ್ದ ಖನಿಜದ ನೀರು ಕುಡಿದ. ಆತ ಮತ್ತೆ ಹಾಸುಗೆಯೊಳಗೆ ಹೋಗುತ್ತಿದ್ದಾಗ ಆಕೆಯ ಕಡೆ ನೋಡಿದ. ಅವಳು ತಡೆಯಲಾರದೆ ಒಂದೇ ಸಮನೆ ಅಳುತ್ತಿದ್ದಳು. ಅವನಿಗೆ ಏನೊಂದೂ ಅರ್ಥವಾಗಲಿಲ್ಲ.

"ಅದೇನೂ ಇಲ್ಲ, ಪ್ರಿಯ. ಏನೂ ಇಲ್ಲ," ಎಂದಳಾಕೆ.

○ ಝೀನ್ ಪಾಲ್ ಸಾರ್ತ್ರ್

ಗೋಡೆ

ಅವರು ನಮ್ಮನ್ನೆಲ್ಲ ಒಂದು ಬಿಳಿಯ ಬಣ್ಣದ ದೊಡ್ಡ ಕೋಣೆಯೊಳಗೆ ನೂಕಿದರು. ಅಲ್ಲಿದ್ದ ದೀಪ ನನ್ನ ಕಣ್ಣಿಗೆ ತೊಂದರೆಯನ್ನುಂಟುಮಾಡಿದ್ದುದರಿಂದ ನಾನು ಕಣ್ಣು ಪಿಳುಕಿಸ ತೊಡಗಿದೆ. ಒಂದು ಮೇಜಿನ ಸುತ್ತಲೂ ನಾಲ್ಕು ಜನ ನಾಗರಿಕ ಅಧಿಕಾರಿಗಳು ಕುಳಿತು ವಾರ್ತಾ ಪತ್ರಗಳನ್ನೋದುತ್ತಿದ್ದುದು ಕ್ರಮೇಣ ಕಂಡಿತು. ಇನ್ನು ಕೆಲವು ಕೈದಿಗಳನ್ನು ಹಿಂದಿನ ಭಾಗದಲ್ಲಿ ಇರಿಸಿದ್ದರಿಂದ ಅವರ ಹತ್ತಿರ ಹೋಗಬೇಕೆಂದರೆ ಇಡೀ ಕೋಣೆಯನ್ನು ದಾಟಿಹೋಗಬೇಕಾಗಿತ್ತು. ಅವರಲ್ಲಿ ಅನೇಕರು ನನಗೆ ಪರಿಚಿತರಿದ್ದರೂ ಕೆಲವು ಪರದೇಶಿಯರೂ ಅಲ್ಲಿ ಇದ್ದಿರಬೇಕು. ನಮ್ಮೆದುರಿಗಿದ್ದ ಇಬ್ಬರು ವ್ಯಕ್ತಿಗಳು ಗೌರವರ್ಣದವರಾಗಿದ್ದು ಅವರ ತಲೆಗಳು ದುಂಡಗಿದ್ದವು. ಅವರಿಬ್ಬರೂ ಒಂದೇ ತರಹ ಕಂಡರು. ಅವರು ಫ್ರೆಂಚರಿರ ಬೇಕೆಂದುಕೊಂಡೆ. ಅವರಿಬ್ಬರಲ್ಲಿ ಚಿಕ್ಕವನಾದವ ತನ್ನ ಪ್ಯಾಂಟನ್ನು ಆಗಾಗ ಬಿಗಿಮಾಡಿಕೊಳ್ಳುತ್ತಿದ್ದ; ಮಾನಸಿಕ ತಳಮಳದ ಚಿಹ್ನೆ ಅದು.

ಹೀಗೆ ಮೂರು ಗಂಟೆ ಕಳೆದವು. ನಾನು ಸುಸ್ತಾಗಿದ್ದುದರಿಂದ ನನ್ನ ಮನಸ್ಸು ಶೂನ್ಯವಾಗಿತ್ತು. ಆದರೆ ಕೋಣೆಯಲ್ಲಿ ಬೆಂಕಿಯ ವ್ಯವಸ್ಥೆ ಇದ್ದುದರಿಂದ ದೇಹಕ್ಕೆ ಹಿತವೆನಿಸಿತು. ಇದಕ್ಕಿಂತ ಮೊದಲು ಇಪ್ಪತ್ನಾಲ್ಕು ತಾಸುಗಳವರೆಗೆ ಒಂದೇ ಸಮನೆ ನಡುಗುತ್ತಿದ್ದೆವು. ಪಹರೆಯವರು ಕೈದಿಗಳನ್ನು ಒಬ್ಬೊಬ್ಬರಂತೆ ಮೇಜಿನ ಹತ್ತಿರ ಕರೆದುಕೊಂಡು ಬಂದರು. ಅಲ್ಲಿದ್ದ ಆ ನಾಲ್ವರು ಅಧಿಕಾರಿಗಳು ಪ್ರತಿಯೊಬ್ಬ ಕೈದಿಯ ಹೆಸರನ್ನೂ ಉದ್ಯೋಗವನ್ನೂ ವಿಚಾರಿಸಿದರು. ಹೆಚ್ಚಿನ ಸಮಯ ಅವರು ಇದಕ್ಕಿಂತ ಮುಂದೆ ಹೋಗುತ್ತಿರಲಿಲ್ಲ. ಆದರೆ ಒಮ್ಮೊಮ್ಮೆ ಯಾವುದಾದರೊಂದು ಪ್ರಶ್ನೆ ಕೇಳುತ್ತಿದ್ದರು: "ಶಸ್ತ್ರಾಸ್ತ್ರಗಳನ್ನು ನಾಶ ಮಾಡುವ ಕಾರ್ಯದಲ್ಲಿ ನೀನೂ ಪಾಲ್ಗೊಂಡಿದ್ದಿಯಾ?" ಅಥವಾ "ಒಂಭತ್ತನೆಯ ತಾರೀಖಿನ ದಿನ ಮುಂಜಾನೆ ನೀನೆಲ್ಲಿದ್ದೆ ಮತ್ತು ಏನು ಮಾಡುತ್ತಿದ್ದೆ?" ಈ ಪ್ರಶ್ನೆಗಳಿಗೆ ಕೈದಿಗಳು ಕೊಡುತ್ತಿದ್ದ ಉತ್ತರಗಳನ್ನು ಅವರು ಕೇಳುತ್ತಿರಲಿಲ್ಲ

ಅಥವಾ ಕೇಳದವರಂತೆ ಕಂಡರು. ಆ ಅಧಿಕಾರಿಗಳು ಒಂದು ಕ್ಷಣ ಮೌನವಾಗಿದ್ದು, ಅನಂತರ ನೇರವಾಗಿ ಎದುರಿಗೆ ದಿಟ್ಟಿಸುತ್ತ ಹಾಳೆಯ ಮೇಲೆ ಏನೋ ಬರೆಯಲಾರಂಭಿಸಿದರು. "ನೀನು ಅಂತರರಾಷ್ಟ್ರೀಯ ತುಕಡಿಯಲ್ಲಿದ್ದುದು ನಿಜವೇನು?" ಎಂದು ಅವರು ಟಾಮ್‌ನನ್ನು ಕೇಳಿದರು. ಟಾಮ್‌ನಿಗೆ ಅದನ್ನು ಅಲ್ಲಗಳೆಯಲಾಗಲಿಲ್ಲ, ಏಕೆಂದರೆ ಅವರು ಆತನ ಕೋಟಿನಲ್ಲಿದ್ದ ಕಾಗದಪತ್ರಗಳನ್ನೆಲ್ಲ ಕಸಿದುಕೊಂಡಿದ್ದರು. ಆದರೆ ಅವರು ಯೂವನ್‌ನಿಗೆ ಏನೂ ಕೇಳಲಿಲ್ಲ. ಆತ ತನ್ನ ಹೆಸರು ಹೇಳಿದ ಮೇಲೆ ಬಹಳ ಹೊತ್ತಿನವರೆಗೆ ಏನನ್ನೊ ಬರೆದುಕೊಂಡರು.

"ನಮ್ಮಲ್ಲಿ ಅರಾಜಕವಾದಿಯಾಗಿರೋನು ನನ್ನ ತಮ್ಮ ಯೋಸೆ. ಆದರೆ ಈಗ ಆತ ಇಲ್ಲಿಲ್ಲ ಅಂತ ನಿಮಗೆ ಗೊತ್ತು. ನಾನು ಯಾವ ರಾಜಕೀಯ ಪಕ್ಷಕ್ಕೂ ಸೇರಿದವನಲ್ಲ. ನನ್ನ ಜೀವನದಲ್ಲಿಯೆ ನನಗೆ ರಾಜಕೀಯದೊಂದಿಗೆ ಸಂಬಂಧವಿಲ್ಲ" ಎಂದ ಯೂವನ್.

ಇದಕ್ಕೆ ಅಧಿಕಾರಿಗಳು ಉತ್ತರಿಸಲಿಲ್ಲ. ಯೂವನ್ ಮುಂದುವರಿಸಿದ :

"ನಾನೇನೂ ತಪ್ಪು ಮಾಡಿಲ್ಲ. ಬೇರೆಯವರ ತಪ್ಪಿಗೆ ನಾನ್ಯಾಕೆ ಶಿಕ್ಷೆ ಅನುಭವಿಸಬೇಕು?" ಆತನ ತುಟಿಗಳು ಅದುರುತ್ತಿದ್ದವು. ಪಹರೆಯವ ಆತನ ಬಾಯಿ ಮುಚ್ಚಿಸಿ ಆತನನ್ನು ಕರೆದುಕೊಂಡು ಹೋದ. ಅನಂತರ ನನ್ನ ಸರದಿ ಬಂದಿತು.

"ನಿನ್ನ ಹೆಸರು ಪಾಬ್ಲೊ ಇಬಾಯತಾ ಅಲ್ಲವೆ?"

"ಹೌದು."

ಆ ಅಧಿಕಾರಿ ಕಾಗದ ಪತ್ರಗಳನ್ನು ಪರೀಕ್ಷಿಸಿ ಕೇಳಿದ : "ರಾಮೋನ್ ಗ್ರೀಸ್ ಎಲ್ಲಿದ್ದಾನೆ?"

"ನನಗೆ ಗೊತ್ತಿಲ್ಲ."

"ನಿನ್ನ ಮನೆಯಲ್ಲಿ ಆತನನ್ನು ಆರನೆಯ ತಾರೀಖಿನಿಂದ ಹತ್ತೊಂಬತ್ತರವರೆಗೆ ನೀನು ಬಚ್ಚಿಟ್ಟುಕೊಂಡಿದ್ದೆ."

"ಇಲ್ಲ."

ಒಂದು ನಿಮಿಷ ಅವರು ಏನನ್ನೊ ಬರೆದುಕೊಂಡರು. ಅನಂತರ ಪಹರೆಯವರು ನನ್ನನ್ನು ಹೊರಗೆ ಕರೆದುಕೊಂಡು ಹೋದರು. ಹೊರಗೆ ಮೊಗಸಾಲೆಯಲ್ಲಿ ಟಾಮ್ ಮತ್ತು ಯೂವನ್ ನಿಂತಿದ್ದರು. ನಾವೆಲ್ಲ ಮುಂದೆ ನಡೆದೆವು. ಟಾಮ್ ಪಹರೆಯವನೊಬ್ಬನನ್ನು "ಇದರ ಅರ್ಥವೇನು?" ಎಂದು ಕೇಳಿದ.

"ಯಾವುದರ ಅರ್ಥ?" ಎಂದು ಪಹರೆಯವ ಮರುಪ್ರಶ್ನಿಸಿದ.

"ಇದೇನು ಅಡ್ಡ ವಿಚಾರಣೆಯೊ ಅಥವಾ ಶಿಕ್ಷೆಯೊ?"

"ಶಿಕ್ಷೆ," ಎಂದ ಪಹರೆಯವ.

"ಈಗ ನಮ್ಮನ್ನೇನು ಮಾಡ್ತಾರೆ?"

"ನಿಮ್ಮ ನಿಮ್ಮ ಕೋಣೆಗಳಲ್ಲಿಯೆ ನಿಮ್ಮ ಶಿಕ್ಷೆಯನ್ನು ಓದಿ ಹೇಳಲಾಗ್ತದೆ." ಎಂದು ಪಹರೆಯವ ಶುಷ್ಕವಾಗಿ ಉತ್ತರಿಸಿದ.

ಆಸ್ಪತ್ರೆಯ ನೆಲಮನೆಯ ಕೋಣೆಗಳಲ್ಲಿ ಒಂದನ್ನು ನಮಗೆ ಕೊಟ್ಟಿದ್ದರು. ಅಲ್ಲಿಯಂತೂ ವಿಪರೀತ ಚಳಿಯಿತ್ತು. ರಾತ್ರಿಯುದ್ದಕ್ಕೂ ನಾವೆಲ್ಲ ಥರಥರ ನಡುಗುತ್ತಿದ್ದೆವು. ಹಗಲಿನಲ್ಲೂ ಚಳಿಯೇನು ಕಡಿಮೆಯಾಗಿರಲಿಲ್ಲ. ಈ ಮೊದಲಿನ ಐದು ದಿನಗಳನ್ನು ನಾನು ಕ್ರೈಸ್ತಮಠದ ಒಂದು ಕೋಣೆಯಲ್ಲಿ ಕಳೆದಿದ್ದೆ. ಅದು ಕೋಣೆಯಂತಿರದೆ ಗೋಡೆಯಲ್ಲಿ ಕೊರೆದ ಒಂದು ವಿಧದ ಪೊಟರೆಯಂತಿದ್ದು ಮಧ್ಯಯುಗದಲ್ಲಿ ಕಟ್ಟಿದ್ದ ಹಾಗೆ ತೋರಿತು. ಕೈದಿಗಳ ಸಂಖ್ಯೆ

ವಿಪರೀತವಾಗಿದ್ದು ಸ್ಥಳಾಭಾವದ ಮೂಲಕ ನಮ್ಮನ್ನು ಎಲ್ಲಿ ಬೇಕಾದಲ್ಲಿ ಇಟ್ಟು ಬೀಗ ಹಾಕುತ್ತಿದ್ದರು. ನನ್ನನ್ನು ಮಠದ ಗೋಡೆಯ ಪೊಟರೆಯಿಂದ ಇಲ್ಲಿಗೆ ಕರೆತಂದದ್ದು ನನಗೊಂದು ಕೊರತೆಯೆಂದು ತೋರಲಿಲ್ಲ. ಅಲ್ಲಿ ಇಷ್ಟು ಚಳಿಯಾಗಿರದಿದ್ದರೂ ಏಕಾಕಿತನದಿಂದ ಬೇಸರ ಬರತೊಡಗಿತ್ತು. ಈ ನೆಲಮನೆಯಲ್ಲಿ ನನಗೆ ಇತರರ ಸಹವಾಸವಿತ್ತು. ಯೂವನ್ ಮಾತನಾಡುತ್ತಲೆ ಇರಲಿಲ್ಲ. ಆತ ಬಹಳ ಚಿಕ್ಕವನಾದ್ದರಿಂದ ಮತ್ತು ಭಯದಿಂದ ಏನನ್ನೂ ಮಾತನಾಡುತ್ತಿರಲಿಲ್ಲ. ಆದರೆ ಟಾಮ್‌ನಿಗೆ ಸ್ಪ್ಯಾನಿಶ್ ಚೆನ್ನಾಗಿ ಬರುತ್ತಿದ್ದುದರಿಂದ ಆತ ಬಹಳ ಮಾತನಾಡುತ್ತಿದ್ದ.

ಆ ನೆಲಮನೆಯಲ್ಲಿ ಒಂದು ಬೆಂಚು ಮತ್ತು ನಾಲ್ಕು ಚಾಪೆಗಳಿದ್ದವು. ವಿಚಾರಣೆ ಮುಗಿದು ಅವರು ನಮ್ಮನ್ನು ಅಲ್ಲಿಗೆ ಮರಳಿ ಕರೆತಂದ ಬಳಿಕ ನಾವು ಮೌನವಾಗಿ ಕುಳಿತು ಕಾಯತೊಡಗಿದೆವು. ಸ್ವಲ್ಪ ಹೊತ್ತಿನ ತರುವಾಯ ಟಾಮ್ ಹೇಳಿದ: "ನಮ್ಮ ಗತಿ ಇಲ್ಲಿಗೆ ಮುಗೀತು."

"ನನಗೂ ಹಾಗೆಯೆ ಅನಿಸ್ತದೆ. ಆದರೆ ಈ ಹುಡುಗನಿಗೆ ಏನೂ ಮಾಡಲಾರರು ಅಂತ ಕಾಣ್ತದೆ."

"ಅವನ ವಿರುದ್ಧ ಅವರಿಗೇನೂ ಇಲ್ಲ. ಆದರೆ ಆತ ರಿಪಬ್ಲಿಕನ್ ಪಕ್ಷದ ಸೈನಿಕನೊಬ್ಬನ ಸೋದರನೆಂಬುದೊಂದೆ ಅವರಿಗೆ ಸಾಕು" ಎಂದ ಟಾಮ್.

ನಾನು ಯೂವನ್‌ನೆಡೆಗೆ ನೋಡಿದೆ. ಆತ ನಮ್ಮ ಮಾತುಗಳನ್ನು ಕೇಳುತ್ತಿದ್ದಂತೆ ತೋರಲಿಲ್ಲ ಟಾಮ್ ಮುಂದುವರಿಸಿದ :

"ಸಾರಾಗೊಸಾದಲ್ಲಿ ಏನು ಮಾಡ್ತಾರೆ ಗೊತ್ತೆ? ಅವರು ಕೈದಿಗಳನ್ನು ದಾರಿಯ ಮೇಲೆ ಮಲಗಿಸಿ ಅವರ ಮೇಲೆ ಟ್ರಕ್ಕುಗಳನ್ನು ಓಡಿಸ್ತಾರೆ. ಈ ಸುದ್ದಿಯನ್ನು ನನಗೆ ಮೊರಾಕ್ಕೋದವನೊಬ್ಬ – ಸೈನ್ಯದಿಂದ ಪರಾರಿಯಾದವನು – ಹೇಳಿದ. ಮದ್ದುಗುಂಡುಗಳನ್ನು ಉಳಿಸೋದಕ್ಕೆ ಹೀಗೆ ಮಾಡ್ತಾರಂತೆ."

"ಅದರಿಂದ ಗ್ಯಾಸಿನ ಉಳಿತಾಯವಾಗೋದಿಲ್ಲ" ಎಂದು ನಾನೆಂದೆ.

ಟಾಮ್ ಇದನ್ನೆಲ್ಲ ಹೇಳಬಾರದಾಗಿತ್ತು. ಆದುದರಿಂದ ನನಗೆ ಅವನ ಮೇಲೆ ಸಿಟ್ಟು ಬಂದಿತು.

ಟಾಮ್ ಮತ್ತೆ ಮುಂದುವರಿಸಿದ: "ಆಮೇಲೆ ಅಧಿಕಾರಿಗಳು ಎಲ್ಲವನ್ನೂ ಪರೀಕ್ಷಿಸುವ ಸಲುವಾಗಿ ಅಲ್ಲಿ ಬರ್ತಾರೆ. ಅವರು ಒಂದು ಕೈಯನ್ನು ಕಿಸೆಯಲ್ಲಿಟ್ಟುಕೊಂಡು ಇನ್ನೊಂದು ಕೈಯಲ್ಲಿ ಸಿಗರೇಟು ಹಿಡಿದುಕೊಂಡು ಠೀವಿಯಿಂದ ಸೇದುತ್ತಿರ್ತಾರೆ. ಅವರು ಕೈದಿಗಳನ್ನು ತಕ್ಷಣ ಕೊಲ್ತಾರೆ ಅಂತ ತಿಳಿದಿದ್ದೀರಾ? ಎಂದಿಗೂ ಇಲ್ಲ. ಕೈದಿಗಳು ನೋವಿನಿಂದ ಚೀರಾಡೋದನ್ನು ನೋಡ್ತ ನಿಂತಿರ್ತಾರೆ. ಕೆಲವು ಸಲ ಒಂದು ಗಂಟೆಯವರೆಗೆ. ಆ ಮೊರಾಕ್ಕೋದವನು ಮೊದಲ ಸಲ ಅದನ್ನು ನೋಡಿ ಹೊಟ್ಟೆತೊಳಸಿ ವಾಂತಿ ಮಾಡೋದರಲ್ಲಿದ್ದನಂತೆ."

"ಇಲ್ಲಿ ಹಾಗೇನೂ ಮಾಡಲಿಕ್ಕಿಲ್ಲ. ಮದ್ದು ಗುಂಡಿನ ಅಭಾವವಿದ್ದರೆ ಮಾತ್ರ ಆ ರೀತಿ ಮಾಡ್ಬಹುದು" ಎಂದು ನಾನೆಂದೆ.

ಆ ನೆಲಮಾಳಿಗೆಯ ಛಾವಣಿಯ ಎಡಬದಿಯಲ್ಲಿ ಕೊರೆಯಲಾಗಿದ್ದ ದುಂಡನೆಯ ಒಂದು ದ್ವಾರದಿಂದ ಮತ್ತು ನಾಲ್ಕು ವಾಯುರಂಧ್ರಗಳಿಂದ ಬೆಳಕು ಕಾಣಿಸತೊಡಗಿತು. ಆ ದುಂಡಗಾದ ದ್ವಾರದಿಂದ ಅವರು ಕಲ್ಲಿದ್ದಲನ್ನು ಒಳಗೆ ಸಾಗಿಸುತ್ತಿದ್ದರು. ಈ ದ್ವಾರದ ಕೆಳಗೆ ಕಲ್ಲಿದ್ದಲ ಪುಡಿಯ ರಾಶಿ ಬಿದ್ದಿತ್ತು. ಆಸ್ಪತ್ರೆಯನ್ನು ಬೆಚ್ಚಗಿರಿಸುವುದಕ್ಕೆ ಈ ಕಲ್ಲಿದ್ದಲನ್ನು

ಉಪಯೋಗಿಸಲಾಗುತ್ತಿತ್ತು. ಆದರೆ ಯುದ್ಧ ಪ್ರಾರಂಭವಾದಾಗಿನಿಂದ ರೋಗಿಗಳನ್ನೆಲ್ಲ ಆಸ್ಪತ್ರೆಯಿಂದ ಹೊರಗೆ ಕಳುಹಿಸಿದ್ದರಿಂದ ಈ ಕಲ್ಲಿದ್ದಲು ಹಾಗೆಯೆ ಉಳಿದಿತ್ತು. ಆ ದ್ವಾರವನ್ನು ಮುಚ್ಚಲು ಮರೆತಿದ್ದರಿಂದ ಅನೇಕ ಸಲ ಮಳೆ ಬಂದಾಗ ಅದರ ಮೂಲಕ ನೀರು ಒಳಗೆ ಸೋರುತ್ತಿತ್ತು.

ಟಾಮ್ ನಡುಗಲಾರಂಭಿಸಿದ. "ಅಯ್ಯೋ ದೇವರೆ, ನನಗೆ ಬಹಳ ಚಳಿ ಹತ್ತಿದೆ. ಇದನ್ನು ಹೋಗಲಾಡಿಸ್ತೇನೆ" ಎಂದ.

ಆತ ಎದ್ದು ವ್ಯಾಯಾಮ ಮಾಡತೊಡಗಿದ. ಅವನ ಪ್ರತಿ ಚಲನೆಯೊಂದಿಗೂ ಆತನ ಶರ್ಟು ತೆರೆದುಕೊಂಡು, ಕೂದಲುಗಳಿಂದ ತುಂಬಿದ ಅವನ ಬಿಳಿಯ ಎದೆ ಕಾಣುತ್ತಿತ್ತು. ಆತ ಅಂಗಾತ ಮಲಗಿ ಸೈಕಲು ಸವಾರನಂತೆ ಗಾಳಿಯಲ್ಲಿ ಕಾಲುಗಳನ್ನು ತಿರುಗಿಸತೊಡಗಿದ. ಆತನ ಪಿರ್ರೆಗಳು ಅದುರುತ್ತಿರುವುದು ಕಂಡಿತು. ಟಾಮ್ ಬಹಳ ದಪ್ಪವಾಗಿದ್ದ. ಪಿಸ್ತೂಲಿನ ಗುಂಡುಗಳಾಗಲಿ ಅಥವಾ ಬಂದೂಕಿನ ತಿವಿಗತ್ತಿಯ ಮೊನೆಯಾಗಲಿ ಈತನ ದೇಹವನ್ನು ಚುಚ್ಚಿದರೆ ಬೆಣ್ಣೆಯನ್ನು ಇರಿದಂತೆ ಆದೀತೆಂದು ನನಗೆ ತೋರಿತು. ಆತ ತೆಳ್ಳಗಾಗಿದ್ದರೆ ನನಗೆ ಹಾಗೆ ಅನಿಸುತ್ತಿರಲಿಲ್ಲ.

ನನಗೆ ಅಂಥ ಚಳಿಯೇನೂ ಆಗದಿದ್ದರೂ ನನ್ನ ಕೈಗಳು ಮತ್ತು ಭುಜಗಳಲ್ಲಿ ಪ್ರಜ್ಞೆ ಇಲ್ಲದಂತಾಗಿತ್ತು. ಕೆಲವೊಮ್ಮೆ, ನಾನು ಯಾವುದೊ ಒಂದು ವಸ್ತುವನ್ನು ಮರೆತಿದ್ದೇನೆ ಅಥವಾ ಕಳೆದುಕೊಂಡಿದ್ದೇನೆ ಎಂದೆನಿಸುತ್ತಿತ್ತು. ಆಮೇಲೆ ಅವರು ನನಗೆ ಕೋಟನ್ನೆ ಕೊಟ್ಟಿಲ್ಲವೆಂಬುದು ತಟ್ಟನೆ ನೆನಪಾಯಿತು. ಹೀಗಾಗಿ ನನಗೆ ಬಹಳ ಅಸಮಾಧಾನವಾಯಿತು. ಅವರು ನಮ್ಮ ಬಟ್ಟೆಗಳನ್ನೆಲ್ಲ ಕಸಿದುಕೊಂಡು ತಮ್ಮ ಸೈನಿಕರಿಗೆ ಕೊಟ್ಟು, ನಮಗೆ ಆಸ್ಪತ್ರೆಯ ರೋಗಿಗಳು ಬೇಸಿಗೆಯಲ್ಲಿ ಧರಿಸುವಂಥ ಕ್ಯಾನವಾಸ್ ಪ್ಯಾಂಟು ಮತ್ತು ಶರ್ಟುಗಳನ್ನು ಕೊಟ್ಟಿದ್ದರು. ಸ್ವಲ್ಪ ಸಮಯದ ಬಳಿಕ ಟಾಮ್ ಎದ್ದು ಆಳವಾಗಿ ಉಸಿರಾಡಿಸುತ್ತ ನನ್ನ ಮಗ್ಗುಲಲ್ಲಿ ಕುಳಿತುಕೊಂಡ.

"ಈಗಲಾದರೂ ಸ್ವಲ್ಪ ಬೆಚ್ಚಗನಿಸ್ತದೆಯೆ?"

"ಅಯ್ಯೊ ದೇವರೆ, ಇಲ್ಲ. ನನಗೆ ತೇಕು ಹತ್ತಿದೆ."

ರಾತ್ರಿ ಎಂಟು ಗಂಟೆಯ ಸಮಯಕ್ಕೆ ಇಬ್ಬರು ಫಾಸಿಸ್ಟರೊಂದಿಗೆ ಒಬ್ಬ ಮೇಜರ್ ಬಂದ. ಆತ ಕೈಯಲ್ಲಿ ಒಂದು ಕಾಗದವನ್ನು ಹಿಡಿದಿದ್ದ. ಈ ಮೂವರ ಹೆಸರೇನೆಂದು ಅವನು ಪಹರೆಯವನನ್ನು ಕೇಳಿದ.

"ಸ್ಟೈನ್‌ಬಾಕ್, ಇಬಾಯತಾ ಮತ್ತು ಮಿರ್ಬಾಲ್" ಎಂದು ಪಹರೆಯವ ಉತ್ತರಿಸಿದ. ಮೇಜರ್ ಕನ್ನಡಕವನ್ನು ಧರಿಸಿಕೊಂಡು ತನ್ನ ಯಾದಿಯನ್ನು ಪರೀಕ್ಷಿಸಿದ.

"ಸ್ಟೈನ್‌ಬಾಕ್... ಸ್ಟೈನ್‌ಬಾಕ್... ಹೌದು... ನಿನಗೆ ಮರಣದಂಡನೆ ವಿಧಿಸಲಾಗಿದೆ. ನಾಳೆ ಮುಂಜಾನೆ ನಿನ್ನನ್ನು ಗುಂಡಿಕ್ಕಿ ಕೊಲ್ಲಲಾಗುವುದು." ಆತ ಯಾದಿಯನ್ನು ನೋಡುತ್ತ ಮತ್ತೆ ಹೇಳಿದ: "ಉಳಿದಿಬ್ಬರಿಗೂ ಅದೇ ಶಿಕ್ಷೆ."

"ಅದು ಸಾಧ್ಯವಿಲ್ಲ; ನನಗೆ ಶಿಕ್ಷೆ ಯಾಕೆ?" ಎಂದ ಯೂವನ್.

ಮೇಜರ್ ಆತನೆಡೆಗೆ ಆಶ್ಚರ್ಯದಿಂದ ನೋಡಿ "ನಿನ್ನ ಹೆಸರೇನು?" ಎಂದು ಕೇಳಿದ.

"ಯೂವನ್ ಮಿರ್ಬಾಲ್."

ಮೇಜರ್ ಅದಕ್ಕೆ "ನಿನ್ನ ಹೆಸರು ಇದರಲ್ಲಿದೆ. ನಿನಗೂ ಮರಣದಂಡನೆಯಾಗಿದೆ" ಎಂದ.

"ನಾನೇನೂ ಅಪರಾಧ ಮಾಡಿಲ್ಲವಲ್ಲ," ಎಂದ ಯೂವನ್.

ಮೇಜರ್ ಭುಜಗಳನ್ನು ಕೊಡವಿ ಟಾಮ್ ಮತ್ತು ನನ್ನ ಕಡೆ ಹೊರಳಿದ :

"ನೀನು ಬಾಸ್ಕ* ಅಲ್ಲವೆ?"

"ಇಲ್ಲಿ ಯಾರೂ ಬಾಸ್ಕ ಇಲ್ಲ."

ಆತ ಅಸಮಾಧಾನಗೊಂಡವನಂತೆ ತೋರಿದ. "ಇಲ್ಲಿ ಮೂರು ಜನ ಬಾಸ್ಕಗಳು ಇದ್ದಾರೆ ಅಂತ ನನಗೆ ಹೇಳಿದರು. ಇವರನ್ನು ಹುಡುಕುತ್ತ ಅಲೆಯೋದು ನನಗೆ ಸಾಧ್ಯವಿಲ್ಲ. ಹಾಗಿದ್ದರೆ ನಿಮಗೆ ಪಾದ್ರಿಯ ಅವಶ್ಯಕತೆ ಇಲ್ಲ ಅಂದಹಾಗಾಯಿತು?"

ಅದಕ್ಕೆ ನಾವು ಉತ್ತರಿಸಲಿಲ್ಲ.

"ಇಲ್ಲಿಗೆ ಒಬ್ಬ ಬೆಲ್ಜಿಯನ್ ಡಾಕ್ಟರು ಸದ್ಯದಲ್ಲೇ ಬರುವವನಿದ್ದಾನೆ. ಆತ ರಾತ್ರಿ ನಿಮ್ಮೊಂದಿಗೆ ಇರಬೇಕು ಅಂತ ನಿಯಮಿಸಲಾಗಿದೆ" ಎಂದು, ಸೈನಿಕ ಮಾದರಿಯ ಸಲಾಮು ಹೊಡೆದು ಮೇಜರ್ ಹಿಂತಿರುಗಿದ.

"ನಮಗೆ ಇದು ಬಂದೇ ಬರ್ತದೆ ಅಂತ ನಾನು ಹೇಳಿರಲಿಲ್ಲವೆ?" ಎಂದ ಟಾಮ್.

"ಹೌದು : ಈ ಹುಡುಗನಿಗೆ ಮಾತ್ರ ಇದೊಂದು ದೊಡ್ಡ ಅನ್ಯಾಯ," ಎಂದೆ ನಾನು.

ಆ ಹುಡುಗ ನನಗೆ ಮೆಚ್ಚಿಗೆಯಾಗಿರದಿದ್ದರೂ ಸೌಜನ್ಯಕ್ಕಾಗಿ ನಾನು ಈ ಮಾತುಗಳನ್ನು ಹೇಳಿದೆ. ಬಹಳ ತೆಳುವಾಗಿದ್ದ ಆತನ ಮುಖ ಭಯ ಮತ್ತು ದುಃಖದಿಂದ ಮತ್ತಷ್ಟು ವಿಕಾರವಾಗಿತ್ತು. ಮೂರು ದಿನಗಳ ಹಿಂದೆ ಆತ ಇಷ್ಟು ಖಿನ್ನನಾಗಿರಲಿಲ್ಲ. ಈಗಲಾದರೋ ಆತ ಒಬ್ಬ ಮುದಿ ಯಕ್ಷನಂತೆ ಕಾಣುತ್ತಿದ್ದ. ಈಗ ಆತನನ್ನು ಮರಣ ಶಿಕ್ಷೆಯಿಂದ ಬಿಡುಗಡೆ ಮಾಡಿದರೂ ಆತ ತನ್ನ ತಾರುಣ್ಯವನ್ನು ಪಡೆಯಲಾರದವನಂತೆ ಕಂಡ. ಆತನಿಗೆ ಸ್ವಲ್ಪ ಅನುಕಂಪ ತೋರಿಸುವುದು ಅಷ್ಟು ಕಠಿಣವೇನೂ ಆಗಿರಲಿಲ್ಲ. ಆದರೆ ಅನುಕಂಪ ತೋರಿಸುವುದೆಂದರೇ ನನಗೆ ಜಿಗುಪ್ಸೆಯುಂಟಾಗುತ್ತದೆ. ಅಥವಾ ಭಯವಾಗುತ್ತದೆ. ಆತ ಮತ್ತೇನನ್ನೂ ಮಾತನಾಡಿರಲಿಲ್ಲ. ಆದರೆ ಆತನ ಮುಖ ಮತ್ತು ಕೈಗಳು ಬಿಳಿಚಿಕೊಂಡಿದ್ದವು. ಆತ ಕಣ್ಣುಗಳನ್ನು ದುಂಡಗೆ ಮಾಡಿ ನೆಲವನ್ನೆ ದಿಟ್ಟಿಸುತ್ತ ಪುನಃ ಕುಳಿತ. ದಯಾವಂತನಾದ ಟಾಮ್ ಆತನ ಕೈಯನ್ನು ಹಿಡಿಯಲು ಹೋದ. ಆದರೆ ಆತ ಕೂಡಲೆ ಕೊಸರಿಕೊಂಡು ಮುಖಗಂಟು ಹಾಕಿಕೊಂಡು ಕುಳಿತ.

"ಆತನನ್ನು ಬಿಟ್ಟುಬಿಡು. ಇಲ್ಲದಿದ್ದರೆ ಆತ ಅಳೋದಕ್ಕೆ ಶುರು ಮಾಡ್ತಾನೆ," ಎಂದು ನಾನು ಮೆಲುದನಿಯಲ್ಲಿ ಟಾಮ್‌ಗೆ ಹೇಳಿದೆ.

ಟಾಮ್ ಒಲ್ಲದ ಮನಸ್ಸಿನಿಂದ ನನ್ನ ಮಾತನ್ನು ಪಾಲಿಸಿದ. ಆ ಹುಡುಗನನ್ನು ಸಮಾಧಾನ ಪಡಿಸಬೇಕೆಂದು ಆತ ಇಚ್ಛಿಸುತ್ತಿದ್ದ. ಇದರಿಂದ ಆತನಿಗೂ ವೇಳೆ ಕಳೆಯುತ್ತಿತ್ತಲ್ಲದೆ ತನ್ನ ಬಗೆಗೆ ತಾನು ವಿಚಾರಿಸುವ ಆಶೆಯಾಗುತ್ತಿರಲಿಲ್ಲ. ಆದರೆ ನನಗೆ ಮಾತ್ರ ಅದರಿಂದ ಕಿರಿಕಿರಿಯಾಯಿತು: ನಾನು ಇದುವರೆಗೆ ಮರಣದ ಬಗೆಗೆ ಯೋಚಿಸಿರಲಿಲ್ಲ. ಯಾಕೆಂದರೆ ಹಾಗೆ ಯೋಚಿಸಲು ಯಾವ ಕಾರಣವೂ ಇರಲಿಲ್ಲ. ಆದರೆ ಅಂಥ ಕಾರಣ ಇಲ್ಲಿ ಬಂದೊದಗಿತ್ತು. ಈಗ ಅದನ್ನು ಕುರಿತು ಯೋಚಿಸುವುದರ ಹೊರತು ಬೇರೇನು ಮಾಡಲೂ ಸಾಧ್ಯವಿರಲಿಲ್ಲ.

---

* ಬಾಸ್ಕ : ಬಾಸ್ಕ ಎಂಬ ಸ್ಪೇನಿನ ಒಂದು ಪ್ರಾಂತದ ದೇಶಪ್ರೇಮಿ ಮನುಷ್ಯ.

ಟಾಮ್ ಮಾತನಾಡಲಾರಂಭಿಸಿದ:

"ನಾನೂ ಕೆಲವು ಜನರನ್ನು ಕೊಂದುಹಾಕಿದ್ದೇನೆ ಅಂತ ನೀನು ಯೋಚನೆ ಮಾಡ್ತಿದ್ದೀಯಲ್ವೆ?"

ಅದಕ್ಕೆ ನಾನು ಉತ್ತರಿಸಲಿಲ್ಲ. ಆಗಸ್ಟ್ ತಿಂಗಳಿನಿಂದ ಇಲ್ಲಿಯವರೆಗೆ ತಾನು ಆರು ಜನರನ್ನು ಕೊಂದಿದ್ದೇನೆಂದು ಆತ ಹೇಳಿದ. ಆತನಿಗೆ ಪರಿಸ್ಥಿತಿಯ ಅರಿವು ಆಗಿರಲಿಲ್ಲ. ಅದರ ಅರಿವನ್ನು ಪಡೆಯಬೇಕೆಂಬ ಮನಸ್ಸೂ ಆತನಿಗಿರಲಿಲ್ಲ. ನಾನೂ ಕೂಡ ಈ ಪರಿಸ್ಥಿತಿಯನ್ನು ಅರ್ಥಮಾಡಿಕೊಂಡಿರಲಿಲ್ಲ. ಸಾವು ಬಹಳ ದುಃಖಕರವಾಗುವುದೋ ಹೇಗೆ ಎಂದು ನನಗೆ ನಾನೆ ಕೇಳಿಕೊಂಡೆ. ಗುಂಡುಗಳು ನನ್ನೆದೆಯಲ್ಲಿ ಬಂದು ನೆಡುವುದನ್ನು ಕಲ್ಪಿಸಿಕೊಂಡೆ. ಅದೆಲ್ಲ ಮುಖ್ಯ ಪ್ರಶ್ನೆಯಾಗಿರಲಿಲ್ಲ. ಆದರೂ ನಾನು ಶಾಂತನಾಗಿಯೆ ಇದ್ದೆ. ಅದನ್ನು ಅರ್ಥ ಮಾಡಿಕೊಳ್ಳಲು ಇಡೀ ರಾತ್ರಿಯ ಅವಕಾಶ ನಮಗಿತ್ತು. ಸ್ವಲ್ಪ ಸಮಯದ ತರುವಾಯ ಟಾಮ್ ಸಹ ಮಾತನಾಡುವುದನ್ನು ನಿಲ್ಲಿಸಿದ. ನಾನು ಓರೆಗಣ್ಣಿನಿಂದ ಆತನನ್ನು ನೋಡಿದೆ. ಆತನೂ ನಿಸ್ತೇಜನಾಗಿದ್ದ. "ಈಗ ಅದು ಪ್ರಾರಂಭವಾಗ್ತದೆ" ಎಂದುಕೊಂಡೆ. ಅಷ್ಟು ಹೊತ್ತಿಗೆ ಕತ್ತಲೆಯಾಗಿತ್ತು. ಛಾವಣಿಯ ಕಿಂಡಿಯಿಂದ ಆಕಾಶದ ಮಂದವಾದ ಬೆಳಕು ಮಾಯವಾಗುತ್ತ ನಕ್ಷತ್ರಗಳು ಕಾಣಲಾರಂಭಿಸಿದವು. ರಾತ್ರಿ ನಿರ್ಮಲವಾಗಿ ಶೀತಲವಾಗಿರುತ್ತದೆ ಎಂದು ನನಗನಿಸಿತು.

ಆಗ ನಮ್ಮ ಕೋಣೆಯ ಬಾಗಿಲು ತೆರೆಯಿತು. ಸಮವಸ್ತ್ರಧಾರಿಯಾದ ಗೌರವರ್ಣದ ಮನುಷ್ಯನೊಬ್ಬ ಇಬ್ಬರು ಪಹರೆಯವರೊಡನೆ ಒಳಗೆ ಬಂದ. ಆತ ನಮಗೆ ನಮಸ್ಕರಿಸಿದ. "ನಾನೊಬ್ಬ ಡಾಕ್ಟರ್. ಇಂಥ ಕಠಿಣ ವೇಳೆಯಲ್ಲಿ ನಿಮಗೆ ಸಹಾಯ ಮಾಡೋದಕ್ಕೆ ನನ್ನನ್ನು ನಿಯಮಿಸಿದ್ದಾರೆ," ಎಂದ. ಆತನ ಧ್ವನಿ ಸ್ಪಷ್ಟವಾಗಿಯೂ ಮಧುರವಾಗಿಯೂ ಇದ್ದಿತು.

"ಇಲ್ಲಿ ನಿಮಗೇನು ಬೇಕಾಗಿದೆ?" ಎಂದು ನಾನು ಕೇಳಿದೆ.

"ನಿಮ್ಮ ಕೊನೆಯ ಗಳಿಗೆಯಲ್ಲಿ ಕಷ್ಟವನ್ನೆದುರಿಸೋದಕ್ಕೆ ನಾನು ಸಹಾಯ ಮಾಡ್ತೇನೆ. ನಿಮ್ಮ ಸೇವೆಗಾಗಿಯೆ ನಾನು ಬಂದದ್ದು."

"ನೀನಿಲ್ಲಿಗೇಕೆ ಬಂದೆ? ಈ ಆಸ್ಪತ್ರೆಯಲ್ಲಿ ಸಾಕಷ್ಟು ಜನ ವೈದ್ಯರಿದ್ದಾರೆ."

ನಮ್ಮನ್ನು ಶೂನ್ಯವಾಗಿ ನೋಡುತ್ತ ಅವನೆಂದ:

"ಅಧಿಕಾರಿಗಳು ನನ್ನನ್ನಿಲ್ಲಿ ಕಳಿಸಿದ್ದಾರೆ." ಬಳಿಕ ಅವಸರದಲ್ಲಿ ನುಡಿದ: "ಹಾ! ನಿಮಗೆ ಧೂಮಪಾನ ಮಾಡಬೇಕು ಅಂತಿದ್ರೆ ನನ್ನ ಹತ್ತಿರ ಸಿಗರೇಟುಗಳು ಮತ್ತು ಸಿಗಾರ್‌ಗಳೂ ಕೂಡ ಇವೆ."

ಆತ ನಮಗೆ ಇಂಗ್ಲಿಷ್ ಸಿಗರೇಟುಗಳನ್ನು ಮತ್ತು ಸಿಗಾರುಗಳನ್ನು ಕೊಡಬಂದ. ಆದರೆ ನಾವು ಅವನ್ನೆಲ್ಲ ನಿರಾಕರಿಸಿದೆವು. ನಾನು ಆತನ ಕಣ್ಣಲ್ಲಿ ಕಣ್ಣಿಟ್ಟು ನೋಡಿದಾಗ ಆತನಿಗೆ ಕಿರಿಕಿರಿಯಾದಂತೆ ತೋರಿತು. ನಾನು ಅವನಿಗೆ ಹೇಳಿದೆ:

"ನೀನು ನಮ್ಮ ಮೇಲೆ ದಯೆ ತೋರಿಸೋದಕ್ಕೆ ಬಂದಿಲ್ಲ. ಅಲ್ಲದೆ ನನಗೆ ನಿನ್ನ ಮುಖಪರಿಚಯವಿದೆ. ನನ್ನನ್ನು ಬಂಧಿಸಿದ ದಿನವೆ ನೀನು ಫಾಸಿಸ್ಟರೊಂದಿಗಿದ್ದುದನ್ನು ನಾನು ನೋಡಿದ್ದೇನೆ."

ನಾನು ಹೀಗೆ ಮಾತನಾಡುವುದನ್ನು ಮುಂದುವರಿಸುವುದರಲ್ಲಿದ್ದೆ. ಆದರೆ ಆಶ್ಚರ್ಯವೆಂದರೆ, ಅನಿರೀಕ್ಷಿತವಾಗಿ ನನ್ನಲ್ಲಿ ಏನೋ ಒಂದು ಬದಲಾವಣೆಯಾಗಿಬಿಟ್ಟಿತು. ಈ ವೈದ್ಯನ ಬಗೆಗೆ

ನಾನು ನಿರಾಸಕ್ತನಾಗಿ ಬಿಟ್ಟೆ. ಸಾಮಾನ್ಯವಾಗಿ ನಾನು ಯಾರನ್ನಾದರೂ ತರಾಟೆಗೆ ತೆಗೆದುಕೊಂಡರೆ ಅವರನ್ನು ಸುಲಭದಲ್ಲಿ ಬಿಟ್ಟುಬಿಡುವುದಿಲ್ಲ. ಆದರೆ ಒಮ್ಮಿಂದೊಮ್ಮೆಲೆ ಮಾತನಾಡಬೇಕೆಂಬ ಬಯಕೆ ನನ್ನಲ್ಲಿ ಮಾಯವಾಗಿ ಬಿಟ್ಟಿತು. ನಾನು ಭುಜ ಕೊಡವಿ ಬೇರೆ ಕಡೆ ನೋಡತೊಡಗಿದೆ. ಸ್ವಲ್ಪ ಹೊತ್ತಿನ ಬಳಿಕ ನಾನು ಮುಖ ಮೇಲೆ ಮಾಡಿದಾಗ ಆತ ಕುತೂಹಲದಿಂದ ನನ್ನನ್ನೆ ದಿಟ್ಟಿಸಿ ನೋಡುತ್ತಿದ್ದ. ಪಹರೆಯವರು ಚಾಪೆಯೊಂದರ ಮೇಲೆ ಕುಳಿತಿದ್ದರು. ಉದ್ದನೆಯ ತೆಳ್ಳಗಿನ ಪೆದ್ರೊ ತನ್ನ ಹೆಬ್ಬೆರಳನ್ನು ತಿರುಗಿಸುತ್ತಿದ್ದ. ಇನ್ನೊಬ್ಬ ನಿದ್ರೆ ಬಂದೀತೆಂಬ ಭಯದಿಂದ ಆಗಾಗ ತಲೆಯನ್ನು ಎಡಕ್ಕೆ ಬಲಕ್ಕೆ ಅಲುಗಾಡಿಸುತ್ತಿದ್ದ.

"ನಿಮಗೆ ದೀಪ ಬೇಕೊ?" ಎಂದು ಪೆದ್ರೊ ಒಮ್ಮಿಂದೊಮ್ಮೆಲೆ ಡಾಕ್ಟರನ್ನು ಕೇಳಿದ. ಅದಕ್ಕೆ "ಹೌದೆಂದು" ಆತ ತಲೆ ತೂಗಿದ. ಆ ಡಾಕ್ಟರು ಒಂದು ಕಟ್ಟಿಗೆಯ ತುಂಡಿನಷ್ಟೆ ಚುರುಕಾಗಿದ್ದರೂ ಕೆಟ್ಟ ಮನುಷ್ಯನಾಗಿರಲಿಲ್ಲ. ಆತನ ಒಣಗಿದ ನೀಲಿಕಣ್ಣುಗಳಲ್ಲಿ ದಿಟ್ಟಿಸಿ ನೋಡಿದಾಗ ಕಲ್ಪನಾರಾಹಿತ್ಯವೆ ಆತನ ಏಕೈಕ ಪಾಪವೆಂದು ನನಗನಿಸಿತು. ಪೆದ್ರೊ ಹೊರಗೆ ಹೋಗಿ ಎಣ್ಣೆಯ ದೀಪವೊಂದನ್ನು ತೆಗೆದುಕೊಂಡು ಬಂದು ಬೆಂಚಿನ ಮೂಲೆಯಲ್ಲಿಟ್ಟ. ಅದರ ಬೆಳಕು ಸರಿಯಾಗಿರದಿದ್ದರೂ ಅಷ್ಟಾದರೂ ಇದೆಯಲ್ಲ ಅನ್ನುವ ಸಮಾಧಾನವನ್ನುಂಟು ಮಾಡಿತು. ಯಾಕೆಂದರೆ ಇದರ ಹಿಂದಿನ ರಾತ್ರಿಯನ್ನು ನಾವು ಸಂಪೂರ್ಣ ಕತ್ತಲೆಯಲ್ಲಿಯೇ ಕಳೆದಿದ್ದೆವು. ನಾನು ಸುದೀರ್ಘ ಸಮಯದವರೆಗೆ ಒಳಮಾಡಿನ ಮೇಲೆ ಬಿದ್ದ ಬೆಳಕಿನ ವರ್ತುಲವನ್ನೆ ನಿರೀಕ್ಷಿಸುತ್ತಿದ್ದೆ. ಅದನ್ನು ನೋಡು ನೋಡುತ್ತ ನನ್ನನ್ನು ನಾನೆ ಮರೆತೆ. ಆಮೇಲೆ ಒಮ್ಮೆಲೆ ಎಚ್ಚರಗೊಂಡಾಗ ಬೆಳಕಿನ ವರ್ತುಲ ಮಾಯವಾಯಿತು ಅಲ್ಲದೆ ಯಾವುದೊ ವಿಪರೀತ ಭಾರದ ಕೆಳಗೆ ನಾನು ಜಜ್ಜಿ ಹೋದಂತೆ ಅನಿಸಿತು. ಅದು ಸಾವಿನ ವಿಚಾರವೂ ಆಗಿರಲಿಲ್ಲ, ಭಯವೂ ಆಗಿರಲಿಲ್ಲ. ಅದು ಅನಾಮಧೇಯವಾಗಿತ್ತು. ನನ್ನ ಕಪೋಲಗಳು ಉರಿಯುತ್ತಿದ್ದಂತೆ ನನ್ನ ತಲೆಯೂ ನೋಯತೊಡಗಿತ್ತು.

ನನ್ನನ್ನೆ ನಾನು ಕೊಡವಿಕೊಂಡು ಆ ಇಬ್ಬರೂ ಗೆಳೆಯರ ಕಡೆ ನೋಡಿದೆ. ಟಾಮ್ ತಲೆಯನ್ನು ತನ್ನ ಕೈಯಿಂದ ಮುಚ್ಚಿಕೊಂಡಿದ್ದ. ಆತನ ಕುತ್ತಿಗೆಯ ಬೆಳ್ಳಗಿನ ಮತ್ತು ಕೊಬ್ಬಿದ ಹಿಂಭಾಗ ಮಾತ್ರ ನನಗೆ ಕಾಣಿಸುತ್ತಿತ್ತು. ಚಿಕ್ಕ ಯೂವನ್‌ನಂತೂ ಕಂಗೆಟ್ಟುಹೋಗಿದ್ದ. ಆತ ಬಾಯಿ ತೆರೆದಿದ್ದನಲ್ಲದೆ ಆತನ ಮೂಗಿನ ಹೊರಳೆಗಳು ಅದುರುತ್ತಿದ್ದುವು. ಡಾಕ್ಟರನು ಆತನ ಹತ್ತಿರ ಹೋಗಿ ಆತನ ಭುಜದ ಮೇಲೆ ಕೈಯಿಟ್ಟು ಸಮಾಧಾನ ಮಾಡಲೆತ್ನಿಸಿದ. ಆದರೂ ಆತನ ದೃಷ್ಟಿ ಶೂನ್ಯವಾಗಿಯೆ ಇದ್ದಿತು. ಅನಂತರ ಆ ಬೆಲ್ಜಿಯನ್ ಡಾಕ್ಟರ್‌ನ ಕೈ ಯೂವನ್‌ನ ಹೆಗಲಿನಿಂದ ಮುಂಗೈವರೆಗೆ ಇಳಿಯಿತು. ಅನಂತರ ತನ್ನ ಮೂರು ಬೆರಳುಗಳಿಂದ ಯೂವನ್‌ನ ಮುಂಗೈ ಹಿಡಿದು, ಕಿಸೆಯೊಳಗಿಂದ ತನ್ನ ಗಡಿಯಾರವನ್ನು ಹೊರತೆಗೆದು ಆತ ಅದನ್ನೇ ನೋಡತೊಡಗಿದ. ಒಂದು ನಿಮಿಷದ ಅನಂತರ ಯೂವನ್‌ನ ಕೈಬಿಟ್ಟು ಡಾಕ್ಟರು ಗೋಡೆಗೆ ಆತು ನಿಂತ. ಆಮೇಲೆ ಒಮ್ಮಿಂದೊಮ್ಮೆಲೆ ಏನೋ ನೆನಪಾದವನಂತೆ ತನ್ನ ಕಿಸೆಯಿಂದ ನೋಟು ಬುಕ್ಕನ್ನು ಹೊರತೆಗೆದು ಅದರಲ್ಲಿ ಏನೋ ಗೀಚಿದ. "ಸೂಳೆಮಗ, ನನ್ನ ನಾಡಿ ಪರೀಕ್ಷೆಗೆ ಬರಲಿ, ಅವನ ಹೊಲಸು ಮುಖಕ್ಕೆ ಗುದ್ದೇನೆ" ಎಂದು ನನ್ನಷ್ಟಕ್ಕೆ ನಾನೇ ಅಂದುಕೊಂಡೆ.

ಡಾಕ್ಟರು ನನ್ನ ಸನಿಹಕ್ಕೆ ಬರಲಿಲ್ಲ. ಆದರೆ ನನ್ನನ್ನೆ ನಿರೀಕ್ಷಿಸುತ್ತಿದ್ದ. ನಾನು ಮುಖ ಮೇಲೆತ್ತಿ ಅವನೆಡೆಗೆ ನೋಡಿದೆ. "ನಿನಗೆ ಚಳಿಯಾಗ್ತಿಲ್ಲವೆ?" ಎಂದು ಆತ ನನ್ನನ್ನು ಕೇಳಿದ. ಅವನ ದೃಷ್ಟಿ ಶೂನ್ಯವಾಗಿತ್ತು.

"ನನಗೇನೂ ಚಳಿ ಇಲ್ಲ" ಎಂದು ನಾನೆಂದೆ.

ಆತ ನನ್ನ ಮೇಲೆ ನೆಟ್ಟ ದೃಷ್ಟಿಯನ್ನು ಕೀಳಲೆ ಇಲ್ಲ. ಒಮ್ಮಿಂದೊಮ್ಮೆಲೆ ನನಗೆ ಅರ್ಥವಾಯಿತು. ನನ್ನ ಕೈಯಿಂದ ಮುಖವನ್ನು ಮುಟ್ಟಿಕೊಂಡಾಗ ಬೆವರು ಸುರಿಯುತ್ತಿತ್ತೆಂಬುದು ಅರಿವಾಯಿತು. ಈ ನೆಲಮನೆಯಲ್ಲಿ ಇಂಥ ಚಳಿಯಲ್ಲಿ ನಾನು ಬೆವರುತ್ತಿದ್ದೆ. ಬೆವರಿನಿಂದ ಅಂಟಂಟಾದ ಕೂದಲಲ್ಲಿ ಬೆರಳಾಡಿಸಿದೆ. ಅದೇ ವೇಳೆಗೆ ನನ್ನ ಶರ್ಟು ಬೆವರಿನಿಂದ ಒದ್ದೆಯಾಗಿ ಮೈಗೆ ಅಂಟಿಕೊಂಡಿತ್ತು. ಒಂದು ತಾಸಿನವರೆಗೆ ನಾನು ಬೆವರು ಸುರಿಸಿದ್ದರೂ ಅದು ನನ್ನ ಗಮನಕ್ಕೇ ಬಂದಿರಲಿಲ್ಲ. ಆ ಹಂದಿಯಂಥ ಬೆಲ್ಜಿಯನ್ ಡಾಕ್ಟರ್ ನನ್ನ ಗಲ್ಲದ ಮೇಲಿಂದ ಬೆವರಿನ ಹನಿಗಳು ದಳದಳನೆ ಕೆಳಗೆ ಜಾರಿ ಬೀಳುತ್ತಿದ್ದುದನ್ನು ಲಕ್ಷ್ಯಪೂರ್ವಕ ದಿಟ್ಟಿಸುತ್ತಿದ್ದ. ಇದು ನನ್ನ ಭಯದ ಸೂಚನೆಯೆಂದು ಆತ ತಿಳಿದಂತಿದ್ದಿತು. ಆತ ಇದನ್ನು ಕಂಡು ತಾನು ಹೀಗೆ ಹೆದರಿಕೆಯಿಂದ ಬೆವರುತ್ತಿಲ್ಲವೆಂದು ಹೆಮ್ಮೆ ಪಟ್ಟುಕೊಂಡ. ನಾನು ಎದ್ದವನೆ ಆತನ ಮುಖಕ್ಕೆ ಹೊಡೆಯಬೇಕೆಂದು ನಿರ್ಧರಿಸಿದೆ. ಅದಕ್ಕಾಗಿ ಕೈ ಮೇಲೆತ್ತುವಷ್ಟರಲ್ಲಿ ನನ್ನ ಸಿಟ್ಟು ಮತ್ತು ನಾಚಿಕೆಗಳೆರಡೂ ಮಾಯವಾಗಿಬಿಟ್ಟವು. ಮತ್ತೆ ಅನಾಸಕ್ತನಾಗಿ ನನ್ನ ಬೆಂಚಿನ ಮೇಲೆ ಬಿದ್ದುಕೊಂಡೆ.

ನಾನು ಕರವಸ್ತ್ರದಿಂದ ನನ್ನ ಕುತ್ತಿಗೆಯನ್ನು ಒರೆಸಿಕೊಂಡು ಸಮಾಧಾನಪಟ್ಟೆ. ಯಾಕೆಂದರೆ ನನ್ನ ಕೂದಲೊಳಗಿಂದ ಬೆವರು ಕುತ್ತಿಗೆಯ ಮೇಲೆ ಇಳಿಯುತ್ತಿತ್ತು. ಅದು ನನಗೆ ಜಿಗುಪ್ಸೆಯನ್ನು ತರಿಸುತ್ತಿತ್ತು. ಆದರೆ ಕರವಸ್ತ್ರವಾಗಲೆ ಬೆವರಿನಿಂದ ತೊಯ್ದು ಹೋದದ್ದರಿಂದ, ಅದರಿಂದ ಕುತ್ತಿಗೆಯನ್ನು ಒರೆಸುವುದು ನಿರುಪಯೋಗವೆಂದು ತಿಳಿದು ಅದನ್ನು ಅಷ್ಟಕ್ಕೆ ನಿಲ್ಲಿಸಿಬಿಟ್ಟೆ. ನನ್ನ ಕುಂಡೆಗಳೂ ಬೆವರು ಸುರಿಸುತ್ತಿದ್ದರಿಂದ ನನ್ನ ಪ್ಯಾಂಟು ಬೆಂಚಿಗೆ ಅಂಟಿಕೊಂಡಿತ್ತು.

ಒಮ್ಮೆಲೆ ಯೂವನ್ ಕೇಳಿದ, "ನೀವು ಡಾಕ್ಟರೇನು?"

"ಹೌದು," ಎಂದು ಆ ಬೆಲ್ಜಿಯನ್.

"ಬಹಳ ನೋವಾಗ್ತದೆಯೆ?... ಬಹಳ ಹೊತ್ತಿನವರೆಗೆ?"

"ಆಂ? ಯಾವಾಗ?... ಓ, ಇಲ್ಲ... ಎಳ್ಳಷ್ಟೂ ಇಲ್ಲ. ಎಲ್ಲವೂ ತೀವ್ರವಾಗಿ ಮುಗಿದು ಹೋಗಿ ಬಿಡ್ತದೆ." ಎಂದು ಉತ್ತೇಜಕ ರೀತಿಯಲ್ಲಿ ಹೇಳಿದ ಆ ಬೆಲ್ಜಿಯನ್, ನಗದು ಗಿರಾಕಿಯೊಬ್ಬನನ್ನು ಸಂತೈಸುವ ಅಂಗಡಿಯವನಂತೆ ನಾಟಕವಾಡಿದ.

"ಆದರೆ ನಾನು... ಯಾರೋ ಹೇಳಿದರು... ಕೆಲವು ಸಲ ಅವರು ಎರಡು ಸಾರಿ ಗುಂಡು ಹಾರಿಸ್ತಾರಂತೆ."

ಅದಕ್ಕೆ ಆ ಡಾಕ್ಟರು ತಲೆದೂಗುತ್ತ ಹೇಳಿದ: "ಕೆಲವು ಸಲ ಮಾತ್ರ. ಅಂದರೆ ಮೊದಲನೆಯ ಸಲ ಹಾರಿಸಿದ ಗುಂಡು ಆಯಕಟ್ಟಿನ ಜಾಗೆಗೆ ತಗಲದಿದ್ದಾಗ ಮಾತ್ರ."

"ಹಾಗಾದರೆ ಅವರು ಮತ್ತೊಮ್ಮೆ ಬಂದೂಕುಗಳಿಗೆ ಕಾಡತೂಸು ಹಾಕಿ ಪುನಃ ಗುರಿ ಇಡಬೇಕಾಗ್ತದಲ್ಲ?" ಎಂದು ಯೂವನ್ ತನಗೆ ತಾನೇ ಪ್ರಶ್ನಿಸಿಕೊಂಡ. ಬಳಿಕ ಒಂದು ನಿಮಿಷ ಯೋಚಿಸಿ ಗಡಸು ಧ್ವನಿಯಲ್ಲಿ ಎಂದ :

"ಅದಕ್ಕೆ ಬಹಳ ಹೊತ್ತು ಬೇಕಾಗ್ತದೆ."

ಆತನಿಗೆ ನೋವಿನ ಭಯ ವಿಪರೀತವಾಗಿತ್ತು. ಆದುದರಿಂದ ಯಾವಾಗಲೂ ಅದರ ಬಗೆಗೇ ಆತ ಯೋಚಿಸುತ್ತಿದ್ದ. ಆತನ ವಯಸ್ಸೆ ಇದಕ್ಕೆಲ್ಲ ಕಾರಣವಾಗಿತ್ತು. ಆದರೆ ನಾನು ಆ

ವಿಷಯವನ್ನು ಕುರಿತು ಹೆಚ್ಚು ಯೋಚಿಸುತ್ತಲೇ ಇರಲಿಲ್ಲ. ನನಗೆ ಬೆವರು ಬರುತ್ತಿದ್ದುದು ನೋವಿನ ಭೀತಿಯಿಂದ ಆಗಿರಲೂ ಇಲ್ಲ.

ನಾನು ಎದ್ದು ಕಲ್ಲಿದ್ದಲು ಪುಡಿಯ ರಾಶಿಯ ಹತ್ತಿರ ಹೋದೆ. ಟಾಮ್ ಚಂಗನೆ ಹಾರಿ ತಿರಸ್ಕಾರದಿಂದ ನನ್ನೆಡೆಗೆ ನೋಡಿದ. ಯಾಕೆಂದರೆ ನನ್ನ ಬೂಟಿನ ಜರಿಕೆಯ ಸದ್ದು ಆತನಿಗೆ ಸಿಟ್ಟು ಬರಿಸಿತ್ತು. ಆತನ ಮುಖದಂತೆ ನನ್ನ ಮುಖದ ಮೇಲೆಯೂ ಭಯವೆದ್ದು ಕಾಣಿಸುತ್ತಿತ್ತೋ ಹೇಗೆಂಬುದನ್ನು ನನಗೆ ತಿಳಿದುಕೊಳ್ಳಬೇಕಾಗಿತ್ತು. ಆತನ ಮುಖದ ಮೇಲೆಯೂ ಬೆವರು ಕಾಣಿಸತೊಡಗಿತ್ತು. ಭಾವಣಿಯಲ್ಲಿದ್ದ ಕಿಂಡಿಯಿಂದ ಗೋಚರಿಸುತ್ತಿದ್ದ ಆಕಾಶ ನಿರಭ್ರವಾಗಿತ್ತು. ಕಿಂಡಿಯ ಕೆಳಗಣ ಕತ್ತಲ ಮೂಲೆಗೆ ಬೆಳಕು ಹರಿಯುತ್ತಿರಲಿಲ್ಲ. ನಾನು ತಲೆಯೆತ್ತಿದರೆ ಸಪ್ತರ್ಷಿ ನಕ್ಷತ್ರಮಂಡಲ ಕಾಣುತ್ತಿತ್ತು. ಅದರ ಹಿಂದೆ ಆಕಾಶವನ್ನು ನೋಡಿದಾಗ ಆಗುತ್ತಿದ್ದ ಅನುಭವಕ್ಕೂ ಈಗಿನ ನನ್ನ ಅನುಭವಕ್ಕೂ ಒಂದು ವ್ಯತ್ಯಾಸವಿತ್ತು. ನಾನು ಕ್ರೈಸ್ತ ಮಠದಲ್ಲಿದ್ದಾಗ ನೋಡುತ್ತಿದ್ದ ಆಕಾಶ ಗಂಟೆಯಿಂದ ಗಂಟೆಗೆ ನನ್ನಲ್ಲಿ ಅನೇಕ ನೆನಪುಗಳನ್ನು ಬಡಿದೆಬ್ಬಿಸುತ್ತಿತ್ತು. ಬೆಳಿಗ್ಗೆ ತಿಳಿನೀಲಿ ವರ್ಣದ ಆಕಾಶವನ್ನು ನೋಡಿದಾಕ್ಷಣ ನನಗೆ ಅಟ್ಲಾಂಟಿಕ್ ಮಹಾಸಾಗರದ ದಂಡೆಗಳ ನೆನಪಾಗುತ್ತಿತ್ತು. ಮಧ್ಯಾಹ್ನದ ಸೂರ್ಯನನ್ನು ನೋಡಿದಾಗ ಸೆವಿಲ್‌ದಲ್ಲಿ ನಾನು ಆಲಿವ್ ಮತ್ತು ಅಂಕೋವಿಗಳನ್ನು ತಿಂದುದೂ, ಮಂಝೂನಿಲಾ ಪೇಯವನ್ನು ಕುಡಿದುದೂ ನೆನಪಿಗೆ ಬರುತ್ತಿದ್ದುವು. ಸಾಯಂಕಾಲ ನಾನು ನೆರಳಿನಲ್ಲಿ ನಿಂತಾಗ ಗೂಳಿ ಕಾಳಗದ ಕಣ ನನ್ನ ಕಣ್ಣ ಮುಂದೆ ಸುಳಿಯುತ್ತಿತ್ತು. ಅದರ ಅರ್ಧ ಭಾಗ ದಟ್ಟವಾದ ನೆರಳಿನಿಂದ ಆವೃತವಾಗಿದ್ದರೆ, ಉಳಿದ ಅರ್ಧ ಭಾಗ ಬಿಸಿಲಿನಲ್ಲಿ ಹೇಗೆ ಹೊಳೆಯುತ್ತಿತ್ತೆಂಬುದನ್ನು ಕುರಿತು ನಾನು ಯೋಚಿಸುತ್ತಿದ್ದೆ. ಆಕಾಶದಲ್ಲಿ ಹೀಗೆ ಇಡೀ ಜಗತ್ತಿನ ಪ್ರತಿಫಲನವನ್ನು ಕಾಣುವುದು ನಿಜವಾಗಿಯೂ ಮನಸ್ಸಿಗೆ ತಾಪದಾಯಕವಾಗಿತ್ತು. ಆದರೆ ಈಗ ಅದೇ ಆಕಾಶವನ್ನು ಎಷ್ಟು ಹೊತ್ತಿನವರೆಗೆ ನಿರೀಕ್ಷಿಸಿದರೂ ನನ್ನ ಮನಸ್ಸಿನಲ್ಲಿ ಯಾವ ಭಾವನೆಗಳೂ ಮೂಡುತ್ತಿರಲಿಲ್ಲ. ನನಗೆ ಇದೇ ಪರಿಸ್ಥಿತಿಯೆ ಹೆಚ್ಚು ಸೇರಿತು. ನಾನು ಮರಳಿ ಬಂದು ಟಾಮ್‌ನ ಹತ್ತಿರ ಕುಳಿತುಕೊಂಡೆ. ಒಂದು ದೀರ್ಘವಾದ ಕ್ಷಣ ಕಳೆಯಿತು.

ಟಾಮ್ ಮತ್ತೆ ಮೆಲುಧ್ವನಿಯಲ್ಲಿ ಮಾತನಾಡತೊಡಗಿದ. ಆತ ಮಾತನಾಡಲೇಬೇಕಾಗಿತ್ತು. ಇಲ್ಲದಿದ್ದರೆ ಆತನಿಗೆ ತನ್ನತನವನ್ನೇ ಕಳೆದುಕೊಂಡಂತಾಗುತ್ತಿತ್ತು. ಆತ ನನ್ನೊಡನೆ ಮಾತನಾಡು ತ್ತಿದ್ದರೂ ನನ್ನ ಕಡೆಗೆ ನೋಡುತ್ತಿರಲಿಲ್ಲ. ನನ್ನ ಬೀಳುಪೇರಿದ ಹಾಗೂ ಬೆವರಿಡುವ ಮುಖವನ್ನು ನೋಡಲು ಆತ ಹೆದರುತ್ತಿದ್ದಂತೆ ತೋರಿತು. ಯಾಕೆಂದರೆ ಇಬ್ಬರ ಮುಖಗಳೂ ಪರಸ್ಪರ ಕನ್ನಡಿಯಂತೆ ಇದ್ದುವು. ಬದುಕಿನ ಸಾಕಾರ ಮೂರ್ತಿಯಂತಿದ್ದ ಆ ಬೆಲ್ಜಿಯನ್‌ನನ್ನು ಆತ ನಿರೀಕ್ಷಿಸುತ್ತಿದ್ದ. ಬಳಿಕ ಅವನೆಂದ:

"ನಿನಗಿದೆಲ್ಲವೂ ತಿಳಿಯುತ್ತಿದೆಯೆ? ನನಗೊಂದೂ ತಿಳಿಯುತ್ತಿಲ್ಲ."

ನಾನೂ ಮೆಲುಧ್ವನಿಯಲ್ಲಿ ಮಾತನಾಡಲಾರಂಭಿಸಿದೆ. ಆ ಬೆಲ್ಜಿಯನ್‌ನನ್ನು ದಿಟ್ಟಿಸಿದೆ. "ಏನು ಸಮಾಚಾರ?" ಎಂದು ಕೇಳಿದೆ.

"ನಮಗೆ ತಿಳಿಯಲಾರದ ಏನೊ ಒಂದು ನಮಗೆ ಬಂದೊದಗ್ತದೆ."

ಟಾಮ್‌ನ ಕಡೆಯಿಂದ ಒಂದು ವಿಚಿತ್ರ ವಾಸನೆ ಬರತೊಡಗಿತು. ನನ್ನ ಮೂಗು ಎಂದಿಗಿಂತ ಹೆಚ್ಚು ಸಂವೇದನಾಶೀಲವಾಗಿತ್ತೆಂದು ನನಗೆ ತೋರಿತು.

"ಇನ್ನೊಂದು ಸ್ವಲ್ಪ ಸಮಯದಲ್ಲಿ ನಿನಗೆಲ್ಲವೂ ತಿಳೀತದೆ" ಎಂದು ನಾನು ನಕ್ಕೆ.

ಆದರೆ ಆತ ಮೊಂಡುತನದಿಂದ ಮುಂದುವರಿಸಿದ :

"ನನಗೆ ಏನೂ ತಿಳಿಯೋದಿಲ್ಲ. ನಾನೇನೋ ಧೈರ್ಯದಿಂದ ಇರಬಯಸ್ತೇನೆ. ಆದರೆ ಏನಾಗ್ಗದೆ ಅಂತ ಮೊದಲು ನನಗೆ ಗೊತ್ತಾಗ್ಬೇಕು... ಕೇಳು, ನಮ್ಮನ್ನೆಲ್ಲ ಅಂಗಳಕ್ಕೆ ಕರೆದೊಯ್ತಾಗೆ ಒಳ್ಳೆಯದು. ಅನಂತರ ಅವರೆಲ್ಲ ನಮ್ಮ ಎದುರಿಗೆ ನಿಲ್ತಾರೆ ಅಲ್ಲವೆ? ಆದರೆ ಎಷ್ಟು ಜನ?"

"ನನಗೆ ಗೊತ್ತಿಲ್ಲ. ಐದೋ ಅಥವಾ ಎಂಟೋ ಜನರಿರ್ಬಹುದು. ಅದಕ್ಕಿಂತ ಹೆಚ್ಚಿಗಿಲ್ಲ."

"ಒಳ್ಳೆಯದು. ಎಂಟು ಜನರು ನಿಂತಿರ್ತಾರೆ. 'ಗುರಿ ಇಡಿ' ಅಂತ ಒಬ್ಬ ಕೂಗ್ತಾನೆ. ಎಂಟೂ ಬಂದೂಕುಗಳು ನನ್ನ ದಿಸೆಯಲ್ಲಿಯೆ ಮುಖ ಮಾಡಿಕೊಂಡಿರ್ತವೆ. ನನ್ನ ಹಿಂದಿನ ಗೋಡೆಯಲ್ಲಿಯೆ ಅವಿತುಕೊಂಡರೆ ಹೇಗಾದೀತು ಅಂತ ನಾನು ಯೋಚಿಸ್ತೇನೆ. ನನ್ನ ಮೈಯಲ್ಲಿದ್ದ ಎಲ್ಲ ಶಕ್ತಿಯನ್ನೂ ಉಪಯೋಗಿಸಿ ಗೋಡೆಯನ್ನು ಹಿಂದೆ ಒತ್ತುತ್ತೇನೆ. ಆದರೆ ದುಃಸ್ವಪ್ನದಲ್ಲಿ ಆದಂತೆ, ಆ ಗೋಡೆ ಮಾತ್ರ ನಿಶ್ಚಲವಾಗಿ ನಿಂತಿರ್ತದೆ. ಅದನ್ನೆಲ್ಲ ನಾನು ಊಹಿಸಬಲ್ಲೆ. ನಾನು ಎಷ್ಟು ಚೆನ್ನಾಗಿ ಅದನ್ನು ಕಲ್ಪಿಸಿಕೊಳ್ಳಬಲ್ಲೆ ಅನ್ನೋದು ನಿನಗೆ ತಿಳಿಯೋ ಹಾಗಿದ್ರೆ..."

"ಸರಿ, ಸರಿ! ಅದನ್ನು ನಾನೂ ಊಹಿಸಬಲ್ಲೆ."

ಅದಕ್ಕೆ ಆತ ಯಾಂತ್ರಿಕವಾಗಿ ಹೇಳಿದ:

"ಅದರಿಂದ ವಿಪರೀತ ನೋವಾಗ್ತದೆಯಲ್ಲವೆ? ನಮ್ಮನ್ನೆಲ್ಲ ಅಂದಗೇಡಿಗಳನ್ನಾಗಿ ಮಾಡೋದಕ್ಕೆ ನಮ್ಮ ಕಣ್ಣು ಮತ್ತು ಬಾಯಿಗೆ ಗುಂಡು ಹಾರಿಸ್ತಾರಂತೆ. ಈಗಾಗಲೆ ನನಗೆ ಅದರ ನೋವಿನ ಅನುಭವವಾಗ್ತಿದೆ. ನನ್ನ ತಲೆ ಮತ್ತು ಕುತ್ತಿಗೆಯಲ್ಲಿ ನೋವು ಆರಂಭವಾಗಿ ಈಗಾಗಲೆ ಒಂದು ತಾಸಾಯಿತು. ಇದೆಲ್ಲ ನಿಜವಾದ ನೋವಲ್ಲ. ಆದರೆ ಅದಕ್ಕಿಂತ ಕೆಟ್ಟದಾದದ್ದು. ಇದು ನಾಳೆ ಮುಂಜಾನೆ ನಾನು ಅನುಭವಿಸುವ ನೋವಿನ ಕಲ್ಪನೆ. ಆಮೇಲೇನಾಗ್ತದೆ?"

ಆತ ಹೇಳಿದ ಮಾತಿನ ಅರ್ಥ ನನಗಾಯಿತು. ಆದರೂ ಅರ್ಥವಾಗಿದೆಯೆಂದು ನಾನು ತೋರಿಸಬಯಸಲಿಲ್ಲ. ನನ್ನ ದೇಹದಲ್ಲಿಯೂ ಸಣ್ಣಗೆ ನೋವು ಆರಂಭವಾಯಿತು. ಅದಕ್ಕೆ ಹೊಂದಿಕೊಳ್ಳಲು ನನಗೆ ಸಾಧ್ಯವಾಗಲಿಲ್ಲ. ಈ ವಿಷಯದಲ್ಲಿ ಅವನಂತೆಯೆ ಆಗಿದ್ದರೂ ನಾನು ಮಾತ್ರ ಅದಕ್ಕೆ ಅಷ್ಟೊಂದು ಮಹತ್ವ ಕೊಡಲಿಲ್ಲ. ಆಮೇಲೆ ಏನಾಗ್ತದೆ ಎಂಬ ಅವನ ಪ್ರಶ್ನೆಗೆ ನಾನೆಂದೆ:

"ಅದಾದ ನಂತರ ನೀನು ಮಣ್ಣಿನ ಅಡಿಯಲ್ಲಿರ್ತಿ."

ಆತ ತನ್ನಷ್ಟಕ್ಕೆ ತಾನೆ ಮಾತನಾಡಲಾರಂಭಿಸಿದ; ಆದರೆ ಆ ಬೆಲ್ಜಿಯನ್‌ನನ್ನು ದಿಟ್ಟಿಸುವುದನ್ನು ನಿಲ್ಲಿಸಲಿಲ್ಲ. ಆ ವ್ಯಕ್ತಿ ಮಾತ್ರ ಅವನ ಮಾತುಗಳನ್ನು ಕೇಳುತ್ತಿರುವಂತೆ ತೋರಲಿಲ್ಲ. ಆತ ಅಲ್ಲಿಗೇಕೆ ಬಂದಿದ್ದನೆಂಬುದು ನನಗೆ ಗೊತ್ತಿತ್ತು. ನಾವು ಏನು ವಿಚಾರ ಮಾಡುತ್ತೇವೆ ಎಂಬುದರಲ್ಲಿ ಆತನ ಲಕ್ಷ್ಯವಿರಲಿಲ್ಲ. ಆದರೆ ನಾವು ಜೀವಂತವಿರುವಾಗಲೆ ನಮ್ಮ ದೇಹಗಳು ಹೇಗೆ ಸಾಯುತ್ತಿವೆ ಎಂಬುದನ್ನು ನಿರೀಕ್ಷಿಸಲಿಕ್ಕೆ ಆತ ಬಂದಿದ್ದ.

ಟಾಮ್ ಹೇಳುತ್ತಿದ್ದ, "ಅದು ಒಂದು ಕೆಟ್ಟ ಕನಸು ಇದ್ದ ಹಾಗೆ. ನಾವು ಯಾವುದಾದರೊಂದರ ವಿಚಾರ ಮಾಡ್ತೇವೆ. ನಾವು ಮಾಡ್ತಿರುವ ವಿಚಾರ ಸರಿಯೆಂದೆ ತಿಳಿದಿರ್ತೇವೆ. ಅದನ್ನು ನಾವು ತಿಳಿದುಕೊಂಡಿದ್ದೇವೆ ಅನ್ನೋದರೊಳಗಾಗಿ ಅದು ನಮ್ಮ ಮನಸ್ಸಿನಿಂದ ಜಾರಿಹೋಗಿರ್ತದೆ. ಅಥವಾ ಮಾಯವಾಗಿ ಬಿಟ್ಟಿರ್ತದೆ. ಅದಾದನಂತರ ಏನೂ ಇರೋದಿಲ್ಲ ಅಂತ ನನಗೆ ನಾನೆ ಹೇಳಿಕೊಳ್ತೇನೆ. ಆದರೆ ಅದು ಏನಿರಬಹುದು ಅಂತ ನನಗೆ ತಿಳಿಯೋದಿಲ್ಲ. ಕೆಲವು ವೇಳೆ ನಾನದನ್ನು ತಿಳಿಯಬಲ್ಲೆ ಅನ್ನುತ್ತಿರುವಾಗಲೆ ಅದು

ಮಾಯವಾಗಿ ಬಿಟ್ಟಿರ್ತದೆ. ಮತ್ತೆ ನಾನು ಮೊದಲಿನಿಂದ ನೋವಿನ ಬಗೆಗೆ, ತೋಟಾಗಳ ಬಗೆಗೆ ಮತ್ತು ಗುಂಡಿನ ಸ್ಫೋಟದ ಬಗೆಗೆ ವಿಚಾರಿಸಲಾರಂಭಿಸ್ತೇನೆ. ನಾನೊಬ್ಬ ಭೌತಿಕವಾದಿ ಅನ್ನೋದನ್ನು ಆಣೆಮಾಡಿ ಹೇಳ್ತೇನೆ. ನನಗೇನು ಹುಚ್ಚು ಹಿಡಿದಿಲ್ಲ. ಆದರೆ ನನಗೇನೋ ಆದಂತಿದೆ. ನಾನು ನನ್ನ ಕಳೇವರವನ್ನೆ ನೋಡ್ತೇನೆ. ಅದು ಅಂಥ ಕಠಿಣ ಕೆಲಸವೇನಲ್ಲ. ಆದರೆ ಅದನ್ನು ನೋಡುವಾತ ನಾನು – ನನ್ನ ಸ್ವಂತ ಕಣ್ಣುಗಳಿಂದ. ಆಗ ನಾನು ಯೋಚನೆ ಮಾಡಬೇಕಾಗ್ತದೆ... ಇನ್ನು ಮುಂದೆ ನಾನು ಏನನ್ನೂ ನೋಡಲಾರೆ; ಆದರೆ ಇತರರ ಪಾಲಿಗೆ ಈ ಜಗತ್ತು ಮುಂದುವರೀತದೆ ಅಂತ. ಹಾಗೆ ಯೋಚನೆ ಮಾಡೋದು ನಮಗೆ ದುಸ್ಸಾಧ್ಯ ಪಾಬ್ಲೊ. ನನ್ನ ಮಾತನ್ನು ನಂಬು : ಈ ಹಿಂದೆ ನಾನು ಇಡೀ ಒಂದು ರಾತ್ರಿಯನ್ನು ಯಾವುದಾದರೊಂದು ಸಂಭವಕ್ಕಾಗಿ ಕಾಯ್ತಾ ಕಳೆದಿದ್ದೇನೆ. ಆದರೆ ಇದು ಅದರಂತಲ್ಲ. ಇದು ನಮಗರಿವಿಲ್ಲದಂತೆಯೆ ನಮ್ಮನ್ನಾವರಿಸಿ ಬಿಡ್ತದೆ. ಪಾಬ್ಲೊ, ನಾವು ಇದಕ್ಕೆ ಸಿದ್ಧರಾಗಲೂ ಸಹ ಸಾಧ್ಯವಾಗೋದಿಲ್ಲ.

"ಬಾಯಿ ಮುಚ್ಚು. ಪಾದ್ರಿಯನ್ನು ಕರೆಯಲೇನು?" ಎಂದು ನಾನು ಕೇಳಿದೆ.

ಆತ ಉತ್ತರಿಸಲಿಲ್ಲ. ಆತ ಮೆಲುಧ್ವನಿಯಲ್ಲಿ ನನ್ನನ್ನು 'ಪಾಬ್ಲೊ' ಎಂದು ಕರೆದು ಒಬ್ಬ ಪ್ರವಾದಿಯಂತೆ ನಟಿಸತೊಡಗಿದ್ದನೆಂಬುದು ನನ್ನ ಗಮನಕ್ಕೆ ಈಗಾಗಲೇ ಬಂದಿತ್ತು. ಆತನ ಈ ಸ್ವಭಾವ ನನಗೆ ಸೇರಲಿಲ್ಲ. ಆದರೆ ಐರಿಶ್ ಜನರೆಲ್ಲ ಹೀಗೆಯೆ ಇರುತ್ತಾರೆಂದು ಕಾಣುತ್ತದೆ. ಆತನ ಕಡೆಯಿಂದ ಉಚ್ಚೆಯ ವಾಸನೆ ಬಂದಂತೆ ನನಗೆ ಅಸ್ಪಷ್ಟವಾಗಿ ಅನಿಸಿತು. ಟಾಮ್‌ನ ಬಗೆಗೆ ನನಗೆ ಮೂಲತಃ ವಿಶೇಷ ಅನುಕಂಪ ಇರಲಿಲ್ಲ. ಈಗ ನಾವಿಬ್ಬರೂ ಒಟ್ಟಿಗೆ ಸಾಯಲಿದ್ದೆವು ಎಂಬ ನೆಪದಲ್ಲಿ ಅದಕ್ಕಿಂತ ಹೆಚ್ಚು ಅನುಕಂಪ ಯಾಕೆ ಪಡಬೇಕೆಂದು ನನಗೆ ತೋಚಲಿಲ್ಲ. ಉಳಿದವರ ವಿಷಯದಲ್ಲಿ, ಉದಾಹರಣೆಗೆ, ರಾಮೊ ಗ್ರಿಸ್‌ನ ವಿಷಯದಲ್ಲಿ, ಇಂಥ ಅನುಕಂಪ ತೋರಿಸುವುದು ಸಾಧ್ಯವಿತ್ತು. ಆದರೆ ಟಾಮ್ ಮತ್ತು ಯೂವನ್‌ರ ಮಧ್ಯದಲ್ಲಿ ನಾನೇ ಏಕಾಕಿಯಾಗಿದ್ದೇನೆಂದೆನಿಸಿತು. ಒಂದು ರೀತಿಯಿಂದ ಇದೇ ನನಗೆ ಹೆಚ್ಚು ಇಷ್ಟವಾಗಿತ್ತು. ಯಾಕೆಂದರೆ ರಾಮೊನೊಂದಿಗೆ ಇದ್ದಿದ್ದರೆ ನಾನು ಹೆಚ್ಚು ಭಾವೋದ್ವೇಗಕ್ಕೆ ಒಳಗಾಗಬಹುದಿತ್ತು. ಈ ಕ್ಷಣದಲ್ಲಿ ನಾನು ಅತ್ಯಂತ ಗಡುಸಾಗಿದ್ದೆ ಮತ್ತು ಹೀಗೆ ಗಡುಸಾಗಿಯೇ ಇರಬೇಕೆಂಬುದು ನನ್ನ ಇಚ್ಛೆಯಾಗಿತ್ತು.

ಟಾಮ್ ತನ್ನ ಮಾತುಗಳನ್ನೇ ಮೆಲುಕು ಹಾಕುತ್ತಿದ್ದ. ವಿಚಾರ ಮಾಡುವುದನ್ನು ನಿಲ್ಲಿಸುವುದರ ಸಲುವಾಗಿ ಆತ ಗಟ್ಟಿಯಾಗಿ ತನ್ನಷ್ಟಕ್ಕೆ ತಾನೆ ಮಾತನಾಡಿಕೊಳ್ಳುತ್ತಿದ್ದ. ಆತನಿಂದ ಉಚ್ಚೆಯ ವಾಸನೆ ಬರುತ್ತಿತ್ತು. ಸಹಜವಾಗಿಯೆ, ಅವನ ಮಾತು ಸರಿಯೆಂದು ನಾನು ಒಪ್ಪಿಕೊಳ್ಳುತ್ತಿದ್ದೆ. ಅವನು ಹೇಳಿದುದನ್ನೆಲ್ಲ ನಾನೂ ಹೇಳಬಹುದಿತ್ತು. ಯಾಕೆಂದರೆ ಸಾಯುವುದು ಸ್ವಾಭಾವಿಕವಾದ ಒಂದು ಸಂಗತಿಯಲ್ಲ. ಆದ ಕಾರಣ ಸಾಯಲಿದ್ದ ನನಗೆ ಆ ಕಲ್ಲಿದ್ದಲಿನ ರಾಶಿ, ಆ ಬೆಂಚು ಅಥವಾ ಆ ಪೆದ್ರೊನ ಅಂದಗೇಡಿ ಮುಖ – ಇವಾವವೂ ಸ್ವಾಭಾವಿಕವಾಗಿ ಕಾಣಿಸಲಿಲ್ಲ. ಆದರೆ ಟಾಮ್‌ನಂತೆ ನನಗೆ ಮತ್ತೆ ಮತ್ತೆ ಅದೇ ವಸ್ತುಗಳನ್ನು ಕುರಿತು ಯೋಚಿಸುವುದು ಸೇರುತ್ತಿರಲಿಲ್ಲ. ಇಡೀ ರಾತ್ರಿ ಪ್ರತಿ ಐದು ನಿಮಿಷಗಳಿಗೊಮ್ಮೆ ನಾವೆಲ್ಲ ಏಕಕಾಲದಲ್ಲಿ ಏನೇನೋ ವಿಷಯಗಳ ಬಗ್ಗೆ ಯೋಚನೆ ಮಾಡ್ತಾ ಇದ್ದೆವು. ನಾನು ಬದಿಗೆ ಹೊರಳಿ ನೋಡಿದಾಗ ಟಾಮ್ ವಿಚಿತ್ರವಾಗಿ ಕಂಡ. ಯಾಕೆಂದರೆ ಸಾವು ಆತನ ಮುಖದ ಮೇಲೆ ಒಡೆದು ಕಾಣುತ್ತಿತ್ತು. ನನ್ನ ಅಹಂಗೆ ನೋವಾಯಿತು. ಕಳೆದ ಇಪ್ಪತ್ನಾಲ್ಕು ಗಂಟೆಗಳುದ್ದಕ್ಕೂ

ನಾನು ಅವನ ಪಕ್ಕದಲ್ಲೇ ಇದ್ದೆ, ಅವನ ಮಾತಿಗೆ ಕಿವಿಗೊಟ್ಟಿದ್ದೆ, ಅವನೊಂದಿಗೆ ಮಾತನಾಡಿದ್ದೆ. ಪರಿಣಾಮವಾಗಿ ನಮ್ಮ ನಡುವೆ ಯಾವ ಸಾದೃಶ್ಯವೂ ಇಲ್ಲವೆಂದು ನನಗೆ ಗೊತ್ತಿತ್ತು. ಆದರೆ ಈಗ ಒಟ್ಟಿಗೆ ಸಾಯಲಿದ್ದುದರಿಂದ ಮಾತ್ರ ನಾವು ಅವಳಿಜವಳಿಗಳಂತೆ ಕಾಣುತ್ತಿದ್ದೆವು. ಟಾಮ್ ನನ್ನ ಕಡೆ ನೋಡದೆ ನನ್ನ ಕೈಯನ್ನು ಹಿಡಿದುಕೊಂಡ.

"ಪಾಬ್ಲೊ, ಎಲ್ಲವೂ ಮುಗಿದು ಹೋಗ್ತದೆ ಅನ್ನೋದು ನಿಜವಾಗಿಯೂ ನಿಜವೆ?"

ನಾನು ನನ್ನ ಕೈ ಹಿಂತೆಗೆದುಕೊಂಡು "ನಿನ್ನ ಕಾಲುಗಳ ಮಧ್ಯದಲ್ಲಿ ನೋಡಿಕೊ, ಹಂದಿಯೆ" ಎಂದೆ.

ಆತನ ಕಾಲುಗಳೆರಡರ ಮಧ್ಯೆ ಒಂದು ಹಳ್ಳ ನಿರ್ಮಾಣವಾದಂತಿತ್ತು. ಅಲ್ಲದೆ ಆತನ ಪ್ಯಾಂಟಿನಿಂದ ಹನಿಗಳು ತೊಟ್ಟಿಕ್ಕುತ್ತಿದ್ದವು.

ಭಯಗೊಂಡಿದ್ದ ಆತ "ಅದೇನು?" ಎಂದು ಕೇಳಿದ.

"ನೀನು ಪ್ಯಾಂಟಿನಲ್ಲಿ ಉಚ್ಚೆ ಹೊಯ್ದುಕೊಂಡಿದ್ದೀಯೆ" ಎಂದು ನಾನು ಹೇಳಿದೆ.

ಆತ ಸಿಟ್ಟಿನಿಂದ "ಅದು ನಿಜವಲ್ಲ. ನಾನು ಉಚ್ಚೆ ಹೊಯ್ದಿಲ್ಲ. ನನಗೇನೂ ಅಂಥ ಅನುಭವವಾಗಿಲ್ಲ" ಎಂದ.

ಬೆಲ್ಜಿಯನ್ ಡಾಕ್ಟರು ನಮ್ಮ ಹತ್ತಿರ ಬಂದು ಕೃತ್ರಿಮ ದೈನ್ಯದಿಂದ "ಮೈಯಲ್ಲಿ ಹುಷಾರಿಲ್ಲವೆ?" ಎಂದು ಕೇಳಿದ.

ಟಾಮ್ ಅದಕ್ಕೆ ಉತ್ತರಿಸಲಿಲ್ಲ. ಆ ಬೆಲ್ಜಿಯನ್ ಡಾಕ್ಟರು ಆ ಹಳ್ಳವನ್ನು ನೋಡಿ ಸುಮ್ಮನಾಗಿಬಿಟ್ಟ.

ಟಾಮ್ ಮತ್ತೆ ಸಿಟ್ಟಿನಿಂದ "ಅದು ಏನು ಅಂತ ನನಗೆ ಗೊತ್ತಿಲ್ಲ. ಆದರೆ ನನಗೇನೂ ಹೆದರಿಕೆಯಾಗಿಲ್ಲ. ನಾನೇನು ಹೆದರಿಲ್ಲ ಅಂತ ಆಣೆ ಮಾಡಿ ಹೇಳ್ತೇನೆ" ಎಂದ.

ಬೆಲ್ಜಿಯನ್ ಉತ್ತರಿಸಲಿಲ್ಲ. ಟಾಮ್ ಎದ್ದು ಮೂಲೆಯಲ್ಲಿ ಮೂತ್ರ ವಿಸರ್ಜನಕ್ಕೆಂದು ಹೋದ. ಪ್ಯಾಂಟಿನ ಮುಂದಿನ ಗುಂಡಿಗಳನ್ನು ಹಾಕುತ್ತ ಬಂದು ಮಾತನಾಡದೆ ಕುಳಿತುಕೊಂಡ. ಬೆಲ್ಜಿಯನ್ ಟಿಪ್ಪಣಿಗಳನ್ನು ಮಾಡಿಕೊಳ್ಳುತ್ತಿದ್ದ.

ನಾವು ಮೂರು ಜನರೂ ಆ ಬೆಲ್ಜಿಯನ್‌ನನ್ನೆ ನಿರೀಕ್ಷಿಸುತ್ತಿದ್ದೆವು. ಯಾಕೆಂದರೆ ಆತ ಜೀವಂತನಾಗಿದ್ದ. ಆತನಲ್ಲಿ ಜೀವಂತ ಮನುಷ್ಯನ ಹಾವಭಾವಗಳು ಮತ್ತು ಚಿಂತೆಗಳು ಒಡೆದು ಕಾಣುತ್ತಿದ್ದವು. ಆ ನೆಲಮನೆಯಲ್ಲಿ ಆತ ಜೀವಂತ ಮನುಷ್ಯರಂತೆ ಚಳಿಯಿಂದ ನಡುಗುತ್ತಿದ್ದ. ಆತನ ದೇಹ ದಷ್ಟಪುಷ್ಟವಾಗಿದ್ದು ಅವನಿಗೆ ವಿಧೇಯವಾಗಿತ್ತು. ನಾವು ಮೂವರಿಗೂ ನಮ್ಮ ದೇಹಗಳು ವಿಧೇಯವಾಗಿರಲಿಲ್ಲ. ನನ್ನ ಕಾಲುಗಳ ಮಧ್ಯದಲ್ಲಿ ಪ್ಯಾಂಟನ್ನು ಮುಟ್ಟಬೇಕೆಂದರೆ ನನಗೆ ಧೈರ್ಯ ಸಾಲಲಿಲ್ಲ. ಆದರೆ ಆ ಬೆಲ್ಜಿಯನ್ ಶಕ್ತಿಯುತ ಸ್ನಾಯುಗಳಿಂದ ಕೂಡಿದ ತನ್ನ ದೇಹದ ಯಜಮಾನನಾಗಿದ್ದು, ಅದನ್ನು ತನ್ನ ಎರಡೂ ಕಾಲುಗಳ ಮೇಲೆ ಸಮತೋಲ ಮಾಡಿ ನಿಂತುಕೊಂಡಿದ್ದ. ಆತ ನಾಳೆಯ ಬಗೆಗೆ ಯೋಚಿಸಬಲ್ಲವನಾಗಿದ್ದ. ನಾವು ಮೂವರು ಮಾತ್ರ ರಕ್ತಹೀನ ನೆರಳುಗಳಾಗಿದ್ದೆವು. ರಕ್ತ ಪಿಶಾಚಿಗಳಂತೆ ನಮ್ಮ ಕಣ್ಣಿನಿಂದ ಆತನನ್ನು ನಾವು ಹೀರಿಕೊಳ್ಳುತ್ತಿದ್ದೆವು.

ಕೊನೆಗೆ ಆತ ಯೂವನ್‌ನ ಹತ್ತಿರ ನಡೆದ. ಆತ ಯೂವನ್‌ನ ಕುತ್ತಿಗೆಯನ್ನು ಮುಟ್ಟಿ ನೋಡಲೆಳಸಿದ್ದು ತನ್ನ ವೃತ್ತಿಯ ಉದ್ದೇಶದಿಂದಲೊ ಅಥವಾ ಮಾನವೀಯ ಅನುಕಂಪ ದಿಂದಲೊ ಯಾರಿಗೆ ಗೊತ್ತು? ಒಂದು ವೇಳೆ ಅದು ಮಾನವೀಯ ಅನುಕಂಪದಿಂದಲೆ

ಆಗಿದ್ದರೆ ಇಡೀ ರಾತ್ರಿ ಅದೊಂದೆ ಬಾರಿ ಆತ ಅದನ್ನು ತೋರಿಸಿದ್ದು.

ಆತ ಯೂವನ್‌ನ ತಲೆ ಮತ್ತು ಕುತ್ತಿಗೆಯ ಮೇಲೆ ಬೆರಳುಗಳನ್ನಾಡಿಸಿದ. ಯೂವನ್ ಸುಮ್ಮನಿದ್ದರೂ ಆತನನ್ನೆ ದಿಟ್ಟಿಸುತ್ತಿದ್ದ. ಆಮೇಲೆ ಒಮ್ಮೆಲೆ ಯೂವನ್ ಆತನ ಕೈ ಹಿಡಿದು ಅದನ್ನೆ ದಿಟ್ಟಿಸಿದ. ಮತ್ತೆ ಎರಡೂ ಕೈಗಳಿಂದ ಬೆಲ್ಜಿಯನ್‌ನ ಕೈಯನ್ನು ಹಿಡಿದುಕೊಂಡ. ಅದೇನು ಅಷ್ಟೊಂದು ಹಿತಕರವಾಗಿ ಕಾಣಿಸಲಿಲ್ಲ. ಎರಡು ಇಕ್ಕುಳಗಳು ಒಂದು ದಪ್ಪಗಿನ ಮತ್ತು ಕೆಂಪಗಿನ ಕೈಯನ್ನು ಹಿಡಿದಂತಿತ್ತು. ಮುಂದೆ ಏನು ನಡೆಯಬಹುದೆಂಬುದನ್ನು ನಾನು ಊಹಿಸಿದ್ದೆ. ಅದರಂತೆ ಟಾಮ್‌ನೂ ಊಹಿಸಿದ್ದ. ಆದರೆ ಬೆಲ್ಜಿಯನ್‌ನಿಗೆ ಇದೊಂದೂ ತಿಳಿಯದೆ ದೊಡ್ಡಸ್ಥನದ ಮುಗುಳ್ನಗೆಯನ್ನು ಬೀರಿದ. ಒಂದು ಕ್ಷಣದ ಅನಂತರ ಯೂವನ್ ಆ ದಪ್ಪಗಿನ ಮತ್ತು ಕೆಂಪಗಿನ ಕೈಯನ್ನ ತನ್ನ ಬಾಯಿಯ ಸನಿಹಕ್ಕೆ ಒಯ್ದು ಅದನ್ನು ಕಚ್ಚಲು ಪ್ರಯತ್ನಿಸಿದ. ಬೆಲ್ಜಿಯನ್ ತಕ್ಷಣ ತನ್ನ ಕೈ ಕೊಸರಿಕೊಂಡು ಜೋಲಿ ಹೊಡೆಯುತ್ತ ಗೋಡೆಗೆ ಹೋಗಿ ಹಾಯ್ದು ಅಲ್ಲಿಯೆ ನಿಂತುಕೊಂಡ. ಆತ ಒಂದು ಕ್ಷಣ ಭೀತಿಯಿಂದ ನಮ್ಮ ಕಡೆ ನೋಡಿದ. ನಾವೆಲ್ಲರೂ ಅವನಂಥ ಮನುಷ್ಯರಲ್ಲವೆಂಬುದು ಆತನಿಗೆ ಒಮ್ಮಿಂದೊಮ್ಮೆಲೆ ತಿಳಿದಿರಬೇಕು. ನಾನು ನಗಲಾರಂಭಿಸಿದೆ. ಪಹರೆಯವನೊಬ್ಬ ಒಮ್ಮೆಲೆ ಜಿಗಿದೆದ್ದ. ಇನ್ನೊಬ್ಬ ಕಣ್ಣುಗಳನ್ನು ಅಗಲವಾಗಿ ತೆರೆದೇ ನಿದ್ರಿಸುತ್ತಿದ್ದ.

ನನಗೆ ಒಂದೇ ಸಮಯಕ್ಕೆ ಸಮಾಧಾನವೂ ಉದ್ರೇಕವೂ ಆಯಿತು. ಬೆಳಗಿನ ವೇಳೆಗೆ ಸಾಯುವ ಸಮಯಕ್ಕೆ ಏನಾಗುವುದೆಂಬುದನ್ನು ನಾನು ವಿಚಾರಿಸಬಯಸಲಿಲ್ಲ. ಅದೆಲ್ಲ ನಿರರ್ಥಕ ವೆಂದೆನಿಸಿತ್ತು. ನನಗೆ ಕೇವಲ ಶಬ್ದಗಳು ಇಲ್ಲವೆ ಶೂನ್ಯತೆಯ ಅನುಭವವಾಗುತ್ತಿತ್ತು. ಯಾವುದಾದರೂ ವಿಷಯದ ಬಗೆಗೆ ಯೋಚಿಸಬೇಕೆನ್ನುವಷ್ಟರಲ್ಲಿ ಬಂದೂಕಿನ ನಳಿಗೆಗಳು ನನ್ನನ್ನೇ ದಿಟ್ಟಿಸುತ್ತಿರುವಂತೆ ಭಾಸವಾಗುತ್ತಿತ್ತು. ಬಹುಶಃ ನನಗೆ ಒಂದಿಪ್ಪತ್ತು ಸಲ ಗಲ್ಲಿಗೇರಿಸಿದ ಅನುಭವವಾದಂತಾಗಿತ್ತು. ಒಂದು ಸಲ ಅದೇ ಕೊನೆಯ ಗಲ್ಲು ಎಂದು ತಿಳಿದು ಒಂದು ನಿಮಿಷ ನಿದ್ರೆ ಮಾಡಿದ್ದೆ. ಅವರು ನನ್ನನ್ನು ಗೋಡೆಯ ಕಡೆಗೆ ಎಳೆದೊಯ್ಯುತ್ತಿದ್ದರು. ನಾನು ಕೊಸರಿಕೊಳ್ಳುತ್ತಲಿದ್ದೆನಲ್ಲದೆ ಜೀವದಾನಕ್ಕಾಗಿ ಹಲುಬುತ್ತಿದ್ದೆ. ನಾನು ಒಮ್ಮೆಲೆ ಎಚ್ಚರಗೊಂಡು ಬೆಲ್ಜಿಯನ್‌ನ ಕಡೆ ನೋಡಿದೆ. ನಿದ್ರೆಯಲ್ಲಿದ್ದಾಗ ನಾನು ಅತ್ತಿರಬಹುದೆಂದು ಭಯಗೊಂಡೆ. ಆದರೆ ಬೆಲ್ಜಿಯನ್ ತನ್ನ ಮೀಸೆಗಳನ್ನು ತೀಡುತ್ತಲಿದ್ದುದರಿಂದ ಆತನೇನೂ ನನ್ನ ಬಡಬಡಿಕೆಯನ್ನು ಕೇಳಿಲ್ಲವೆಂದು ತಿಳಿದು ಸಮಾಧಾನವಾಯಿತು. ನಾನು ಮನಸ್ಸು ಮಾಡಿದ್ದರೆ ಸಾಕಷ್ಟು ಸಮಯ ನಿದ್ರಿಸಬಹುದಾಗಿತ್ತು. ಆದರೆ ಕಳೆದ ನಲ್ವತ್ತೆಂಟು ಗಂಟೆಗಳವರೆಗೆ ನಾನು ಎಚ್ಚರ ವಾಗಿಯೇ ಇದ್ದೆ. ಅದು ನನ್ನ ಜೀವನದ ಕೊನೆಯ ಹಂತ. ಬದುಕಿನ ಉಳಿದ ಎರಡೇ ಎರಡು ಗಂಟೆಗಳ ಅವಧಿಯನ್ನು ಕಳೆದುಕೊಳ್ಳಲು ನಾನು ಇಚ್ಛಿಸಲಿಲ್ಲ. ಒಂದು ವೇಳೆ ಮಲಗಿದರೆ ಅವರು ಬಂದು ಎಬ್ಬಿಸಿ ಗಲ್ಲಿಗೇರಿಸುವುದಕ್ಕಾಗಿ ಕರೆದೊಯ್ದಾಗ ನಿದ್ದೆಗಣ್ಣಿನಲ್ಲಿ 'ಆ'ಯೆಂದು ಆಕಳಿಸುತ್ತ ಕೊನೆಗೆ ಮೂಕಪ್ರಾಣಿಯ ಹಾಗೆ ಸಾಯುವುದು ನನಗೆ ಬೇಕಾಗಿರಲಿಲ್ಲ. ನನಗೆ ಎಲ್ಲವನ್ನೂ ತಿಳಿದುಕೊಳ್ಳಬೇಕೆಂಬ ಆಶೆಯಿತ್ತು. ಅಲ್ಲದೆ ನಿದ್ರೆಯಲ್ಲಿ ನನಗೆ ದುಃಸ್ವಪ್ನಗಳು ಬೀಳಬಹುದೆಂದು ಹೆದರಿಕೆ ಇತ್ತು. ನಾನು ಎದ್ದು ಇತ್ತಿಂದತ್ತ ಅತ್ತಿಂದಿತ್ತ ಹೆಜ್ಜೆ ಹಾಕತೊಡಗಿದೆ. ನನ್ನ ವಿಚಾರಗಳನ್ನು ಬದಲು ಮಾಡುವುದರ ಸಲುವಾಗಿ ನನ್ನ ಗತಜೀವನವನ್ನು ಕುರಿತು ಯೋಚಿಸತೊಡಗಿದೆ. ನೂರಾರೂ ನೆನಪುಗಳು ಮನಸ್ಸಿನಲ್ಲಿ ಮುನ್ನುಗ್ಗಿ ಬಂದವು. ಅವುಗಳಲ್ಲಿ ಕೆಲವು ಸವಿ ನೆನಪುಗಳಾಗಿದ್ದರೆ ಇನ್ನು ಕೆಲವು ಕಹಿ

ನೆನಪುಗಳು. ಅನೇಕ ಮುಖಗಳು ಮತ್ತು ಘಟನೆಗಳು ಸ್ಮೃತಿಪಟಲದ ಮೇಲೆ ಮೂಡಿದವು. ಹಬ್ಬದ ದಿನ ಒಂದರಂದು ವ್ಯಾಲೆನ್ಸಿಯಾದಲ್ಲಿ ನಡೆದ ಗೂಳಿ ಕಾಳಗದಲ್ಲಿ ಗೂಳಿಯಿಂದ ತಿವಿಯಲ್ಪಟ್ಟ ಆ ಚಿಕ್ಕ ಯುವಕನ ಮುಖ, ನನ್ನ ಕಕ್ಕಂದಿರ ಪೈಕಿ ಒಬ್ಬನ ಮುಖ ಮತ್ತು ರಾಮೊ ಗ್ರಿಸ್‌ನ ಮುಖಗಳು ಕಂಡವು. ನನ್ನ ಇಡೀ ಜೀವನ ನನಗೆ ನೆನಪಾಯಿತು. 1926ರಲ್ಲಿ ಮೂರು ತಿಂಗಳುಗಳವರೆಗೆ ನೌಕರಿ ಕಳೆದುಕೊಂಡು ಉಪವಾಸ ಸಾಯುವ ಪರಿಸ್ಥಿತಿ ಬಂದೊದಗಿದ್ದು ನೆನಪಾಯಿತು. ಗ್ರೆನಡಾದಲ್ಲಿ ಒಂದು ದಿನ ರಾತ್ರಿ ನಾನು ಬೆಂಚಿನ ಮೇಲೆಯೇ ಮಲಗಿದ್ದೆ. ಆಗ ಮೂರು ದಿನಗಳವರೆಗೆ ಒಂದು ತುತ್ತು ಕೂಳನ್ನೂ ಕಂಡಿರಲಿಲ್ಲ. ನನಗೆ ವಿಪರೀತ ಸಿಟ್ಟು ಬಂದಿತ್ತು. ಆದರೆ ನಾನು ಸಾಯಬಯಸಿರಲಿಲ್ಲ. ಅದೆ ನನ್ನನ್ನು ನಗುವಂತೆ ಮಾಡಿತ್ತು. ನಾನು ಹುಚ್ಚು ಹಿಡಿದವನಂತೆ ಸುಖದ ಬೆನ್ನು ಹತ್ತಿದ್ದೆ, ಹೆಣ್ಣುಗಳ ಬೆನ್ನು ಹತ್ತಿದ್ದೆ, ಸ್ವಾತಂತ್ರ್ಯದ ಬೆನ್ನು ಹತ್ತಿದ್ದೆ. ಯಾಕೆ? ಸ್ಪೇನ್ ದೇಶವನ್ನು ಬಂಧಮುಕ್ತ ಗೊಳಿಸಬೇಕೆಂಬುದು ನನ್ನ ಹೆಬ್ಬಯಕೆಯಾಗಿತ್ತು. ಪಾಯ್ ಮಾರ್ಗಲ್ ನನ್ನ ನೆಚ್ಚಿನ ನಾಯಕನಾಗಿದ್ದ. ನಾನು ಅರಾಜಕವಾದಿ ಚಳವಳಿಯನ್ನು ಸೇರಿದೆ, ಸಾರ್ವಜನಿಕ ಸಭೆಗಳಲ್ಲಿ ಭಾಷಣಗಳನ್ನು ಬಿಗಿದೆ, ನಾನೊಬ್ಬ ಅಮರಜೀವಿ ಎಂದೇ ತಿಳಿದುಕೊಂಡು ಪ್ರತಿಯೊಂದು ಕಾರ್ಯವನ್ನೂ ಅತ್ಯಂತ ಗಂಭೀರವಾಗಿ ಮಾಡುತ್ತಿದ್ದೆ.

ಆ ಕ್ಷಣದಲ್ಲಿ ನನ್ನ ಇಡೀ ಜೀವನವೆ ನನ್ನ ಕಣ್ಣೆದುರಿಗೆ ನಿಂತಂತಿತ್ತು. ಅದೆಲ್ಲ ಒಂದು 'ಹೊಲಸಾದ ಸುಳ್ಳು' ಎಂದೆನಿಸಿತು. ಅದೆಲ್ಲ ನಿರರ್ಥಕವಾಗಿತ್ತು. ಯಾಕೆಂದರೆ ಈಗ ಆ ಕತೆ ಮುಗಿದುಹೋಗಿತ್ತು. ನಾನು ಹೇಗೆ ನಡೆಯುತ್ತಿದ್ದೆ ಹಾಗೂ ಹುಡುಗಿಯರ ಜೊತೆಗೆ ಹೇಗೆ ನಗುತ್ತಿದ್ದೆ ಎಂಬುದನ್ನು ನೆನಸಿಕೊಂಡರೆ ಈಗ ಆಶ್ಚರ್ಯವಾಗುತ್ತಿತ್ತು. ನಾನು ಹೀಗೆ ಸಾಯುತ್ತೇನೆಂದು ಆಗ ತಿಳಿದಿದ್ದರೆ ನನ್ನ ಕಿರು ಬೆರಳನ್ನು ಸಹ ನಾನು ಅಲ್ಲಾಡಿಸುತ್ತಿರಲಿಲ್ಲ. ನನ್ನ ಜೀವನವೆಲ್ಲ ಒಂದು ಮುಚ್ಚಿದ ಚೀಲದಂತೆ ನನ್ನ ಕಣ್ಣೆದುರಿಗಿತ್ತು. ಆದರೂ ಅದರೊಳಗಿದ್ದು ದೆಲ್ಲವೂ ಅಪೂರ್ಣವಾದಂತಿತ್ತು. ಒಂದು ಕ್ಷಣ ನನಗೆ ಅದರ ಮೌಲ್ಯಮಾಪನ ಮಾಡಬೇಕೆಂದು ಅನಿಸಿತು. ಅದೊಂದು ಸುಂದರ ಜೀವನವೆಂದು ನನಗೆ ನಾನೆ ಹೇಳಿಕೊಳ್ಳಬಯಸಿದೆ. ಆದರೆ ಅದರ ಮೌಲ್ಯಮಾಪನ ನಾನು ಮಾಡಲಾರದೆ ಹೋದೆ. ಅದೊಂದು ಕರಡು ಚಿತ್ರದಂತಿತ್ತು. ಅಮರತ್ವವನ್ನು ಅನುಕರಿಸುವುದರಲ್ಲೆ ನನ್ನ ಇಡೀ ಜೀವನವನ್ನು ನಾನು ಕಳೆದಿದ್ದೇನೇ ಹೊರತು ಅದರಲ್ಲಿಯ ಯಾವುದನ್ನೂ ಅರ್ಥಮಾಡಿಕೊಂಡಿರಲಿಲ್ಲ. ಯಾವುದರ ಅಭಾವವೂ ನನ್ನನ್ನೀಗ ಕಾಡಲಿಲ್ಲ. ಹಾಗೆ ಕಾಡಬಹುದಾದಂಥ ವಸ್ತುಗಳು ಮತ್ತು ವಿಷಯಗಳು ಬೇಕಾದಷ್ಟಿದ್ದವು. ನಾನು ರುಚಿ ನೋಡಿದ ಮಾಂರ್ಘೂನಿಲಾ ಪೇಯ ಅಥವಾ ಬೇಸಿಗೆಯಲ್ಲಿ ಕ್ಯಾಡಿಜ್‌ನ ಹತ್ತಿರ ನಾನು ಸ್ನಾನ ಮಾಡುತ್ತಿದ್ದ ಒಂದು ಸಣ್ಣ ತೊರೆ ಮುಂತಾದವು ಕೆಲವು ಉದಾಹರಣೆಗಳು. ಆದರೆ ಸಾವು ಎಲ್ಲದರ ಮೋಹಕತೆಯನ್ನೂ ತೊಡೆದುಹಾಕಿತ್ತು.

ಆ ಬೆಲ್ಜಿಯನ್ ಒಮ್ಮೆಲೆ ಒಂದು ಹೊಸ ವಿಚಾರವನ್ನು ಸೂಚಿಸಿದ. "ಗೆಳೆಯರೆ, ಒಂದು ವೇಳೆ ಸೈನಿಕ ಆಡಳಿತದವರು ಅನುಮತಿಯಿತ್ತರೆ... ಯಾವುದಾದರೂ ಸಂದೇಶವನ್ನಾಗಲೀ ಸ್ಮಾರಕವನ್ನಾಗಲೀ ನಿಮಗೆ ಬೇಕಾದವರಿಗೆ ಕಳಿಸಿಕೊಡೋದಕ್ಕೆ ನಾನು ಏರ್ಪಾಟು ಮಾಡ್ತೇನೆ..."

"ನನಗೆ ಬೇಕಾದವರು ಯಾರೂ ಇಲ್ಲ" ಎಂದ ಟಾಮ್.

"ನಾನು ಏನೂ ಹೇಳಲಿಲ್ಲ. ಟಾಮ್ ಒಂದು ಕ್ಷಣ ಕಾದು ಅನಂತರ ಕುತೂಹಲದಿಂದ ನನ್ನ ಕಡೆ ನೋಡಿ "ಕೊಂಚಾಳಿಗೆ ಏನೂ ಹೇಳೋದಲ್ಲವೆ?" ಎಂದು ಕೇಳಿದ.

"ಇಲ್ಲ."

ಇಂಥ ಮಧುರ ಸಹಭಾಗಿತ್ವವೆಂದರೆ ನನಗೆ ಎಲ್ಲಿಲ್ಲದ ದ್ವೇಷ. ಅದೂ ನನ್ನದೆ ತಪ್ಪು. ಹಿಂದಿನ ರಾತ್ರಿ ನಾನು ಕೊಂಚಾಳ ಬಗೆಗೆ ಮಾತನಾಡಿದ್ದೆ. ನಾನು ಹಾಗೆ ಬಾಯಿಬಿಡಬಾರದಾಗಿತ್ತು. ನಾನು ಅವಳೊಂದಿಗೆ ಒಂದು ವರುಷ ಕಳೆದಿದ್ದೆ. ಕಳೆದ ರಾತ್ರಿ ಅವಳನ್ನು ಕೇವಲ ಐದು ನಿಮಿಷಗಳವರೆಗೆ ನೋಡಲು ನನ್ನ ಒಂದು ಕೈ ಕಳೆದುಕೊಳ್ಳಲು ಸಿದ್ಧನಿದ್ದೆ. ಆದ್ದರಿಂದಲೆ ನಾನು ಅವಳ ಬಗೆಗೆ ಅಷ್ಟೊಂದು ಮಾತನಾಡಿದ್ದೆ. ಯಾಕೆಂದರೆ ಅವಳ ಬಗೆಗಿದ್ದ ಮೋಹ ನನಗಿಂತ ಹೆಚ್ಚು ಶಕ್ತಿಶಾಲಿಯಾಗಿತ್ತು. ಈಗಲಾದರೋ ನನಗೆ ಅವಳನ್ನು ನೋಡಬೇಕೆಂಬ ಅಥವಾ ಅವಳೊಂದಿಗೆ ಮಾತನಾಡಬೇಕೆಂಬ ಬಯಕೆಯೆ ಉಳಿದಿರಲಿಲ್ಲ. ಅವಳನ್ನು ನನ್ನ ತೋಳ್ಗಳಲ್ಲಿ ಬಂಧಿಸಬೇಕೆಂಬ ಬಯಕೆಯೂ ಇರಲಿಲ್ಲ. ಬಿಳುಪೇರಿದ ಹಾಗೂ ಬೆವರಿಡುತ್ತಿದ್ದ ನನ್ನ ದೇಹವನ್ನು ನೋಡಿ ನನಗೇ ಜಿಗುಪ್ಸೆಯಾಗುತ್ತಿತ್ತು. ಹಾಗೆಯೇ ಅವಳ ದೇಹವೂ ನನ್ನಲ್ಲಿ ಜಿಗುಪ್ಸೆಯನ್ನು ಮೂಡಿಸಲಾರದೆಂದು ಖಚಿತವಾಗಿ ಹೇಳಲು ನನ್ನಿಂದ ಸಾಧ್ಯವಿರಲಿಲ್ಲ.

ನಾನು ಸತ್ತಿದ್ದೇನೆಂದು ತಿಳಿದಾಗ ಕೊಂಚಾ ರೋದಿಸಲಿದ್ದಳು. ಆಮೇಲೆ ತಿಂಗಳುಗಟ್ಟಲೆ ಜೀವನದಲ್ಲಿ ಅನಾಸಕ್ತಿ ತಳೆಯಲಿದ್ದಳು. ಅದೇನಾದರೂ, ಸಾಯಲಿದ್ದುದು ನಾನು – ಅವಳಲ್ಲ, ಅವಳ ಮೃದುವಾದ ಹಾಗೂ ಸುಂದರವಾದ ಕಣ್ಣುಗಳನ್ನು ನಾನು ನೆನೆಸಿಕೊಂಡೆ. ಅವಳು ನನ್ನೆಡೆಗೆ ನೋಡಿದಾಗ ಅವಳಿಂದ ನನ್ನಲ್ಲಿ ಯಾವುದೋ ಒಂದು ಚೇತನ ಹರಿದು ಬಂದಂತಾಗುತ್ತಿತ್ತು. ಆದರೆ ಈಗ ಇದು ಮುಗಿದುಹೋಗಿತ್ತು. ಅವಳು ಈಗ ನನ್ನನ್ನು ನೋಡಿದ್ದರೆ, ಆ ನೋಟ ನನ್ನನ್ನು ಮುಟ್ಟದೆ ಅವಳ ಕಣ್ಣಲ್ಲಿಯೆ ಉಳಿಯುತ್ತಿತ್ತು. ನಾನು ಏಕಾಕಿಯಾಗಿದ್ದೆ.

ಟಾಮ್‌ನೂ ಏಕಾಕಿಯಾಗಿದ್ದ. ಆದರೆ ಅದು ಬೇರೊಂದು ರೀತಿಯಲ್ಲಿ. ಆತ ಚಕ್ಕಳಮಕ್ಕಳ ಹಾಕಿ ಕುಳಿತುಕೊಂಡು ಒಂದು ರೀತಿಯಾಗಿ ಮುಗುಳ್ನಗುತ್ತ ಬೆಂಚನ್ನೆ ದಿಟ್ಟಿಸುತ್ತಿದ್ದ. ಅವನ ಮುಖದಲ್ಲಿ ಅಚ್ಚರಿಯ ಭಾವವಿತ್ತು. ಆತ ತನ್ನ ಕೈಚಾಚಿ ಅದರ ಹಲಿಗೆಯನ್ನು ಅತ್ಯಂತ ಲಕ್ಷ್ಯಪೂರ್ವಕ ಮುಟ್ಟಿ ತಟ್ಟನೆ ಏನನ್ನೋ ಮುರಿಯುತ್ತಿದ್ದೇನೆಂಬ ಭಯದಿಂದ ಕೈಯನ್ನು ಹಿಂತೆಗೆದುಕೊಂಡು ಥರಥರ ನಡುಗಿದ. ಒಂದು ವೇಳೆ ನಾನು ಟಾಮ್‌ನಾಗಿದ್ದರೆ ಅವನಂತೆ ಬೆಂಚನ್ನು ಮುಟ್ಟಿ ಮನೋರಂಜನೆ ಪಡೆಯುತ್ತಿರಲಿಲ್ಲ. ಇದು ಆತನ ಐರಿಶ್ ಹುಚ್ಚುತನವಾಗಿದ್ದಿತು. ಆದರೆ ನನಗೂ ವಸ್ತುಗಳು ಹೆಚ್ಚೆಚ್ಚು ಮಸಕಾಗಿಯೂ ತೆಳುವಾಗಿಯೂ ಕಾಣಿಸುತಿತದ್ದವು. ಆ ಬೆಂಚು, ಆ ಕಲ್ಲಿದ್ದಲಿನ ರಾಶಿ – ಮುಂತಾದವುಗಳನ್ನು ನೋಡಿದಾಗ ನಾನು ಸಾಯುವುದು ಖಂಡಿತವೆಂದು ನನಗನಿಸುತ್ತಿತ್ತು. ನಾನು ಸ್ವಾಭಾವಿಕವಾಗಿಯೆ ನನ್ನ ಸಾವಿನ ಬಗೆಗೆ ಸ್ಪಷ್ಟವಾಗಿ ವಿಚಾರ ಮಾಡಲಾರದವನಾಗಿದ್ದೆ. ಆದರೆ ಪ್ರತಿಯೊಂದು ವಸ್ತುವಿನಲ್ಲಿಯೂ ಸಾವನ್ನೆ ಕಾಣುತ್ತಿದ್ದೆ. ಈ ವಸ್ತುಗಳೆಲ್ಲ ಸಾಯುತ್ತಿರುವ ಮನುಷ್ಯನಿಂದ ದೂರನಿಂತು ಮೆಲುದನಿಯಲ್ಲಿ ಮಾತನಾಡಿದಂತೆ ನನ್ನಿಂದ ದೂರ ಸರಿಯುತ್ತಿವೆ ಎನ್ನಿಸುತ್ತಿತ್ತು. ಟಾಮ್‌ನೂ ಇದೇ ರೀತಿ ಆ ಬೆಂಚಿನಲ್ಲಿ ತನ್ನ ಸಾವನ್ನೆ ಮುಟ್ಟಿ ನೋಡಿದ್ದ.

ನಾನಿದ್ದ ಈ ಪರಿಸ್ಥಿತಿಯಲ್ಲಿ ಯಾರಾದರೂ ಬಂದು ನನ್ನ ಶಿಕ್ಷೆಯನ್ನು ರದ್ದು ಮಾಡಿ ಜೀವದಾನ ಮಾಡಲಾಗಿದೆ ಎಂದು ಹೇಳಿದ್ದರೂ, ನನಗೆ ಸಂತೋಷವಾಗುತ್ತಿರಲಿಲ್ಲ. ಅಮರತ್ವದ ಭ್ರಾಂತಿಯನ್ನು ಕಳೆದುಕೊಂಡ ಮೇಲೆ ಎಷ್ಟು ಗಂಟೆ ಅಥವಾ ವರುಷಗಳವರೆಗೆ ಜೀವಂತವಿದ್ದರೇನು ಉಪಯೋಗ? ನಾನು ಯಾವ ವಸ್ತುವಿನ ಬಗೆಗೂ ಆಸಕ್ತಿಯನ್ನು ಹೊಂದಿದ್ದಿಲ್ಲ. ಒಂದು ರೀತಿಯಿಂದ ನಾನು ಶಾಂತನಾಗಿಯೆ ಇದ್ದೆ. ಆದರೆ ಅದೊಂದು

ತರಹದ ಭಯಂಕರ ಶಾಂತತೆಯಾಗಿತ್ತು. ಅದಕ್ಕೆ ಕಾರಣ ನನ್ನ ದೇಹ. ನಾನು ಆ ದೇಹದ ಕಣ್ಣುಗಳಿಂದ ನೋಡುತ್ತಿದ್ದೆ. ಅದರ ಕಿವಿಗಳಿಂದ ಕೇಳುತ್ತಿದ್ದೆ. ಆದರೆ ನಾನು ಮಾತ್ರ ಆ ದೇಹದಿಂದ ಬೇರ್ಪಟ್ಟಂತೆ ತೋರುತ್ತಿತ್ತು. ಅದು ಬೆವರುತ್ತಿತ್ತಲ್ಲದೆ ಗದಗದ ನಡುಗುತ್ತಿತ್ತು. ಅದನ್ನು ನನ್ನ ದೇಹವೆಂದು ಗುರುತಿಸಲು ನನಗೀಗ ಅಸಾಧ್ಯವಾಗಿತ್ತು. ಅದು ಪರರ ದೇಹವೋ ಎಂಬಂತೆ ಮುಟ್ಟಿಮುಟ್ಟಿ ಅಲ್ಲಿ ಏನು ನಡೆಯುತ್ತಿದೆ ಎಂಬುದನ್ನು ತಿಳಿದುಕೊಳ್ಳ ಬೇಕಾಗಿತ್ತು. ಆದರೂ ಕೆಲವೊಮ್ಮೆ ಅದು ನನ್ನದೆ ಎಂಬ ಅನುಭವವೂ ಆಗುತ್ತಿತ್ತು. ವಿಮಾನದಲ್ಲಿ ಕುಳಿತವನಿಗೆ ವಿಮಾನ ಒಮ್ಮೆಲೆ ಕೆಳಗಿಳಿದಾಗ ಆಗುವ ಅನುಭವದ ಹಾಗೆ ನನಗೆ ಕುಸಿದಂತೆ, ಇಲ್ಲವೆ ಬಿದ್ದಂತೆ ಅನಿಸುತ್ತಿತ್ತು. ಅದರಂತೆ ನನ್ನ ಹೃದಯದ ಬಡಿತವೂ ನನ್ನ ಪ್ರಜ್ಞೆಯಲ್ಲಿರುತ್ತಿತ್ತು. ಆದರೆ ಇಷ್ಟರಿಂದಲೆ ನನಗೆ ವಿಶ್ವಾಸ ಬರಲಿಲ್ಲ. ನನ್ನ ದೇಹದಿಂದ ಬರುವ ಸಂವೇದನೆಗಳೆಲ್ಲ ನನಗೆ ನೇರವಾಗಿ ಮುಟ್ಟದೆ ಸುತ್ತು ಬಳಸಿ ಬರುತ್ತಿದ್ದಂತೆ ತೋರಿದವು. ಹೆಚ್ಚಿನ ಸಮಯ ಅದು ನನ್ನ ಮೇಲೆ ಒಂದು ಭಾರದಂತೆ ಭಾಸವಾಗುತ್ತಿತ್ತೆ ಹೊರತು ಮತ್ತೇನೂ ಅನಿಸುತ್ತಿರಲಿಲ್ಲ. ನನ್ನನ್ನು ಒಂದು ಹೊಲಸು ಕ್ರಿಮಿಗೆ ಕಟ್ಟಿಹಾಕಿದಂತೆ ಅನಿಸುತ್ತಿತ್ತು. ನಾನೊಮ್ಮೆ ನನ್ನ ಪ್ಯಾಂಟನ್ನು ಮುಟ್ಟಿಕೊಂಡು ನೋಡಿದಾಗ ಅದು ಹಸಿಯಾಗಿತ್ತು. ಅದು ಬೆವರಿನ ಹಸಿಯೊ ಅಥವಾ ಉಚ್ಚೆಯೊ ಹಸಿಯೊ ಎಂಬುದು ನನಗೆ ಗೊತ್ತಾಗಲಿಲ್ಲ. ಆದ್ದರಿಂದ ನಾನು ಮುಂಜಾಗರೂಕತೆಯಿಂದ ಆ ಕಲ್ಲಿದ್ದಲಿನ ರಾಶಿಯ ಹತ್ತಿರ ಮೂತ್ರವಿಸರ್ಜನೆಗೆಂದು ಹೋದೆ.

ಬೆಲ್ಜಿಯನ್ ಡಾಕ್ಟರು ಕೈಗಡಿಯಾರವನ್ನು ಹೊರಗೆ ತೆಗೆದು, ಅದರ ಕಡೆ ನೋಡಿ "ಈಗ ಮೂರೂವರೆಯಾಗಿದೆ" ಎಂದ.

ಸೂಳೆಮಗ! ಆತ ಬೇಕಂತಲೆ ಹೀಗೆ ಮಾಡಿರಬೇಕು. ಟಾಮ್ ಚಂಗನೆ ಜಿಗಿದು ನಿಂತ. ಸಮಯ ಇಷ್ಟು ವೇಗವಾಗಿ ಓಡುತ್ತದೆಂದು ನನಗನಿಸಿರಲಿಲ್ಲ. ನಿರಾಕಾರವಾದ ಕತ್ತಲೆಯ ಮೊತ್ತ ನಮ್ಮನ್ನೆಲ್ಲ ಮುತ್ತಿದಂತಿತ್ತು. ರಾತ್ರಿಯಾಗಿದೆ ಎಂಬುದು ಸಹ ನನಗೆ ನೆನಪಿರಲಿಲ್ಲ.

ಆ ಹುಡುಗ ಯೂವನ್ ಅಳಲಾರಂಭಿಸಿದ. ಆತ ತನ್ನ ಕೈಗಳನ್ನು ಹಿಸುಕುತ್ತ "ನಾನು ಸಾಯಲಿಕ್ಕೆ ಒಲ್ಲೆ, ನಾನು ಸಾಯಲಿಕ್ಕೆ ಒಲ್ಲೆ" ಎಂದು ಹಲುಬಿದ.

ಅನಂತರ ಆತ ಕೈ ಅಲ್ಲಾಡಿಸುತ್ತ ನೆಲಮನೆಯ ತುಂಬೆಲ್ಲ ಓಡಾಡಿ ಬಿಕ್ಕಳಿಸುತ್ತ ಚಾಪೆಯೊಂದರ ಮೇಲೆ ಬಿದ್ದ. ಟಾಮ್ ಆತನನ್ನು ದುಃಖಪೂರಿತ ಕಣ್ಣುಗಳಿಂದ ನೋಡಿದ. ಆದರೆ ಆತನನ್ನು ಸಮಾಧಾನಪಡಿಸುವ ಗೋಜಿಗೆ ಹೋಗಲಿಲ್ಲ. ಯಾಕೆಂದರೆ ಸಮಾಧಾನ ಪಡಿಸುವುದು ಎಷ್ಟೊಂದು ನಿರರ್ಥಕ ಕೆಲಸವೆನ್ನುವುದು ನಮಗೆಲ್ಲ ಗೊತ್ತಿತ್ತು. ನಮಗಿಂತ ಈ ಸಣ್ಣ ಹುಡುಗ ಬಹಳ ಗದ್ದಲ ಮಾಡಿದ. ಅಸ್ವಾಸ್ಥ್ಯದಿಂದ ರಕ್ಷಿಸಿಕೊಳ್ಳುವುದಕ್ಕಾಗಿ ಜ್ವರವನ್ನು ಬರಿಸಿಕೊಳ್ಳುವ ರೋಗಿಯಂತಿತ್ತು ಆತನ ಪರಿಸ್ಥಿತಿ. ಜ್ವರವಿಲ್ಲದಾಗ ಆತನ ಪರಿಸ್ಥಿತಿ ಇನ್ನೂ ಗಂಭೀರವಾಗುತ್ತದೆ.

ಆತ ಗಳಗಳನೆ ಅತ್ತ. ಆತ ಸಾವಿನ ಬಗೆಗೆ ಚಿಂತಿಸದೆ ತನ್ನ ಮೇಲೆ ತಾನೆ ಮರುಕ ತೋರಿಸುತ್ತಿದ್ದ. ಅದನ್ನು ನೋಡಿ ಒಂದೇ ಒಂದು ಕ್ಷಣವಾದರೂ ನನ್ನ ಮೇಲೆ ನಾನೇ ಮರುಕ ತೋರಿಸಿಕೊಂಡು ಅಳಬೇಕೆಂದು ನಾನೂ ಬಯಸಿದೆ. ಆದರೆ ಆದುದು ಮತ್ತೊಂದು. ಆ ಹುಡುಗ ಬಿಕ್ಕಿಬಿಕ್ಕಿ ಅಳುವಾಗ ಆತನ ಕುಣಿಯುವ ಭುಜಗಳನ್ನು ನೋಡಿ ನನಗೆ ಅಮಾನುಷವಾದ ಸಿಟ್ಟು ಬಂದಿತು. ನನಗೆ ನನ್ನ ಮೇಲಾಗಲಿ ಅಥವಾ ಇತರರ ಮೇಲಾಗಲಿ ಮರುಕ

ತೋರಿಸುವುದು ಸಾಧ್ಯವಾಗದೆನಿಸಿತು. ಆದ್ದರಿಂದ, "ನಾನು ಸ್ವಚ್ಛವಾಗಿ ಸಾಯಬೇಕು" ಎಂದು ಅಂದುಕೊಂಡೆ.

ಟಾಮ್ ಎದ್ದು ಮಾಳಿಗೆಯ ಕಿಂಡಿಯ ಕೆಳಗೆ ಬೆಳಕನ್ನು ನಿರೀಕ್ಷಿಸುತ್ತ ಕುಳಿತುಕೊಂಡ. ನಾನು ಸ್ವಚ್ಛವಾಗಿ ಸಾಯಬೇಕೆಂದು ನಿರ್ಧರಿಸಿದ್ದರಿಂದ ಅದನ್ನೇ ಕುರಿತು ಯೋಚಿಸುತ್ತಿದ್ದೆ. ಡಾಕ್ಟರು ವೇಳೆಯನ್ನು ಹೇಳಿದಾಗಿನಿಂದ ವೇಳೆ ಒಂದೇ ಸಮನೆ ಹಾರಿಹೋಗುತ್ತಿತ್ತೆಂದು ಅನಿಸಿತ್ತು.

ಇನ್ನೂ ಕತ್ತಲೆಯಿದ್ದಾಗ "ಅವರ ಸದ್ದು ಕೇಳಿಸುತ್ತದೆಯೆ?" ಎಂದು ಟಾಮ್ ಕೇಳಿದ. ಅಂಗಳದಲ್ಲಿ ಜನರ ಹೆಜ್ಜೆಗಳ ಸದ್ದು ಕೇಳಿಸಿತು.

"ಹೌದು."

"ಅವರೇನು ಮಾಡ್ತಾರೊ ಏನೊ? ಇಂಥ ಕತ್ತಲೆಯಲ್ಲಿ ಹೇಗೆ ಗುಂಡು ಹಾರಿಸ್ತಾರೆ?"

ಸ್ವಲ್ಪ ಸಮಯದ ನಂತರ ಆ ಸದ್ದು ಮಾಯವಾಯಿತು.

ನಾನು ಟಾಮ್‌ನಿಗೆ "ಬೆಳಕಾಗಿದೆ" ಎಂದು ಹೇಳಿದೆ.

ಪೆದ್ರೊ ಎದ್ದು, ಆಕಳಿಸುತ್ತ ದೀಪವನ್ನಾರಿಸಲು ಬಂದು "ಏನು ವಿಪರೀತ ಚಳಿಯಪ್ಪಾ" ಎಂದು ತನ್ನ ಗೆಳೆಯನಿಗೆ ಹೇಳಿದ.

ನೆಲಮನೆಯಲ್ಲೆಲ್ಲ ಮಂದ ಬೆಳಕು ಬಿದ್ದಿತ್ತು. ದೂರದಲ್ಲಿ ಗುಂಡು ಹಾರಿಸಿದ ಸದ್ದು ಕೇಳಿತು.

"ಕೆಲಸ ಶುರುವಾಗ್ತಾ ಇದೆ. ಅವರು ಅದನ್ನೆಲ್ಲ ಹಿಂಭಾಗದ ಪ್ರಾಂಗಣದಲ್ಲೇ ಮಾಡಬೇಕು" ಎಂದ ಟಾಮ್.

ಟಾಮ್ ಡಾಕ್ಟರನಿಗೆ ಸಿಗರೇಟು ಕೊಡಿರೆಂದು ಕೇಳಿದ. ನನಗೇನೂ ಸಿಗರೇಟು ಬೇಕಾಗಿರಲಿಲ್ಲ. ನನಗೆ ಸಿಗರೇಟು ಅಥವಾ ಮದ್ಯ ಯಾವುದೂ ಬೇಕಾಗಿರಲಿಲ್ಲ. ಆ ಕ್ಷಣದಿಂದ ಗುಂಡು ಹಾರಿಸುವ ಸದ್ದು ನಿಲ್ಲಲೇ ಇಲ್ಲ.

"ಏನು ನಡೀತಾ ಇದೆ ಅನ್ನೋದು ನಿನಗೆ ಗೊತ್ತಾಯಿತೆ?" ಎಂದ ಟಾಮ್.

ಆತ ಇನ್ನೂ ಏನೋ ಹೇಳಬಯಸಿದ. ಆದರೂ ಸುಮ್ಮನಾಗಿ ಬಾಗಿಲ ಕಡೆ ನೋಡ ತೊಡಗಿದ. ಬಾಗಿಲು ತೆರೆಯಿತು. ಒಬ್ಬ ಸೈನ್ಯಾಧಿಕಾರಿ ನಾಲ್ವರು ಸೈನಿಕರೊಂದಿಗೆ ಬಂದ. ಟಾಮ್ ತನ್ನ ಸಿಗರೇಟನ್ನು ನೆಲಕ್ಕೆ ಚೆಲ್ಲಿದ.

"ಸ್ಟೈನ್‌ಬಾಕ್?"

ಟಾಮ್ ಉತ್ತರಿಸಲಿಲ್ಲ. ಪೆದ್ರೊ ಆತನನ್ನು ಕೈಮಾಡಿ ತೋರಿಸಿದ.

"ಯೂವನ್ ಮಿರ್ಬಾಲ್?"

"ಚಾಪೆಯ ಮೇಲಿರುವಾತ."

"ಹೂಂ, ಮೇಲೇಳು," ಎಂದ ಸೈನ್ಯಾಧಿಕಾರಿ.

ಯೂವನ್ ಎಳ್ಳಷ್ಟೂ ಅಲುಗಾಡಲಿಲ್ಲ. ಇಬ್ಬರು ಸೈನಿಕರು ಆತನ ಕೈಹಿಡಿದೆಬ್ಬಿಸಿ ನಿಲ್ಲಿಸಿದರು. ಆದರೆ ಅವರು ಅವನ ಕೈ ಬಿಟ್ಟ ಕೂಡಲೆ ಆತ ಮತ್ತೆ ನೆಲಕ್ಕೆ ಕುಸಿದ.

ಸೈನಿಕರು ಹಿಂಜರಿದರು.

"ಹೀಗೆ ಕಾಯಿಲೆ ಬೀಳೋದರಲ್ಲಿ ಇವನೇನೂ ಮೊದಲಿಗನಲ್ಲ. ನೀವಿಬ್ಬರೂ ಆತನನ್ನು ಹೊತ್ತುಕೊಂಡು ಹೋಗಿ. ಅಲ್ಲಿ ಕೆಳಗಡೆ ಅವರು ಅದನ್ನೆಲ್ಲ ಸರಿಪಡಿಸ್ತಾರೆ." ಎಂದ ಸೈನ್ಯಾಧಿಕಾರಿ.

ಬಳಿಕ ಆತ ಟಾಮ್‌ನೆಡೆಗೆ ತಿರುಗಿ "ನಡೆ ಹೋಗೋಣ" ಎಂದ.

ಇಬ್ಬರು ಸೈನಿಕರ ಮಧ್ಯದಲ್ಲಿ ಟಾಮ್ ನಡೆದ. ಇನ್ನಿಬ್ಬರು ಸೈನಿಕರು ಯೂವನ್‌ನ ಬಗಲಲ್ಲಿ ಕೈಹಾಕಿ ಎತ್ತಿಕೊಂಡು ಹೊರಟರು. ಈ ಹುಡುಗ ಮೂರ್ಛೆ ಹೋಗಿರಲಿಲ್ಲ. ಆತನ ಕಣ್ಣುಗಳು ತೆರೆದಿದ್ದು, ಕಣ್ಣೀರು ಕಪೋಲದ ಮೇಲೆ ಹರಿಯುತ್ತಿತ್ತು. ನಾನು ಹೊರಗೆ ಹೋಗ ಬಯಸಿದಾಗ ಸೈನ್ಯಾಧಿಕಾರಿ ನನ್ನನ್ನು ತಡೆದ.

"ನೀನು ಇಬಾಯತಾ ಅಲ್ಲವೆ?"

"ಹೌದು."

"ನೀನು ಇಲ್ಲಿಯೆ ನಿಂತಿರು. ಅವರು ಆಮೇಲೆ ಬಂದು ನಿನ್ನನ್ನು ಕರೆದೊಯ್ತಾರೆ."

ಅವರೆಲ್ಲ ಹೋದರು. ಆ ಬೆಲ್ಜಿಯನ್ ಮತ್ತು ಇಬ್ಬರು ಜೇಲಿನ ಅಧಿಕಾರಿಗಳೂ ಹೊರಟು ಹೋದರು. ಅಲ್ಲಿ ನಾನೊಬ್ಬನೆ ಉಳಿದಿದ್ದೆ. ಅವರು ನನಗೇನು ಮಾಡುತ್ತಾರೆಂಬುದು ನನಗೆ ತಿಳಿದಿರಲಿಲ್ಲ. ಆದರೆ ಅವರೇನು ಮಾಡಬೇಕೆಂದಿದ್ದರೋ ಅದನ್ನು ಬೇಗ ಮಾಡಿ ಮುಗಿಸಿದರೆ ಸಾಕೆಂದು ಅನಿಸಿತ್ತು. ಆಗಿಂದಾಗ ಗುಂಡು ಹಾರಿಸಿದ ಸದ್ದು ಕೇಳಿಸುತ್ತಲೇ ಇತ್ತು. ಪ್ರತಿಸಾರಿ ಆ ಸದ್ದು ಕೇಳಿಸಿದಾಗ ನಾನು ತತ್ತರಿಸುತ್ತಿದ್ದೆ. ನನಗೆ ನನ್ನ ಕೂದಲನ್ನು ಕಿತ್ತುಕೊಂಡು ಧ್ವನಿ ತೆಗೆದು ಅಳಬೇಕೆಂದೆನಿಸಿತು. ಆದರೂ ಹಲ್ಲುಗಳನ್ನು ಬಿಗಿಯಾಗಿ ಕಟಕರಿಸಿ, ಕೈಗಳನ್ನು ಕಿಸೆಯೊಳಗಿಟ್ಟುಕೊಂಡೆ. ಯಾಕೆಂದರೆ ನನಗೆ ಸ್ವಚ್ಛವಾಗಿ ಸಾಯಬೇಕಾಗಿತ್ತು.

ಒಂದು ಗಂಟೆಯ ಅನಂತರ ಅವರು ಬಂದು ನನ್ನನ್ನು ಮೊದಲಂತಸ್ತಿಗೆ ಕರೆದುಕೊಂಡು ಹೋದರು. ಅಲ್ಲಿಯ ಕೋಣೆಯಲ್ಲಿ ಹೋದಾಗ ಅಲ್ಲೆಲ್ಲ ಸಿಗಾರಿನ ವಾಸನೆ ತುಂಬಿತ್ತಲ್ಲದೆ ಸೆಖೆ ವಿಪರೀತವಾಗಿತ್ತು. ಅಲ್ಲಿ ಇಬ್ಬರು ಅಧಿಕಾರಿಗಳು ಆರಾಮ ಕುರ್ಚಿಯಲ್ಲಿ ಕುಳಿತುಕೊಂಡು ಮೊಳಕಾಲಮೇಲೆ ಪೇಪರುಗಳನ್ನಿಟ್ಟುಕೊಂಡು ಸಿಗರೇಟು ಸೇದುತ್ತ ಕುಳಿತಿದ್ದರು.

"ನೀನು ಇಬಾಯತಾ ಏನು?"

"ಹೌದು."

"ರಾಮೊ ಗ್ರಿಸ್ ಎಲ್ಲಿದ್ದಾನೆ?"

"ನನಗೆ ಗೊತ್ತಿಲ್ಲ."

ಈ ಪ್ರಶ್ನೆಗಳನ್ನು ಕೇಳಿದ ಅಧಿಕಾರಿ ಗಿಡ್ಡಗಾಗಿ ದಪ್ಪವಾಗಿ ಇದ್ದ. ಕನ್ನಡಕದ ಹಿಂದಿನ ಆತನ ಕಣ್ಣುಗಳು ಕೆಂಡದಂತಿದ್ದವು. ಆತ ನನಗೆ "ಇಲ್ಲಿ ಬಾ" ಎಂದು ಕರೆದ.

ನಾನು ಆತನ ಹತ್ತಿರ ಹೋದೆ. ಆತ ಎದ್ದು ನಿಂತು ನನ್ನ ಕೈಗಳನ್ನು ತನ್ನ ಕೈಯಲ್ಲಿ ತೆಗೆದುಕೊಂಡು ನನ್ನನ್ನೆ ದುರದುರನೆ ನೋಡಿದ. ಆ ನೋಟ ನನ್ನನ್ನು ಭೂಮಿಯೊಳಗೆ ತಳ್ಳುವಂತಿತ್ತು. ಅದೇ ವೇಳೆಗೆ ಆತ ನನ್ನ ರಟ್ಟೆಯ ಸ್ನಾಯುಗಳನ್ನು ತನ್ನ ಮೈಯಲ್ಲಿದ್ದ ಶಕ್ತಿಯನ್ನೆಲ್ಲ ಹಾಕಿ ಹಿಚುಕಿದ. ಆತ ಹೀಗೆ ಮಾಡಿದ್ದು ನನ್ನನ್ನು ಹೆದರಿಸಲಿಕ್ಕಲ್ಲ, ಆದರೆ ನನ್ನ ಮೇಲೆ ತನ್ನ ಪ್ರಭಾವ ಬೀರಲಿಕ್ಕೆ. ನನ್ನ ಮುಖಕ್ಕೆ ತನ್ನ ನಾರುವ ಉಸಿರನ್ನು ಊದಿ ಬಿಡುವ ಇಚ್ಛೆಯಿಂದ. ಆತ ಒಂದು ಕ್ಷಣ ಹಾಗೆಯೆ ನಿಂತಿದ್ದ. ನನಗೆ ನಗೆ ತಡೆಯಲಾರದಾಯಿತು. ಸಾಯಲು ಹೊರಟ ಮನುಷ್ಯನನ್ನು ಹೆದರಿಸುವುದು ಬಹಳ ಕಷ್ಟ. ಆತನ ಪ್ರಯತ್ನ ಸಫಲ ವಾಗಲಿಲ್ಲ. ಆತ ನನ್ನನ್ನು ಬಲವಾಗಿ ನೂಕಿ ಮತ್ತೆ ಕುಳಿತುಕೊಂಡು ಹೇಳಿದ:

"ನಿನ್ನ ಜೀವ ಅವನ ಜೀವದೊಂದಿಗೆ ತಳಕುಬಿದ್ದಿದೆ. ಆತನೆಲ್ಲಿದ್ದಾನೆ ಅಂತ ಹೇಳಿದರೆ ನಿನ್ನ ಜೀವ ಉಳೀತದೆ."

ಕುದುರೆಯನ್ನು ಹೊಡೆಯುವ ಚಬುಕುಗಳನ್ನು ಹಿಡಿದು, ಬೂಟುಗಳನ್ನು ಧರಿಸಿ ಅಲಂಕೃತರಾದ ಈ ಜನರೂ ಸಾಯಲಿದ್ದರು. ನನಗಿಂತ ಸ್ವಲ್ಪ ಸಮಯದ ಅನಂತರ, ಆದರೆ ಅತಿ ಹೆಚ್ಚು ಕಾಲದ ಅನಂತರವಲ್ಲ. ಅವರು ಮುದ್ದೆಯಾದ ಕಾಗದಗಳಲ್ಲಿ ಹೆಸರುಗಳನ್ನು ಹುಡುಕಾಡುತ್ತಿದ್ದರು. ಬೇರೆಯವರನ್ನೂ ಬಂಧಿಸಲು ಇಲ್ಲವೆ ದಂಡಿಸಲು ಪ್ರಯತ್ನಿಸುತ್ತಿದ್ದರು. ಅವರಿಗೆ ಸ್ಪೇನ್ ದೇಶದ ಭವಿಷ್ಯವನ್ನು ಮತ್ತಿತರ ವಿಷಯಗಳನ್ನು ಕುರಿತು ತಮ್ಮದೇ ಆದ ಅಭಿಪ್ರಾಯಗಳಿದ್ದವು. ಅವರ ಆ ಕ್ಷುಲ್ಲಕ ಕಾರ್ಯಗಳು ನನಗೆ ಆಶ್ಚರ್ಯವನ್ನೂ ವಿನೋದವನ್ನೂ ಒದಗಿಸುತ್ತಿದ್ದವು. ನಾನಾಗಿದ್ದರೆ ಅವರಂತೆ ನಡೆದುಕೊಳ್ಳುತ್ತಿರಲಿಲ್ಲ. ಅವರಿಗೆ ಹುಚ್ಚು ಹಿಡಿದಿದೆ ಎಂದೆನಿಸಿತು. ಆ ಗಿಡ್ಡ ಮನುಷ್ಯ ಇನ್ನೂ ನನ್ನ ಕಡೆ ನೋಡುತ್ತಿದ್ದ. ಆತ ಆಗಾಗ ಚಬುಕಿನಿಂದ ತನ್ನ ಬೂಟಿನ ಮೇಲೆ ಚಟ್‌ಚಟ್ ಎಂದು ಹೊಡೆದುಕೊಳ್ಳುತ್ತಿದ್ದ. ಆತನ ಹಾವಭಾವಗಳನ್ನೆಲ್ಲ ಆತನೊಂದು ಭೀಕರ ವನ್ಯ ಪ್ರಾಣಿಯೆಂಬುದನ್ನು ತೋರಿಸುವ ಉದ್ದೇಶವಿತ್ತು.

"ಈಗಲಾದರೂ ತಿಳಿಯಿತೆ?"

"ಗ್ರಿಸ್, ಎಲ್ಲಿದ್ದಾನೆ ಅಂತ ನನಗೆ ಗೊತ್ತಿಲ್ಲ. ಆತ ಮ್ಯಾಡ್ರಿಡ್‌ನಲ್ಲಿದ್ದಾನೆ ಅಂತ ತಿಳಿದಿದ್ದೆ" ಎಂದು ನಾನು ಉತ್ತರಿಸಿದೆ.

ಇನ್ನೊಬ್ಬ ಅಧಿಕಾರಿ ತನ್ನ ನಿಸ್ತೇಜವಾದ ಕೈಯನ್ನು ಆಲಸ್ಯದಿಂದ ಎತ್ತಿದ. ಈ ಆಲಸ್ಯವೂ ಪೂರ್ವ ನಿರ್ಧರಿತವಾಗಿತ್ತು. ಅವರ ಇಂಥ ಕ್ಷುಲ್ಲಕ ತಂತ್ರಗಳ ಇಂಗಿತವೆಲ್ಲ ನನಗೆ ಗೊತ್ತಾಗುತ್ತಿತ್ತು. ಈ ರೀತಿಯಲ್ಲಿ ಮನರಂಜನೆ ಪಡೆಯುವ ವ್ಯಕ್ತಿಗಳೂ ಇದ್ದಾರೆ ಎಂಬುದನ್ನು ನೋಡಿ ನನಗೆ ಆಶ್ಚರ್ಯವಾಗಿಬಿಟ್ಟಿತು.

"ನಿನಗಿದರ ಬಗೆಗೆ ಯೋಚಿಸಲು ಇನ್ನೂ ಕಾಲುಗಂಟೆ ಸಮಯವಿದೆ," ಎಂದು ಆತ ಸಾವಕಾಶವಾಗಿ ನನಗೆ ಹೇಳಿ ಮತ್ತೆ ಮುಂದುವರಿಸಿದ:

"ಈತನನ್ನು ಧೋಬಿಖಾನೆಗೆ ಕರೆದೊಯ್ದು ಹದಿನೈದು ನಿಮಿಷಗಳಲ್ಲಿ ಮರಳಿ ಕರೆತನ್ನಿ. ಆಗಲೂ ಈತ ಅದನ್ನು ಹೇಳೋದಕ್ಕೆ ನಿರಾಕರಿಸಿದರೆ ನಿಂತ ಜಾಗೆಯಲ್ಲಿಯೆ ಈತನನ್ನು ಕೊಲ್ಲಲಾಗುವುದು."

ತಾವೇನು ಮಾಡುತ್ತಿದ್ದೇವೆ ಎಂಬುದು ಅವರಿಗೆ ಗೊತ್ತಿತ್ತು. ನಾನು ರಾತ್ರಿಯೆಲ್ಲ ನಿರೀಕ್ಷೆಯಲ್ಲಿಯೆ ಕಳೆದಿದ್ದೆ. ಅವರು ಟಾಮ್ ಮತ್ತು ಯೂವನ್‌ನನ್ನು ಗುಂಡುಹಾಕಿ ಕೊಂದಾಗ ನನ್ನನ್ನು ಒಂದು ಗಂಟೆ ಕಾಲ ನೆಲಮನೆಯಲ್ಲಿಯೇ ಕಾಯುವಂತೆ ಮಾಡಿದ್ದರು ಮತ್ತು ಈಗ ನನ್ನನ್ನು ಧೋಬಿಖಾನೆಯೊಳಗೆ ಇರಿಸಲಿದ್ದರು. ಈ ಆಟವನ್ನೆಲ್ಲ ಅವರು ಹಿಂದಿನ ರಾತ್ರಿಯೆ ಸಿದ್ಧಪಡಿಸಿರಬೇಕು. ನರಗಳು ಬಹಳ ದಣಿದ ಮೇಲೆ ನಾನು ಹಾದಿಗೆ ಬರಬಹುದೆಂದು ಅವರು ನಂಬಿದ್ದರು.

ಆದರೆ ಅವರ ನಿರೀಕ್ಷೆಯೆಲ್ಲ ಸುಳ್ಳಾಗಿತ್ತು. ಧೋಬಿಖಾನೆಯಲ್ಲಿ ನನಗೆ ಬಹಳ ಅಶಕ್ತತೆಯೆನಿಸಿದ್ದರಿಂದ ನಾನು ಒಂದು ಸ್ಟೂಲಿನ ಮೇಲೆ ಕುಳಿತುಕೊಂಡು ಯೋಚಿಸತೊಡಗಿದೆ. ಆದರೆ ಅವರ ಸೂಚನೆಯ ಬಗೆಗಲ್ಲ. ರಾಮೊ ಗ್ರಿಸ್ ಎಲ್ಲಿದ್ದಾನೆಂಬುದು ನನಗೆ ಗೊತ್ತಿತ್ತು. ಊರಿಂದ ನಾಲ್ಕು ಕಿಲೋಮೀಟರ್ ದೂರದಲ್ಲಿ ತನ್ನ ಚಿಕ್ಕಪ್ಪನ ಮಗನೊಂದಿಗೆ ಆತ ತಲೆಮರೆಸಿಕೊಂಡಿದ್ದ. ನನಗೆ ಚಿತ್ರಹಿಂಸೆ ಕೊಡದೆ ಈ ಗುಟ್ಟನ್ನು ನನ್ನ ಬಾಯಿಯಿಂದ ಹೊರಬೀಳಿಸಲು ಅವರಿಗೆ ಸಾಧ್ಯವಿಲ್ಲವೆಂದೂ ನನಗೆ ಗೊತ್ತಿತ್ತು. (ಆದರೆ ಅವರಿಗೆ ಚಿತ್ರಹಿಂಸೆ ಕೊಡುವ ವಿಚಾರವಿರಲಿಲ್ಲವೆನಿಸಿತು) ಅದೆಲ್ಲ ಅಚ್ಚುಕಟ್ಟಾಗಿ ನಿಯಮಿತವಾಗಿದ್ದು ನನಗದರಲ್ಲಿ

ಆಸಕ್ತಿಯಿರಲಿಲ್ಲ. ನನ್ನ ವರ್ತನೆಯ ಕಾರಣಗಳನ್ನು ತಿಳಿದುಕೊಳ್ಳುವುದು ಮಾತ್ರ ನನಗೆ ಬೇಕಾಗಿತ್ತು. ನಾನು ಗ್ರಿಸ್‌ನನ್ನು ವಂಚಿಸುವುದರ ಬದಲು ಸ್ವತಃ ಸಾಯಲು ನಿರ್ಧರಿಸಿದ್ದೆ. ಯಾಕೆ? ನನ್ನ ವರ್ತನೆ ನನಗೇ ಸರಿತೋರಲಿಲ್ಲ. ಯಾಕೆಂದರೆ ಈಗ ನನಗೆ ಗ್ರಿಸ್ ಸೇರುತ್ತಿರಲಿಲ್ಲ. ಮುಂಜಾವಿನ ಸಮಯಕ್ಕೆ ಸ್ವಲ್ಪ ಮೊದಲೆ ನಾನು ಆತನ ಮೇಲಿದ್ದ ಪ್ರೀತಿಯನ್ನು ಕಳೆದುಕೊಂಡಿದ್ದೆ. ಅದೇ ಸಮಯಕ್ಕೆ ಕೊಂಚಾಳ ಮೇಲಿದ್ದ ಪ್ರೀತಿಯನ್ನೂ, ಜೀವಿಸಿರಬೇಕೆಂಬ ಆಶೆಯನ್ನೂ ಕಳೆದುಕೊಂಡಿದ್ದೆ. ಗ್ರಿಸ್ ಬಹಳ ಗಟ್ಟಿಯಾದ ಮನುಷ್ಯ ನಾಗಿದ್ದರಿಂದ ಅವನ ಬಗೆಗೆ ನನಗೆ ಗೌರವವಿತ್ತು. ಆತನ ಬದಲು ನಾನೆ ಸಾಯಲು ಒಪ್ಪಿಕೊಂಡದ್ದು ಈ ಕಾರಣಕ್ಕಾಗಿ ಅಲ್ಲ. ಆತನ ಜೀವನ ನನ್ನ ಜೀವನಕ್ಕಿಂತ ಮಹತ್ವವಾದು ದಾಗಿರಲಿಲ್ಲ. ಯಾವ ಜೀವನಕ್ಕೂ ಅರ್ಥವಿರಲಿಲ್ಲ. ಈ ಜನ ಕೈದಿಗಳನ್ನು ಗೋಡೆಗಾನಿಸಿ ನಿಲ್ಲಿಸಿ ಅವರು ಸಾಯುವವರೆಗೆ ಮೇಲಿಂದ ಮೇಲೆ ಗುಂಡು ಹಾರಿಸುತ್ತಿದ್ದರು. ಆ ಕೈದಿ ಗ್ರಿಸ್ ಆಗಿರಲಿ ನಾನಾಗಿರಲಿ ಮತ್ತಾರಾದರೂ ಆಗಿರಲಿ ಅವರಿಗೇನು ಭೇದವೂ ಕಾಣಿಸುತ್ತಿರಲಿಲ್ಲ. ಸ್ಪೇನ್ ದೇಶದ ಏಳಿಗೆಗಾಗಿ ನನಗಿಂತ ಗ್ರಿಸ್‌ನ ಅವಶ್ಯಕತೆ ಹೆಚ್ಚಿಗಿತ್ತು. ಸ್ಪೇನ್ ದೇಶ, ಅರಾಜಕವಾದ, ಮುಂತಾದವೆಲ್ಲ ಹಾಳಾಗಿ ಹೋಗಲಿ ಎನ್ನಿಸಿತು. ನನ್ನ ಪಾಲಿಗೆ ಯಾವುದೂ ಮಹತ್ವವಾಗಿರಲಿಲ್ಲ. ಆದರೂ ನಾನೀಗ ಇಲ್ಲಿ ಸಿಕ್ಕಿ ಬಿದ್ದಿದ್ದೆ. ಆದುದರಿಂದ ಗ್ರಿಸ್‌ನನ್ನು ವಂಚಿಸಿ, ನನ್ನ ಜೀವವನ್ನುಳಿಸಿಕೊಳ್ಳಬಹುದಾಗಿತ್ತು. ಆದರೆ ಹಾಗೆ ಮಾಡಲು ನಾನು ನಿರಾಕರಿಸಿದ್ದೆ. ಅದು ನನಗೆ ಹಾಸ್ಯಾಸ್ಪದವಾಗಿ ಕಂಡಿತು. "ನಾನು ಹಟವನ್ನು ಸಾಧಿಸಲೇಬೇಕು" ಎಂದು ತೀರ್ಮಾನಿಸಿದೆ. ಹೀಗಾಗಿ ನನ್ನಲ್ಲಿ ಒಂದು ವಿನೋದಾತ್ಮಕ ಸಂತೋಷ ಪಸರಿಸಿತು.

ಅವರು ನನ್ನ ಹತ್ತಿರ ಬಂದು ಆ ಇಬ್ಬರು ಅಧಿಕಾರಿಗಳ ಬಳಿ ನನ್ನನ್ನು ಕರೆದೊಯ್ದರು. ನನ್ನ ಕಾಲುಗಳ ಹತ್ತಿರ ಇಲಿಯೊಂದು ಓಡಿಹೋದದ್ದು ನೋಡಿ ನನಗೆ ತಮಾಷೆಯೆನಿಸಿತು. ಅಲ್ಲಿದ್ದ ಫಾಸಿಸ್ಟರ ಪೈಕಿ ಒಬ್ಬನನ್ನು "ಇಲಿಯನ್ನು ನೋಡಿದೆಯಾ?" ಎಂದು ಕೇಳಿದೆ.

ಆತ ಉತ್ತರಿಸಲಿಲ್ಲ. ಆತ ಶಾಂತನಾಗಿಯೂ ಗಂಭೀರವಾಗಿಯೂ ಇದ್ದ. ನಾನು ನಗಬಯಸಿದೆ. ಆದರೂ ತಡೆದುಕೊಂಡೆ. ಯಾಕೆಂದರೆ ಒಮ್ಮೆ ನಗಲಾರಂಭಿಸಿದೆನೆಂದರೆ ನನಗೆ ಅದನ್ನು ನಿಲ್ಲಿಸುವುದು ಸಾಧ್ಯವಾಗುವುದಿಲ್ಲ. ಆ ಫಾಸಿಸ್ಟ್ ಮೀಸೆಯನ್ನು ಬೆಳೆಸಿದ್ದ. ಆತನಿಗೆ "ನಿನ್ನ ಮೀಸೆಯನ್ನು ಬೋಳಿಸಲೇಬೇಕು ಮೂರ್ಖ" ಎಂದೆ. ಆತನ ಮೀಸೆಗಳು ಆತನ ಮುಖವನ್ನೆ ಮುಚ್ಚಿದುದನ್ನು ನೋಡಿ ನನಗೆ ಮೋಜೆನಿಸಿತು. ಆತ ನಿರಾಯಾಸವಾಗಿ ನನ್ನನ್ನು ಒದ್ದ. ನಾನು ಸುಮ್ಮನಿದ್ದೆ.

"ಒಳ್ಳೆಯದು, ನೀನದರ ಬಗ್ಗೆ ಯೋಚಿಸಿದ್ದಿಯಾ?" ಎಂದು ಕೇಳಿದ, ಆ ಕೊಬ್ಬಿದ ಅಧಿಕಾರಿ.

ಆ ಅಧಿಕಾರಿಗಳು ಅತಿ ವಿರಳವಾದ ಜಾತಿಗೆ ಸೇರಿದ ಕೀಟಗಳೇನೋ ಎಂಬಂತೆ ನಾನು ಅವರನ್ನೆ ಕುತೂಹಲದಿಂದ ನೋಡಿದೆ. ಅನಂತರ ಹೇಳಿದೆ:

"ಆತನೆಲ್ಲಿದ್ದಾನೆ ಅನ್ನೋದು ನನಗೆ ಗೊತ್ತು. ಆತ ಸುಡುಗಾಡಿನಲ್ಲಿ ಅಡಗಿಕೊಂಡಿದ್ದಾನೆ. ಬಹುಶಃ ಒಂದು ಗೋರಿಯೊಳಗೆ ಇಲ್ಲವೆ ಗೋರಿ ತೋಡುವವನ ಗುಡಿಸಲಿನೊಳಗೆ."

ಅದೊಂದು ವಿನೋದವಾಗಿತ್ತು. ಅವರು ಎದ್ದುನಿಂತು ತಮ್ಮ ನಡುಪಟ್ಟಿಗಳನ್ನು ಬಿಗಿ ಮಾಡಿಕೊಂಡು ಗಡಿಬಿಡಿಯಿಂದ ಆಜ್ಞೆ ಕೊಡುವುದನ್ನು ನಾನು ನೋಡಬಯಸಿದ್ದೆ, ಅಷ್ಟೆ.

ಅವರೆಲ್ಲ ಎದ್ದುನಿಂತರು. ಕೊಬ್ಬಿದ ಅಧಿಕಾರಿ "ಮೋಲ್ಸ, ನೀನು ಹೋಗಿ ಲೆಫ್ಟಿನೆಂಟ್ ಲೊಪೆಜ್‌ನ ಕಡೆಯಿಂದ ಹದಿನೈದು ಸೈನಿಕರನ್ನು ಕರೆದುಕೊಂಡು ಬಾ." ಎಂದ. ಮತ್ತೆ ನನ್ನತ್ತ

ನೋಡಿ ಮುಂದುವರಿಸಿದ: "ನೀನು ಹೇಳಿದ್ದು ನಿಜವಾಗಿದ್ರೆ ನಿನ್ನನ್ನು ಉಳಿಸ್ತೇವೆ. ಆದರೆ ನಮ್ಮನ್ನೆಲ್ಲ ಹುಚ್ಚುಮಂಗಗಳನ್ನಾಗಿ ಮಾಡೋದಕ್ಕಾಗಿ ಸುಳ್ಳು ಹೇಳಿದ್ರೆ ನಿನಗೆ ದೊಡ್ಡ ಹಾನಿಯಾಗ್ತದೆ."

ಅವರೆಲ್ಲ ಬೂಟಿನ ಸದ್ದು ಮಾಡುತ್ತ ಹೋಗಿಬಿಟ್ಟರು. ನನ್ನನ್ನು ಪಹರೆಯವರು ಕಾಯುತ್ತಿದ್ದರು. ಅವರು ಸುಡುಗಾಡಿನಲ್ಲಿ ಹುಡುಕುವ ದೃಶ್ಯವನ್ನು ಕಲ್ಪಿಸಿ ನಾನು ಆಗಿಂದಾಗ ನಗುತ್ತಿದ್ದೆ. ನನಗೆ ಐಶ್ವರ್ಯವಾಗಿತ್ತು. ನಾನು ಕುಹಕಿಯಾಗಿದ್ದೆ. ಅವರು ಸಮಾಧಿಗಳ ಕಲ್ಲುಗಳನ್ನೆಬ್ಬಿಸಿ ಗೋರಿಗಳ ಬಾಗಿಲುಗಳನ್ನು ಒಂದೊಂದಾಗಿ ತೆರೆಯುವ ಚಿತ್ರವನ್ನು ನಾನು ಊಹಿಸಿಕೊಂಡೆ. ನಾನು ನಾನಾಗಿರದೆ ಮತ್ತೊಬ್ಬನಾದವನಂತೆ ತಿಳಿದು ಈ ಪರಿಸ್ಥಿತಿಯನ್ನು ಅವನಿಗೆ ವಿವರಿಸಿದೆ: ಛಲದಿಂದ ವೀರನಾಯಕನಂತೆ ವರ್ತಿಸುವ ಈ ಕೈದಿ ಮತ್ತು ಮೀಸೆಯ ಮಾವಂದಿರಾದ ಉಗ್ರಮುಖದ ಆ ಫಾಸಿಸ್ಟರು ತಮ್ಮ ಪಹರೆಯವರೊಂದಿಗೆ ಮತ್ತು ಸಮವಸ್ತ್ರಧಾರಿಗಳೊಂದಿಗೆ ಸಮಾಧಿಗಳ ಮಧ್ಯದಲ್ಲಿ ನಡೆಸುವ ಓಡಾಟ. ಈ ಚಿತ್ರ ಅತ್ಯಂತ ಹಾಸ್ಯಮಯವಾಗಿತ್ತು. ಅರ್ಧಗಂಟೆಯ ಅನಂತರ ಆ ಕೊಬ್ಬಿದ ಅಧಿಕಾರಿ ಒಬ್ಬನೆ ಹಿಂತಿರುಗಿ ಬಂದ. ಆತ ನನಗೆ ಮರಣದ ಶಿಕ್ಷೆಯನ್ನು ವಿಧಿಸಲಿಕ್ಕೆ ಬಂದನೆಂದು ತಿಳಿದಿದ್ದೆ. ಉಳಿದವರು ಸ್ಮಶಾನದಲ್ಲಿ ಕಾಯುತ್ತಿರಬಹುದೆಂದು ತಿಳಿದೆ.

ಆ ಅಧಿಕಾರಿ ನನ್ನ ಕಡೆಗೆ ನೋಡಿದ. ಆತನೇನೂ ಜೋಲು ಮೋರೆ ಹಾಕಿರಲಿಲ್ಲ. ಅವನೆಂದ :

"ಇವನನ್ನು ಉಳಿದವರೊಂದಿಗೆ ದೊಡ್ಡ ಪ್ರಾಂಗಣಕ್ಕೆ ಕರೆದೊಯ್ಯಿರಿ. ಸೈನ್ಯದ ಕಾರ್ಯಗಳೆಲ್ಲ ಮುಗಿದ ಮೇಲೆ ಇವನಿಗೇನು ಮಾಡಬೇಕು ಅನ್ನೋದನ್ನು ನ್ಯಾಯಾಲಯವೇ ನಿರ್ಧರಿಸುತ್ತದೆ."

"ಅಂದರೆ, ಅವರು ನನ್ನನ್ನೂ ಗುಂಡುಹಾಕಿ ಕೊಲ್ಲೋದಿಲ್ಲವೆ?"

"ಈಗ ಸದ್ಯ ಇಲ್ಲ. ಮುಂದೇನಾಗ್ತದೆ ಅನ್ನೋದಕ್ಕೂ ನನಗೂ ಯಾವ ಸಂಬಂಧವೂ ಇಲ್ಲ."

ಆದರೂ ನನಗೇನೂ ಅರ್ಥವಾಗಲಿಲ್ಲ. "ಆದರೆ ಯಾಕೆ...?" ಎಂದು ಕೇಳಿದೆ.

ಆತ ಉತ್ತರಿಸದೆ ತನ್ನ ಭುಜ ಕೊಡವಿದ. ಸೈನಿಕರು ನನ್ನನ್ನು ಕರೆದೊಯ್ದರು. ವಿಶಾಲವಾದ ಪ್ರಾಂಗಣದಲ್ಲಿ ಸುಮಾರು ಒಂದುನೂರು ಜನ ಕೈದಿಗಳು ನಿಂತಿದ್ದರು. ಹೆಣ್ಣುಮಕ್ಕಳು, ಸಣ್ಣ ಮಕ್ಕಳು ಮತ್ತು ಮುದುಕರೆಲ್ಲ ಅಲ್ಲಿದ್ದರು. ಅಲ್ಲಿ ಮಧ್ಯದಲ್ಲಿದ್ದ ಹುಲ್ಲಿನ ಹಾಸುಗೆಯ ಸುತ್ತ ನಾನು ಕಂಗೆಟ್ಟು ಅಡ್ಡಾಡುತ್ತಿದ್ದೆ. ಮಧ್ಯಾಹ್ನದಲ್ಲಿ ಭೋಜನ ಶಾಲೆಯಲ್ಲಿ ನಮಗೆ ಊಟವನ್ನು ಹಂಚಿದ್ದರು. ಇಬ್ಬರು ಮೂವರು ಜನ ನನಗೆ ಕೆಲವು ಪ್ರಶ್ನೆಗಳನ್ನು ಕೇಳಿದರು. ನನಗೆ ಅವರ ಪರಿಚಯವಿದ್ದಿರಬಹುದು. ಆದರೆ ನಾನೇನೂ ಉತ್ತರಿಸಲಿಲ್ಲ. ನಾನೆಲ್ಲಿದ್ದೇನೆನ್ನುವುದು ಸಹ ನನಗೆ ಗೊತ್ತಿರಲಿಲ್ಲ.

ಸಾಯಂಕಾಲದ ಸಮಯಕ್ಕೆ ಪ್ರಾಂಗಣದಲ್ಲಿ ಮತ್ತೆ ಹತ್ತು ಕೈದಿಗಳನ್ನು ನೂಕಿ ಹೋದರು. ನನಗೆ ಬ್ರೆಡ್ ತಯಾರಕ ಗಾರ್ಸಿಯಾನ ಗುರುತು ಹತ್ತಿತು. ಆತ "ಎಂಥ ಅದೃಷ್ಟವಪ್ಪ ನಿನ್ನದು. ನೀನು ಜೀವಂತ ಇರುವೆ ಅಂತ ನಾನು ಯಾವತ್ತೂ ಬಗೆದಿರಲಿಲ್ಲ." ಎಂದ.

"ಅವರು ನನಗೆ ಮೊದಲು ಮರಣದಂಡನೆ ವಿಧಿಸಿದರು. ಅನಂತರ ಮತ್ತೆ ನಿರ್ಧಾರವನ್ನು ಬದಲಿಸಿದರು. ಯಾಕೆ ಅನ್ನೋದು ನನಗೇ ಗೊತ್ತಿಲ್ಲ" ಎಂದು ನಾನು ಹೇಳಿದೆ.

"ನನ್ನನ್ನು ಎರಡು ಗಂಟೆಯ ಸಮಯಕ್ಕೆ ಬಂಧಿಸಿದರು" ಎಂದು ಆತ ಹೇಳಿದ.

"ಯಾಕೆ?" ಗಾರ್ಸಿಯಾನಿಗೂ ರಾಜಕೀಯಕ್ಕೂ ಏನೂ ಸಂಬಂಧವಿರಲಿಲ್ಲ."

"ನನಗೆ ಗೊತ್ತಿಲ್ಲ. ತಮ್ಮ ಹಾಗೆ ವಿಚಾರ ಮಾಡದವರನ್ನೆಲ್ಲ ಅವರು ಬಂಧಿಸ್ತಾರೆ."

ಬಳಿಕ ಧ್ವನಿ ತಗ್ಗಿಸಿ ಆತ ಮತ್ತೂ ಹೇಳಿದ:

"ಅವರು ಗ್ರಿಸ್‌ನನ್ನು ಬಂಧಿಸಿದ್ದಾರೆ."

ನಾನು ನಡುಗಲಾರಂಭಿಸಿದೆ. "ಯಾವಾಗ?" ಎಂದು ಕೇಳಿದೆ.

"ಇವೊತ್ತೆ ಮುಂಜಾನೆ. ಆತ ಎಲ್ಲವನ್ನೂ ಹಾಳು ಮಾಡಿಬಿಟ್ಟ. ಆತ ತನ್ನ ಕಕ್ಕನ ಮಗನೊಂದಿಗೆ ಜಗಳವಾಡಿ ಮಂಗಳವಾರವೆ ಅವನ ಮನೆಬಿಟ್ಟು ಬಂದನಂತೆ. ಅವನನ್ನು ಬಚ್ಚಿಟ್ಟುಕೊಳ್ಳಲು ಅನೇಕ ಜನ ಸಿದ್ಧರಿದ್ದರೂ ಆತನಿಗೆ ಯಾರ ಹಂಗೂ ಬೇಕಾಗಿರಲಿಲ್ಲ. ಆದ್ದರಿಂದ ಆತ 'ನಾನು ಇಬಾಯತಾನ ಜಾಗೆಯಲ್ಲಿ ಅಡಗಿಕೊಂಡಿರ್ತೇನೆ, ಆದರೆ ಅವರು ಇಬಾಯತಾನನ್ನು ಬಂಧಿಸಿರೋದರಿಂದ ಶ್ಮಶಾನಕ್ಕೆ ಹೋಗಿ ಅಲ್ಲಿಯೆ ಅಡಗಿಕೊಳ್ತೇನೆ" ಎಂದ.

"ಶ್ಮಶಾನದಲ್ಲಿ?"

"ಹೌದು. ಎಂಥ ಮೂರ್ಖ! ಅವರೆಲ್ಲ ಅವೊತ್ತು ಮುಂಜಾನೆಯೆ ಅಲ್ಲಿಗೆ ಹೋದರು. ಅವನನ್ನು ಗೋರಿ ತೋಡುವವನ ಗುಡಿಸಲಲ್ಲಿಯೆ ಹಿಡಿದುಬಿಟ್ಟರು. ಅಲ್ಲಿಂದ ಅವನು ಅವರ ಕಡೆ ಗುಂಡು ಹಾರಿಸಿದಾಗ ಅವನನ್ನು ಬಂಧಿಸಿಬಿಟ್ಟರು."

"ಶ್ಮಶಾನದಲ್ಲಿ!"

ನನ್ನ ಸುತ್ತ ಎಲ್ಲವೂ ಗಿರಗಿರನೆ ತಿರುಗಿದಂತೆ ನನಗೆ ಭಾಸವಾಯಿತು. ಕೊನೆಗೆ ಈ ಪರಿಭ್ರಮಣೆ ನಿಂತಾಗ ನಾನು ನೆಲದ ಮೇಲೆ ಕುಳಿತುಕೊಂಡಿದ್ದೆ. ನನಗೆ ನಕ್ಕು ನಕ್ಕು ಅಳುವಂತಾಯಿತು.

ವಿಶೇಷ ಕೃತಜ್ಞತೆ

ಈ ಸಂಪುಟದ ಕಥೆಗಳ ಆಯ್ಕೆಗಾಗಿ ಆಕರ ಸಾಮಗ್ರಿ ದೊರಕಿಸುವ ಕಾರ್ಯದಲ್ಲಿ ನೆರವು ನೀಡಿದ

- ವಿವಿಧ ಗ್ರಂಥ ಭಂಡಾರಗಳು
- ಶ್ರೀ ಶಾ. ಬಾಲುರಾವ್, ಕೇಂದ್ರ ಸಾಹಿತ್ಯ ಅಕಾದೆಮಿ, ನವದೆಹಲಿ
- ಇನ್‌ಸ್ಟಿಟ್ಯೂಟ್ ಆಫ್ ವರ್ಲ್ಡ್ ಕಲ್ಚರ್, ಬೆಂಗಳೂರು
- ಶ್ರೀ ಚಿ. ಶ್ರೀನಿವಾಸರಾಜು, ಬೆಂಗಳೂರು

ಸಂಪುಟದ ಮೂಲ ಆಂಗ್ಲರೂಪದ ಬೆರಳಚ್ಚು ಪ್ರತಿಗಳ ತಯಾರಿಕೆ ಮತ್ತಿತರ ಸಂಪಾದಕೀಯ ನೆರವಿಗಾಗಿ

- ಕುಮಾರಿ ಸೀಮಂತಿನೀ ನಿರಂಜನ

ಇವರೆಲ್ಲರಿಗೆ ನಾವು ವಿಶೇಷವಾಗಿ ಕೃತಜ್ಞರು.

ವಿಶ್ವಕಥಾಕೋಶ

ಸಂಪುಟ - ೨೧

ನಿಗೂಢಸೌಧ

ಲೇಖಕರ ಪರಿಚಯ

ನಿಗೂಢ ಸೌಧ

ಆನರೆ-ದ-ಬಾಲ್ಜಾಕ್ (1799-1850)

ಹೆಸರಾಂತ ಸಣ್ಣಕಥೆಗಾರ, ಕಾದಂಬರಿಕಾರ ಮತ್ತು ನಾಟಕಕಾರ. ಸ್ವಲ್ಪ ಕಾಲ ಮುದ್ರಕ ಮತ್ತು ಪ್ರಕಾಶಕ. 'ದಿ ಹ್ಯೂಮನ್ ಕಾಮೆಡಿ' ಎಂಬ ಹೆಸರಿನಲ್ಲಿ ಅನಂತರ ಸಂಗ್ರಹಿತವಾದ ಕಾದಂಬರಿ ಮಾಲೆ ಬಹಳ ಪ್ರಸಿದ್ಧ. ಅದರಲ್ಲಿ ಫ್ರೆಂಚ್ ಜನಜೀವನದ ಅದ್ಭುತ ಚಿತ್ರಣ. ಯೂರೋಪ್‌ನ ಸಾಹಿತ್ಯದಲ್ಲಿ ವಾಸ್ತವವಾದದ ಸ್ಥಾಪಕರಲ್ಲಿ ಪ್ರಮುಖ. ಸದಾ ಹಣಕಾಸಿನ ತಾಪತ್ರಯ. ಫ್ರೆಂಚ್ ದಿನಪತ್ರಿಕೆಗಳಲ್ಲಿ ಕೆಲವು ಕಾದಂಬರಿಗಳ ಧಾರಾವಾಹಿ ಪ್ರಕಟನೆ. ಈ ವಿಷಯದಲ್ಲಿ ಡ್ಯೂಮಾಗೆ ಪ್ರತಿಸ್ಪರ್ಧಿ. ಕಾದಂಬರಿಯನ್ನು ಆಧುನಿಕ ಸಮಾಜದ ಬಗ್ಗೆ ಪ್ರಬುದ್ಧ ಟೀಕೆಗಾಗಿ ಬಳಸಿದಾತ. ಫ್ರಾನ್ಸ್ ಹಾಗೂ ಇತರೆಡೆಗಳಲ್ಲಿನ ಸಮಕಾಲೀನ ಲೇಖಕರ ಮೇಲೆ ದಟ್ಟ ಪ್ರಭಾವ. ○

ಜೀನೊ ಮತ್ತು ಕೋಲೀ

ವಾಲ್ಟೇರ್ (1694-1778)

ಮೂಲ ಹೆಸರು ಫ್ರಾನ್ಸುವ - ಮೇರಿ ಅರೊಯೆ. ನಾಟಕಕಾರ, ಕವಿ, ಕಾದಂಬರಿಕಾರ, ಇತಿಹಾಸಕಾರ, ಸಣ್ಣಕಥೆಗಾರ. ಹದಿನೆಂಟನೆಯ ಶತಮಾನದ ಬಹುಮುಖ ಪ್ರತಿಭೆಯ ಮೇಧಾವಿಗಳಲ್ಲೊಬ್ಬ. ಫ್ರಾನ್ಸ್‌ನಲ್ಲಿ ಹೊಸ ಚಿಂತನೆಯ ಹರಿಕಾರ. ನಾಗರಿಕ ಹಕ್ಕುಗಳ ಪ್ರತಿಪಾದಕ. ಬಾಸ್ತಿಲೆದಲ್ಲಿ ಬಂಧನ. ದೇಶಾಂತರ ವಾಸ. ದೊರೆಗಳ ಬಗ್ಗೆ ಲೇವಡಿ. ದಿದೆರೊ ಎಂಬಾತನ ಜತೆ ಸೇರಿ ಫ್ರೆಂಚ್ ವಿಶ್ವಕೋಶದ ರಚನೆ. 'ಕ್ಯಾಂಡಿದೆ' ಎಂಬ ಆತನ ಹೆಸರಾಂತ ಕಾದಂಬರಿಯಿಂದ ಇಡೀ ಪೀಳಿಗೆಯೊಂದರ ಮೇಲೆ ಕ್ರಾಂತಿಕಾರಿ ಪರಿಣಾಮ. ಸಾವಿರಾರು ಪುಸ್ತಕಗಳು ಮತ್ತು ಪ್ರಚಾರ ಸಾಮಗ್ರಿಗಳನ್ನು ಬರೆದನೆಂದು ಪ್ರತೀತಿ. ಅಮೆರಿಕ ಮತ್ತು ಫ್ರೆಂಚ್ ಕ್ರಾಂತಿಗಳ ಮೇಲೆ ವಾಲ್ಟೇರ್ ಚಿಂತನೆಯ ಪ್ರಭಾವ. ○

ಒಬ್ಬ ಯೆಹೂದಿ

ಸ್ಟೆಂಡ್ಹಾಲ್ (1783–1842)

ಮೇರಿ–ಹೆನ್ರಿ ಬೇಲೆಯ ಕಾವ್ಯನಾಮ. ಸಣ್ಣ ಕಥೆಗಾರ, ಕಾದಂಬರಿಕಾರ. ಶ್ರೀಮಂತ ವರ್ಗದ ಸಂಪರ್ಕವಿದ್ದ ಕುಟುಂಬಕ್ಕೆ ಸೇರಿದವನಾಗಿದ್ದು ಸರ್ಕಾರಿ ನೌಕರಿ ಪಡೆಯುವುದರಲ್ಲಿ ಯಶಸ್ವಿ. ರಾಜಕೀಯವಾಗಿ ಉದಾರವಾದಿ ಎಂಬ ಟೀಕೆಗೆ ಪಾತ್ರ. ಹಣವಿಲ್ಲದ ಸೊಗಸುಗಾರನ ಜೀವನ. ಇಂಗ್ಲೆಂಡ್‌ಗೆ ಪ್ರವಾಸ ಹಾಗೂ ಆ ಬಗ್ಗೆ ಬರವಣಿಗೆ. 'ಅನುಭವದ ಭಾವನಾತ್ಮಕ ಘನೀಕರಣ' ಎಂಬ ವಿಚಾರಲಹರಿಯ ಬಗ್ಗೆ ತೀವ್ರ ಆಸಕ್ತ. ಕಾದಂಬರಿಗಳಲ್ಲಿ ಮನುಷ್ಯರ ಮನೋವ್ಯಾಪಾರಗಳ ಚಿತ್ರಣಕ್ಕೆ ಪ್ರಸಿದ್ಧ. ರಮ್ಯಯುಗದಲ್ಲಿ ವಾಸ್ತವವಾದವನ್ನು ಮುಂದಿಟ್ಟ ಲೇಖಕ. ❍

ಜೆನ್ನಿ

ವಿಕ್ಟರ್ ಹ್ಯೂಗೋ (1802–1885)

ಸಣ್ಣಕಥೆಗಾರ, ಕಾದಂಬರಿಕಾರ, ಕವಿ, ನಾಟಕಕಾರ. ಸಾರ್ವಜನಿಕ ಪ್ರಾಮುಖ್ಯದ ವ್ಯಕ್ತಿ. ತಂದೆ ನೆಪೋಲಿಯನ್ನನ ಸೇನೆಯಲ್ಲಿ ದಂಡನಾಯಕ. 1819ರಲ್ಲಿ ಸಾಹಿತ್ಯ ಜೀವನದ ಆರಂಭ. ಜೀವನವನ್ನು ಪ್ರತಿಬಿಂಬಿಸುವ ವಸ್ತುಗಳು, ಬಡಜನತೆಯನ್ನು ಪ್ರತಿನಿಧಿಸುವ ಪಾತ್ರಗಳು. ಕವಿಯ ಸಾಮಾಜಿಕ ಬದ್ಧತೆಯ ಬಗ್ಗೆ ನಂಬಿಕೆ. 1848ರ ಕ್ರಾಂತಿಯಲ್ಲಿ ಕ್ರಾಂತಿಕಾರರ ಬಗ್ಗೆ ಸಹಾನುಭೂತಿ. ರಾಜಕೀಯ ಮುತ್ಸದ್ದಿಯಾಗಿ, ಮಾನವ ಹಕ್ಕುಗಳ ಪ್ರತಿಪಾದಕನಾಗಿ ಬೀರಿದ ಪ್ರಭಾವ ಅಪಾರ. ಮೃತನಾದಾಗ ರಾಷ್ಟ್ರದಾದ್ಯಂತ ಸಂತಾಪ. 'ಲೆ ಮಿಸರಬಲ್' ಮತ್ತು 'ನಾತ್ರದಾಮ್‌ನ ಗೂನು ಬೆನ್ನಿನವನು' ಕಾದಂಬರಿಗಳು ವಿಶ್ವವಿಖ್ಯಾತ. ❍

ಪಾಶ

ಚಾರ್ಲ್ಸ್ ಬಾದ್‌ಲೇರ್(1821–1867)

ಫ್ರೆಂಚ್ ಸಾಹಿತ್ಯದ ಪ್ರಮುಖ ಬರಹಗಾರ. ಕವಿ, ಸಣ್ಣಕಥೆಗಾರ ಮತ್ತು ಕಲಾವಿಮರ್ಶಕ. ಪಾಶ್ಚಾತ್ಯ ಜಗತ್ತಿನ ಮೊದಲ ಆಧುನಿಕ ಕಾವ್ಯದ ರಚನೆ. ಬೋರ್ಡಿಂಗ್ ಶಾಲೆಯಲ್ಲಿ ಬಾಲ್ಯ. ಕಾನೂನಿನ ಅಭ್ಯಾಸ. ಯೌವನದಲ್ಲಿ ಸ್ವಚ್ಛಂದ ಜೀವನ. ಮೈಯೆಲ್ಲಾ ಸಾಲ. ಎಂದಿಗೂ ಪೂರ್ಣವಾಗಿ ಅದನ್ನು ತೀರಿಸಲಿಲ್ಲ. 1841ರಲ್ಲಿ ಕೊಲ್ಕತ್ತಕ್ಕೆ ಸಮುದ್ರ ಮಾರ್ಗದಲ್ಲಿ ಪ್ರವಾಸ. 1848ರ ಘಟನೆಗಳಿಂದಾಗಿ ಕ್ರಾಂತಿಕಾರಿಯಾಗುವ ಸ್ಫೂರ್ತಿ. ಸಮಾಜವಾದದ ಸಂಭ್ರಮ. ಅಲ್ಪಾಯುಸ್ಸಿನ ರಿಪಬ್ಲಿಕನ್ ಪತ್ರಿಕೆಗಳ ಸಂಪಾದಕ. ಸಮಕಾಲೀನ ಸಾಂಸ್ಕೃತಿಕ ಜೀವನದಲ್ಲಿ ಸಕ್ರಿಯ ಪಾತ್ರ. ❍

ಕೊನೆಯ ಪಾಠ

ಅಲ್ಫಾನ್ಸ್ ದಾದೆ (1840–1897)

ಸಣ್ಣಕಥೆಗಾರ, ಕಾದಂಬರಿಕಾರ, ಕವಿ ಮತ್ತು ನಾಟಕಕಾರ. ಶ್ರೀಮಂತ ಕುಟುಂಬದಲ್ಲಿ ಜನನ. ಶಾಲಾ ಶಿಕ್ಷಣ ಮುಗಿದ ಕೂಡಲೇ ಬರವಣಿಗೆಯ ಪ್ರಯತ್ನ. ಪ್ರಶಂಸನೀಯ ಶೈಲಿ. ಪ್ರಥಮ ಕವಿತಾ ಸಂಕಲನಕ್ಕೆ ಒಳ್ಳೆಯ ಸ್ವಾಗತ. ಅನಂತರ ಬರವಣಿಗೆಯ ಪ್ರತಿಭೆಯಿಂದಲೇ ಸಚಿವರೊಬ್ಬರ ಕಾರ್ಯದರ್ಶಿಯಾಗಿ ನೇಮಕ. ಅಲ್ಲಿ ದೀರ್ಘಕಾಲ ಸೇವೆ. ಮಕ್ಕಳ ಸಾಹಿತ್ಯಕ್ಕೂ ಕೊಡುಗೆ. ❍

ಪೂತ್ವಾ

ಅನಾತೋಲ್ ಫ್ರಾನ್ಸ್ (1844–1924)

ಸಣ್ಣಕಥೆಗಾರ, ಕವಿ, ಕಾದಂಬರಿಕಾರ ಮತ್ತು ಪತ್ರಕರ್ತ. ಪ್ಯಾರಿಸ್‌ನ ಪುಸ್ತಕ ವ್ಯಾಪಾರಿಯೊಬ್ಬನ ಏಕಮಾತ್ರ ಪುತ್ರ. ಹಲವು ಕೃತಿಗಳಿಗೆ ವಿಡಂಬನೆಯ ಮೆರುಗು. ಕಾದಂಬರಿಗಳಿಗೆ ಬಹಳ ಬೇಡಿಕೆ ಪಡೆದ ಲೇಖಕ. ತನ್ನ ಪೀಳಿಗೆಯ ಪ್ರಾತಿನಿಧಿಕ ವ್ಯಕ್ತಿ. ಎಂತಲೇ ಸಮಾಜವಾದಿಯಾಗಿ ಪರಿವರ್ತನೆ. ಕಮ್ಯುನಿಸ್ಟ್ ಚಳವಳಿಯ ಸೆಳೆತ. ಮಾದರಿ ಸಾಹಿತಿ ಎಂಬ ಮನ್ನಣೆ. ಆದರೆ ಚರ್ಚ್‌ನಿಂದ 44 ವರ್ಷಗಳ ಕಾಲ ಈ ಲೇಖಕನ ಪುಸ್ತಕಗಳಿಗೆ ಬಹಿಷ್ಕಾರ. 1921ರಲ್ಲಿ ನೊಬೆಲ್ ಪ್ರಶಸ್ತಿ ವಿಜೇತ. ❍

ಕೈದಿಗಳು

ಗಾಯ್ ದ ಮೊಪಾಸಾ (1850–1893)

ಫ್ರೆಂಚ್ ಸಾಹಿತ್ಯದ ಜನಪ್ರಿಯ ಸಣ್ಣಕಥೆಗಾರ, ಕಾದಂಬರಿಕಾರ ಮತ್ತು ಕವಿ. ಮೊದಲು ನೌಕಾ ಸಚಿವ ಖಾತೆಯಲ್ಲಿ ಗುಮಾಸ್ತ. ಆದರೆ ಶೀಘ್ರವೇ ಫ್ಲಾಬೇರ್ ಬಳಿ ಸಾಹಿತ್ಯಾಭ್ಯಾಸಕ್ಕೆ ಅಂಕುರ. ಜೋಲಾ ಗೆಳೆಯ ವಲಯದ ಪರಿಚಯ. ಹಲವು ಪ್ರತಿಷ್ಠಿತ ಪತ್ರಿಕೆಗಳಿಗೆ ಲೇಖನಗಳ ಬರವಣಿಗೆ. ಸುಮಾರು 300 ಕಥೆಗಳ ಕರ್ತೃ. ಕಥೆಗಳಲ್ಲಿ ಯುದ್ಧವಿರೋಧಿ ನಿಲುವು ವ್ಯಕ್ತ. ಜೀವನದ ನಾನಾ ಕ್ಷೇತ್ರಗಳಿಂದ ಆಯ್ದ ಪಾತ್ರಗಳು. ಆಧುನಿಕ ಸಣ್ಣಕಥೆ ಪ್ರಕಾರದ ಪಿತಾಮಹರಲ್ಲೊಬ್ಬ. ವಿಶ್ವದಾದ್ಯಂತ ಸಣ್ಣ ಕಥೆಗಳ ಬರವಣಿಗೆಯ ಮೇಲೆ ಗಾಢ ಪ್ರಭಾವ. ಲೆವ್ ತೋಲ್‌ಸ್ತೋಯ್, ನೀಷೆ ಮೊದಲಾದವರಿಂದ ಮೊಪಾಸಾ ಬಗ್ಗೆ ಗೌರವ ಸಲ್ಲಿಕೆ. ❍

ಬೂತ್ವಾರ್

ಹೆನ್ರಿ ಬಾರ್ಬೂಸ್ (1873–1935)

ಸಣ್ಣಕಥೆಗಾರ, ಕಾದಂಬರಿಕಾರ, ಕವಿ. ಪ್ರಥಮ ವಿಶ್ವ ಸಮರದಲ್ಲಿ ಸ್ವಯಂಸೇವಕ. ಯುದ್ಧದಿಂದ ಭ್ರಮನಿರಸನ. ಸಮಾಜವಾದಿ ಸಿದ್ಧಾಂತದ ಆಕರ್ಷಣೆ. ಮಿಲಿಟರಿ ಆಡಳಿತಕ್ಕೆ, ಫ್ಯಾಸಿಸಂಗೆ ವಿರೋಧ. ಬಂಡವಾಳ ಶಾಹಿ ಒಡೆಯರ ವಿರುದ್ಧ ಐಕ್ಯಕ್ಕೆ ಅಂತರರಾಷ್ಟ್ರೀಯ ಕಾರ್ಮಿಕ ವರ್ಗದಲ್ಲಿ ಮನವಿ. ಕಮ್ಯುನಿಸ್ಟ್ ಪಕ್ಷದ ಸದಸ್ಯತ್ವ. ರಷ್ಯದ ಕ್ರಾಂತಿಯಿಂದ ತುಂಬ ಪ್ರಭಾವಿತ. ಗೋರ್ಕಿಕ ಹಾಗೂ ರೋಮೆ ರೋಲಾ ಅವರೊಡನೆ ಅಂತರರಾಷ್ಟ್ರೀಯ ಪ್ರಗತಿಶೀಲ ಬರಹಗಾರ ಚಳವಳಿಯ ಪ್ರವರ್ತಕ. ❍

ವ್ಯಭಿಚಾರಿಣಿ

ಆಲ್ಬರ್ಟ್ ಕಾಮೂ (1913–1960)

ಸಣ್ಣಕಥೆಗಾರ, ಕಾದಂಬರಿಕಾರ, ನಾಟಕಕಾರ, ಪ್ರಬಂಧಕಾರ. ಕ್ಷಯ ರೋಗದಿಂದಾಗಿ ಉನ್ನತ ಶಿಕ್ಷಣದ ಸಾಧ್ಯತೆಗೆ ತಡೆ. ಪತ್ರಕರ್ತನಾಗಿ ಕೆಲಸ ಹಾಗೂ ಹಲವು ವೃತ್ತಿಗಳಲ್ಲಿ ಅನುಭವ. ಎರಡನೆಯ ಮಹಾಯುದ್ಧದಲ್ಲಿ ಫ್ಯಾಸಿಸಂ ವಿರುದ್ಧ ಸಕ್ರಿಯ ಭೂಗತ ಕಾರ್ಯಕರ್ತ. ವಿಶ್ವದ ಇತರ ಬರಹಗಾರರ ಮೇಲೆ ಸಾಕಷ್ಟು ಪ್ರಭಾವ. ಸಾಹಿತ್ಯಲೋಕದಲ್ಲಿನ 'ಅಸಂಗತ' ಚಳವಳಿಗೆ ಬಹಳಮಟ್ಟಿಗೆ ಕಾರಣಕರ್ತ. ಇಪ್ಪತ್ತನೆಯ ಶತಮಾನದ ಪ್ರಮುಖ ತತ್ವಜ್ಞಾನಿ. ತನ್ನ ಕಾಲದ ಹಲವು ರಾಜಕೀಯ ಆಂದೋಲನಗಳಲ್ಲಿ ಭಾಗಿ. 1957ರಲ್ಲಿ ನೊಬೆಲ್ ಸಾಹಿತ್ಯ ಪ್ರಶಸ್ತಿ. ಮೂರು ವರ್ಷಗಳ ಅನಂತರ ರಸ್ತೆ ಅಪಘಾತದಲ್ಲಿ ಮರಣ. ❍

ಗೋಡೆ

ಝೀನ್ ಪಾಲ್ ಸಾರ್ತ್ರ್ (1905–1980)

ಕಾದಂಬರಿಕಾರ, ನಾಟಕಕಾರ, ಸಣ್ಣಕಥೆಗಾರ, ವಿಮರ್ಶಕ. ತತ್ವಜ್ಞಾನಿ ಮತ್ತು ರಾಜಕೀಯ ಕಾರ್ಯಕರ್ತ. ಮಾರ್ಕ್ಸ್‌ವಾದದಿಂದ ಪ್ರಭಾವಿತ. ಅಸ್ತಿತ್ವವಾದ ಎಂಬ ತತ್ವಜ್ಞಾನದ ಮುಖ್ಯ ಪ್ರತಿಪಾದಕ. ಪ್ರತಿಭಾಪೂರ್ಣ ಶೈಕ್ಷಣಿಕ ಜೀವನ. ಸ್ವಲ್ಪ ಕಾಲ ತತ್ವಶಾಸ್ತ್ರದ ಅಧ್ಯಾಪಕ. ಮೊದಲ ವಿಶ್ವ ಸಮರದಲ್ಲಿ ಸೆರೆಯಾಳು. ವಿಮೋಚನೆಯ ಅನಂತರ ಜರ್ಮನರ ವಿರುದ್ಧ ಗುಪ್ತ ಚಟುವಟಿಕೆ. 1938ರಲ್ಲಿ ಮೊದಲ ಕಾದಂಬರಿ ಪ್ರಕಟನೆ. ಸಾರ್ತ್ರ್ ಚಿಂತನೆಗಳಿಂದ ಸಮಾಜಶಾಸ್ತ್ರ, ತತ್ವಶಾಸ್ತ್ರ ಮತ್ತು ಸಾಹಿತ್ಯ ಇವುಗಳ ಮೇಲೆ ಸತತ ಪ್ರಭಾವ. 1964ರ ನೊಬೆಲ್ ಸಾಹಿತ್ಯ ಪ್ರಶಸ್ತಿ ಪಡೆಯಲು ನಿರಾಕರಣೆ. ❍

ಈ ಸಂಪುಟದ ಅನುವಾದಕರು

ಬಸವರಾಜ ನಾಯ್ಕರ

1949ರಲ್ಲಿ ನರಗುಂದದಲ್ಲಿ ಜನನ. 1972ರಲ್ಲಿ ಕರ್ನಾಟಕ ವಿಶ್ವವಿದ್ಯಾನಿಲಯದ ಎಂ.ಎ. ಪದವಿ. ಗುಲಬರ್ಗಾ ವಿಶ್ವವಿದ್ಯಾನಿಲಯದಿಂದ ಪಿಎಚ್.ಡಿ. ಸಾಹಿತ್ಯ ಸೇವೆಗಾಗಿ 1996ರಲ್ಲಿ ಕ್ಯಾಲಿಫೋರ್ನಿಯಾದ ಅಂತರರಾಷ್ಟ್ರೀಯ ವಿ.ವಿ.ಯಿಂದ ಗೌರವ ಡಾಕ್ಟರೇಟ್ (ಡಿ.ಲಿಟ್.). ಐರಿಶ್ ನಾಟಕಕಾರ ಜೆ. ಎಂ. ಸಿಞ್‌ನ ನಾಟಕಗಳ ಕನ್ನಡ ರೂಪಾಂತರ. 'ಪಡುವಣನಾಡಿನ ಪ್ರೇಮವೀರ', 'ಕೊಳದ ನೆರಳು', 'ಹುಚ್ಚುಹೊಳೆ' ಮತ್ತು 'ಜೋಗೀಭಾವಿ' ಸೇರಿದಂತೆ ಕೆಲವು ಪುಸ್ತಕಗಳ ರಚನೆ. ಷೇಕ್ಸ್‌ಪಿಯರ್‌ನ ಕೊನೆಯ ನಾಟಕಗಳ ಬಗ್ಗೆ ಸಂಶೋಧನೆ. ಅನುವಾದಕ್ಕಾಗಿ ಗುಲಬರ್ಗಾ ವಿ.ವಿ. ಪ್ರಶಸ್ತಿ, ವಸುದೇವ ಭೂಪಾಲಂ ಪ್ರಶಸ್ತಿ ಹಾಗೂ ಸಂಶೋಧನೆಗಾಗಿ ಆಲಿವ್ ಡೆರಿಕ್ ಪ್ರಶಸ್ತಿ ಪುರಸ್ಕೃತರು.

ವಿಶ್ವಕಥಾಕೋಶ

೨೫ ಸಂಪುಟಗಳು – ಪ್ರಧಾನ ಸಂಪಾದಕರು : ನಿರಂಜನ

ಧರಣಿಮಂಡಲ ಮಧ್ಯದೊಳಗೆ : 22 ಕನ್ನಡ ಕಥೆಗಳು
ಆಫ್ರಿಕದ ಹಾಡು : ಆಫ್ರಿಕ ಖಂಡದ ಕಥೆಗಳು – ಅನು : ಸಿ. ಸೀತಾರಾಮ್
ಕಾಡಿನಲ್ಲಿ ಬೆಳದಿಂಗಳು : ವಿಯೆಟ್ನಾಮ್ ಕಥೆಗಳು – ಅನು : ಸಿ.ಪಿ. ರವಿಕುಮಾರ್
ಚೆಲುವು : ಮಂಗೋಲಿಯ, ಚೀನ, ಜಪಾನ್, ಕೊರಿಯ ಕಥೆಗಳು – ಅನು : ಜಿ.ಎಸ್. ಸದಾಶಿವ
ಸುಭಾಷಿಣಿ : ಭಾರತ, ನೆರೆಹೊರೆ ಕಥೆಗಳು – ಅನು : 23 ಅನುವಾದಕರು
ವಿಚಿತ್ರ ಕಕ್ಷಿದಾರ : ಇಂಗ್ಲೆಂಡ್ ಕಥೆಗಳು – ಅನು : ಎನ್.ಎಸ್. ರಾಮಚಂದ್ರಯ್ಯ, ಎಸ್.ಆರ್. ಭಟ್
ಮಂಜುಹೂವಿನ ಮದುವಣಿಗ : ಹಂಗೆರಿ, ರುಮಾನಿಯ ಕಥೆಗಳು –
ಅನು : ಕೆ.ಎಸ್. ನಾರಾಯಣಸ್ವಾಮಿ
ಬೂದುಬಣ್ಣದ ಕಾಂಗರೂ : ಆಸ್ಟ್ರೇಲಿಯ, ನ್ಯೂಜ಼ಿಲೆಂಡ್ ಕಥೆಗಳು –
ಅನು : ಪಾ. ಸಂಜೀವ ಬೋಳಾರ
ಹೆಜ್ಜೆಗುರುತು : ರಷ್ಯ, ನೆರೆಹೊರೆ ಕಥೆಗಳು – ಅನು : ಕೆ.ಎಸ್. ನಿಸಾರ್ ಅಹಮದ್
ಅರಬಿ : ಐರ್‌ಲೆಂಡ್, ವೇಲ್ಸ್, ಸ್ಕಾಟ್‌ಲೆಂಡ್ ಕಥೆಗಳು – ಅನು : ಶಾ. ಬಾಲು ರಾವ್
ನೆತ್ತರು ದೆವ್ವ: ಚೆಕೊಸ್ಲೊವಾಕಿಯ, ಪೋಲೆಂಡ್ ಕಥೆಗಳು – ಅನು : ಎಚ್.ಕೆ. ರಾಮಚಂದ್ರಮೂರ್ತಿ
ಬಾವಿಕಟ್ಟೆಯ ಬಳಿ : ಯುಗೊಸ್ಲಾವಿಯ, ಆಲ್ಬೇನಿಯ, ಬಲ್ಗೇರಿಯ ಕಥೆಗಳು –
ಅನು : ಚಿ. ಶ್ರೀನಿವಾಸರಾಜು
ಅದೃಷ್ಟ: ಅಮೆರಿಕ, ಕೆನಡ, ಮೆಕ್ಸಿಕೊ ಕಥೆಗಳು – ಅನು : ವೀಣಾ ಶಾಂತೇಶ್ವರ
ಸಜ್ಜನನ ಸಾವು : ಐಸ್‌ಲೆಂಡ್, ಡೆನ್‌ಮಾರ್ಕ್, ನಾರ್ವೆ, ಸ್ವೀಡನ್, ಫಿನ್‌ಲೆಂಡ್ ಕಥೆಗಳು –
ಅನು : ಕ.ನಂ. ನಾಗರಾಜು
ಡೇಗೆ ಹಕ್ಕಿ : ಇಟಲಿ, ಆಸ್ಟ್ರಿಯ ಕಥೆಗಳು – ಅನು : ಎಸ್. ಅನಂತನಾರಾಯಣ
ಅವಸಾನ : ಗ್ರೀಸ್, ಸೈಪ್ರಸ್, ಟರ್ಕಿ ಕಥೆಗಳು – ಅನು : ಎ. ಈಶ್ವರಯ್ಯ
ತಾತನ ಹುಟ್ಟುಹಬ್ಬ: ಹಾಲೆಂಡ್, ಬೆಲ್ಜಿಯಮ್, ಸ್ವಿಟ್ಜರ್‌ಲೆಂಡ್ ಕಥೆಗಳು –
ಅನು : ಸಿ.ಎಚ್. ಪ್ರಹ್ಲಾದ್‌ರಾವ್
ಬಾಲ ಮೇಧಾವಿ : ಜರ್ಮನಿ ಕಥೆಗಳು – ಅನು : ಎಚ್.ಎಸ್. ರಾಘವೇಂದ್ರರಾವ್
ಇಬ್ಬರು ಗೆಳೆಯರು : ಸ್ಪೇನ್, ಪೋರ್ಚುಗಲ್ ಕಥೆಗಳು – ಅನು : ಕೆ.ವಿ. ನಾರಾಯಣ
ಅಬಿಂದಾ - ಸಯೊದ್ : ಇಂಡೊನೇಷ್ಯ, ಫಿಲಿಪ್ಪೀನ್ಸ್, ಮಲಯ, ಸಿಂಗಾಪುರ,
ಥಾಯ್‌ಲೆಂಡ್ ಕಥೆಗಳು – ಅನು : ಎಸ್ಸಾರ್ಕೆ
ನಿಗೂಢ ಸೌಧ : ಫ್ರಾನ್ಸ್ ಕಥೆಗಳು – ಅನು : ಬಸವರಾಜ ನಾಯ್ಕರ
ಬೆಳಗಾಗುವ ಮುನ್ನ : ಕ್ಯೂಬಾ, ಜಮೇಯಿಕ ಕಥೆಗಳು – ಅನು : ಶ್ರೀಕಾಂತ
ಮರಳುಗಾಡಿನ ಮದುವೆ : ಪಶ್ಚಿಮ ಏಷ್ಯ ಕಥೆಗಳು – ಅನು : ವಾಸುದೇವ
ಕಿವುಡು ವನದೇವತೆ : ದಕ್ಷಿಣ ಅಮೆರಿಕ ಕಥೆಗಳು – ಅನು : ಈಶ್ವರಚಂದ್ರ
ಸಾವಿಲ್ಲದವರು : ಪಂಚ ಮಹಾಕಾವ್ಯಗಳಿಂದ ಆಯ್ದ ಕಥೆಗಳು –
ನಿರೂಪಣೆ : ಸಿ.ಕೆ. ನಾಗರಾಜ ರಾವ್